।। गण गण गणात बोते ।।

श्री गजानन दर्शन

भा. द. खेर

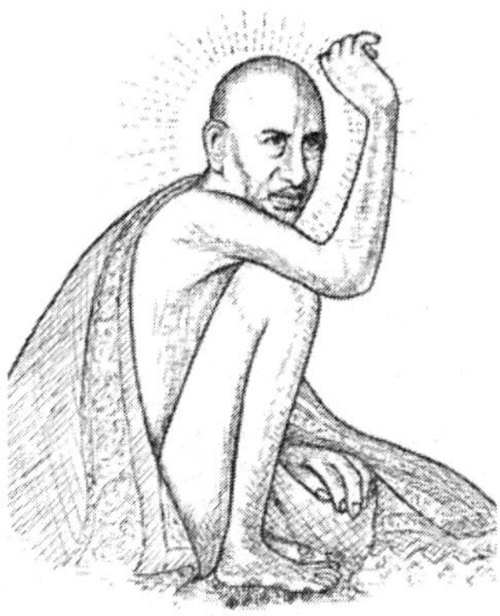

मेहता पब्लिशिंग हाऊस

Please contact us at **Mehta Publishing House Pvt. Ltd.**
✆ +91 020-24476924 / 24460313 / Mob. No. 9545000513
Email : production@mehtapublishinghouse.com
Website : www.mehtapublishinghouse.com

SHREE GAJANAN DARSHAN by **B. D. KHER**

श्री गजानन दर्शन / चरित्रात्मक कादंबरी

© राजेन्द्र खेर

author@mehtapublishinghouse.com

मराठी पुस्तक प्रकाशनाचे हक्क : मेहता पब्लिशिंग हाऊस प्रा. लि.

संस्थापक : सुनील अनिल मेहता

प्रकाशक : मेहता पब्लिशिंग हाऊस प्रा. लि.
१९४१, सदाशिव पेठ, माडीवाले कॉलनी, पुणे ४११०३०

मुद्रक : ट्रिनिटी ॲकॅडमी फॉर कॉर्पोरेट ट्रेनिंग लिमिटेड

मुखपृष्ठ : मेहता पब्लिशिंग हाऊस प्रा. लि.

प्रकाशनकाल : पहिली आवृत्ती १९७६ / चौथी आवृत्ती २०१४ /
मेहता पब्लिशिंग हाऊस प्रा. लि. यांची पाचवी आवृत्ती :
डिसेंबर, २०२२

किंमत : ₹ ३९०

P Book ISBN 9788195944668
E Book ISBN 9788195956913
E Books available on : amazonkindle Apple Books Google Play Books

---

ज्यांनी मला श्री गजानन महाराजांची
जवळीक घडविली
त्या आदरणीय मातोश्रींना
सादर समर्पण

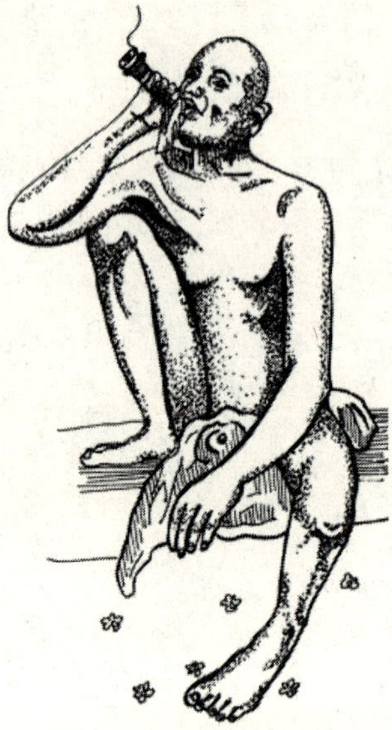

पुनर्भेट

१९७८ साली श्री गजानन महाराजांच्या प्रकटदिनी प्रस्तुत प्रासादिक ग्रंथाची पहिली दहा हजारांची आवृत्ती माझ्या मातु:श्री आनंदी काकू यांच्या उपस्थितीत प्रसिद्ध झाली. गेली पंधरा-सोळा वर्षे तरी प्रस्तुत ग्रंथाची प्रत बाजारात शिल्लक उरली नाही. प्रथम मेहता पब्लिशिंग हाऊस आणि नंतर अक्षयविद्या आणि विहंग प्रकाशन यांनी अनुक्रमे दुसरी आणि तिसरी-चौथी आवृत्ती अत्यंत नेटक्या स्वरूपात अल्पावधीत प्रसिद्ध केली. त्यासाठी त्यांना धन्यवाद दिलेच पाहिजेत.

प्रस्तुत प्रासादिक ग्रंथ प्रसिद्ध करण्यासाठी ज्यांचे-ज्यांचे हातभार लागले असतील त्यांचे मन:पूर्वक आभार!

– भा. द. खेर

प्रस्तुत आवृत्तीत नवीन भक्तांचे स्वानुभव ग्रथित केले आहेत.

आता पुन्हा हे पुस्तक मेहता पब्लिशिंग हाऊसकडे प्रकाशनासाठी जात आहे, याचा मला विशेष आनंद वाटतो

– राजेन्द्र खेर

श्रद्धेच्या अक्षता

भक्तीचा विषय वेगळा असला तरी, भक्ताची श्रद्धा अखंड तांदळासारखी अक्षत-अखंड असायला हवी. अक्षता वाहून ज्याप्रमाणे त्या-त्या देवतेचं आवाहन करतात, त्याप्रमाणे श्रद्धारूपी अक्षता वाहून आपण सर्वांनी श्री गजानन महाराजांना आवाहन करायला हवं. अक्षता या बल, समृद्धी आणि दीर्घायुष्य देणाऱ्या असतात. त्याचप्रमाणे श्रद्धारूपी अक्षता या सुखसमृद्धी देणाऱ्या असतात. सारं ऐहिक साधल्यानंतर मोक्षपद किंवा कैवल्यसाक्षात्कार प्राप्त करून घेण्यासाठी हीच श्रद्धा कारणीभूत होत असते. श्रद्धा आणि निष्ठा या जुळ्या बहिणी आहेत. त्यांची अखंड सांगड जडली म्हणजे, मग साधक-भक्ताला इहपरलोकीचं सारसर्वस्व हस्तगत होत असतं.

प्रस्तुत चरित्रग्रंथात हाच श्रद्धापट अंथरला आहे... श्री गजानन महाराजांच्या कृपाप्रसादाची प्रचिती आल्यानंतर, त्यांच्यावर माझी श्रद्धाभक्ती जडली आणि त्यानंतर शेगावचा सारा परिसर धांडोळला. महाराजांच्या संबंधित अशी ती-ती ठिकाणं डोळाभरून पाहिली. तिथल्या अनेक श्रद्धाळू माणसांप्रमाणेच त्या-त्या परिसराला जणू वाचा फुटली आणि महाराजांच्या घडलेल्या चमत्कार-कथा माझ्यासमोर साकार झाल्या... याच श्रद्धा-साक्षात्काराच्या बळावर मी हे चरित्रकथन केलं आहे... संत श्री दासगणू महाराजांनी मला अर्थात प्रामुख्यानं वाट दाखविली आहे.

अनेक ग्रंथांचा थोडाफार अभ्यास करून मी श्री गजानन महाराजांच्या अलौकिक चमत्कारांची शास्त्रीय मीमांसा करण्याचा प्रयत्न केला आहे. 'श्री गजानन-विजय' ही संत दासगणूंची पोथी का वाचावी, त्या पोथीची फलश्रुती कोणती, त्या पोथीचं पारायण केल्यानंतर ऐहिकात आणि परमार्थात कसे रोकडे अनुभव येतात, हेही सांगण्याचा अल्पसा प्रयत्न केलेला आहे. त्याचबरोबर शेवटी काही नामजपमंत्र देऊन, ते करण्याची रीत आणि त्यांचं फलित काय, हेही सांगितलं आहे. भाविक भक्तांची श्रद्धा वाढवून त्यांना हा ग्रंथ सर्वतोपरी मार्गदर्शक ठरावा, या दृष्टीनंही प्रयत्न केलेला आहे. भाविक भक्तांनी हे श्रद्धाळू कथन वाचावं आणि ते त्यांच्या

पसंतीस उतरलं, तर आपल्या माहितीच्या भक्तांपर्यंत ते पोचवावं एवढीच त्यांना कळकळीची विनंती आहे. हे एकापरीनं श्री गजानन महाराजांचंच कार्य आहे.

असंख्य भक्तांच्या अनुभवांची शिदोरी हे माझ्या दृष्टीनं या ग्रंथाचं वेगळेपण आहे. अशा भाविक भक्तांचा मी खरोखरच अत्यंत ऋणी आहे... श्रद्धेचं सूत्र धरून मी केलेल्या या चरित्रकथनाचा विशाल प्रसार व्हावा, याविषयी मी श्री गजानन महाराजांचीच करुणा भाकतो. त्यांचे सहस्रो भक्तही या उपक्रमात माझ्या पाठीशी आपली सद्‌भावना उभी करतील याविषयी मी नि:शंक आहे. शेवटी हे सारं महाराजांचंच आहे. मी केवळ निमित्तमात्र आहे... सागरतुल्य गंगाजलातून घेतलेलं हे तीर्थ पुन्हा पवित्र गंगाजलालाच अर्पण करण्यासारखा हा प्रकार आहे... या तीर्थानं आम्हां सर्व भाविक भक्तांना पावन करावं एवढीच श्री गजाननचरणी प्रार्थना!

चित्रकार श्री. रमेश भारताल, श्री. सा. रा. भंडारी, श्री. गो. य. हिरवे, श्री. माधवराव गोगावले यांच्या साहाय्याबद्दल धन्यवाद! शेगावचे समर्थ व्यवस्थापक ह.भ.प. पुरुषोत्तम हरी पाटील यांनी दर्शविलेल्या आपुलकीबद्दल आणि मित्रवर्य प्राचार्य अनंतराव आठवले यांच्या मार्गदर्शनाबद्दल मी निरंतर ऋणी आहे. माझे मित्र कविवर्य श्री. मधुकर कुलकर्णी यांनी नेहमीच्या प्रथेप्रमाणे प्रासादिक कविता करून दिली... त्यांच्या संदर्भात मी कधीच ऋणमुक्त होणार नाही.

सकलांचा नम्र

– भा. द. खेर

प्रस्तुत आवृत्ती प्रकाशित व्हावी यासाठी याआधीच्या आवृत्तीचे प्रकाशक अक्षयविद्या प्रकाशन संस्थेचे श्री. अतुल खोपकर यांनी उदार मनानं सर्वतोपरी साहाय्य केलं त्याबद्दल आम्ही त्यांचे आभारी आहोत. त्याचप्रमाणे अशाच सहकार्याबद्दल साहिल पब्लिकेशन्सचे श्री. सुनील पाटील आणि सौ. वंदन पाटील यांचा आवर्जून उल्लेख करावा लागेल.

– सौ. सीमंतिनी खेर

प्रकाशक, विहंग प्रकाशन

पहिले दर्शन

शेगावातील त्या वटवृक्षाखाली मी उभा होतो आणि मनाशी म्हणत होतो, 'गजानन महाराज प्रथम इथेच प्रगट झाले!'

माघ वद्य सप्तमी शके १८०० या दिवशी महाराज प्रथम इथे प्रगट झाले.

मी त्या वटवृक्षाखाली उभा होतो तो दसऱ्याचा दिवस होता. 'दसरा सण मोठा, नाही आनंदा तोटा' ही लहानपणी वाचलेली काव्यपंक्ती मनात नाचत होती. मी मनात पुन:पुन्हा म्हणत होतो, 'आज २१ ऑक्टोबर, १९७७ नाही का...? २३ फेब्रुवारी, १८७८ या दिवशी महाराज इथे प्रगटले... म्हणजे जवळजवळ चार महिन्यांनी महाराजांच्या अवतरणाला शंभर वर्षं पुरी होतील!'

या शंभर वर्षांत शंभर दसऱ्याचे सण आले आणि या शेगावात आनंदोत्सव साजरे करून निघून गेले. या वटवृक्षानं हे सारे आनंदोत्सव समाहित मनानं बघितलेले असणार! स्थिर चित्तानं आनंदाचं सोनं लुटलेलं असणार!

समोर देवीदास पातुरकरांच्या घराची भिंत दिसत होती. त्या भिंतीकडे बघताना कालपुरुषाच्या करणीचं मला नवल वाटत होतं... हा पवित्र यज्ञीय वटवृक्ष कालाच्या ओघात सतत वाढतो आहे, त्याच्या पारंब्यांचा प्रचंड विस्तार अधोमुख दिशेनं होतो आहे. परंतु पातुरकरांच्या त्या वाड्याची भिंत विटाविटांनी खाली उतरते आहे. वटवृक्षाच्या पारंब्या खाली उतरणार आणि वाड्याच्या भिंतीही विटांच्या रूपानं खाली उतरणार! परंतु वटवृक्ष खाली उतरून चिरंजीवी होणार आणि वाडा मात्र अधोमुखानं कालरूपात विलीन होऊन जाणार; पण वस्तुत: त्यात आश्चर्य वाटण्याचं काहीच कारण नव्हतं. सृष्टीच्या निर्मितीपूर्वी श्री विष्णु वटपत्रावर विसावले होते. ब्रह्मदेवाचं वास्तव्यही याच वटवृक्षावर स्थिरावलं होतं. परमेश्वराचं जिथे सान्निध्य असतं तिथे चिरंजीवित्व असणारच! पातुरकरांच्या वाड्याला मनुष्याचे हात लागलेले होते. म्हणून मानवी रूपाला क्षणभंगुरत्वच चिकटलेलं असणार! याच क्षणभंगुर वास्तुभोवती श्री गजानन महाराज चिरंजीव बनले. हा अजन्मा इथे प्रगट झाला आणि

चिरंजीव होऊन गेला.

सकाळची साडेआठची वेळ असूनही ऊन चटकायला लागलं होतं. अश्विनाच्या महिन्यात ऊन एवढं चटकत होतं तर माघाच्या महिन्यात ऊन किती असेल? माघ महिन्याच्या त्या दिवशी सूर्य ऐन मध्यान्हीला आला होता. सारं चराचर तापलं होतं. भूमीतून तप्त ज्वाला बाहेर पडत होत्या. त्या उन्हात होरपळून निघणारा पक्षिगण शीतल सावलीसाठी वृक्षांवर जाऊन विसावला होता. अशा या भर उन्हात एक योगिपुरुष त्या दिवशी आनंदात मग्न होऊन बसला होता.

रस्त्यावर उष्ट्या पत्रावळी टाकल्या होत्या. हा पुरुष एकेक शितं वेचून तोंडात टाकत बसला होता.

त्याच रस्त्यानं बंकटलाल आगरवाल हा सज्जन गृहस्थ चालला होता. आगरवाल याच्याबरोबरच त्याचे एक मित्र दामोदरपंत कुलकर्णी हेही चालले होते. ऐन उन्हात शितं वेचणारा हा माणूस त्या दोघांनी बघितला.

बंकटलाल दामोदरपंतांना म्हणाला, ''अरे हा माणूस पूर्वी कधी या गावात दिसला नव्हता... मग?''

दामोदरपंत म्हणाले, ''खरंच! पण हा करतोय तरी काय?''

''पत्रावळीमधली शितं वेचतोय!''

''शितं?''

''होय. अन्न हे पूर्णब्रह्म असतं ना! ते असं उकिरड्यावर टाकून कसं चालेल?''

''अरे पण हे देवीदास पातुरकरांना कळायला नको का? मठाधिपती आहेत ना ते? उष्ट्या पत्रावळी अन्नासकट उकिरड्यावर कशाला टाकायच्या?''

''खरं आहे, पण त्या त्यांनी टाकल्या आहेत आणि हा तिथली शितं वेचतो आहे.''

त्या दिवशी पातुरकरांच्या घरी त्यांच्या एका सुनेची ऋतुशांती होती. त्यानिमित्त त्यांच्या घरी जेवणाचा मोठा बेत होता. देवीदास पातुरकर हा शुक्ल यजुर्वेदी माध्यंदिन शाखेचा ब्राह्मण. अतिशय भाविक गृहस्थ. त्यानं आग्रह करकरून साऱ्या मंडळींना यथेच्छ जेवायला घातलं. अतिआग्रह म्हणजे अन्नाचा नाश ही गोष्ट अशा वेळी कुणाच्या लक्षात येत नाही. अन्न हे परब्रह्म असतं ही उक्ती उपनिषदातच लपून बसते. पुराणातली वांगी पुराणातच राहतात. माणसं जेवत होती. आग्रह चाललाच होता आणि पानात अन्न टाकून माणसं उठत होती. बाहेरच्या उकिरड्यावर पत्रावळी टाकल्या जात होत्या; आणि इकडे शितं वेचण्याचं काम चाललं होतं.

बंकटलाल आगरवाल आणि दामोदरपंत कुलकर्णी हे दोघेजण हा प्रकार बघत उभे होते. भर उन्हात शितं वेचणारा हा माणूस कुणीतरी सिद्धयोगी असला पाहिजे याबद्दल त्या दोघांनाही मुळीच शंका नव्हती. या सिद्धपुरुषाजवळ कसलीही उपाधी

नव्हती. अंगात जुन्यापुराण्या कापडाची बंडी होती. पाणी प्यायला एक भोपळा होता. हातात एक कच्ची चिलीम होती. ती कुंभाराच्या भट्टीत भाजलेली थोडीच असणार? नासाग्री दृष्टी लावून हा योगिराज बसला होता. या तरुण वयात केवढं तपोबल त्याच्या ठायी दिसत होतं? मुद्रा तरी किती तेजस्वी दिसत होती?

बंकटलाल म्हणाला, ''हा नग्नयोगी दिसतोय वेडा; पण दिसतं तसं नसतं बरं!''

''खरंय तुमचं म्हणणं! बघू तरी काय करतोय ते!''

आणि दोघेजण मित्र बघत राहिले.

त्या रस्त्यावरून माणसं जात होती. येत होती. उत्तरेकडच्या ओढ्यात गुरं पाणी पीत होती. पक्षी वृक्षांवर नि:स्तब्ध होऊन बसले होते. अनाहत ध्वनी ऐकू यावा अशी स्तब्धता होती. मधूनच पातुरकरांच्या वाड्यातून हास्यध्वनी कानावर पडत होते. आग्रह चालला होता. ती बोलणी ऐकू येत होती. पुन्हा शांत होत होतं. गाईगुरांच्या हंबरण्यानं मधूनच त्या शांततेचा पुन्हा भंग होत होता. शांतता आणि शांतताभंग यांचा पाठशिवणीचा खेळ चालला होता. आकाशातून तप्त ऊन मात्र सारखं सांडत होतं. शितं वेचली जात होती. दोन मित्रांची दृष्टी तिथे स्थिर झाली होती. जणू समोर दिसणारं योगिरत्न फक्त त्या दोघांनाच दिसत होतं आणि हे रत्नपारखी ते रत्न पारखून घेत होते.

बंकटलाल आगरवाल एकदम पुढे झाला आणि म्हणाला, ''आपण या पत्रावळीवरची शितं कशाला वेचून खाताहात? तुम्हाला भूक लागली असेल, तर अन्नाची व्यवस्था करू की!''

परंतु काहीच उत्तर मिळालं नाही. त्या महायोग्यानं त्या उभयतांकडे नुसतं बघितलं...

आणि त्या योगिराजाच्या तेजस्वी कांतीकडे, पिळदार दंडांकडे, विशाल वक्षभागाकडे, आणि भरदार मानेकडे ते दोघे बघतच राहिले. निजानंदी रंगलेल्या त्या योगी पुरुषाची दृष्टी भृकुटीमध्यावर स्थिरावली होती. त्या दोघांनी त्या योगिराजाला मनोमन नमस्कार केला, आणि ते देवीदासाच्या घराकडे धावले.

देवीदासाला घाईघाईनं म्हणाले, ''एक पान वाढून बाहेर आणता का?''

देवीदासानं ताबडतोब एक पान वाढून बाहेर आणलं. योगिराज जेवायला बसले. त्यांच्या अंतरी कसलीच चवढव उरली नव्हती. ब्रह्मरसाची ज्यांनी चव घेतलेली आहे, त्यांना अन्य आवडनिवड कसली उरणार? त्यांनी अवघं अन्न एक केलं आणि खाऊन टाकलं.

ते पाहून बंकटलाल दामोदरपंतांकडे बघून म्हणाला, ''हा कुणाला वेडा वाटेल. आपल्यालाही प्रथम तसंच वाटलं. परंतु ते खरं नाही बरं! एवढ्या भर उन्हात हा

आनंदात इथे बसला आहे. याला वेडा म्हणायचा होय! मला तर वाटतं की, हा ब्रह्मज्ञानी आहे आणि मुक्तीचं वेड याला लागलं आहे... याच्या अंत:करणात कसलीच इच्छा उरलेली दिसत नाही.''

सारं अन्न एकत्र करून यथेच्छपणानं जेवण झालं.

बंकटलाल म्हणाला, ''पंत, या तुंब्यात पाणी दिसत नाही. आपण आणून देऊ या का?''

दामोदरपंतांनी विचारलं, ''पाणी आणून देऊ का?''

यावर त्या योगिपुरुषानं त्या दोघांकडे बघून म्हटलं, ''तुम्हाला वाटलं तर द्या! या जगात सगळीकडे ब्रह्म ओतप्रोत भरलेलं आहे. इथे कसलाच भेदाभेद उरलेला नाही... परंतु शहाण्या माणसांनी जगातला व्यवहार पाळायलाच हवा. मनुष्यानं अन्न खाल्लं म्हणजे पाणी प्यायलाच हवं... तुम्हाला हवं असेल, तर पाणी द्या म्हणजे झालं!''

ते ऐकून त्या दोघांनाही बरं वाटलं. बंकटलाल म्हणाला, ''पंत, आपलं भाग्य खरंच चांगलं दिसतंय.''

दामोदरपंत पाणी आणायला घरात गेले.

एवढ्यात योगिराज धावत धावत आडाजवळच्या हाळात गेले. त्या हाळात घोटाभर पाणी होतं. तिथे गुरं पाणी पीत होती. तिथलंच पाणी ते प्यायले.

पंत गडव्यात पाणी घेऊन आले तेव्हा त्यांनी तो प्रकार बघितला. ओरडून म्हणाले, ''हां हां! ते गढूळ पाणी पिऊ नका. जनावरांसाठी ते पाणी आहे. हे पाहा, मी चांगले पाणी घेऊन आलो आहे. या पाण्यात वाळाही घातला आहे. हे सुवासिक पाणी प्यायचं सोडून...''

''हे पाहा, असलं काही तुम्ही आम्हाला सांगू नका. या चराचर विश्वात सगळीकडे ब्रह्म भरून राहिलेलं आहे. तिथे गढूळ पाणी, स्वच्छ पाणी, सुवासिक पाणी हा भेदाभेद राहिलाच कुठे? ही सारी त्या एका ब्रह्माचीच रूपं! पाणी आणि ते पिणारा माणूस यात भेद थोडाच आहे? ईश्वराची ही अगाध लीला या नरजन्मातच आपण जाणून घेतली पाहिजे. परंतु ते करण्याऐवजी आपण आपलं मन अशा गोष्टीतच गुंतवायचं का, याचा विचार करा... हे जग कशापासून निर्माण झालं आहे, इथे भेदाभेद आहेत का, या गोष्टीचा विचार करा.''

ती समर्थवाणी ऐकून दोघेही भारावून गेले. मनात गहिवर दाटून आला. त्या योगिराजांच्या समोर लोटांगण घालावं असं त्यांना वाटलं.

हा त्यांचा हेतू त्या योगिराजांनी जाणला; आणि ते पळत सुटले. वायूची चालगती रोधता थोडीच येते?... बघता बघता योगिराज दिसेनासे झाले आणि हे दोघे चकित होऊन त्या दिशेकडे बघत राहिले. काय घडलं होतं तेच त्यांना कळेनासं

झालं.

ऊन चांगलंच रणरणत होतं.

माझ्याही माथ्यावर ऊन रणरणायला लागलं होतं. तिथे उभं राहवत नव्हतं. मला आता बंकटसदनात जायचं होतं.

✿

दुसरे दर्शन

बंकटलालच्या पूर्वाभिमुख घरासमोर मी उभा होतो. त्या घराच्या चार-पाच पडक्या पायऱ्या चढून आत गेलो. घर पडलेलं होतं. ज्या घरात एवढा पवित्र इतिहास घडला ते घर आता भाडेकरूंनी व्यापलं आहे. त्या घराकडे पाहून मला भर्तृहरीच्या उद्‌गारांची आठवण झाली. 'रम्य नगरं कालाच्या उदरात गडप होतात. तिथले राजे आणि त्यांची राजसत्ता विलय पावते...' सारं चराचर आपल्या उदरात घेणाऱ्या कालपुरुषाला भर्तृहरीनं वंदन केलेलं आहे.

असे विचार माझ्या मनात चाललेले असतानाच कुणीतरी मला सांगितलं, "इकडे या... महाराज कुठे बसत होते ते दाखवतो..."

माझ्या स्वैर विचारांचा पसारा तत्काळ आवरून मी तिकडे गेलो. त्या बंकटसदनात महाराज उत्तराभिमुखी बसत असत. तिथे आता छोट्या ओट्यावरील आसनावर महाराजांचा उत्तराभिमुख असा फोटो ठेवला आहे... परदेशात जर ही वास्तू असती, तर त्या वास्तूचं त्या लोकांनी चिरंतन स्मारक केलं असतं, हा विचार मला मनावेगळा करता येईना... पण त्याचबरोबर असाही विचार आला की, महाराजांचं भव्योदात्त मंदिर हेच त्यांचं चिरंतन स्मारक नाही का...? अभिमान वाटावा असं खूप जग मी पाहिलेलं आहे... पण असं भव्य स्मारक मला तरी कुठे दिसलं नाही. कदाचित महाराजांविषयी असलेल्या माझ्या अपार श्रद्धेचाही तो भाग असेल.

मला माझे विचार आवरावेच लागले. कारण मला अजून खूप बघायचं होतं.

मी तिथल्या एका माणसाला विचारलं, "हे बंकटलाल शेट कोण होते?"

एकानं सांगितलं, "खूप मोठे होते..."

दुसऱ्यानं माहिती दिली, "ते मोठे सावकार होते."

तिसरा पुढे आला, "त्यांचं सोन्या-चांदीचं दुकान होतं."

कुणालाच पुरती माहिती दिसली नाही. शेवटी त्यांच्यापैकीच एकानं समारोप केला, "महाराजांचे ते फार मोठे भक्त होते."

हा समारोप मला एकदम मान्य झाला. त्याचं म्हणणं खरंच होतं. बंकटलाल

साहुकार असो किंवा सराफ असो, ते काही महत्त्वाचं नव्हतं. महाराजांचा तो महान भक्त होता एवढीच गोष्ट मला अभिप्रेत होती.

त्या दिवशी बघता बघता महाराज अदृश्य झाले. त्यामुळेच बंकटलाल बावचळून गेला, खिन्न झाला, उदास झाला. महाराजांवर आंतरिक भाव जडल्याशिवाय बंकटलालच्या मनाची अशी अवस्था झालीच नसती. कोणत्याही गोष्टीचा ध्यास लागला म्हणजे माणसाला काही सुचत नाही. अन्नपाणी रुचत नाही. बंकटलालची अशीच अवस्था झाली होती. 'पतिव्रते जैसा भ्रतार प्रमाण । आम्हां नारायण तैशापरी ।।' संत तुकाराम महाराजांच्या या अवस्थेप्रमाणे बंकटलालचं मन 'नारायणपदी' जडलेलं होतं... महाराजांना त्यानं पाहिलं होतं आणि तो त्यांचा होऊन गेला होता. एखादं दिव्य तेज दिसावं आणि ते एकाएकी लुप्त होऊन जावं, असा प्रकार घडला होता. परंतु बंकटलालच्या मनात ते दिव्य तेज ठसावलं होतं.

त्या दिव्य महापुरुषाला शोधण्यासाठी त्यानं सारं शेगाव पायातळी तुडवलं, पण शोध लागला नाही. त्याच्या मनात विचारांचं काहूर माजलं. आपल्या मनीचं हे हितगुज बोलायला कुठे जागा नव्हती. बेचैनी उघड केल्याशिवाय मन तर मोकळं होत नव्हतं. त्या दिव्य पुरुषाच्या भेटीचा ध्यास त्याला मनावेगळा करता येत नव्हता.

घरी आल्याबरोबर बंकटलालच्या वडिलांनी आपल्या मुलाची बेचैनी ओळखली. भवानीरामांनी त्याला विचारलं, "अरे, तुझं मन आज ठिकाणावर दिसत नाही. तू उदास झालेला दिसतो आहेस... मलूल दिसतो आहेस. तुला काही होतंय का...? कसली काळजी आहे तुला? काही झालंय का? सांग की? अगदी मोकळ्या मनानं सांग! माझ्यासमोर काही लपवून ठेवू नकोस..."

भवानीरामांनी आपल्या मुलावर काकुळतीनं प्रश्नांचा भडिमार केला, पण उपयोग झाला नाही. त्यानं काहीतरी सांगून आपल्या पित्याचं समाधान केलं आणि तो पुन्हा त्या दिव्य पुरुषाच्या शोधार्थ घराबाहेर पडला.

बंकटलालच्या घराशेजारी रामाजीपंत देशमुख या नावाचे एक गृहस्थ राहत होते. हे अतिवृद्ध गृहस्थ सधन होते आणि तेवढेच सदाचारी होते. संपन्नता आणि सदाचार यांचं नेहमीच विळ्या-भोपळ्याइतकं सख्य असतं. परंतु रामाजीपंत त्याला अपवाद होते. आपल्या संपन्नतेचा त्यांना मुळीच अभिमान नव्हता.

बंकटलाल त्यांच्या घरी मोठ्या विश्वासानं गेला. वडिलांना त्यानं जे सांगितलं नाही ते या रामाजीपंतांना सांगितलं. म्हणाला, "असा तेज:पुंज माणूस मी बघितला आणि बघता बघता तो निघून गेला. मला तो पुन्हा भेटेल का हो?"

रामाजीपंतांनी त्याला धीर दिला आणि म्हटलं, "हे पाहा, तो भेटला म्हणजे मलाही तुझ्याबरोबर दर्शनाला घेऊन जा बरं!"

हे शब्द ऐकून बंकटलालला धीर आला. त्याला वाटलं तो महापुरुष आपल्याला नक्कीच भेटणार!

त्या वेळी रामाजीपंत सांगत होते, "बंकटलाल, तू जे सांगितलंस त्यावरून मला वाटतं की, हा निश्चितच योगिपुरुष असला पाहिजे. तुझं पूर्वसुकृत भारी म्हणूनच तुला त्या पुरुषाचं दर्शन घडलं. तुझा जन्म खरोखरच धन्य झाला!"

हे ऐकून बंकटलाल आणखी हरखून गेला. त्या महापुरुषाच्या दर्शनाची आस आणखी वाढली व बेचैनीत भर पडली.

अशा अवस्थेत चार दिवस गेले. पण बंकटलालची आठवण काही केल्या बुजेना.

चार दिवसांनंतर एक पट्टीचे कीर्तनकार फिरत फिरत शेगावी आले. गोविंदबुवा टाकळीकर यांच्या कीर्तनाचा प्रभावच असा होता की, त्यांचं कीर्तन ऐकून साक्षात् शारंगधर प्रसन्नचित्त होऊन जात.

शेगावी शंकराच्या मंदिरातच त्यांचं कीर्तन व्हायचं ठरलं. सगळे लोक कीर्तन ऐकायला धावत गेले. बंकटलालही तिथे गेला. वाटेत पितांबर शिंपी भेटला. हा फारच भाविक गृहस्थ होता. दोघेही कीर्तनाकडे निघाले.

बंकटलाल त्यास म्हणाला, "मी परवा एक अवलिया बघितला. तो जसा एकदम दिसला तसाच दिसेनासा झाला."

पितांबरानं विचारलं, "कुठे दिसला? कसा दिसला? कसा नाहीसा झाला?"

बंकटलालनं मग घडलेला सारा वृत्तान्त सांगितला. दोघेजण मंदिराच्या दिशेने चाललेच होते.

एवढ्यात बंकटलाल आनंदून ओरडला, "अरे ते पाहा! देवळाच्या मागच्या बाजूला फरशीवर बसले आहेत. तेच ते!"

दोघेही त्या बाजूला धावत गेले. काही अंतरावर जाऊन उभे राहिले. बंकटलालनं अतिशय विनयपूर्वक विचारलं, "काही खायला आणू का?"

यावर तो योगिपुरुष म्हणाला, "तुला गरज असेल, तर आण. त्या माळणीच्या घरातून झुणका-भाकरी घेऊन ये."

ताबडतोब जाऊन बंकटलाल झुणका-भाकरी घेऊन आला. अर्धी भाकरी आणि थोडं पिठलं त्या योगेश्वराच्या हातावर ठेवलं.

पिठलं-भाकरी खाता खाता ते योगेश्वर पितांबराला म्हणाले, "जा... ओढ्यावर जाऊन तुंबा भरून पाणी घेऊन ये."

यावर पितांबर म्हणाला, "महाराज, ओढ्याला फार थोडं पाणी आहे. त्या पाण्यात तुंबा धड बुडणारही नाही. शिवाय ते पाणी गुरांनी खराब केलं आहे. त्या ओढ्यातून लोक रोज जातात-येतात. ते पाणी पिण्यायोग्य नाही."

थोडा वेळ थांबून पितांबर पुढे म्हणाला, "हवं तर दुसरीकडून तुंबा भरून पाणी

घेऊन येतो.''

त्यावर त्या योगिपुरुषानं सांगितलं, ''छे, छे! मला दुसरं पाणी नको. त्या नाल्याचंच पाणी आण. तुंबा भरून! आणि हे पाहा, उगाच ओंजळीनं तुंब्यात पाणी भरू नकोस. पाण्यात तुंबा बुडवून पाणी घेऊन ये.''

पितांबर तुंबा घेऊन ओढ्यावर गेला. तुंबा बुडेल एवढं पाणी कुठेच नव्हतं. उगाच ओंजळीनं पाणी भरू नकोस असं या महापुरुषानं सांगितलं होतं.

तो मनाशी म्हणाला, 'इथे जेमतेम घोटाभर पाणी दिसतंय. मग तुंबा कसा भरायचा!'

पितांबर विचारात पडला. तुंब्यात ओंजळीनं पाणी भरायचं नाही हे तर निश्चितच!

अखेरीस मनाचा निर्धार करून त्यानं तुंबा पाण्यावर ठेवला; आणि काय आश्चर्य? जिथे-जिथे तुंब्यानं स्पर्श केला तिथे-तिथे तो तुंबा पाण्यात बुडायला लागला. तिथे-तिथे ओढ्याला खळगा पडला. आणखी एक आश्चर्य घडलं. त्या नाल्यातून घाण पाणी वाहत होतं. पण तुंब्यात मात्र तेच पाणी स्फटिकासारखं स्वच्छ दिसत होतं. ते पाहून पितांबर चकित होऊन गेला. त्या योगीश्वरावर त्याची श्रद्धा जडली.

पितांबरानं आणून दिलेलं ते स्फटिकशुभ्र पाणी प्यायल्यावर तो महापुरुष बंकटलालला म्हणाला, ''अरे, माळणीच्या भाकरीवर माझी बोळवण करतोस का? काढ... खिशातून सुपारी काढ आणि मला फोडून दे!''

हे ऐकून बंकटलालला फार आनंद झाला. त्यानं सुपारी तर कातरून दिलीच, शिवाय त्यांच्या हातावर दोन व्याघ्रांबरी पैसेही ठेवले.

यावर तो योगिपुरुष हसून म्हणाला, ''अरे मला काय व्यापारी समजतोस होय? मला काय करायचेत हे पैसे? हे तुमचं व्यवहारी नाणं मला काय उपयोगाचं? तुझ्या भक्तीचं खणखणीत नाणं तू मला दिलंस. बस्स! त्यावरच मी संतुष्ट आहे.''

एवढं बोलून पुढे म्हणाले, ''जा आता. दोघेजण जाऊन कीर्तन ऐका. मी इथेच लिंबापाशी बसून कीर्तन ऐकतो.''

देवळात गोविंदबुवांचं कीर्तन सुरू झालं होतं. प्रारंभीचं निरूपण चाललं होतं. कीर्तनात भागवताच्या अकराव्या स्कंधातली 'हंसगीता' कथन केली जात होती. निरूपणाला तेराव्या अध्यायातला चोविसावा श्लोक घेतला होता.

गोविंदबुवांनी कीर्तनाचा पूर्वार्ध चांगल्या रीतीनं विशद करून सांगितला. हंसगीतेच्या 'मनसा वचसा दृष्ट्या' या श्लोकाचा पूर्वार्ध सांगितल्यानंतर उत्तरार्ध सांगताना बुवा घोटाळले. 'अहं एव न मत्तो अन्यत' हा त्या श्लोकाचा उत्तरार्थ त्या योगिराजानं बसल्या जागेवरून सांगितला.

ते ऐकून गोविंदबुवा मनातून चकित होऊन गेले. त्यांनी लोकांना सांगितलं, ''हंसगीतेचा हा उत्तरार्ध सांगणारा हा पुरुष अधिकारी असला पाहिजे. जा... त्याला

मंदिरात घेऊन या.''

बंकटलाल, पितांबर आणि आणखी कितीतरी मंडळी तिथून उठली आणि त्या योगिपुरुषासमोर जाऊन उभी राहिली.

त्या साऱ्यांनी त्या महापुरुषाला विनंती केली, ''आपण देवळात येऊन बसावं...''

परंतु महाराज जागचे हलले नाहीत.

शेवटी स्वत: गोविंदबुवा आले आणि हात जोडून म्हणाले, ''कृपा करून आपण शिवमंदिरात येऊन बसा. तुम्ही साक्षात शंकर आहात. आपण मंदिरातले देव. आपण इथे बसून कसं चालेल?''

एवढं बोलून गोविंदबुवा थांबले नाहीत. ते पुढे म्हणाले, ''आमचं पूर्वजन्मीचं भाग्य. म्हणून साक्षात शंकराचं दर्शन घडलं आम्हाला! आता आपण कृपा करून मंदिरी येऊन बसावं आणि कीर्तन ऐकावं!''

यावर त्या समर्थपुरुषानं म्हटलं, ''अरे गोविंदा, बोलण्यात काही मेळ ठेव की! आत्ताच तू सांगितलंस ना की अवघं विश्व ईश्वरानं व्यापलेलं आहे. आत-बाहेर हा भेद आता उरलेला नाही. मग मी आत येऊन बसावं असा उगाच हट्ट का धरतोस?''

गोविंदबुवा ऐकत होते आणि महाराज पुढे सांगत होते, ''अरे माणसानं जसं सांगावं तसं स्वत: वागावं. साधकानं शब्दच्छल कधी करू नये. भागवतातला श्लोक कीर्तनात सांगतोस आणि नेमका त्याच्या विरुद्ध वागतोस हे काही बरं नाही. कथेकऱ्याला ही शोभणारी गोष्ट नाही. तू नुसता पोटभऱ्या कथेकरी होऊ नकोस... जा, देवळात जाऊन कीर्तन पुरं कर. मी इथे बसून ऐकतो.''

गोविंदबुवा देवळात परत आले आणि त्यांनी गर्जून साऱ्या लोकांना सांगितलं, ''तुमच्या या शेगावी हे एक अमोल रत्न आलेलं आहे. त्या रत्नाचं चांगल्या रीतीनं जतन करा. शेगाव हे आता पंढरपूरच बनलेलं आहे म्हणा ना! हा चालताबोलता पांडुरंग इथे अवतरलेला आहे. या महापुरुषाची तुम्ही सेवा-चाकरी करा. वेदवाक्याप्रमाणे त्याचा शब्द माना. तुमचं निश्चित कल्याण होईल.''

गोविंदबुवांचं कीर्तन चांगल्या रीतीनं पार पडलं. लोक आनंदानं घरोघर निघून गेले. बंकटलालच्या आनंदाला तर पारावार उरला नाही.

घरी आल्याबरोबर त्यानं आपल्या वडिलांना सारी हकिगत सांगितली आणि म्हटलं, ''बाबा, या महाराजांना आपल्या घरी आणा की!''

भवानीरामांनी सांगितलं, ''तूच त्यांना घरी घेऊन ये!''

ते ऐकून बंकटलालला अतिशय आनंद झाला.

त्यानंतर चौथ्या दिवशी महाराज माणिकचौकात बसलेले दिसले. संध्याकाळची वेळ होती. वृक्षांवर विसावून पक्षी मोठ्या आनंदानं किलबिलाट करत होते. दिवेलागणीची वेळ झालेली होती. गाईगुरं घराच्या मार्गाला लागली होती. बंकटलालला वाटलं

की, गाईगुरांच्या मेळाव्यात हा बालमुकुंद इथे येऊन बसला आहे.

धावत जाऊन बंकटलालनं महाराजांना विचारलं, "महाराज, माझ्या घरी येता का?"

आणि महाराज त्यांच्या घरी यायला निघाले. त्यांना पाहून भवानीरामांना आनंद झाला. साष्टांग दंडवत घालून महाराजांना त्यांनी पाटावर बसवलं. आपल्या मुलानं केलेलं वर्णन अगदी बरोबर आहे, असं भवानीरामांना वाटलं.

हात जोडून भवानीराम म्हणाले, "तुम्ही आता इथे भोजन करा. तुम्ही साक्षात शंकर आहात. प्रदोषकाळी महादेवाची आराधना केली म्हणजे भाग्य दारी येतं अशी कथा आम्ही स्कंदपुराणात ऐकली आहे."

असं म्हणून त्यांनी महाराजांच्या मस्तकी भक्तिभावानं बिल्वपत्र वाहिलं.

भवानीरामांनी त्यांना भोजनाची विनंती केली होती खरी, परंतु स्वयंपाक व्हायला वेळ होता. स्वयंपाक होईपर्यंत जर महाराज थांबले नाहीत, तर प्रदोषकाळी महादेव घरातून उपाशी निघून गेले असं होईल! काय करावं, असा विचार भवानीरामांना पडला. लोकांनी तर गर्दी केली होती.

भवानीराम मनात म्हणाला, 'घरात दुपारच्या पुऱ्या आहेत. त्याच महाराजांना वाढाव्यात म्हणजे झालं. माझ्या मनातला भाव तर वाईट खासच नाही. जिथे भाव असतो तिथे महादेव भेटतो.'

शिवाय पुऱ्या म्हणजे शिळं अन्न थोडंच होतं? पक्की रसोई ही कधी शिळी नसते. महाराजांना हे असं अन्न वाढायला काही हरकत नाही. असा भवानीरामांनी मनाशी विचार केला. त्यांनी लगेच सारी तयारी केली. महाराजांच्या समोर एक तबक आणून ठेवलं. त्या तबकात पुऱ्या, बदाम, खारका, केळी, मोसंबी, मुळे हे सारे पदार्थ वाढले. गळ्यात हार घातला. भाली बुक्का लावला आणि मोठ्या प्रसन्न चित्तानं महाराजांचं जेवण सुरू झालं. पानात पडेल ते महाराज खात होते. यथेच्छ जेवण झालं. रात्री महाराजांनी तिथेच मुक्काम केला.

दुसऱ्या दिवशी सकाळी बंकटलालनं महाराजांना स्नान घातलं. असंख्य स्त्री-पुरुषांनी महाराजांच्या अंगाला सुवासिक तेल माखलं. सुवासिक उटणी लावली. कुणी महाराजांना मर्दन केलं. काहींनी पाय रगडले. मग स्नान सुरू झालं. सुमारे शंभर घागरी गरम पाण्यानं स्नानविधी उरकला. स्नानानंतर त्यांना पितांबर नेसविला; आणि गादीवर आणून बसविलं. भाली केशरी गंध लावलं. गळ्यात पुष्पहार घातले. कुणी मस्तकावर तुळशीमंजिरी वाहिल्या. मग नाना प्रकारचे नैवेद्य आणून ठेवले.

कुणी म्हणालं, "आज आपल्या बंकटलालचं भाग्य उदयाला आलं!"

एकजण म्हणाला, "हे घर आज द्वारकापूर बनलं आहे आणि हा योगेश्वर इथे येऊन बसला आहे."

दुसरा म्हणाला, "आज शिवाचाच वार आहे. साक्षात शंकर इथे अवतरले आहेत पाहा!'

या साऱ्या कार्यक्रमात साऱ्या लोकांनी भाग घेतला. महाराजांची सेवा करण्यात प्रत्येकालाच धन्यता वाटत होती. प्रत्येक जण आपली इच्छा पुरवून घेत होता. परंतु बंकटलालचा एक चुलतबंधू तसाच कोरडा राहिला. इच्छाराम शेटजींना आपली इच्छा पुरवता आली नाही. हा गृहस्थ भाविक होता. शंकराचा भक्त होता.

तो म्हणाला, "आज सोमवार. मला उपवास आहे आणि आज घरात प्रत्यक्ष चालते-बोलते शंकर आले आहेत. त्यांची पूजा करून उपवासाचं पारणं करावं असं मला वाटतं."

एवढं बोलून इच्छारामशेटजी थांबले नाहीत. स्नान करून ते पूजासाहित्य घेऊन आले; आणि त्यांनी महाराजांची पूजा केली.

पूजा आटोपल्यावर त्यांनी महाराजांना विनंती केली, "दुपारी आपलं जेवणं झालं आहे. परंतु आता आपण काही खावं. आज मला उपवास आहे. आपण जेवल्यावाचून मी अन्न घेणार नाही."

इच्छारामशेटजी पुढे म्हणाले, "सगळ्या भक्तांची मनीषा पुरी झाली. माझी मात्र राहिली आहे. माझा हेतू आपण पुरा करावा."

लोक कुतूहलानं बघत बसले.

एवढ्यात इच्छारामशेटजी परातीत नैवेद्य घेऊन आले. आंबेमोहोर तांदळाचा दोन मुदी भात आणला होता. जिलेबी, राघवदास, मोतीचूर, करंज्या, अनारसे, घीवर अशी एक की दोन, नाना प्रकारची पक्वान्नं वाढून आणली होती. शिवाय भाज्या, चटण्या, कोशिंबिरी वाढलेल्या होत्याच. दह्याचा वाडगा, तुपाची वाटी हेही आणायला इच्छारामशेटजी विसरले नव्हते.

तो सारा नैवेद्य पाहून महाराज स्वत:लाच उद्देशून म्हणाले, 'अरे, गणप्या, खातो असं नेहमी म्हणतोस ना! खाऊन टाक आता हे सारं अन्न! अघोऱ्या, आता खायचं अवमान करू नकोस. तुझी ही अघोरी वृत्ती बघायला हे पहा सगळे लोक आले आहेत....'

महाराज जेवायला बसले. वाढलेलं सारं अन्न त्यांनी फस्त केलं. मीठ-लिंबूही पानात ठेवलं नाही.

आग्रहाचा परिणाम काय होतो, हे दर्शविण्यासाठी त्यांनी उलटी केली. समर्थ रामदासांनीही एकदा असंच केलं होतं. त्यांना खीर खायची इच्छा झाली. एकदा ते आकंठ खीर प्यायले. त्यांना उलटी झाली. पुन्हा त्यांनी झालेली उलटी खाऊन टाकली आणि अशा तऱ्हेनं समर्थांनी वासनेला जिंकलं.

महाराजांनीही तेच केलं. अतिआग्रह करणं चांगलं नाही हेच त्यांना सुचवायचं होतं.

उलटी झाल्यावर ती जागा स्वच्छ केली. स्नान घालून महाराजांना पुन्हा आसनावर आणून बसवलं. लोक दर्शन घेतच होते. महाराज आनंदानं बसले होते.

एवढ्यात तिथे दोन भजनी दिंड्या आल्या. त्यांचे आवाज पहाडी होते, सुरेल होते. विठ्ठलाच्या नामगजरानं सारा परिसर दुमदुमून गेला.

महाराज भजन म्हणत होते, 'गणगण गणात बोते.' टिचक्या वाजवून या भजनरंगात ते नेहमी दंग होऊन जात. रात्रभर भजनी दिंड्यांचं भजन चाललं होतं; आणि महाराजांचंही 'गणगण...' हे भजन चाललं होतं. हे भजन त्यांच्या मुखातून नेहमी ऐकू यायचं. म्हणून लोकांनी त्यांना गजानन हे नाव दिलं. वस्तुत: जो स्वयमेव ब्रह्म असतो, त्याला नामाभिधानाची गरजच उरत नाही. परंतु लौकिक व्यवहारात वावरणाऱ्या लोकांनी त्यांना हे नाव देऊन टाकलं. नाव दिल्याशिवाय व्यवहारी लोकांचं पान हलत नाही हीच गोष्ट खरी!

मग बंकटलालच्या घरात दर्शनासाठी लोकयात्रा सुरू झाली. बंकटलालचं घरच देऊळ बनलं. देव जिथे राहतो ते देऊळच म्हटलं पाहिजे.

देवाला दिनचर्या थोडीच असते? दिनचर्येची ही सारी बंधनं सर्वसामान्य माणसांसाठी असतात. गजानन महाराज हे कधी बंकटलालच्या घरी उष्णोदकानं स्नान करायचे, तर कधी स्नानाला ओढ्यात जायचे. स्वच्छ पाणी अगर गढूळ पाणी हा भेदाभेद त्यांनी कधीच मानला नाही. चिलमीवर त्यांचं भारी प्रेम होतं. पण त्यातही त्यांची वृत्ती अनासक्त होती. निजानंदी रंगलेला महापुरुष कधीच व्यवहारात वा व्यसनात अडकून पडत नसतो.

रामकृष्ण गोविंद मोटे यांच्या महादेव मंदिरासमोर मी उभा होतो. मोटे यांनीच या मंदिराचा जीर्णोद्धार केला. मंदिर जुन्याचं नवं झालं होतं, परंतु त्या मंदिरासमोरचा परिसर कालपुरुषानं पार कुरतडून टाकला होता. तिथला रक्षक तोताराम पोटे पाटील मला सांगत होता, "मंदिराच्या पूर्व बाजूला इथे एक मोठं गेट होतं. आतल्या बाजूला पलंग होता. तिथे लिंबाचं झाड होतं."

मी विचारलं, "याच झाडाखाली बसून महाराजांनी गोविंदबुवांचं कीर्तन ऐकलं ना?"

"होय. आता इथे गेट नाही."

तिथे आता काहीच नव्हतं. शंकराची जुनीपुराणी पिंड होती. पण तीही गवतकाट्यांनी झाकाळलेली होती. दर्शनी भिंतीचा पायाही दिसत होता. पण तोही काळपुरुषानं उस्कटलेला...! काळपुरुषाला उस्कटता आली नव्हती त्या महापुरुषाची चिरंजीव झालेली ती दिव्य मूर्ती!

✿

तिसरे दर्शन

एके दिवशी सकाळी एक गृहस्थ बंकटलालच्या घरासमोर येऊन उभा राहिला आणि त्यानं हिंदीतून विचारलं, "इथे कुणी अवलियाबाबा आलेला आहे ना?"

त्या गृहस्थाच्या डोक्याला चिंधी बांधलेली होती. अंगावर फाटकी लंगोटी आणि डाव्या बगलेत झोळी एवढाच त्याचा वेष होता.

हा कुणीतरी साधुपुरुष असावा आणि परप्रांतातला असावा ही गोष्ट सहज लक्षात येण्यासारखी होती.

तिथल्या माणसानं त्या साधूला विचारलं, "आपण इथले दिसत नाही."

बगलेतली झोळी सावरत त्यानं उत्तर दिलं, "मी काशीहून आलो आहे. या अवलियाची कीर्ती काशीत ऐकली आणि तडक इकडे आलो... आहेत ना महाराज इथे? होईल ना मला त्यांचं दर्शन?"

या त्याच्या बोलण्यात केवढी आतुरता दिसत होती. विचारणाऱ्या माणसाला हसू आलं. पण त्याच्या उत्कंठतेचं आश्चर्य मात्र मुळीच वाटलं नाही. कारण गजानन महाराजांची कीर्ती आता दूरवर जाऊन पसरली होती. बंकटलालचं घर आता देवळासारखं झालं होतं. कारण इथे चालता-बोलता देव येऊन बसला होता. आपल्या भक्तांशी बोलणारा, त्यांची संकटं निवारण करणारा, त्यांना मार्गदर्शन करणारा असा हा देव होता. महाराज नेहमी उत्तराभिमुख बसलेले असायचे आणि त्यांच्या दर्शनासाठी सकाळपासून माणसांची रीघ लागलेली असायची.

आणि आता हा साधुपुरुष तर काशीसारख्या दूरवरच्या क्षेत्रापासून आला होता.

काशीहून हा साधू इथे आलेला आहे हे समजल्यावर भवानीराम स्वत: बाहेर आले आणि त्या साधूला आत घेऊन गेले.

मग आपल्या मुलाकडे बघून भवानीराम हळूच म्हणाले, "बंकटलाल, बघितलंस ना, महाराजांची कीर्ती किती दूरवर पसरली आहे ते? त्या दिवशी गोविंदबुवांनी सांगितलेलं खरंच आहे... हे आपलं शेगाव पंढरपूर बनलं आहे आणि साक्षात हा पांडुरंग इथे येऊन बसला आहे... हे अमोल रत्न खरंच सांभाळलं पाहिजे... नाहीतर..."

त्यांचं बोलणं अर्धवटचं राहिलं. कारण आणखी भक्त येत होते आणि त्यांना कुठेतरी दाटीवाटीनं बसवायला हवं होतं. महाराजांचा दर्शन दरबार पुरता भरला होता. मुंगीलाही रिघाव नव्हता. त्यातच तो काशीचा गोसावी दाटीवाटीत एका कोपऱ्यात जाऊन बसला होता. मनात म्हणत होता, "या अशा गर्दीत आपला नवस कसा काय फेडणार?"

महाराजांना गांजा देण्याचा नवस त्या गोसाव्यानं केला होता. पण इथे सर्वांच्या समक्ष हा नवस कसा काय फेडणार? याची काळजी त्याला लागली होती.

एवढ्या गडबडीतही तो शेजारच्या माणसाच्या कानाला लागून म्हणाला, ''मी या स्वामींची कीर्ती काशीत ऐकली. त्याचवेळी त्यांना भांग अर्पण करण्याचा नवस केला.''

एवढ्यात आणखी दोघे तिथे आले. मग आपला आवाज थोडा वाढवून तो गोसावी म्हणाला, ''हे पाहा, तुम्हीच सांगा. जी वस्तू ज्याला आवडते तिचाच तो नवस करतो ना? पण इथे तर या शांभवीचा कुणीच प्रेमी दिसत नाही. मी असा नवस केला आहे हे जर या लोकांना कळलं, तर मला लाथाबुक्क्या मारून इथून घालवून देतील...''

मग आपले दोन्ही कान पकडून मनाशी म्हणाला, 'भोलेनाथ, माझा नवस मनातल्या मनातच जिरून जाणार असं दिसतंय... तूच बघ आता...'

आणि भोलेनाथानं त्याची हाक तत्काळ ऐकली. महाराज जवळच्या काही माणसांना सांगत होते, ''अरे, तिथे बसलेल्या त्या गोसाव्याला घेऊन या पाहू! तो पाहा त्या कोपऱ्यात बसलेला आहे!''

गोसावी चमकून बघायला लागला. काही लोकांनी गोसाव्याचा हात धरून त्याला महाराजांपुढे आणलं.

महाराज त्याला म्हणाले, ''काढ तुझी ती झोळीतली पोटळी. हा गांजा तीन महिने जपून ठेवला होतास ना? काढ आता बाहेर ती पोटळी! होऊ दे एकदाच पारणं!''

ते ऐकून गोसाव्यानं महाराजांच्या पायांवर लोटांगण घातलं. तो गहिवरून गेला. त्याचा कंठ दाटून आला. त्याला बोलवेना. महाराजांपुढे तो गडबडा लोळू लागला.

महाराज म्हणाले, ''पुरे झालं हे लोळणं! उठून बस आणि काढ ती झोळीतून पोटळी! नवस केला तेव्हा लाज नाही वाटली! आणि आता उगाच कशाला चाळवाचाळवी करतोस?''

गोसावी महाधूर्त होता. त्यानं मनाशी विचार केला. आता बोलायची हीच वेळ होती.

हात जोडून भीत भीत तो म्हणाला, ''मी बुटी काढतो. नवस फेडतो. परंतु एक मागणं मागतो. ते मागणं मान्य करा म्हणजे झालं!''

सगळे भक्त त्याच्याकडे बघत होते. तो काय म्हणतो आहे याचा अंदाज घेत होते.

तो गोसावी म्हणाला, ''माझी एक इच्छा आहे. माझ्या या बुटीची आपण सतत याद ठेवावी. आपल्याला या बुटीची तसं पाहिलं तर काय गरज आहे? पण या

भक्तासाठी आपण तिचा स्वीकार करावा... आपण तर साक्षात शंकर आहात. म्हणून या बुटीचा अव्हेर करू नका... शंकरानं तर हिला ज्ञानवल्ली म्हटलं आहे.''

महाराज काय म्हणताहेत इकडे साऱ्या भक्तांचं लक्ष लागलं... महाराज या शांभवीचा स्वीकार करतील का? कुणालाच काही सांगता येईना.

काही क्षण महाराजही घोटाळले. पण नंतर त्या गोसाव्याकडे बघून म्हणाले, ''ठीक आहे. आण बघू ती बुटी इकडे!''

गोसाव्याला परमानंद झाला. एवढ्या लांबून आल्याचं सार्थक झालं, असं त्याला वाटलं. त्यानं झोळीतली बुटी काढली. हातावर धुतली; आणि चिलीम भरली.

महाराजांनी चिलीम ओढली. भक्तकामना देवानं पुरी केली.

काही दिवस शेगावात राहून गोसावी रामेश्वरला निघून गेला. पण आपली कायमची आठवण मागे ठेवून!

अनेक भक्तांना झालेल्या या प्रकाराचं आश्चर्य वाटलं. पण एक निकटवर्ती भक्त म्हणाला, ''भक्ताची इच्छा पुरी करण्यासाठी समर्थांनी हे केवळ कौतुक केलं आहे. त्यांना व्यसन थोडंच लागणार आहे?''

कमलपत्र पाण्यात बुडवलं तरी ते कोरडंच राहतं!

✵

जानराव देशमुखांच्या घरून काही माणसं बंकटलालच्या घरी आली आणि घाबऱ्या घाबऱ्या म्हणाली, ''जानरावांचं दुखणं विकोपाला गेलं आहे...घरघर लागली आहे त्यांना! महाराजांचं तीर्थ हवं आहे!''

त्या वेळी महाराज वेदऋचा म्हणत बसले होते, 'तमहं वन्दे विद्यातीर्थमहेश्वरम्...'

ज्या वेदापासून सर्व जग निर्माण झालेलं आहे त्या विद्यास्वरूपी परमेश्वराला महाराज नमस्कार करत होते. मग ऋचा म्हणत म्हणत ते एकदम आपल्या शय्येवर शांतपणानं पडून राहिले.

जानरावांकडून आलेल्या मंडळींना मोठी काळजी पडली. तिकडे जानरावांना अखेरची घरघर लागली होती. त्यांना महाराजांचं तीर्थ ताबडतोब हवं होतं आणि इकडे महाराज शांत पडून राहिले होते.

त्यांच्यापैकी एक जण काकुळतीनं म्हणाला, ''बंकटलाल, काही करून महाराजांचं तीर्थ आम्हाला दे. तिकडे जानरावांची स्थिती...''

बंकटलाल म्हणाला, ''ही गोष्ट काही माझ्या हातची नाही. तुम्ही वडिलांकडे जाऊन सारं सांगा!''

जानरावांची नातेवाईक मंडळी लगेच भवानीरामांकडे गेली आणि त्यांनी विनवणी केली, ''जानरावांची नाडी बंद पडलीय...त्यांना घोंगडीवर काढायची वेळ आलीय...

वैद्य-डॉक्टर झाले. सारे मानवी उपाय थकले. तुम्ही आम्हाला ताबडतोब महाराजांचं तीर्थामृत द्या... म्हणजे...'' ती गडबड ऐकून महाराज उठून बसले होते. 'चंदन चावल बेलकी पतिया' या पदाची भैरव रागात आळवणी चालली होती. त्यांच्या गायनातून आनंद ओसंडून वाहत होता. त्या मंडळींच्या मनात येत होतं, 'हा परमेश्वरस्वरूपी डॉक्टर जानरावांना नक्कीच बरं करील. पण यांचं तीर्थ ताबडतोब मिळालं पाहिजे!'

भवानीराम प्रेमानं म्हणत होते, ''तुम्ही थांबा. मी तुम्हाला तीर्थ देतो.''

भवानीरामांनी लगेच एका पेल्यात पाणी घेतलं आणि महाराजांकडे जाऊन म्हटले, ''जानरावांना आपलं चरणतीर्थ द्यायचं आहे...''

महाराजांनी मान हलवली. पाण्याचा पेला त्यांच्या पायाला लावला आणि भवानीरामांनी ते तीर्थ त्या मंडळींना दिलं.

जानरावांना ते तीर्थ दिल्याबरोबर त्यांच्या घशाची घरघर बंद झाली. ते हातपाय हलवायला लागले. त्यांनी डोळे उघडले. त्यांच्या दुखण्याला उतार पडायला लागला. ते खडखडीत बरे झाले.

जानराव मृत्यूच्या दारापर्यंत जाऊन परतले होते. त्यांचा अपमृत्यू महाराजांच्या तीर्थानं टळला होता. त्यांचं जिवावरचं गंडांतर टळलेलं पाहून जो तो म्हणायला लागला, ''हे महाराजांच्या तीर्थाचं फळ आहे, यात काहीच शंका नाही. मानवी उपाय थकल्यानंतरच महाराजांच्या तीर्थानं जानरावांचा अपमृत्यू टळला.''

आठच दिवसांनी जानरावांची प्रकृती पूर्ववत झाल्यानंतर ते महाराजांच्या दर्शनाला गेले. त्यांच्या पायांवर लोटांगण घालून म्हणाले, ''आपल्या तीर्थामुळे माझा मृत्यू टळला!''

त्या आनंदाप्रीत्यर्थ जानरावांनी भवानीरामांच्या घरी फार मोठा भंडारा घातला. मोठं अन्नसंतर्पण केलं. जो तो महाराजांच्या पायांवर लोटांगण घालत होता. महाराज साऱ्यांचे देव बनले होते.

✷

महाराजांची कीर्ती सर्वत्र पसरली होती. त्यांच्या दर्शनासाठी ठिकठिकाणांहून लोक यायचे. परंतु महाराजांना ही उपाधी आता नकोशी झाली होती. निजानंदात रममाण व्हावं, आपल्या भक्तांशी प्रेमानं वागावं. परंतु इतरांशी वागताना मात्र कडकपणा धारण करावा, असं त्यांना वाटायला लागलं होतं. कुणीही यावं आणि स्वार्थबुद्धीनं आपलं काम आपल्याकडून करून घ्यावं ही गोष्ट त्यांना पटत नव्हती. त्यांनी दुर्वासऋषींचा कडकपणा धारण केला.

एके दिवशी परगावची काही माणसं महाराजांच्या दर्शनासाठी आली. त्या वेळी

महाराज झोपलेले होते. त्या लोकांना महाराजांचं दर्शन घेऊन पुढल्या प्रवासाला जायचं होतं. महाराजांना उठवायचं कसं आणि उठवलं नाही तर त्यांचं दर्शन घेऊन पुढं जायचं कसं, अशा तऱ्हेची पंचाईत त्यांना पडली.

त्यांच्यापैकी एक जण म्हणाला, "आपण महाराजांना उठवू या!"

दुसरा म्हणाला, "कसं उठवायचं?"

आणखी एक जण म्हणाला, "आणि कुणी उठवायचं?"

एवढ्यात महाराजांचा एक भक्त पुढे आला आणि त्यानं विचारलं, "तुम्हाला महाराजांचं दर्शन हवं आहे ना?"

परगावची मंडळी म्हणाली, "होय, आम्हाला दर्शन करून पुढे जायचं आहे... पण..."

त्यांचा तो भक्त म्हणाला, "एवढंच ना? मी उठवतो महाराजांना!"

"उपकार होतील... पण आपलं नाव काय?"

"विठोबा घाटोळ... मी त्यांचा फार आवडता भक्त आहे. मीच महाराजांच्या खाण्यापिण्याची व्यवस्था करतो. त्यांना चिलीम मीच भरून देतो. त्यांच्यापुढे माझा शब्द कधी खाली पडायचा नाही. महाराजांचा मी अत्यंत आवडता भक्त आहे..."

"म्हणून तर तुमच्यावाचून हे काम होणार नाही. कसंही करा, पण आम्हाला महाराजांचं दर्शन घडवून द्या म्हणजे झालं!"

ही स्तुती ऐकून विठोबा घाटोळ फुगून गेला. विठोबा घाटोळ हा माळी. महाराजांच्या भक्तमालिकेत दाखल झाला तो स्वार्थी हेतूनं! महाराजांची तो वरकरणी सेवा करायचा, पण त्याच्या अंतरीचा भाव वेगळाच असायचा. महाराजांच्या नावावर हा पेढेबर्फी गोळा करायचा आणि त्याच्यावर ताव मारायचा. स्वार्थी हेतूनंच तो इथे राहिला होता; आणि महाराजांचा पट्टशिष्य म्हणून मिरवत होता.

त्या मंडळींनी केलेली स्तुती ऐकून विठोबा सरळ गेला आणि त्यानं महाराजांना उठवलं. त्या मंडळींना दर्शन घडलं. दर्शन घेतल्यावर मंडळी आनंदानं निघून गेली, पण इकडे विठोबाचं कर्म ओढवलं.

महाराजांच्या हातात त्या वेळी एक काठी होती. तीच काठी त्यांनी विठोबा माळ्याच्या पाठीत घातली आणि रागानं म्हणाले, "माजलास होय फार तू! आपली पूर्वीची परिस्थिती विसरलास वाटतं? कोणत्या हीनदीन परिस्थितीत इथे आला होतास! आणि आता इथे येऊन माझ्या मागे एकेक उपाधी लावतोस होय?"

महाराज त्याच्या पाठीत काठी मारत होते आणि म्हणत होते, "इथे राहून माझ्या नावाचा व्यापार करतोस होय? नीच लेकाचा! हे घे त्याचं बक्षीस... घे हे बक्षीस!"

असं म्हणून महाराजांनी त्याच्या पाठीवर काठी मारण्याचा सपाटा लावला होता.

एवढा मार खाल्ल्यानंतर विठोबा घाटोळ जो पळाला तो पुन्हा तिथे आला नाही.

भोवतालची खरी भक्तमंडळी म्हणू लागली, "या विठोबाचं दैवच खडतर! नाहीतर साधूचे पाय लाभून काय उपयोग झाला? कल्पवृक्षाच्या तळवटी बसून यानं काय मागितलं...? रत्न नव्हे तर गारगोटी! त्याचं फळ असंच मिळायचं!"

✿

चौथे दर्शन

त्या दिवशी अक्षय्यतृतीया होती. जानकीराम सोनाराचं सारं घर पहाटेच जागं झालं होतं. सणाच्या निमित्तानं दुपारी मंडळी जेवायला यायची होती. या अक्षय्यतृतीयेला चिंचवण्याचं विशेष महत्त्व! त्यासाठी गडीमाणसं नवी चिंच फोडत बसले होते. घरात गडबड उडाली होती. सणाच्या दिवशी जानकीरामानं दुकानही लवकर उघडलं होतं. दुकानातली बागेसरी पेटली होती आणि जानकीरामानं कामाला सुरुवातही केली होती.

एवढ्यात गल्लीतली मुलं आली आणि दुकानासमोर येऊन उभी राहिली. जानकीरामानं त्यांच्याकडे बघितलंही नाही. त्या मुलांकडून त्याला काम थोडंच मिळणार होतं?

एका धीट मुलानं जानकीरामाला सांगितलं, "आम्हांला थोडा विस्तव हवा आहे..."

काम करतानाच जानकीरामानं विचारलं, "विस्तव? कशाला?"

मुलं म्हणाली, "गजानन महाराज आज सकाळपासून चिलीम प्यायले नाहीत. आम्ही त्यांची चिलीम भरून ठेवली आहे आणि विस्तव मागण्यासाठी तुमच्याकडे आलोय. बंकटलाल शेटजींनीच सांगितलंय, तुमच्याकडून विस्तव आणायला!"

यावर जानकीराम रागावून म्हणाला, "देणार नाही मी विस्तव!"

"तुमची तर बागेसरी पेटलेली दिसतेय... मग..."

"सणावारी विस्तव द्यायचा नसतो... या दिवशी अग्नी देणं अशुभ असतं!"

एक चुणचुणीत मुलगा म्हणाला, "अशुभ? साधूसमोर काहीच अशुभ नसतं... साधुपुरुषाचं काम नेहमी शुभ असतं."

जानकीराम उसळून म्हणाला, "चालते व्हा इथून! म्हणे साधुपुरुष! त्या तुमच्या वेड्याला मी तरी साधुपुरुष म्हणणार नाही! गावात उघडावाघडा हिंडतो काय, गटारातलं पाणी पितो काय, मन मानेल तसा भटकतो काय आणि वेड्यासारखे चाळे करतो काय! म्हणे साधुपुरुष! गांजेकसाला मी नाही साधू म्हणणार... मी नाही

विस्तव देणार! जा... चालू लागा!''

मुलं भीतभीत म्हणाली, ''पण बंकटलाल शेटजींनी सांगितलंय...''

''त्याला काय होतंय सांगायला? बंकटलाल एक खुळा... त्याच्या नादी लागलेला... बंकटलालला म्हणावं तो तुझा साधू साक्षात्कारी आहे ना? मग त्याला विस्तव कशाला हवाय? म्हणावं आपल्या सामर्थ्यानं विस्तव निर्माण कर की! साधू जालंदरनाथ खूप चिलीम प्यायचे, परंतु विस्तवासाठी ते घरोघर काही हिंडले नाहीत. बंकटलालला म्हणावं, तुझ्यासारखा काही मी त्या नंग्या साधूच्या नादी लागणार नाही... विस्तवही देणार नाही. सामर्थ्य असेल, तर निर्माण कर म्हणावं विस्तव आणि पीत बस चिलीम!''

मुलांकडे न बघताच जानकीराम बोलत होता. तो कामात गढून गेला होता. बागेसरीतून ठिणग्या उडत होत्या. तशाच ठिणग्या त्याच्या बोलण्यातूनही उडत होत्या.

यापुढे तिथे थांबण्यात काही अर्थ नव्हता. म्हणून मुलं परत फिरली.

जानकीरामाचं बोलणं ऐकून मुलांना वाईट वाटलं. रागही आला. पण काही उपयोग नव्हता. मुलं हिरमुसली होऊन परत आली.

मुलं परत आलेली पाहून महाराजांनी विचारलं, ''आणलात का रे विस्तव?''

घडलेली सारी हकिगत सांगून मुलं म्हणाली, ''आम्हाला मुळीच आवडत नाही तो सोनार! तुमच्या चिलमीला त्यानं विस्तव दिला नाही!''

ती हकिगत ऐकून महाराज हसले. त्यांनी मुलांची समजूत काढली. मग म्हणाले, ''आपल्याला त्याचा विस्तव नकोच आहे मुळी! आपण आपली चिलीम तशीच पेटवू!''

असं म्हणून त्यांनी आपली चिलीम हातात घेतली; आणि बंकटलालला म्हणाले, ''या चिलमीवर एक काडी धर पाहू!''

बंकटलाल म्हणाला, ''महाराज, थोडे थांबा. मी काडी ओढून चिलीम पेटवतो. काडी घासल्याशिवाय विस्तव कसा पेटेल?''

यावर महाराज म्हणाले, ''उगाच चरचर करू नकोस. चिलमीच्या वर नुसती काडी धर. उगाच काडी घासू नकोस.''

केवळ महाराजांची आज्ञा म्हणून बंकटलालनं काडी नुसतीच वर धरली. काडीचं गूल घासलं नाही.

आणि बघता बघता चिलमीला विस्तव मिळाला. चिलीम पेटली. बंकटलाल बघतच राहिला. मुलांना भारी आनंद झाला. जानकीरामाची चांगली जिरली म्हणून! साधूच्या सामर्थ्यानं अग्नी आपोआप प्रज्वलित होतो हे समजण्याचं त्या मुलांचं वय नव्हतं.

बंकटलालचं घर मात्र महाराजांच्या आणखीनच भजनी लागलं.

✻

त्याच दिवशी दुपारी जानकीरामाच्या घरी पंगत बसली. द्रोणात चिंचवणी वाढलं. जेवणाऱ्या लोकांनी द्रोणात बघितलं. एकदम सगळे जण जेवायचे थांबले.

जो तो शेजारी बसलेल्या माणसाला विचारू लागला, "या अळ्या बघितल्यात का चिंचवण्यात?"

"हो खरंच की! काय हे? जानकीरामाला कळायला नको का?"

"जेवायला कशाला घालायचं? आम्ही गुरं का आहोत?"

एक जणानं माहिती दिली. "या दिवशी दिलेलं दान कधी क्षयाला जात नाही. अन्नदानाचं पुण्य अक्षय्य टिकावं म्हणून तर आजच्या तिथीला अक्षय्यतृतीया म्हटलं आहे... पण..."

त्याचं बोलणं पुरतं व्हायच्या आतच एक जण म्हणाला, "हे अळ्यांचं अन्न आता अक्षय्य टिकेल नाही का? फार मोठं पुण्य!"

सारी मंडळी पानावरून उठली. सारं अन्न वाया गेलं. जानकीराम खाली मान घालून बसला होता. काय झालं होतं हे त्याला काहीच कळेनासं झालं... कशामुळे हे असं झालं. चिंच तर नवी होती आणि चिंचवण्यात अळ्यांचा एकदम एवढा बुजबुजाट? काय चुकलं कुणास ठाऊक!

घनदाट अंधारातून विद्युतशलाका चमकावी त्याप्रमाणे त्याच्या मनात एकदम एक कल्पना चमकून गेली. असं व्हायला मीच तर कारण नाही?

आपल्या जवळच्या एका नातेवाइकाला त्यानं सकाळी घडलेला प्रकार सांगितला. तो प्रकार सांगून जानकीराम म्हणाला, "या चिंचवण्याबरोबरचं सारं अन्न वाया गेलं. या गोष्टीला मीच कारण आहे. मी महाराजांच्या चिलमीला विस्तव दिला नाही. त्यांना मी मानलं नाही त्याचाच हा परिणाम!"

तो नातेवाईक म्हणाला, "चूक झाली तुमची!"

"होय ना! पण आता उपयोग काय? दाराशी गंगा वाहत आली. पण मला ते गटार वाटलं. घरी चालून आलेलं भाग्य मी लाथाडलं!"

"खरंच कमनशीब म्हणायचं!"

"नाहीतर काय? कशी माझी बुद्धी चळली कुणास ठाऊक! भाग्याकडे मी पाठ केली!"

आणि मग थोडा वेळ थांबून जानकीराम म्हणाला, "मी जातो आणि घडलेल्या अपराधाची क्षमा मागतो."

असं म्हणून जानकीराम सोनार उठला आणि आपल्याबरोबर ते चिंचवणी घेऊन

बंकटलालच्या घरी गेला.

गेल्याबरोबर म्हणाला, "अहो बंकटलाल शेटजी, आज माझा पुरता घात झाला!"

"काय झालं रे?"

"हे पाहा चिंचवणी! यात किती अळ्या झाल्या आहेत. माणसं पानांवरून उपाशी उठली. श्राद्धघात झाला, दुसरं काय?"

"आश्चर्यच आहे म्हणायचं!"

"नाही हो! आश्चर्य काही नाही. हे असं व्हायला माझा मीच कारण आहे."

"ते काय म्हणून?"

जानकीराम म्हणाला, "अहो, आज सकाळी पोरं महाराजांच्या चिलमीसाठी विस्तव मागत होती. पण विस्तव न देता मी त्या पोरांना हाकलून दिलं. महाराजांविषयी वाटेल ते बोललो. त्याचंच हे फळ आहे बघा! सारं चिंचवणी नासलं. माणसं उपाशी उठली!"

बंकटलाल शेटजी म्हणाले, "तुम्ही चिंचोके नीट पाहिले होते का? ते किडलेले असणार! म्हणून चिंचवणी नासलेलं असणार!"

"बंकटलाल शेटजी, तुम्ही भलतीसलती शंका मुळीच घेऊ नका. चिंच अगदी नवीन होती. मग चिंचोके किडलेले कसे असणार? मी जी चिंच फोडलेली आहे ना? त्याच्या टरफलांची आणि चिंचोक्यांची रास पडली आहे तिथे! वाटल्यास तुम्ही घरी चला आणि समक्ष बघा!"

बंकटलाल काहीच बोलला नाही. मग जानकीराम सोनार काकुळतीनं म्हणाला, "शेटजी, तुम्हाला आता एवढीच विनंती आहे की, मला महाराजांच्या पायांवर नेऊन घाला. मी अनन्यभावानं अपराधाची क्षमा मागेन. साधूचं अंत:करण दयाशील असतं."

जानकीराम भीत भीत महाराजांच्या समोर गेला आणि त्यांना साष्टांग दंडवत घातला. म्हणाला, "दयाघना, मी आपले नाना अपराध केले. मला क्षमा करावी. आपण साक्षात शंकर आहात. पण मला भ्रांत पडली होती. आता माझी भ्रांत पुरती मावळून गेली आहे. माझ्या अपराधांची क्षमा करा. मला दिलेली शिक्षा पुरे झाली..."

त्याच्या बोलण्यावर महाराज म्हणाले, "अरे, तू म्हणतोस की, तुझ्या चिंचवण्यात किडे पडले आहेत. पण हे बघ किती चांगलं आहे तुझं चिंचवणी! एक तरी किडा आहे का बघ!"

सगळ्यांनी ते चिंचवणी बघितलं. त्या चिंचवण्यात एकही अळी दिसली नाही. किडा दिसला नाही. पहिला प्रकार पार मावळून गेला होता.

जानकीरामानं महाराजांचे पाय धरले ते बराच वेळ सोडले नाहीत. त्याच्या

पश्चात्तापाच्या अश्रूंनी महाराजांच्या पायांना अभ्यंगस्नान घातलं होतं.

हां हां म्हणता गावात ही बातमी पसरली. जो तो म्हणू लागला, 'नासलेल्या चिंचवण्याचं महाराजांनी अमृत बनवलं.'

*

बंकटलालच्या घराच्या पायऱ्या उतरताना मी तिथे विचारलं, "जानकीराम सोनाराचं घर जवळच आहे ना? हे शेजारचं घर..."

"ते नाही! सोनाराचं घर पलीकडे याच गल्लीत आहे. शेजारचं घर हे चंदू मुकिन यांचं आहे!"

एका वृद्ध स्त्रीनं मला घरी बोलावलं. मी म्हटलं, "आपण बाहेर निघालेल्या दिसता!"

माझ्या बोलण्याकडे लक्ष न देता त्या वृद्ध स्त्रीनं विचारलं, "आपण कुठून आलात?"

"पुण्याहून! महाराजांचं चरित्र लिहितो आहे मी!"

"वा! कल्याण होईल!"

मला तोंड भरून आशीर्वाद देऊन ती वृद्धा म्हणाली, "आपण एवढ्या लांबून आलात...! अहो कामं काय रोजचीच आहेत!"

असं म्हणून त्या वृद्धेनं आपल्या हातातल्या पिशव्या खाली ठेवल्या आणि कुलूप काढायला लागली.

मी म्हटलं, "उभ्याउभ्याच माहिती द्या! महाराज इथे येत असत ना?"

"पण तुम्ही आधी घरात या. चहा करते. आम्हां गरिबाघरी जेवून जा!"

वऱ्हाडातल्या आतिथ्यशील स्वभावाचा इथेही अनुभव आला. मी घाईघाईनं म्हणालो, "चहा नको. माहिती सांगा... तीच अमृतासारखी वाटेल..."

वृद्ध बाई हसली. तिला बरं वाटलं. मग म्हणाली, "माझं नाव अनसूयाबाई. चंदू मुकिनाची मी नातसून!"

अशी सुरुवात करून अनसूयाबाईंनी मला सारी कथा कथन केली. कान्हवल्यांची कथा ऐकून मी विचारलं, "आणखी काही माहिती सांगता का?"

"अहो, मी या घरातली असले तरी तुमच्याप्रमाणेच मला माहिती आहे. जास्त काय माहिती असणार? शंभर वर्षं होत आली... या शंभर वर्षांत हे घर उभं आहे ते काय कमी झालं?"

"खरंच आहे... हे घर बोलतं आहे. या पडक्या भिंतींनादेखील वाचा फुटते आहे. जिथे महाराजांच्या कथा घडल्या त्या कथा काळ थोडाच खाऊन टाकणार आहे?"

अनसूयाबाई माझ्याकडे बघत होत्या, पण त्यांना माझं बोलणं कळत नव्हतं ते मात्र मला कळत होतं.

मला पुन:पुन्हा एवढंच म्हणाल्या, "आपण लिहिणार आहात, पण आमचं आडनाव मुकुंद असं लिहा बरं का! आमचं नाव मुकिन नाही. मुकुंद आहे!"

मी हसत म्हणालो, "वा! बालकृष्णाचं नाव... मुकुंद!"

त्या घराच्या चार-पाच अवघड पायऱ्या उतरत असताना मी मनाशी म्हणत होतो, 'काय योगायोग आहे पाहा! चंदू मुकुंद याच्या कथेचा कृष्णाशी किती जवळचा संबंध आहे पाहा!'

मला ती कथा आठवली.

वैशाख सरून ज्येष्ठ लागला होता. अक्षय्यतृतीया एका महिन्यानं मागे पडली होती. महाराजांच्या सभोवताली त्यांचे अनेक भक्त बसले होते. कुणी त्यांना आंबे कापून देत होते. कुणी पंख्यानं वारा घालत होते. कुणी खडीसाखर वाटत होते, तर कुणी गळ्यात हार घालत होते. एक भक्त त्यांच्या अंगाला चंदनाची थंडगार उटी लावत होता.

महाराज एकदम चंदूला म्हणाले, "हे आंबे मला नको आहेत. तुझ्या घरी उतरंडीला दोन कान्हवले आहेत. ते घेऊन ये पाहू!"

चंदू मुकुंद हात जोडून म्हणाला, "आता घरी कान्हवले कुठून असणार? हवे असल्यास ताजे करून आणतो."

महाराज म्हणाले, "मला ताजे नकोत. तुझ्या उतरंडीमधले कान्हवले मला हवेत... जा. उगाच उशीर करू नकोस... सबबी सांगू नकोस. गुरूपाशी खोटं बोलतोस होय?"

ते ऐकून सारे भक्त चंदूला म्हणाले, "घरी जाऊन बघून ये की! महाराज खोटं थोडंच सांगतील?"

चंदू लगेच घरी गेला आणि पत्नीला विचारलं, "आपल्या उतरंडीला दोन कान्हवले आहेत का गं?"

चंदूची पत्नी म्हणाली, "एक महिना होऊन गेला. आता आपल्या घरी कान्हवले कुठून असणार? अक्षय्यतृतीयेच्या दिवशी कान्हवले केले होते. ते तेव्हाच संपून गेले होते..."

चंदूच्या पत्नीचं म्हणणं खरंच होतं. अक्षय्यतृतीयेच्या दिवशी त्यांच्या घरी नेहमीप्रमाणे कान्हवल्यांचं दान केलं होतं... श्रीकृष्णानं एकदा युधिष्ठिराला सांगितलं होतं की, अक्षय्यतृतीयेला केलेलं दान कधी वाया जात नाही. त्या दानाचा कधी क्षय होत नाही. म्हणून ऋषिमुनींनी या तिथीला अक्षय्यतृतीया म्हटलं आहे.

चंदू मुकुंद याच्या घरी दानाची ही प्रथा होती. अक्षय्यतृतीयेला कान्हवल्यांचं

दान त्यांनी दिलं होतं. त्यांना अक्षय्य पुण्य लाभलं होतं, पण कान्हवले मात्र संपून गेले होते.

चंदूची पत्नी म्हणाली, "हे पाहा मी महाराजांसाठी ताजे कान्हवले तळून देते. आत्ता कढई ठेवते चुलीवर! सारं सामानही तयार आहे. तुम्ही थोडे थांबा आणि ताजे कान्हवले महाराजांना घेऊन जा!"

चंदू म्हणाला, "त्यांना ताजे नको आहेत. उतरंडीत ठेवलेले दोनच कान्हवले त्यांना हवेत!"

हे ऐकून चंदूची पत्नी घोटाळून गेली. मनातून ती आठवण करू लागली. एकदम म्हणाली, "थांबा तुम्ही! आत्ता आठवण झाली. दोन कान्हवले उरले होते. ते मी उतरंडीला ठेवून दिले. आत्ता लक्षात आलं!"

पण पुढे म्हणाली, "महिना होऊन गेला. मला त्यांची आठवणच राहिली नाही... पण आता त्या कान्हवल्यांवर बुरसा आला असेल. खायच्या उपयोगी असणार नाहीत!"

तिनं सारी उतरंड तपासून पाहिली. खापराच्या घागरीत दोन कान्हवले दिसले. ते पार सुकून गेले होते, पण बुरसा आला नव्हता.

कान्हवले बघून दोघांनाही परमानंद झाला. दोघेही म्हणाले, 'खरंच! महाराजांची वाणी कधी खोटी होणार नाही!'

ते कान्हवले घेऊन चंदू महाराजांकडे गेला. महाराजांनी ते कान्हवले आनंदानं खाल्ले. सारे भक्त म्हणाले, 'महाराज खरोखरच त्रिकालज्ञ आहेत.'

चंदू मुकुंदाला कुणाचंच बोलणं ऐकू येत नव्हतं. आपल्या घरचे कान्हवले महाराजांनी मागून घेतले आणि त्यांना ते देता आले याच आनंदात चंदू मग्न होऊन गेला होता.

*

शेगावच्या दक्षिण दिशेला चिंचोली हे गाव आहे. त्या गावचा एक ब्राह्मण एके दिवशी महाराजांकडे आला आणि महाराजांच्या दारी उपोषण करत बसला. तोंडानं नारायणाचा जप चालला होता आणि अंत:करणातून पश्चात्तापाचे बोल बाहेर पडत होते. अंत:करण ओरडून उठलं होतं, 'तरुणपणी मी सढळ हातानं संसार केला. तो संसार आता सरून गेला. त्या संसारातली सारी माणसं सोडून गेली. आता मागे उरलंय काय?... आता माझा वाली तुमच्यावाचून कोण आहे?'

महाराज त्याला म्हणाले, "आता उपोषण करून काय उपयोग आहे? आजवर तुला देव आठवला नाही. घराला आग लागल्यावर विहीर खणून काही उपयोग आहे का? तरुणपणी देवाचा आठव केला नाहीस. त्याची फळं भोगायलाच हवीत!

उपोषणाचा भलताच हट्ट आता कशाला करतोस?''

शेगावच्या कुलकर्ण्यांनं त्या ब्राह्मणाला आपल्या घरी जेवायला बोलावलं, पण त्यानं ऐकलं नाही. तो उपाशीच राहिला. नारायणाचं नाव त्यानं सोडलं नाही आणि महाराजांचा उंबरठाही सोडला नाही.

माधवाची साठी उलटून गेली होती. तरुणपणी त्यानं संसार हेच सर्वस्व मानलं होतं. त्या वेळी देवाची आठवण त्याला कधी झाली नव्हती. पुढे त्याचे कांतापुत्र मरून गेले होते. संसार उजाड झाला होता. जवळची सारी चीजवस्तू संपून गेली होती. त्याचं मन विरक्त बनलं होतं. अशा अवस्थेत तो महाराजांच्या पायाशी आला होता. उपाशीपोटी नारायणाचं नामस्मरण करत बसला होता.

त्याचा तो हट्टाग्रह बघून महाराज त्याला म्हणाले, ''हरीचं हेच नामस्मरण तरुणपणीच का रे केलं नाहीस? प्राण जायची वेळ आली आता वैद्याला बोलावतोस होय? तरुणपणी ब्रह्मचर्य पाळायचं आणि म्हातारपणी संसार करायचा अशातलाच प्रकार आहे! ज्या संसारासाठी तरुणपणी तू एवढा आटापिटा केलास तोच संसार उधळून गेला. शाश्वताकडे पाठ फिरवलीस आणि अशाश्वताला पदरी बांधून ठेवलंस. आता त्याची फळं तुला भोगलीच पाहिजेत... कशाला करतोस हा उपासाचा हट्ट?''

पण माधवनं ते ऐकलं नाही. दिवस सरला. रात्र पडली. मध्यरात्र झाली. सगळीकडे अंधार दाटून आला... आसपास कुणी नाही असं पाहून महाराजांनी भयंकर रूप धारण केलं आणि ते माधवाच्या अंगावर धावून गेले. जणू साक्षात यमाजीभास्कर त्याच्यावर झडप घालण्यासाठी धावला होता. माधवाच्या उरात धडकी भरली. त्याच्या तोंडून शब्द फुटेना.

त्याची ती विकलांग अवस्था पाहून महाराजांनी एकदम सौम्य रूप धारण केलं. म्हणाले, ''अरे, हाच का तुझा धीटपणा? माधवा, माणूस हा केव्हाही काळाचं भक्ष्य असतो हे लक्षात ठेव. एक ना एक दिवस काळ तुला असाच खाऊन टाकील. भविष्यकाळात घडणाऱ्या गोष्टीची तुला केवळ चुणूक दाखवली. यमलोकात गेल्यावर पळून पळणार तरी कुठे आहेस?''

माधव भानावर आला. गयावया करत म्हणाला, ''महाराज, यमलोकाचं नावदेखील काढू नका. यमलोकात जे दिसणार होतं ते आपण इथेच दाखवलंत. आता मला तिकडे पाठवू नका. कृपा करून मला वैकुंठाला पाठवून द्या! मी फार पापी आहे हे खरं! पण माझ्या पातकांच्या राशी जाळून टाकणं तुम्हाला अवघड नाही! माझी थोडीफार पुण्याई शिल्लक होती. म्हणूनच आपली भेट झाली. मला खरंच वैकुंठाला धाडून द्या!''

महाराज हसून म्हणाले, ''माधवा, तुझं मरण आता जवळ आलं आहे. परंतु

तुला आणखी जगायची इच्छा असेल, तर तुझ्या आयुष्याची वाढ करतो.''

माधव म्हणाला, ''नको, नको महाराज! आता मला प्रपंचाच्या लटक्या मायेत गुंतवून ठेवू नका. मला मुळीच आयुष्य नको आहे.''

महाराज म्हणाले, ''तथास्तु!... तुझे जन्ममरणाचे फेरे आता चुकले. पुन्हा तू आता इथे येणार नाहीस. तू मुक्त झालास!''

महाराजांचे ते अमृतबोल ऐकून माधव हरखून गेला. ऐहिक संसाराचं भान त्याला उरलं नाही.

सभोवतालचे लोक म्हणायला लागले, ''या माधवाचं डोकं फिरलं की काय?''

एक जण म्हणाला, ''होय. तसंच दिसतंय. उपासानं याचं डोकं खरंच भ्रमण करायला लागलंय!''

पण माधवाची खरोखरच विदेही अवस्था झाली होती. पुढे काही दिवसांनी माधवाचं देहावसान महाराजांच्या पायाशीच झालं! त्यांच्या कृपेनं माधवाच्या जन्ममरणाचे फेरे चुकले होते. त्याला मुक्ती मिळाली होती. महाराजांच्या पायाशी त्याच्या आयुष्याचं सोनं झालं होतं.

✵

ऋतुराज वसंत आला आणि वसंतवेडं विश्व आनंदानं बहरून गेलं. दिवस-रात्री मोहरून गेल्या. पृथ्वी आणि अंतरिक्ष हरखून गेलं. या ऋतुराज वसंताची पूजा बांधून त्याचं स्वागत करावं अशी महाराजांना इच्छा झाली.

आपल्या शिष्यवर्गाला बोलावून त्यांनी सांगितलं, ''वैदिक ब्राह्मण बोलवा आणि मंत्रजागर करा!''

सर्व यज्ञांत मंत्रयज्ञ सर्वश्रेष्ठ आहे. या मंत्रयज्ञानं इष्टदेवता प्रसन्न होतात. देवदेवतांना अतिशय आनंद होतो हे गजानन महाराजांना माहीत होतं. त्यामुळे त्यांनी मंत्रजागर करायला सांगितला.

महाराज म्हणाले, ''घनपाठी ब्राह्मणांना बोलवा. त्यांना पन्हं, पेढे, बर्फी द्या. त्यांना कैरीची डाळ द्या; आणि एकेक रुपया दक्षिणा द्या!''

शिष्यांच्या दृष्टीनं हे सारं करणं सोपं होतं. त्यासाठी द्रव्याची चिंता नव्हती. महाराजांसाठी वाटेल ते द्रव्य उभं करायला सारे शिष्य तयार होते, पण शिष्यांसमोर एकच प्रश्न उभा होता. जो तो विचारत होता, ''महाराज, आम्ही सारी तयारी करू. ब्राह्मणांकरवी मंत्रजागर करवू. परंतु मुख्य अडचण आहे ती ब्राह्मण मिळण्याची! आपल्या शेगावी असे ब्राह्मण आता राहिलेले नाहीत.''

कारण ब्रह्मनिरूपण करणारे, ब्रह्म जाणणारे ब्रह्मविद ब्राह्मण कुठून मिळणार होते? ज्या शब्दब्रह्मापासून मंत्रशास्त्र उत्पन्न झालेलं आहे, त्या शब्दब्रह्माचा उच्चार

करणारे तरी ब्राह्मण हवेत ना! मंत्र हा तेजोरूप असतो. त्या मंत्रात सुसंगत अर्थ नसला तरी देवतेच्या प्रकटीकरणाचं सामर्थ्य त्या मंत्रात भरलेलं असतं. परंतु मंत्रउच्चारण आणि मंत्रपुरश्चरण करणारे ब्राह्मण अल्पावधीत मिळणार होते कुठून?

शिष्यांनी या साऱ्या शंका काढल्या तेव्हा महाराज म्हणाले, "उद्याची तयारी करा! तुमच्या वसंतपूजेला श्रीहरी ब्राह्मण पाठवून देईल!"

ते ऐकून साऱ्या शिष्यांना आनंद झाला. बघता-बघता सारी तयारी झाली. शंभर रुपये लगेच जमले. सारं सामानसुमान आणलं. केशर-कापूर कालवून चंदनाचं उटणं केलं.

दुसऱ्या दिवशी दोन प्रहरी अचानक ब्राह्मण येऊन दाखल झाले. त्यांना पदक्रम जटा येत होती. थाटात वसंतपूजा झाली. ब्राह्मणांना दक्षिणा दिली. संतुष्ट होऊन शेगावातून ब्राह्मण परत गेले... महाराजांच्या मनातली इच्छा पुरी झाली... शिष्यांचं मन आनंदानं भरून गेलं, आश्चर्यानं भारावून गेलं.

मी चौकशी केली. बंकटलालच्या घराण्यात वसंतोत्सवाची ही प्रथा अजून चालूच आहे.

✿

पाचवे दर्शन

दिवस मावळून गेला होता. पिंपळगावातली पोरं गुरांना घेऊन रानातून परतली नव्हती. गोठ्यातली तान्ही वासरं आपल्या आयांसाठी हंबरायला लागली होती. गुरं घरी यायला उशीर झाला होता. त्याला कारणही तसंच घडलं होतं.

माणसं शिवारात पारापाशी जमली होती. गावगप्पा चालल्या होत्या, पण त्यांचं सारं लक्ष लागलं होतं आपल्या गुराढोरांकडे! तिन्हीसांज टळून गेली होती तरी गुरं घरी परतली नव्हती. मावळतीच्या सोन्यात गुरांच्या खुरांची उडालेली धूळ सोनेरी दिसायची ती आज दिसली नव्हती. त्या धूलिकणांवर अंधाराचा पडदा पडला होता.

एवढ्यात गुरंढोरं हंबरत आली. गुराखी पोरंही धावत आली आणि घाबऱ्या-घाबऱ्या सांगायला लागली–

"आम्ही किनई ओढ्यावर गुरांना पाणी पाजलं आणि..."

"आणि सहज दर्शनासाठी शिवाच्या मंदिरात गेलो..."

"तर तिथे एक माणूस बसला होता..."

"डोळे मिटून ध्यान करत होता... काही केलं तरी डोळे उघडत नव्हता..."

"आम्हाला वाटलं थकला असेल. भूक लागली असेल. डोळे उघडायची

शक्ती नसेल...''

''म्हणून आम्ही त्याच्या तोंडासमोर भाकरी धरली. त्याला हलवलं देखील!''

परंतु तो पुरुष हलला नाही. त्यानं डोळेही उघडले नाहीत. सारी गुराखी पोरं आश्चर्यचकित होऊन गेली होती.

एक गुराखी म्हणाला होता, ''हा हलत नाही. बोलत नाही. डोळे उघडत नाही. हा मेला की काय?''

दुसरा म्हणाला होता, ''छे! याचं शरीर थंडगार कुठे झालं आहे? मेलेला माणूस बसून राहतो वाटतं?''

''अरे हे भूत तर नाही?''

''वेड्या, शिवापुढे भूत कधी येईल का?''

कुणी म्हणालं होतं, ''हा स्वर्गातला देव असावा. त्याचं दर्शन घडलं हे भाग्य म्हणायचं.''

मग त्या मुलांनी त्या ध्यानस्थ पुरुषाची पूजा केली. त्याला अंघोळ घालण्यासाठी खापराच्या घागरीतून ओढ्याचं पाणी आणलं. अंघोळ घातल्यावर रानफुलांची माळ त्याच्या गळ्यात घातली. वडाच्या पानावर कांदाभाकरी ठेवून त्याला नैवेद्य दाखवला... परंतु तो ध्यानस्थ पुरुष मुळीच हलला नाही. पोरांनी काही वेळ तिथे बसून भजनही केलं, परंतु काही उपयोग झाला नाही. कसलीही हालचाल त्यांना दिसली नाही.

मग एक गुराखी म्हणाला होता, ''अरे, किती उशीर झाला बघितलात का? दिवस मावळून गेला. आपल्याला घरचे लोक बघायला येतील! वासरंही वाट बघत असतील!''

''खरंय. आपण आता घरी जाऊ आणि गावात हे सारं सांगू!''

गुराखी पोरांनी सारी हकिगत गावकऱ्यांना कथन केली.

दुसऱ्या दिवशी पहाटे गावकरी मंडळी त्या ध्यानस्थ साधूला बघायला आली. तो ध्यानस्थ पुरुष तसाच बसला होता. नैवेद्याला ठेवलेली भाकरी त्यानं खाल्ली नव्हती. एक गावकरी म्हणाला, ''इथे बसलेला हा कुणीतरी योगिपुरुष दिसतो.''

त्यावर कुणीतरी म्हणालं, ''हे साक्षात शंकरच शिवपिंडीच्या बाहेर येऊन बसलेले दिसतात.''

''चला आपण याला गावात नेऊ. सगळ्यांना दर्शन तरी घडेल...''

यावर दुसरा एक जण म्हणाला, ''समाधी उतरल्यानंतर हा योगिपुरुष काहीतरी बोलेल. आत्ताच त्याला त्रास देऊ नका.''

गावकऱ्यांचं अशा तऱ्हेचं बोलणं चाललं होतं. एवढ्यात काही लोकांनी पालखी आणली. त्या योगिपुरुषाला उचलून पालखीत ठेवलं. वाजंत्र्यांचा गजर सुरू झाला. पालखीवर ग्रामस्थ तुळशी, फुलं उधळू लागले. गुलाल उधळल्यामुळे त्या

ध्यानस्थ पुरुषाचं अंग लालीलाल झालं. भजनाच्या प्रचंड घोषात मिरवणूक गावात आली. मारुतीच्या देवळात आणून त्या पुरुषाला पाटावर बसवलं.

तोही दिवस तसाच गेला. मग लोकांनी तिथे ठाण मांडलं. उपवास धरून स्तवन सुरू केलं.

एवढ्यात ध्यानावर असलेला तो योगिपुरुष भानावर आला. ते बघून साऱ्यांना आनंद झाला. दर्शनासाठी भीड दाटली. जो तो त्यांच्या पायावर मस्तक ठेवू लागला. नैवेद्याची ताटं भरभरून येऊ लागली. त्या महापुरुषानं थोडाफार नैवेद्य ग्रहण केला... ही वार्ता हां हां म्हणता हाळोपाळीत पसरली.

दुसऱ्याच मंगळवारी पिंपळगावचे गावकरी बाजारासाठी शेगावला आले. त्यांच्यापैकी काही जण बोलताना सहज म्हणाले, ''आमच्याही गावात एक अवलिया आला आहे.''

''मोठा अधिकारी पुरुष आहे!''

''अहो अधिकारी म्हणजे काय? साक्षात श्रीहरीच!''

''खरोखर आमचं पिंपळगाव धन्य म्हटलं पाहिजे. या साधूचे पाय आमच्या गावाला लागले.''

''चालत्याबोलत्या ईश्वराला आम्ही आता मुळीच सोडणार नाही!''

त्या दिवशी शेगावच्या बाजारात जिकडेतिकडे हीच बोलणी चालली होती. बंकटलालच्या कानावरही ते बोलणं गेलं.

बंकटलालला राहवेना. आपल्या पत्नीला घेऊन तो पिंपळगावला गेला. गजानन महाराज त्याला तिथे दिसले.

हात जोडून तो त्यांच्यासमोर उभा राहिला. म्हणाला, ''आत्ता येतो म्हणून आपण निघून गेलात. त्याला आता पंधरा दिवस झाले. तुमच्याशिवाय शेगाव भकास वाटतंय. सुनं सुनं झालंय आम्हाला! काळजीत होतो आम्ही!...''

महाराज ऐकत होते.

बंकटलाल पुढे म्हणाला, ''रोज आपल्या दर्शनाला येणारे कितीतरी लोक उपास करून राहिलेत. आपण जर आता आला नाहीत तर मी काही या जगात राहणार नाही. आपल्याशिवाय आमचे हट्ट कोण पुरवणार?''

आणि शेवटी हट्टानं म्हणाला, ''मी गाडी आणलीय. आपल्याला आलं पाहिजे.''

मग महाराज त्या गाडीतून निघाले. पिंपळगावच्या लोकांना अतिशय वाईट वाटलं. जणू गोकुळातला श्रीकृष्ण अक्रुराबरोबर मथुरेला जायला निघाला होता.

बंकटलालनं त्या सर्वांना समजावून सांगितलं, ''तुम्ही मुळीच वाईट वाटून घेऊ नका. महाराज कुठे काही लांब जात नाहीत. जवळच आहेत ते! वाटेल तेव्हा

तुम्ही दर्शनाला येत जा... आमच्याकडेच हे राहतील.''

बंकटलाल हा पिंपळगावकरांचा सावकार! त्याचा शब्द कोण मोडणार?

महाराज गाडीत बसून शेगावला जायला निघाले. जाता जाता महाराज बंकटलालला म्हणाले, ''अरे, तू सावकार म्हणून खुशाल दुसऱ्याचा माल घेऊन जातो आहेस होय?... मला तर तुझ्या घरी यायची भीती वाटतेय. तुझ्या घरची रीत मला बरी वाटत नाही. प्रत्यक्ष लक्ष्मीलाही तू कोंडून ठेवलं आहेस. तिथे माझा काय पाड? म्हणून मी पळून गेलो. त्या लक्ष्मीचे हाल मला बघवेनात म्हणून!''

महाराजांचं हे बोलणं ऐकून बंकटलाल हसायला लागला. हात जोडून म्हणाला, ''लक्ष्मी काही माझ्या कुलपाला भ्यायलेली नाही! आपण इथे होता म्हणून लक्ष्मीचा वास इथे होता... आपल्यापुढे मला धनदौलतीची काहीच किंमत नाही! आपणच माझे धनी आहात. म्हणून तर इथे धावत आलो. जे-जे माझं आहे ते-ते सारं आपलं आहे... तुम्ही हवं ते करा!... मात्र शेगावला राहा आणि आम्हा सर्वांचं कल्याण करा!''

महाराज बंकटलालबरोबर शेगावला परत आले. तिथे काही दिवस राहिल्यानंतर ते पुन्हा निघून गेले.

✻

वैशाखाचा महिना होता. ऊन रणरणत होतं. महाराजांनी भल्या पहाटे शेगाव सोडलं होतं. ऐन माध्यान्हीला ते अकोली गावापाशी आले. एवढं अंतर तोडून ते कसे आले ते त्यांचं त्यांनाच ठाऊक! आज मोटारीतून हे अंतर तोडायला तीन-चार तास सहज लागतात. अकोली गावापाशी आले तेव्हा ते घामाघूम झाले होते. त्यांच्या घशाला कोरड पडली होती. कमालीची तहान लागली होती. त्यांनी चौफेर दृष्टी टाकली, पण पाण्याचा थेंब कुठे दिसला नाही. अकोलीच्या त्या भागात पाण्याचं दुर्भिक्ष असतं, हे त्यांना माहीत होतं, पण तहान लागल्यावर त्याचा काय उपयोग होता?

महाराजांनी भास्कर पाटलाला पाणी मागितलं. म्हणाले, ''मला तहान लागली आहे. प्यायला पाणी दे.''

भास्कर पाटलानं स्वतःसाठी खापराच्या घागरीतून पाणी आणलं होतं. पाठीला भाकरी लावून डोईवर घागर घेऊन यायचं हा शेतकऱ्यांचा रिवाज असे. या दिवसात पाण्याच्या थेंबाला शेतकरी महाग व्हायचा. अशा वेळी दुसऱ्याला पाणी देऊन भागणार नव्हतं. भास्कर पाटलानं पाणी दिलं नाही.

महाराज म्हणाले, ''फार तहान लागलीय मला! नाही म्हणू नकोस.''

महाराजांनी झुडपात ठेवलेल्या पाण्याच्या घागरीकडे बघितलं तेव्हा भास्कर

पाटील म्हणाला, "ते पाणी माझ्यासाठी आणलंय... तुला मिळणार नाही!"

महाराज म्हणाले, "अरे बाबा, पाणी पाजण्याचं पुण्य फार मोठं असतं... पाण्यावाचून माणूस जगू शकत नाही. म्हणून तर धनिक लोक पाणपोया घालतात. या गोष्टीचा विचार कर आणि मला प्यायला पाणी दे!"

यावर भास्कर म्हणाला, "अरे तू नागडा-उघडा माणूस! तुला पाणी पाजण्याचं पुण्य थोडंच मिळणार आहे? अनाथपंगू लोकांना पाणी पाजलं, तर पुण्य पदरी पडतं. तुझ्यासारख्या नंग्या माणसाला पाणी पाजणं हे उलट पाप ठरेल."

महाराज पाणी मागतच होते. भास्कर पाटील म्हणत होता, "अरे मी एवढा पाटील! माझ्याशी काय भलत्याच गोष्टी करतोस! घरोघर भीक मागून तू एवढा पुष्ट झालास! भारभूत झालास! माझ्यासाठी आणलेलं हे पाणी मी तुला थोडंच देणार आहे? आयत्या बिळावर नागोबा बळी होतोस होय? देणार नाही तुला पाणी! चालू लाग इथून! तुझ्यासारखे निरुद्योगी लोक आमच्यात जन्मले आहेत म्हणूनच आमचा देश अभागी झाला आहे!"

भास्कर पाटलाचं हे बोलणं ऐकून महाराज हसले. थोड्या अंतरावर एक विहीर होती. तिकडे ते गेले.

ते पाहून भास्कर पाटील म्हणाला, "वेड्या, तिकडे कशाला जातोस? ती कोरडी ठणठणीत विहीर आहे... इथे या कोसभरात तुला कुठे पाण्याचा थेंब मिळणार नाही."

महाराज म्हणाले, "तुझं बोलणं खरंही असेल. या विहिरीला पाणी नसेलही, पण प्रयत्न तर करून बघतो. तुझ्यासारखे बुद्धिमान लोक जर पाण्याशिवाय हैराण व्हायला लागले, तर गप्प बसून काय उपयोग? लोकांच्या भल्यासाठी मी काही केलं तर देव मला साहाय्य करील. माझा हेतू शुद्ध असला म्हणजे झालं!"

असं म्हणून महाराज विहिरीपाशी आले. विहिरीत पाण्याचा थेंब नव्हता. हताश होऊन महाराज तिथल्या झाडाखालच्या दगडावर बसले. डोळे मिटून त्यांनी देवाचं ध्यान केलं. म्हणाले, "हे वामना, वासुदेवा, राघवा, विठ्ठला, नरहरी, ही अकोली पाण्यावाचून हैराण झाली आहे. इथे ओलही राहिलेली नाही. सारे मानवी प्रयत्न खुंटले आहेत. म्हणून देवा, तुला प्रार्थना करतो आहे. या लोकांना पाणी दे... पाणी दे..."

भास्कर पाटील दुरून हे सारं बघत होता. कोरड्या विहिरीला पाणी कुठून लागणार, म्हणून हसत होता.

परंतु त्याचबरोबर अनेक दाखले त्याच्या दृष्टीसमोर येत होते. ज्ञानेश्वर आणि नामदेव मारवाडात तीर्थयात्रा करत होते. त्यांचा जीव तहानेनं व्याकूळ झाला. नामदेवानं पांडुरंगाचा धावा केला. विहीर भरून वाहू लागली. पूर्वी काशीत पाणी

नव्हतं. भगवान विष्णूनं मनकर्णिका निर्माण केली. अर्जुनानं पाताळगंगेचं पाणी भीष्माचार्यांना पाजलं. संत तुकारामांसाठी पांडुरंगानं भंडाऱ्यावर पाणी निर्माण केलं.

या साऱ्या गोष्टी भास्कर पाटलाला एकीकडे आठवत होत्या आणि त्याच वेळी तो महाराजांकडे बघत होता.

महाराजांचा धावा देवानं ऐकला आणि लगेच त्या विहिरीला झरा फुटला. पाणी उफाळून आलं. विहीर भरून गेली. परमेश्वराचं साहाय्य असल्यावर उणं थोडंच पडणार आहे?

त्या विहिरीचं पाणी महाराज मनसोक्त प्यायले. भास्कर पाटलानं ते दुरून बघितलं. मनाशी म्हणाला, 'या विहिरीला बारा वर्षं पाणी नव्हतं. एका क्षणात यानं ही विहीर जलमय करून सोडली! याला वेडा कोण म्हणणार? वेड्याचं सोंग घेऊन फिरणारा हा कुणीतरी साक्षात्कारी पुरुष आहे खास!'

भास्कर पाटील धावत विहिरीपाशी गेला. त्याने महाराजांचे पाय घट्ट धरले. म्हणाला, "क्षमा करा मला! मी प्रत्यक्ष परमेश्वरालाच ओळखलं नाही. पोराचे अपराध पोटात घाला... ही प्रपंचमाया लटकी असते हे आज मला कळून आलं! हा प्रपंच सोडून द्यावासा वाटतो."

महाराज प्रेमळपणानं म्हणाले, "आता गावातून पाण्याची घागर डोक्यावरून घेऊन यायचं कारण नाही. या विहिरीला पाणी लागलंय. आता तुला प्रपंच सोडायचं कारणच काय?"

परंतु या प्रसंगानं भास्कर पाटलाचं आयुष्यच पार पालटून गेलं होतं. हा प्रपंच लटका आहे, मायास्वरूप आहे अशी पाटलाची खात्री पटली होती. या जगात काही सत्य असेल तर ते केवळ ब्रह्म होय, असा विश्वास त्याच्या अंत:करणात दाटला होता. यापुढे आपलं जीवन ब्रह्मार्पण करायचं भास्कर पाटलानं ठरवलं. अशा एखाद्या प्रसंगानं मानवी जीवनाला एकदम कशी कलाटणी मिळते ती पाहा!

महाराज पुन:पुन्हा सांगत होते, "आता हा प्रपंच सोडून जायचं कारणच काय उरलं आहे? हा बगिचा लावून आपलं जीवन फुलव!"

भास्कर पाटील म्हणत होता, 'माझा निर्धार आता कायम आहे. माझ्या कोरड्या ठणठणीत जीवनाला तुम्ही साक्षात्काराचा सुरुंग लावलात आणि त्या जीवनात आता श्रद्धेचा झरा फुटला आहे. आता मी भक्तिपंथाचा मळा लावीन आणि तुमच्या कृपेनं जीवनात सत्कर्माची फुलबाग फुलवीन!'

भास्कर पाटलाचा निर्धार कायम होता. त्याच्या अंत:करणातून भक्तीचं अमृत पाझरायला लागलं होतं. कोरड्या विहिरीला अपरंपार पाणी लागलं ही वार्ता वाऱ्यासारखी सगळीकडे पसरली. ठिकठिकाणचे लोक त्या ठिकाणी धावून आले. तो चक्षुर्वैसत्यं चमत्कार पाहून महाराजांच्या पायांवर त्यांनी लोटांगण घातलं, पण

महाराज तिथे फार काळ थांबले नाहीत. भास्कर पाटलाबरोबर अडगावला न जाता ते शेगावला परतले. भास्करही त्यांच्याबरोबर होताच!

अखेरच्या क्षणापर्यंत भास्कर पाटलानं महाराजांची सोबत सोडली नाही. संतसंगत ही तात्पुरती थोडीच असते!

१९७७ सालच्या दसऱ्याच्या दिवशी भरउन्हात मी त्या विहिरीजवळ उभा होतो. त्या शेतात पिकं डोलत होती, पण त्या उन्हाचा कहार चांगलाच जाणवत होता. मला तहान लागली होती, पण मी पाणी मागितलं नाही. पाणी नव्हतं म्हणून नव्हे, तर त्या वैशाखातल्या तहानेची जाणीव व्हावी म्हणून...! तो सारा प्रसंग माझ्या डोळ्यांसमोर साकारलेला होता. गजाजन महाराजांच्या लोकोत्तर प्रभावाचा प्रश्नच नव्हता. पण मला अत्यादर वाटत होता तो भास्कर पाटलांविषयी! घरची सारी धनदौलत, सत्ता-जमेदारी या साऱ्या विलोभनीय गोष्टींचा एका क्षणात त्याग करून हा महाप्रतापी पुरुष महाराजांबरोबर निघून गेला होता. वैभवशाली ऐहिकाची वाट सोडून पारलौकिक वाटेकडे! धन-सत्तेचा त्याग ही अपूर्वाईची गोष्ट आहे. भास्कर पाटलांना ती साधली म्हणून साऱ्यांनाच ती साधेल असं थोडंच आहे?

त्या भरउन्हात भास्कर पाटलांची मूर्ती मला दिसली ती दैवी वलयात वेढलेली! मी तहानभूकही विसरून गेलो. मूर्तिमंत परमेश्वर आणि त्या परमेश्वराचा अलौकिक शिष्य ही जोडी मला तिथे सतत दिसत होती.

उन्हं कलली तेव्हा मी तिथून परतलो तो एका पवित्र बेहोशीतच!

✿

सहावे दर्शन

'**आ**पण शेगावच्या दक्षिण दिशेला उभे आहोत. हाच तो बंकटलालचा मळा. इथेच तो प्रसंग घडला!'

कुणीतरी मला सांगत होतं. मी बघत होतो.

तिथे एक विहीर होती. अपरंपार पाणी असलेली. जवळच चिंचेचे महाथोर वृक्ष होते. माझ्या मनश्चक्षूंसमोर मक्याची कणसं भाजली जाऊ लागली. मला तो सारा प्रसंग दिसायला लागला.

महाराज भास्कर पाटलांबरोबर शेगावला परत आले. बंकटलालच्या घरी राहायला लागले. बंकटलालचं घर पुन्हा बोलायला लागलं. आनंदानं भरून गेलं.

एके दिवशी बंकटलाल म्हणाला, "महाराज, आपण आपल्या मळ्यात मक्याची कणसं खायला जाऊ!"

महाराजांनी संमती दिली. बेत ठरला. बंकटलालनं अनेक भक्तमंडळींना आमंत्रण दिलं.

बंकटलालच्या मळ्यात सारी मंडळी जमली. विहिरीपाशी दहाबारा आगट्या पेटल्या. धूर गगनाला भिडला. कणसं भाजण्याचं काम सुरू झालं.

एवढ्यात चिंचवृक्षावरचं आग्यामोहोळ उठलं. गांधीलमाशा सैरावैरा उधळल्या. लोक कणसं टाकून उठले. बसायला टाकलेल्या घोंगड्या अंगावर लपेटून काही लोक पळायला लागले. तिथून पळून गेले नाहीत फक्त महाराज!

आपल्या जागेवर महाराज शांतपणानं ठाण मांडून बसून होते. प्राणरक्षणासाठी तिथून पळून जायचा विचारही त्यांच्या मनात आला नाही. त्यांच्या अंगावर माशा बसल्या होत्या. अंगाभोवती माशांचा बुरखा लपेटला गेला होता. माशा चावत होत्या. पण महाराज शांत बसले होते. बसल्या जागी त्यांच्या मनात विचार येत होते, 'माशी हे वास्तविक माझंच रूप आहे नाही का? मोहोळ म्हणजेही मीच! ही कणसं खायला मीच आलो. ही कणसंही माझीच रूपं!'

त्यांच्या मनात हे विचार चालले होते. त्याच आनंदात निमग्न होऊन ते डोलत होते. द्वैत लोपलं होतं. साऱ्या वस्तुजाताशी आणि प्राणिमात्राशी ते एकरूप होऊन गेले होते. माशा चावतच होत्या. त्यांचे काटे शरीरात रुतत होते. महाराज मुळीच विचलित झाले नव्हते.

या गोष्टीला एक प्रहर उलटून गेला, परंतु महाराज जागचे हलले नव्हते. पळून गेलेले भक्त फक्त चिंतातुर झाले होते. परंतु बंकटलालचं मन मात्र फाटून गेलं होतं. तो मनात म्हणत होता, 'महाराजांना यातना द्यायला मीच कारणीभूत झालो. कुठून मला ही बुद्धी झाली कुणास ठाऊक! फुकट मी महाराजांचा शिष्य झालो!'

इतर भक्त पळून गेले, पण बंकटलाल मात्र महाराजांकडे धावत आला.

बंकटलाल आपल्याकडे येत असलेला पाहून महाराज हसून म्हणाले, ''माश्यांनो, परत मोहोळावर जाऊन बसा पाहू! माझ्या बंकटाला चावायचं नाही हं! बाकीचे भक्त पळून गेले, पण हा माझा खरा भक्त माझ्यासाठी धावून येत आहे!''

ते ऐकून माश्या खरोखरच मोहोळावर जाऊन बसल्या. बंकटलालनंही ते बघितलं.

बंकटलाल जवळ येताच महाराज हसून म्हणाले, ''वा रे वा! मला माश्यांची चांगलीच मेजवानी केलीस की! ते विषारी जीव माझ्या अंगावर येऊन बसले. तेव्हा भोजनभाऊ माझ्यापासून दूर पळून गेले.''

यावर बंकटलाल काहीच बोलला नाही. गप्प बसून महाराजांकडे नुसता बघत राहिला.

महाराज पुढे म्हणाले, ''एक लक्षात ठेव बंकट! संकट आल्यावर मदतीला

कुणीही धावून येत नसतं. माणसाला परमेश्वराशिवाय कुणीच साहाय्यकर्ता नसतो. जिलबी-पेढे खाणारे भक्तच फार! आत्ताच बघितलंस ना? सारे स्वार्थी भक्त पळून गेले!''

यावर बंकटलाल काळजीयुक्त स्वरात म्हणाला, ''महाराज, आपल्या अंगात रुतलेले काटे काढायला सोनाराला बोलावतो. माश्या चावल्यामुळे आपल्या अंगावर किती गांधी आल्या आहेत पाहा! आता हे पाप मी कुठे फेडू?''

महाराज त्याची समजूत काढताना म्हणाले, ''अरे, यात काहीच वावगं घडलं नाही. चावणं हा माश्यांचा स्वभावधर्मच आहे. मला त्याची मुळीच बाधा होणार नाही. कारण माश्या या सच्चिदानंद स्वरूपच आहेत. या गोष्टीची ओळख मला पटलेली आहे. ही सारी त्याचीच रूपं आहेत! एका रूपानं दुसऱ्या रूपाला त्रास थोडाच होत असतो?'

यावर बंकटलाल काहीच बोलला नाही. काटे काढण्यासाठी त्यानं सोनारांना बोलावून आणलं. सोनार चिमटे घेऊन आले. माश्यांच्या नांग्या कुठे रुतल्या आहेत ते बघू लागले.

महाराज त्यांना म्हणाले, ''कशाला उगाच कष्ट करताहात? तुम्हाला ते काटे थोडेच दिसणार आहेत? तुमच्या चिमट्यांनी ते थोडेच निघणार आहेत? थांबा, मीच तुम्हाला काटे दाखवतो!''

असं म्हणून महाराजांनी प्राणवायू रोधून धरला. महाराजांच्या अंगातून सारे काटे बाहेर आले. महाराजांचं योगसामर्थ्य साऱ्यांनाच कळून चुकलं.

कणसं भाजण्यासाठी पुन्हा आगट्या पेटल्या. कणसं खाऊन भक्तमंडळी घरोघरी परतली. महाराजांचं सामर्थ्य पाहून लोक थक्क होऊन गेले होते.

❋

महाराज योगिपुरुष होते. ही गोष्ट त्यांनी स्वत:च एकदा सांगितली. शेगावच्या ईशान्येला छत्तीस मैलांवर अकोट हे गाव लागतं. अकोटजवळच त्या वेळी वृक्षवेलींनी वेढलेलं एक घनदाट अरण्य होतं. त्या घनदाट अरण्यात नरसिंगजी नावाचा एक सत्पुरुष राहत होता. हा महान विठ्ठलभक्त सत्पुरुष कोतश्याअल्लीचा शिष्य होता. घनदाट अरण्यातील एकांतस्थळी हा भगवद्भक्त भक्तिमार्गाची कास धरून बसला होता. हा साधू संसारी असला, तरी इथे त्याला कसलीही अन्य उपाधी नव्हती. गर्दीपासून दूर एकांतात राहावं आणि खुशाल शांतपणानं भक्तिमार्ग आचरावा यासाठी साधू नरसिंगजी इथे आलेला होता.

एके दिवशी गजानन महाराजांना काय लहर आली कुणास ठाऊक! ते सरळ उठले आणि नरसिंगजीला भेटायला आले. म्हणाले, ''माझ्या भावाला भेटायला

जायचं आहे!''

महाराजांना बघताच नरसिंगजीला अतिशय आनंद झाला. समानशीलाचे सत्पुरुष परस्परांना भेटले होते.

एका आसनावर बसून त्यांच्या परमार्थाच्या गप्पागोष्टी सुरू झाल्या. आपापले अनुभव एकमेकांना सांगायला प्रारंभ झाला.

गजानन महाराज म्हणाले, ''नरसिंगा, तू प्रपंचात राहिलास हे फार बरं केलंस. मी प्रपंच सोडून योगमार्ग धरला. योगात राहून सच्चिदानंद स्थितीचं चिंतन करतो आहे. एक बरं आहे. सर्वसामान्य लोकांना या योगक्रिया कळत नाहीत म्हणून बरं! लोकांची उपाधी नको म्हणून पिसेपणाची पासोडी पांघरून एक्या जागी बसलो आहे.''

मग सच्चिदानंद हे महातत्त्व जाणण्यासाठी जे मार्ग सांगितले आहेत त्या मार्गाची महाराजांनी मीमांसा केली. कर्म, भक्ती, योग या तिन्ही मार्गांचं ईप्सित एकच आहे. फलितही एकच आहे असंही सांगितलं.

महाराज म्हणाले, ''एक गोष्ट लक्षात ठेव. कोणत्याही मार्गाचा कुणी अभिमान धरू नये. मी योगी म्हणून मी मोठा, असं जर कुणी म्हणायला लागला, तर त्याला महातत्त्वाचा बोध झालेला नाही असं समज.''

मग नरसिंगजीला उपदेश करताना महाराज म्हणाले, ''नरसिंगा, तू प्रपंचात राहिला आहेस. पण त्या संसारात तू अलिप्त राहा. कसलीच आसक्ती धरू नकोस. कमलपत्र पाण्यात असलं तरी ते कधी भिजतं का? आसक्ती न धरता प्रपंचात राहिलास म्हणजे झालं! सच्चिदानंद स्वरूपाला मात्र कधीही विसरू नकोस. मग तुला कसलीच भीती नाही.''

नरसिंग म्हणाला, ''या धाकट्या भावाला इथे भेटायला आलात ही केवढी कृपा समजायची! हा सारा संसार असार असतो हे मी जाणून आहे. सावली कधी खरी असते का? आपण सांगितलंत तसंच मी वागेन. जसं प्रारब्ध असेल तसं घडेल. परमेश्वरानं आपल्याला ज्याच्यासाठी धाडलं आहे तेच आपल्याला करावं लागेल...''

रात्रभर त्या सत्पुरुषांचं अशाच तऱ्हेचं बोलणं चाललं होतं. गजानन महाराजांचा निरोप घेताना नरसिंगजी म्हणाला, ''आपण नेहमी मला अशीच भेट देत जावी. मी आपला धाकटा भाऊ आहे. श्रीरामाची वाट बघत भरत नंदीग्रामात राहिला, तसाच मी इथे आपली वाट बघत राहीन. तुम्हाला इथं येणं मुळीच अवघड नाही. आपण महान योगिपुरुष आहात. मनोवेगानं आपण इथे येऊ शकाल.''

नरसिंगजीला भेटण्यासाठी गजानन महाराज आलेले आहेत हे वर्तमान गुराख्यांनी अकोटला येऊन सांगितलं. गावकऱ्यांना अतिशय आनंद झाला. या दोन महान संतांचं दर्शन घेण्यासाठी गावातले लोक निघाले. नारळ-प्रसादाची गर्दी झाली.

घाईगर्दीनं लोक त्या अरण्यात जाऊन पोचले. त्यापूर्वीच गजानन महाराज तिथून निघून गेले होते.

संतदर्शन हाही एक योगायोगच असतो.

✵

प्रात:काली व्रजभूषणाला जणू सूर्यदर्शन घडलं. समोर एक महापुरुष ध्यानस्थ बसला होता. त्या महापुरुषाची ब्रह्मानंदी टाळी लागली होती. त्या महापुरुषाच्या सभोवार त्याचा शिष्यगण मंडलाकार बसला होता. जणू सूर्याभोवती त्याच्या किरणांचं मंडलाकार तेज फाकलं होतं. दशदिशा उजळल्या होत्या. कोंबड्यांचं आरवणं दूरवरून ऐकू येत होतं. चातक, भारद्वाज, हे पक्षी पूर्वेकडे प्रकाशाच्या दिशेनं झेपावत होते. दर्यापूरजवळच्या शिवरगावी नदीकाठी हा स्वर्गीचा सोहळा चालल्याचा भास होत होता. जणू शिवरगाव हे गंगाकाठी उभं होतं. तिथं वास्तव्य करणारा व्रजभूषण हा काशीचा ख्यातनाम पंडित होता. या कर्मठ पंडिताला चार भाषा अवगत होत्या. त्याला भास्कराची भक्ती जडलेली होती. शिवरगावच्या नदीवर प्रात:कालच्या स्नानाला येण्याचा त्याचा परिपाठ होता. स्नान उरकून तो सूर्याला अर्घ्य देणार होता. एवढ्यात एक महापुरुष तिथे ध्यानस्थ बसलेला त्याला दिसला. त्या महापुरुषाची कांती सूर्याप्रमाणे सतेज होती. नासाग्राच्या वरती दृष्टी लावून तो आजानुबाहू पुरुष बसला होता. ते दृश्य पाहून व्रजभूषणाला हर्ष झाला. संध्यासामग्री घेऊन तो धावत आला आणि त्या सूर्यपुरुषाला अर्घ्य दिलं. प्रदक्षिणा घातली. सूर्याची नावं घेऊन द्वादश नमस्कार घातले.

महाराजांचं स्तवन करताना व्रजभूषण म्हणाला, ''आज मला साक्षात सूर्यपुरुष दिसला. त्याच्या दिव्य पायांचं मला दर्शन घडलं...''

मग व्रजभूषणानं श्लोक म्हटला, 'हे पूर्णब्रह्म जगचालक ज्ञानराशी! ऐसे युगायुगीं किती अवतार घेसी? झाल्यास दर्शन तुझें भवरोगचिंता । नासे गजाननगुरो, मज पाव आता...'

ही प्रार्थना ऐकल्यानंतर योगेश्वर गजानन महाराजांनी व्रजभूषणाला आलिंगन दिलं. त्याला पोटाशी धरून त्याच्या मस्तकावर हात ठेवला. त्याला आशीर्वाद देताना महाराज म्हणाले, ''बाळा व्रजभूषणा, तुझा नेहमी जयजयकार होईल. कर्ममार्ग मात्र कधी सोडू नकोस. परंतु त्यात अडकूनही कधी पडू नकोस. निष्काम कर्म करत जा... रोज ध्यान करताना तुला माझं दर्शन होत जाईल...''

महाराजांनी त्याला प्रसादादाखल श्रीफळ दिलं. व्रजभूषण धन्य झाला!

✵

महाराज शेगावला परतले. या शिवरगावात एक मारुती मंदिर आहे. त्या मारुती मंदिरात मी दसऱ्याच्या दिवशी सकाळी पाऊल टाकलं. तिथून माझं पाऊल खरोखरच बाहेर पडेना. गावकरी दर्शनाला येत होते. जात होते. दक्षिणमुखी मारुतीची अपूर्वाई असते. ती अपूर्वाई मला जाणवलीच! परंतु मला दिसत होते महाराजांच्या आयुष्यात घडलेले प्रसंग!

मी विचारलं, "महाराज या देवळात कुठे बसत असत?"

मंदिराच्या पूर्वेकडे एक ओटा आहे. तो ओटा जुनाट दिसला. त्यावरून तो त्यांच्या वेळेपासून तिथे असावा असं वाटलं. विचारलं तर कुणाला सांगता आलं नाही. जुन्या गोष्टी नव्यांना माहीत नसतात.

त्या ओट्यावर महाराजांचं आसन आणि फोटो दिसला. महाराजांसमोर मी डोकं टेकलं.

तिथून बाहेर पडताना बाहेरच्या बाजूला एक छोटी विहीर दिसली. आत डोकावून पाहिलं. जणू काळाच्या खोल गर्तेत मी डोकावून बघत होतो.

शिवरगावाहून महाराज परतले ते याच मारुतीच्या मंदिरात येऊन राहिले. श्रावणाचा महिना होता. या मंदिरात मारुती उत्सव सुरू झाला होता. हा उत्सव महिनाभर चालणार होता. अभिषेक, पोथी, कीर्तनगजर यांची धमाल उडाली होती. अन्नसंतर्पण चाललं होतं. लोक तृप्त होत होते. या उत्सवाचा पुढारी होता खंडू पाटील. पाटील हा गावचा कारभारी! मनाचा उदार. भाविकही फार! पाटील सांगे आणि गाव हाले अशी परिस्थिती! मारुतीचा उत्सव करताना पाटलाच्या उत्साहाला उधाण येत असे.

श्रावण महिना नुकताच सुरू झाला होता. मारुतीचा हा उत्सव बघण्यासाठी महाराज मुद्दाम मारुतीच्या मंदिरात आले.

मंदिरात येताना महाराज बंकटलालला म्हणाले, "मी आता याच मंदिरात नेहमी राहणार आहे. तू बोलावशील तेव्हा तुझ्याकडे तेवढ्यापुरता येईन. अरे आमच्यासारख्या संन्याशाला प्रापंचिकांचं घर काय कामाचं? मग शिवाजीचं घर सोडून रामदास सज्जनगडावर कशाला राहिले असते? माझं म्हणणं नीट समजावून घे. यातच तुझं कल्याण आहे..."

अगदी निरुपायानं बंकटलालनं संमती दिली. महाराज मंदिरात आलेले पाहून साऱ्यांनाच आनंद झाला.

महाराजांच्या सेवेसाठी भास्कर पाटीलही त्यांच्या जवळ राहिला.

❋

सातवे दर्शन

उत्सवाला नाव मारुतीचं पण प्रतिष्ठा मात्र पाटलांची असाच प्रकार होता. उत्सवाचं निमित्त करून प्रतिष्ठा पाजळण्याचा तो प्रकार होता. पाटीलमंडळींचा या उत्सवातला दिमाख महाराजांनी बघितला. महाराज मारुतीच्या मंदिरात येऊन राहिले होते खरे; पण पाटील घराणं त्यांच्याकडे उपहासानं बघत होतं. महाराजांची चेष्टामस्करी करण्यात त्यांना मजा वाटायची.

पाटीलबंधूंनी केव्हाही देवळात यायचं आणि महाराजांची हेटाळणी करायची. म्हणायचं, "काय रे वेड्या गण्या, ताककण्या खातोस का?"

एकदा पाटलांचा एक भाऊ म्हणाला, "ए गण्या, कुस्ती खेळतोस का माझ्याशी? लोक तुला योगेश्वर म्हणतात ना? त्याचं प्रत्यंतर दाखव की!"

दुसरा भाऊ म्हणाला, "नाहीतर आम्ही तुला मारू! नीट याद राखून राहा!"

असे प्रकार नेहमी घडायचे, पण महाराज काही बोलायचे नाहीत. पाटीलमंडळींचं बोलणं मनावर न घेता हसण्यावारी नेत. त्यांना या बोलण्याचा मुळीच राग येत नसे.

परंतु महाराजांना राग आला नाही तरी भास्कर पाटलाला मनस्वी राग यायचा. हरघडी घडणारे हे प्रकार पाहून त्याला अतिशय वाईट वाटायचं.

तो पुन:पुन्हा महाराजांना म्हणायचा, "कशाला इथे राहायचं? आपण अकोलीला जाऊन राहू. ही पाटलाची पोरं फार माजलीत. संबंध नको यांचा!"

महाराज हसायचे तेव्हा भास्कर पाटील पुढे म्हणायचा, "खरोखरच इथे राहण्यात अर्थ नाही. ही पाटील मंडळी शक्तीनं माजली आहेत. लक्ष्मीनं धुंद झाली आहेत. सत्तेसमोर शहाणपण थोडंच चालणार आहे? त्यांच्या पाटीलकीसमोर आपण काय बोलणार?"

यावर महाराज म्हणायचे, "भास्करा, थोडा दम धर. ही सारी पाटील मंडळी माझी परमभक्त आहेत. आता त्यांची वागणूक उद्दाम आहे ही गोष्ट खरी आहे. पण ही सारी मला मुलांसारखी आहेत... यांच्या कुळावर संतांची कृपा आहे."

पाटलांच्या कुळावर खरोखरच संतांची कृपा होती. त्यांच्या घराण्याला गोमाजीचा उपदेश झालेला होता. त्यांच्या कृपेनं या लोकांना काहीएक कमी नव्हतं. हे घराणं धनसंपन्न होतं. शेतीचा अफाट पसारा होता. मुख्य म्हणजे पूर्वीपासून संतसेवेची पुण्याई यांच्या गाठीशी बांधलेली होती. पाटीलकीचं वतन आल्यापासून तर संपत्तीबरोबर सत्ताही घराण्यात चालून आली होती. महादजी पाटलाला दोन औरसपुत्र होते. थोरल्या मुलाचं नाव कडताजी, धाकट्याचं नाव कुकाजी. कडताजी पाटलाला सहा मुलगे होते. कुकाजीला मूल झालं नव्हतं. कडताजी मरण पावल्यानंतर कुकाजीनं

त्याच्या सहा मुलांचं पोटच्या पोरांप्रमाणे संगोपन केलं. कुकाजीच्या कारकिर्दीत या पाटील घराण्याची विलक्षण भरभराट झाली. पाटलांच्या वाड्यात अष्टसिद्धी नांदायला लागल्या. कुकाजी कालवश झाल्यावर कडताजीचा मुलगा खंडू हा कारभार बघायला लागला. गणपती, नारायण, मारुती, हरी आणि कृष्णाजी हे त्याचे पाच भाऊ तालीम करत, दांडपट्टे खेळत. हरी पाटलाला मात्र कुस्तीचाही भारी शौक होता. श्रावण महिन्यात मारुतीचा उत्सव व्हायचा, पण जयजयकार मात्र पाटलांचा व्हायचा. पाटील मंडळींची वागणूक उद्धटपणाची असायची. त्या मंडळींना जाब विचारायला कुणी नव्हतं.

महाराज भास्कर पाटलाला म्हणत, "अरे, पाटलांनी हे असंच वागायला हवं! जमेदार लोकांनाच उर्मटपणा शोभून दिसतो. वाघानं काय गाईसारखं वागायचं असतं होय?"

भास्कर पाटील म्हणायचा, "पण हा उर्मटपणा आपण कशाला सहन करायचा? आपण इथून निघून जावं हे बरं...!"

"हे बघ, काही दिवसांनी यांचा हा उर्मटपणा निघून जाईल! यांचं पाणी निवळेल."

आणि पुढे एकापाठोपाठ तसेच प्रसंग घडत गेले.

एके दिवशी हरी पाटील मारुतीच्या मंदिरात आला आणि महाराजांचा हात धरून म्हणाला, "माझ्याबरोबर कुस्ती कर पाहू गण्या! तुला कुस्तीत मी चीत करतो. चल तालमीत जाऊ. उगाच इथे 'गणगण गणांत बोते' असं म्हणत बसला आहेस! चल, खेळ कुस्ती!"

यावर महाराज हसले तेव्हा हरी पाटील म्हणाला, "तुझं प्रस्थ फार माजलं आहे. ते खरंखोटं आज पारखून पाहू... मला जर तू पाडलंस तर तुला मोठं बक्षीस देऊ!"

कुस्ती खेळायला महाराजांनी मान्यता दिली. दोघेजण तालमीत गेले.

तालमीत गेल्यावर गजानन महाराज ठाण मांडून जमिनीवर बसले आणि हरी पाटलाला म्हणाले, "मला इथून उठव पाहू! पहिलवान आहेस ना तू? मग उठव मला!"

हरी पाटील महाराजांना उठवायला लागला. त्यानं खूप प्रयत्न केले, पण महाराज जागचे हलले नाहीत. हरी पाटलाचे सारे प्रयत्न व्यर्थ ठरले. तो घामाघूम झाला. त्यानं सारी शक्ती पणाला लावली, पण काहीही उपयोग झाला नाही. महाराज तिळभरही हलले नाहीत.

दमछाक झाल्यावर हरी मनात म्हणाला, "पर्वतासारखी याची शक्ती दिसते आहे! हा किडकिडीत दिसत असला, तरी याच्या अंगात हत्तीची शक्ती दिसते. याच्यापुढे आम्ही कोल्ह्यासारखे आहोत. असं असून हा आमच्यावर रागावला नाही.

कुत्र्याच्या भुंकण्याला वाघ किंमत थोडीच देत असतो?''

हरी पाटलानं महाराजांच्या पायांवर डोकं ठेवलं. मनात म्हणाला, ''आजवर मी कुणाच्याही पाया पडलो नाही. पण आज हा प्रसंग आला आहे खरा!''

त्या वेळी महाराज त्याला म्हणत होते, ''आता मला बक्षीस दे. नाहीतर मला कुस्तीत चीत कर.''

हरी पाटलाला काहीच बोलता येईना.

मग महाराज म्हणाले, ''अरे, कृष्ण-बलरामानं लहानपणी अशाच कुस्त्या केल्या. त्या बळावर मुष्टिक, चाणूर हे कंसाचे देहरक्षक मारले. कंसाचाही वध केला. आपल्या साऱ्या सवंगड्यांना त्यांनी सशक्त केलं. शरीरबल हे सर्वांत महत्त्वाचं! धन-मान या गोष्टी नंतर मिळाल्या तरी चालतात. तू एवढंच कर. आपल्या गावच्या पोरांना सशक्त कर. एवढं बक्षीस मला दे म्हणजे झालं.''

हरी पाटलाचा गर्व पुरता उतरला होता. तो विनयानं म्हणाला, ''आपली कृपा असेल तर शेगावच्या मुलांना सहज सशक्त करता येईल.''

या प्रसंगापासून हरी पाटील महाराजांशी अतिशय नम्रतेनं वागू लागला. त्याचा दांडपणा पुरता गेला होता.

हरी पाटलाचं ते वागणं पाहून त्याचे इतर भाऊ म्हणायला लागले, ''हरी तू त्या जोगड्याला का भितोस कुणास ठाऊक! आपण पाटलांची पोरं! त्या नागव्याच्या पायावर कशाला डोकं ठेवतोस! गावात त्याचं थोतांड फार माजलं आहे. त्याचा एकदा समाचार घेतला पाहिजे.''

एक भाऊ म्हणाला, ''खरंच, लोकांना आपण सावध केलं पाहिजे. नाहीतर सारं गाव खुळं होऊन जाईल. गावाला सावध करण्याचं आपलं कर्तव्यच आहे. नाहीतर हे भोंदू बायाबापड्यांना नाडतील.''

हरी पाटील म्हणाला, ''साधुपुरुषाबद्दल असं बोलणं चांगलं नाही!''

सारे भाऊ म्हणाले, ''सोन्यालासुद्धा कस लावावा लागतोच ना? ज्ञानेश्वर-तुकाराम या संतांची परीक्षा झाल्यानंतरच ते साधू ठरले ना! उगाच परीक्षा घेतल्याशिवाय कुणाला मान देऊ नये.''

आणि खरोखरीच ते सारे भाऊ महाराजांची परीक्षा घेण्यासाठी निघाले.

मारुतीच्या मंदिरात आल्यावर हरी पाटील काहीही बोलला नाही. इतर भावंडांनी महाराजांना विचारलं, ''अरे वेड्या गण्या, ऊस खायचाय का तुला?''

महाराज काहीच बोलले नाहीत.

मग पाटलांची मुलं म्हणाली, ''जर तुला ऊस खायचा असेल, तर आमची एक अट आहे. ती अट तू मान्य करायला हवीस! आम्ही तुला उसानं मारू. तुझ्या अंगावर वळ उठले नाहीत तर तुला आम्ही योगी मानू.''

तरीही महाराज गप्पच बसले होते. मुलांचे बालिश बोल त्यांनी मुळीच मनावर घेतले नाहीत.

मारुती पाटील म्हणाला, "अरे, उसाचा मार खायला हा गण्या भ्यायला. उगाच नाही गप्प बसला!"

यावर गणपती पाटलानं सांगितलं, "अरे, मौन हीच संमती आहे त्याची! आता बघता काय? घाला पाठीवर उसाचे तडाखे!"

मग दोघे तिघे भाऊ महाराजांच्या अंगावर ऊस घेऊन धावून आले. तो प्रकार पाहिल्यानंतर तिथे असलेले स्त्री-पुरुष भिऊन भराभर पळायला लागले. भास्कर पाटील मात्र जवळ उभा होता.

पाटलांच्या पोरांना तो म्हणाला, "अरे तुम्ही महाराजांना मारू नका. तुमचा पाटील कुळात जन्म झाला आहे. दीनदुबळ्यांविषयी तुम्ही दया दाखवायला हवी. तुम्हास जर हे साधुपुरुष वाटत नसतील, तर त्यांना हीनदीन लेखून तुम्ही यांच्या नादी लागू नका. उगाच बंदुका घेऊन नाकतोडा कशाला मारता?"

ते ऐकून पोरांनी भास्कर पाटलाला दटावलं, "कळलं तुमचं बोलणं! सारे लोक याला योगेश्वर म्हणतात ना! आता बघतो याचा योग! तुम्ही उगाच मध्ये पडू नका. दुरून फक्त गंमत बघा."

असं म्हणून पाटलांची पोरं महाराजांच्या अंगावर धावून गेली. उसाचे प्रखर प्रहार महाराजांच्या अंगावर पडू लागले. धान्यकणसं बडवतात तसं बडवणं चाललं होतं.

परंतु महाराजांनी हूं की चूं केलं नाही. मुलांकडे बघत ते हसत बसले होते. मारणं चालूच होतं. एवढं मारणं चाललं होतं. पण महाराजांच्या अंगावर एकही वळ उठलेला दिसला नाही.

तो चमत्कार पाहून मात्र मुलं घाबरली. महाराजांच्या पाया पडायला लागली. म्हणू लागली, 'हा योगिपुरुष खरोखरच समर्थ आहे.'

महाराज म्हणाले, "मुलांनो! मला मारताना तुमच्या हातांना भारी त्रास झालाय. तुम्हाला मी आता उसाचा रस काढून देतो. माझ्यापुढे येऊन बसा!"

असं म्हणून त्यांनी एक ऊस घेतला आणि हातांनीच पिळला. अशा तऱ्हेनं अवघी मोळी पिळली आणि मुलांना ताजा रस प्यायला दिला.

तिथे असलेले लोक म्हणायला लागले, "हा योगिपुरुष आहे यात मुळीच शंका नाही! योगशक्तीवाचून अशा गोष्टी थोड्याच होत असतात?"

मुलांनाही अतिशय आनंद झाला.

कुणीतरी भास्कर पाटलाला म्हटलं, "राष्ट्र सामर्थ्यवान करण्यासाठी योग शिका, हे दाखविण्यासाठीच महाराजांनी हा चमत्कार केला."

महाराजांना नमस्कार करून पाटलांची पोरं घरी निघून गेली. या भावंडांनी खंडू पाटलाला सारी हकिगत सांगितली. ती हकिगत सांगून मुलं म्हणाली, ''खंडू दादा, आपल्या शेगावातले गजानन हे साक्षात ईश्वर आहेत. आज त्या गोष्टीची आम्हांला प्रचिती आली.''

आपल्या भावंडांनी सांगितलेली कथा ऐकून खंडू पाटील आश्चर्यचकित झाला. मग तोही महाराजांच्या दर्शनाला जायला लागला. परंतु त्याच्या बोलण्या-चालण्यात मुळीच मार्दव आलेलं नव्हतं. महाराजांशी बोलताना तो त्यांना गजा किंवा गण्या असंच म्हणायचा. परंतु त्या म्हणण्यात उद्धटपणा नव्हता. उलट प्रेमच असायचं. परमेश्वराला एकेरी नावानंच हाक मारावी तशातलाच तो प्रकार होता. गावची मंडळी पाटलांची लेकरं असतात. त्यांना अरेतुरे करण्यात काही गैर नसतं. या भावनेतूनच खंडू पाटील नेहमी बोलायचा. कुकाजी आता वृद्ध झाले होते. म्हणून पाटीलकीची सूत्रं खंडूजीकडेच आली होती. पाटलांनी वागावं तसंच खंडू वागत होता. मात्र महाराजांचं दैवी सामर्थ्य त्याच्या प्रत्ययाला आलेलं होतं.

✵

कुकाजी त्या वेळी जिवंत होते. एके दिवशी ते खंडूला म्हणाले, ''तू रोज महाराजांच्या दर्शनाला जातोस ना? गजानन महाराज मोठे साक्षात्कारी पुरुष आहेत असं मला सांगतोस ना?''

''खरंच आहे ते!''

खंडूजीच्या या बोलण्यावर कुकाजी चट्‌कन म्हणाले, ''मग त्यांच्यापुढे तुझं बोलणं का रे खुंटतं? तुला पोरबाळ नाही. मी तर आता म्हातारा झालो. माझ्या मांडीवर नातवंड खेळायला नको का?''

खंडूजी काही बोलला नाही. कुकाजीच पुढे म्हणाले, ''नातवंड डोळ्याला दिसावं असं वाटतं. आजच जाऊन गजानन महाराजांना विनंती कर. म्हणावं, मला एखादं पोर द्या. ते जर खरे साधुपुरुष असतील, तर ते तुझे मनोरथ पुरवतील आणि मलाही नातवंड दिसेल. साधुपुरुषांना काहीही अशक्य नसतं. तेव्हा त्यांना तेवढं जाऊन सांग...''

खंडूजीला ते म्हणणं पटलं.

एके दिवशी खंडूजी मारुतीच्या मंदिरात गेला आणि महाराजांना म्हणाला, ''अरे गण्या, माझा चुलता आता म्हातारा झाला आहे. त्याला नातवंड बघायची इच्छा झालीय. तुला लोक साधू म्हणतात. तुझं दर्शन घेतल्यावर मनातल्या इच्छा पूर्ण होतात असं लोक सांगतात. त्याचं प्रत्यंतर दाखव की! तुझ्या पायांवर डोकं टेकणारे निपुत्रिक राहावेत?''

त्याचं बोलणं ऐकून महाराज म्हणाले, "तू संततीची याचना केलीस हे एकापरी बरंच झालं! पण मला मोठं नवल वाटतं. एवढं सत्ताधन तुझ्यापाशी आहे. धन आणि बल यांच्या बळावर माणसाला सारं काही मिळतं, अशी कल्पना आहे ना तुझी? या वऱ्हाडात तुझा शब्द कुणी मोडत नाही ना? मग ही याचना करायला माझ्यापाशी कशाला आलास? त्या ब्रह्मदेवाला पुत्र द्यायची आज्ञा कर की!"

यावर खंडूजी म्हणाला, "ही गोष्ट काही माणसाच्या हातातली नाही. जमिनीत पीक येतं, पण पाऊस पडायला हवा ना? पाऊस परमेश्वरच पाडतो. तसंच हे आहे. इथे मानवी प्रयत्न लंगडे ठरतात."

खंडूजीचं हे बोलणं ऐकून महाराजांना हसू आलं. ते म्हणाले, "तू पुत्रप्राप्तीची याचना केलीस. एक प्रकारे भीकच मागितलीस. ठीक आहे. तुला मुलगा होईल. त्याचं नाव भिक्या ठेव. पुत्र देणं हे सर्वस्वी माझ्या हातात नाही. पण मी परमेश्वराला भीड घालतो. तो माझी भीड ऐकेल. मात्र एक गोष्ट कर. तुला पुत्रप्राप्ती झाल्यानंतर दरवर्षी तू ब्राह्मणांना आम्ररसाचं जेवण घालत जा. तुला काही हे अवघड नाही!"

खंडूजीनं घरी येऊन कुकाजीला हे सारं सांगितलं. कुकाजीला अतिशय आनंद झाला.

काही दिवसांनी खंडू पाटलाच्या पत्नीला दिवस गेले. गंगाबाईला मुलगा झाला. खंडू-कुकाजी यांच्या आनंदाला पारावार उरला नाही. त्यांनी खूप दानधर्म केला. गरिबांना अन्नदान केलं. गावातल्या मुलांना पेढे-बर्फी वाटले. थाटात बारसं केलं. महाराजांनी सांगितल्याप्रमाणे मुलाचं नाव भिकू ठेवलं. ब्राह्मणांना आम्ररसाचं भोजन द्यायची प्रथा सुरू केली. ती प्रथा आजही खंड पावली नाही.

पाटलांच्या ओसरीवर बाळ रांगायला लागला. पाटलांचं वैभव वाढत चाललं.

पण नेमकी हीच गोष्ट देशमुखाला रुचली नाही. शेगावात पाटील आणि देशमुख यांच्यात दुफळी होतीच. दोघांच्या दोन फळ्या होत्या. परस्परांचा घात करण्यासाठी दोन्ही पक्ष टपून होते.

नातवंड पाहिल्यानंतर कुकाजींनी पंढरपुरात मोठ्या आनंदानं देह ठेवला. खंडू पाटलाचं मन उदास बनलं. त्याच्यावरचं मायेचं छत्र कोसळलं होतं. त्याचा आधार नाहीसा झाला होता.

आणि हीच संधी साधून देशमुखानं डाव साधला. खंडू पाटलाला कोंडीत गाठलं.

✿

आठवे दर्शन

खंडू पाटील मऱ्या महाराला म्हणाला, "असाच अकोल्याला जा आणि तहशिलीत हे टपाल नेऊन दे."

मऱ्या महार उद्धटपणानं म्हणाला, "मी नेणार नाही हा टप्पा! देशमुखांच्या आश्रितावर तुमचा नेहमीचा डोळा असतो... मी जाणार नाही."

"पाटलांचं ऐकत नाहीस होय?"

"काही झालं तरी मी आज टप्पा नेणार नाही. तुम्ही कितीही बोंब मारा."

मऱ्या महारानं आपली मूठ तोंडाला लावून बोंब मारल्याचा आविर्भाव केला.

ते पाहून खंडू पाटील संतापला. त्याच्या हातात वेळूची भरीव काठी होती. महाराच्या हातावर त्यानं त्याच काठीचा जोरदार प्रहार केला.

महाराचा हात मोडला. बेशुद्ध होऊन तो खाली पडला. दुसऱ्या महाराला टप्पा द्यायला खंडू पाटील निघून गेला. तळ्याच्या काठावर महार बेशुद्धावस्थेत तसाच पडला होता.

मऱ्या महाराच्या नातेवाइकांनी त्याला उचलून देशमुखाच्या घरी नेलं. त्याचा मोडलेला हात पाहून देशमुखाला अतिशय आनंद झाला. मनाशी म्हणाला, 'वा! छानच गोष्ट झाली! आता पाटलाकडे बघतो.'

ताबडतोब मऱ्याला फौजदारी कचेरीत नेलं. खोटंनाटं सांगून पाटलाविरुद्ध फिर्याद गुदरली. पाटलाला पकडून आणण्याची आज्ञा झाली.

पाटलाच्या हातात हातकड्या पडणार ही बातमी शेगावात वाऱ्यासारखी पसरली.

खंडू पाटलाचं धाबं दणाणून गेलं. त्याच्या तोंडचं पाणी पळालं. तो अतिशय चिंतामग्न झाला. अन्न गोड लागेना. म्हणाला, "ज्या गावात मी वाघासारखा वागलो तिथेच हा प्रसंग यावा?"

त्याचे सारे भाऊ घाबरून गेले. कुणालाच काही सुचेना. खंडू पाटील हताश होऊन बसला.

काही वेळानं तो एकदम उठला आणि गजानन महाराजांकडे धावला. त्याचे इतर भाऊ अकोल्याला काही प्रयत्न करायला गेले. पण खंडूनं मनाशी विचार केला, 'महाराजांकडे जावं आणि त्यांना साकडं घालावं. त्यांच्यावाचून आता कुणी त्राता नाही!'

रात्रीची वेळ होती. खंडूनं महाराजांच्या पायांवर डोकं ठेवलं. काकुळतीनं म्हणाला, "महाराज, माझ्यावर फार वाईट प्रसंग आला आहे. सरकारी काम होतं. महारानं ते ऐकलं नाही. म्हणून तळ्यापाशी त्या महाराला मी काठीनं मारलं. पण देशमुख मंडळींनी काट्याचा नायटा केला. माझ्यावर बालंट आणलं. उद्या कैद

होण्याचा प्रसंग आला आहे. बेड्या पडतील माझ्या हातात! माझी इज्जत जाईल!''

खंडू पाटील रडत रडत बोलत होता आणि बोलता बोलता रडत होता. रडण्याबरोबर बोलणं चालूच होतं, "माझी इज्जत राखणं हे आता सर्वस्वी तुमच्या हाती आहे. हातापायात बेड्या पडण्यापेक्षा तुम्ही इथेच माझा गळा चिरून टाका, वाटल्यास तलवार देतो. त्यातून माझा अपराध काही फार मोठा नाही! पण राईचा पर्वत झाला आणि माझ्यावर हा भलताच प्रसंग आला.''

महाराजांनी त्याला जवळ घेतलं. त्याचं सांत्वन केलं, "अरे कामकर्त्या पुरुषांवर अशी संकटं येतातच. मग काळजी कशाला करायची? स्वार्थाच्या पोटी अशाच गोष्टी घडत असतात. तुम्ही पाटील आणि देशमुख एकाच जातीचे आहात ना? पण स्वार्थानं तुम्ही एकमेकांचं नुकसान करायला बघता. कौरव-पांडवांप्रमाणे! पण लक्षात ठेव न्यायाच्या बाजूचा नेहमीच विजय होत असतो!''

शेवटी खंडू पाटलाला आश्वासन देताना महाराज म्हणाले, "जा. देशमुखानं कितीही जोर केला तरी काहीही घडणार नाही. तुला मुळीच बेडी पडणार नाही.''

आणि खंडू पाटील निर्दोष सुटला. संतवाणी सत्य ठरली. पाटील मंडळी महाराजांना अधिकच मानायला लागली. खंडू पाटलानं आग्रह करून महाराजांना आपल्या घरी आणलं.

*

गजानन महाराज खंडू पाटलाच्या घरी असताना आठदहा तेलंगी ब्राह्मण आले. हे ब्राह्मण विद्वान होते. पण धनलोभी होते. महाराजांकडे आपल्याला काही दक्षिणा मिळेल या हेतूनं आले होते. त्या वेळी महाराज झोपलेले होते. त्यांना जागं करण्यासाठी ब्राह्मण मोठ्या स्वरात जटेचे मंत्र म्हणायला लागले. मंत्र म्हणण्यात चूक होत होती.

महाराज एकदम उठून बसले; आणि ती चूक त्यांनी दुरुस्त केली. मग त्या ब्राह्मणांना महाराज म्हणाले, "तुम्ही कशासाठी वैदिक झालात? या वेदविद्येला कमीपणा आणू नका. ही विद्या काही पोटाची नाही. मोक्षदायी विद्या आहे ना ही? डोईला बांधलेल्या शालीची तरी काही किंमत राखा! मी म्हणतो असं म्हणा पाहू!''

महाराज म्हणू लागले. ज्या अध्यायातली ऋचा म्हणायला ब्राह्मणांनी प्रारंभ केला होता तोच अध्याय महाराजांनी धडाधड म्हणून दाखविला. कुठेही चूक झाली नाही.

तेलंगी ब्राह्मण चकित झाले. खाली मान घालून बसले. त्यांना वाटलं, 'पिसेपणाच्या पांघरुणात हा इथे बसलेला दिसतोय खरा. पण चारी वेद याच्या मुखात वसती करून राहिले आहेत! आपली पुण्याई होती म्हणून हा सिद्धयोगी

आपल्याला दिसला.'

महाराज त्यांना म्हणाले, "खरे स्वर मनी आणून नीट म्हणत जा. उगाच सोंग आणून भोळ्या भाविकांना नाडू नका."

मग महाराजांनी खंडू पाटलाला सांगितलं, "या ब्राह्मणांना रुपया-रुपया दक्षिणा दे."

दक्षिणा हातात पडताच ब्राह्मण संतुष्ट झाले, आणि दुसऱ्या गावाला निघून गेले.

❋

महाराजही आता गावातल्या उपाधीला कंटाळले होते. असंख्य लोक दर्शनाला येत असत, परंतु महाराज आता त्या भेटीगाठींना त्रासले होते.

खंडूजीचा सर्वांत धाकटा भाऊ कृष्णाजी. त्याला महाराजांनी बोलावून घेतलं. म्हणाले, "मी आता तुझ्या मळ्यात राहायला येणार आहे."

शेगावच्या उत्तरेला कृष्णाजी पाटलाचा मळा होता. तिथे खूप भाजीपाला व्हायचा. त्या ठिकाणी लिंबाच्या झाडाखाली शिवाचं मंदिर होतं. थंडगार छाया होती.

मळ्यात आल्यावर महाराज कृष्णाजीला म्हणाले, "मी तुझ्या मळ्यात आलो. काही दिवस इथे राहणार... शंकराजवळ! शंकर तुझ्या मळ्यात राहिले. मी शंकराजवळ राहणार! मला इथे थोडी सावली करून दे."

लिंबाच्या झाडाखाली एक छोटा ओटा होता. शेजारी शिवमंदिर होतं. महाराज ओट्यावर बसले होते. त्याच ओट्यावर कृष्णाजीनं सहा पत्र्यांचं छप्पर केलं. महाराज तिथे राहायला लागले. शिवालयाच्या पावित्र्यात आणखी भर पडली.

महाराजांच्या सेवेला भास्कर पाटील होता. तुकाराम कोकाटे होता. कृष्णाजी पाटलानं महाराजांची दरोबस्त व्यवस्था ठेवली होती. महाराज जेवल्यानंतर कृष्णाजी प्रसाद ग्रहण करत असे.

महाराजांची कीर्ती आता चौफेर पसरली होती. त्यांचं नाव ऐकून दहा-वीस गोसावी फिरत फिरत कृष्णाजीच्या मळ्यात आले.

मळ्यात आल्यावर गोसावी म्हणाले, "आम्ही तीर्थाटन करत इथे आलो आहोत. काशीची गंगा रामेश्वराला घालण्यासाठी चाललो आहोत. गंगोत्री, जम्नोत्री, केदार, हिंगलाज, गिरनार, ठाकूर या क्षेत्रांची पायी यात्रा करून इथे आलो. ब्रह्मगिरी गोसाव्याचे आम्ही शिष्य आहोत."

एक शिष्य म्हणाला, "आमच्याबरोबर आमचे ब्रह्मगिरी महाराजही इथे आले आहेत. अहो, साक्षात श्रीहरी हा आमच्या महाराजांचा बंदा गुलाम आहे. तुमच्या पूर्वभाग्यानं हे महासाधू इथे आलेले आहेत असं समजा!"

दुसरा एक गोसावी शिष्य म्हणाला, "आम्हाला तुम्ही शिरापुरीचं जेवण द्या. भूक लागलीय आणि ओढायला गांजाही द्या!"

पुन्हा पहिला शिष्य म्हणाला, "आम्ही इथे फक्त तीन दिवस राहणार आहोत. पाटील, आम्ही आलो यात आनंद माना. ही पर्वणी साधून घ्या."

मग आणखी एक तिसरा शिष्य म्हणाला, "तुम्ही तुमच्या या मळ्यात या नंग्या वेड्यापिशाला पोसता आहात. मग आम्हाला अयाचित द्यायला मागेपुढे कशाला बघता? गाढवाला पोसायचं आणि गाईला लाथा मारायच्या ही तुमची चांगली रीत म्हणायची! आम्ही वैराग्यशील गोसावी अवघा वेदान्त जाणतो. वाटल्यास आज मळ्यात पोथी ऐकायला या."

यावर कृष्णाजी पाटील म्हणाला, "आज घरात भाकरी आहेत. त्या घेऊन जा. उद्या शिरापुरी घालीन... आणि हे पाहा, हवा तितका गांजा तुम्हाला तिथे मिळेल. तिथे तर काय साक्षात शंकरच बसले आहेत."

दुपारची वेळ होती. त्या गोसाव्यांनी पिठलं-भाकरी ही शिदोरी घेतली. मळ्यात येऊन विहिरीवर जेवायला बसले. महाराजांच्या समोरच एका छपरात गोसाव्यांनी आपापली कडासनं लावली.

जेवल्यानंतर ब्रह्मगिरी महंतानं पोथी सांगायला प्रारंभ केला. निरूपणाला गीतेतला 'नैनं छिन्दन्ति' हा श्लोक घेतला होता. ब्रह्मगिरी निरूपण करत होते, "आत्म्याला शस्त्रें तोडीत नाहीत, याला अग्नी जाळत नाही. तसेच याला पाणी भिजवीत नाही आणि वायू सुकवीतही नाही... हा आत्मा नित्य, स्थिर, अचल व सनातन म्हणजे चिरंतन आहे.."

एक तासभर प्रवचन चाललं होतं. पण त्या कथनात स्वानुभवाचा लवलेशही नव्हता. गावकरीही ऐकायला बसले होते. ते दांभिक प्रवचन ऐकून काही लोक म्हणाले, "हा नुसता शब्दच्छल झाला!"

मग गजानन महाराजांचं दर्शन घ्यायला ते लोक पत्र्याच्या झोपडीत आले. महाराजांचं दर्शन घेऊन लोक म्हणाले, "तिकडे छपरात नुसतं कोरडं निरूपण करणारा पुरुष दिसला. इथे या पत्र्यात स्वानुभवी पुरुष बसलेला दिसतो आहे. तिथे इतिहास ऐकला, इथे प्रत्यक्ष इतिहासपुरुष पाहिला..."

लोकांचं हे बोलणं ऐकून गोसाव्यांना राग आला. मग छपरात गोसावी गांजा प्यायला बसले. इकडे पत्र्यातल्या पलंगावर गजानन महाराज बसले होते. भास्कर पाटील त्यांना चिलीम भरून देत होता. चिलीम पितापिता बसलेल्या पलंगावर ठिणगी पडली. ठिणगी पडलेली कुणाला दिसली नाही. धूर निघायला लागला. शेवटी चहुबाजूंनी पलंग पेटला.

पलंग पेटलेला पाहाताच भास्कर पाटील मोठ्यांदा म्हणाला, "सद्‌गुरुनाथा,

ताबडतोब पलंगावरून उतरा. सागाची लाकडं आहेत. पाण्याशिवाय विझणार नाहीत ती!''

गजानन महाराज म्हणाले, ''भास्करा, आग विझवायचं कारणच नाही. मुळीच पाणी आणू नकोस!''

मग ब्रह्मगिरी गोसाव्याला महाराज म्हणाले, ''अहो ब्रह्मगिरी महाराज, या पलंगावर येऊन बसा की! तुम्हाला तर सारी भगवद्‌गीता पाठ आहे! आत्म्याला अग्नी जाळत नाही ना? आत्ताच तर तुम्ही सांगितलंत. मग या पलंगावर बसायला माघार कशाला घेता?''

भास्कर पाटलाला महाराजांनी सांगितलं, ''भास्करा, त्या ब्रह्मगिरीला लवकर घेऊन ये! अगदी आदरानं घेऊन ये आणि या जळत्या पलंगावर आणून बसव!''

भास्कर पाटलानं धावत जाऊन ब्रह्मगिरी गोसाव्याचा हात धरला. भास्कर पाटलाच्या धिप्पाड पीळदार शरीरासमोर गोसावी घुंगुरड्यासारखा दिसत होता. पलंग आता चांगलाच पेटला होता. महाराज शांतपणानं बसूनच होते. ते दृश्य बघून ब्रह्मगिरी गोसावी घाबरला होता.

घाबऱ्या घाबऱ्या भास्कर पाटलाला म्हणत होता, ''मला पलंगापाशी नेऊ नका. महाराजांचा अधिकार मी ओळखला नव्हता!''

परंतु भास्कर पाटलानं त्याच्या बोलण्याकडे लक्षही दिलं नाही. त्याला फरफर ओढत आणून महाराजांसमोर हजर केलं.

गजानन महाराज म्हणाले, ''आत्म्याला अग्नी जाळत नाही ना? हे आता खरं करून दाखव की!''

महाराजांचं बोलण ऐकून ब्रह्मगिरी गोसावी अतिशय घाबरला. भीत भीत म्हणाला, ''मी पोटभऱ्या संत आहे. शिरापुरी खायला मी गोसावी बनलो. मला क्षमा करा. गीताशास्त्र शिकण्याचा मी व्यर्थ खटाटोप केला. तुम्हाला मी वेडा म्हणालो. आता मला पश्चात्ताप झालेला आहे. मला अभय द्या!''

पलंग पेटतच राहिला होता. शेवटी गावकऱ्यांनी महाराजांना विनंती केली, ''महाराज, आमच्याकरिता तरी खाली या. तुम्हाला तिथे बसलेले पाहून आमच्या उरात धडकी भरली आहे. आमच्यासाठी तरी पलंग सोडून खाली या!''

''आता हा गोसावीही खजिल झाला आहे.''

गोसावी काहीही बोलत नव्हता. खाली मान घालून उभा होता.

लोकांच्या आग्रहाला मान देऊन गजानन महाराज पलंगाच्या खाली उतरले. महाराज खाली उतरल्याबरोबर पलंग कोसळला. थोडाफार भाग जळायचा राहिला होता तो लोकांनी विझवला. लोकांना त्या जळत्या पलंगाची साक्ष दाखवण्यासाठीच!

सारे गावकरी आले आणि तो जळालेला पलंग पाहून गेले.

ब्रह्मगिरी गोसाव्याचा अभिमान पार गळून गेला होता. मग मध्यरात्री गजानन महाराजांनी ब्रह्मगिरीला उपदेश केला, ‘‘आजपासून सारा दंभाचार सोडून दे! अंगाला राख लावली म्हणजे उपाधीपासून माणसानं दूर राहावं. अनुभवाशिवाय कुणाला कधीही ज्ञान सांगू नये. नुसतं शब्दपांडित्य काय कामाचं? मच्छिंद्र, जालंदर, गोरख, गहिनी, ज्ञानेश्वर यांचा केवढा अधिकार होता? स्वानुभवाचंच ज्ञान त्यांनी जगाला सांगितलं. शंकराचार्यांनीही तेच केलं. संसारात राहून एकनाथांनी ब्रह्मस्थिती अनुभवली. स्वामी समर्थांनीही अनुभवाच्याच गोष्टी लोकांना ऐकवल्या... उगाच शिरापुरी खात भूमीवर भटकू नकोस... त्यातून काहीही हाती लागणार नाही...’’

हा बोध ऐकून ब्रह्मगिरी गोसाव्याची वृत्ती विरक्त होऊन गेली. भल्या पहाटे उठून शिष्यांनाही न सांगता तो विरक्त झालेला गोसावी निघून गेला.

✿

दर्शन नववे

महादेवाच्या याच मंदिराचा मोट्यांनी जीर्णोद्धार केला. म्हणून याला मोटे महादेव मंदिर म्हणतात. या भाविक गृहस्थांचं नाव रामकृष्ण गोविंद मोटे. पूर्वाभिमुखी मंदिरात या गृहस्थांचा पूर्वाभिमुखीच फोटो लावलेला आहे.

तिथला रक्षक तोताराम पोटे पाटील यानं मला सांगितलं, ‘‘पूर्वी पूर्व दिशेला लिंबाचं माठं झाड होतं. तिथेच एक पलंग होता. त्या पलंगावर गजाननबाबा बसायचे. तिथेच एक मोठं गेट होतं. पडक्या भिंती होत्या. भिंतीवरच बसून बाबांनी गोविंदबुवांचं कीर्तन ऐकलं...’’

आज तिथल्या खुणा पुसलेल्या आहेत. कराल काळानंच त्या पुसून टाकल्या आहेत. आज तिथे पिंड व पादुका आहेत. पादुका कुणाच्या आहेत कुणास ठाऊक! रक्षकानं सांगितलं, ‘‘त्या गजाननबाबांच्याच पादुका आहेत...’’

मी भक्तिभावानं नमस्कार केला. बाबांच्या त्या पादुकांना... आणि पोटात सारं गडप करणाऱ्या त्या काळपुरुषालाही!

त्या मोटे-मंदिरातली वेदशाळा आणि ग्रंथसंग्रहालय बघत असताना माझ्यासमोर वर्तमानकाळ भूतकाळाचं रूप घेऊन उभा राहिला. दसऱ्याच्या निमित्तानं मला नेमकी आठवण झाली गोविंदबुवांच्या घोड्याची!

माझ्याबरोबरच्या माणसाला मी विचारलं, ‘‘गोविंदबुवा टाकळीकरांचा घोडा महाराजांनी इथेच शांत केला ना?’’

‘‘होय...’’

मी म्हणालो, "काय योगायोग आहे पाहा! गोविंदबुवांच्या कीर्तनात बंकटलालला महाराज इथेच पुन्हा दिसले... आणि त्याच गोविंदबुवांचा घोडा महाराजांनी इथेच शांत केला! केवढी पवित्र वास्तू आहे!"

तो म्हणाला, "पण आज इथे काही नाही!"

"काळ सारं पुसून टाकतो, पण काही गोष्टी त्याला पुसून टाकता नाही येत! वास्तू पुसते म्हणून वास्तूच्या स्मृती त्याला पुसून टाकता थोड्याच येणार आहेत?"

माझं बोलणं त्याच्या डोक्यावरून गेलं. पण माझ्या डोक्यात मात्र ती कथा साकार होत होती.

गोविंदबुवा टाकळीकर कीर्तन करण्यासाठी या मोटे-मंदिरात नेहमी येत असत. त्यांचा घोडा अतिशय द्वाड होता. कुणालाही लाथा मारायचा. समोरून कुणी येताना दिसलं की त्याला चावायचा. चऱ्हाटं वरच्यावर तोडायचा; आणि रानावनात पळून जायचा. रात्रंदिवस खिकाळायचा.

एके दिवशी गोविंदबुवा कीर्तनासाठी आले. घोड्याला बांधायच्या लोखंडी साखळ्या आणायच्या विसरले. नाइलाजानं त्यांनी चऱ्हाटानं घोड्याला कसंतरी बांधून ठेवलं. घोडा मंदिरासमोर बांधून गोविंदबुवा झोपले.

अंधारी रात्र होती. रात्रीचे दोन प्रहर उलटून गेले होते. दिवाभीतं घूत्कारू लागली होती. टिटव्या टीऽऽटी शब्द करत होत्या. पिंगळे घुळघुळत होते. जिकडेतिकडे सामसूम होती.

त्या भयाण वेळी गजानन महाराज उठले. सहजगतीनं गोविंदबुवांच्या घोड्याजवळ आले; आणि घोड्याच्या चार पायांत जाऊन झोपले. तोंडानं त्यांचं भजन चाललं होतं- 'गणी गण गणांत बोते'. घोडा शांत उभा होता. जणू भजनरूप साखळीनं त्या घोड्याला बांधून टाकलं होतं.

गोविंदबुवांच्या मनात घोड्याबद्दल धास्ती होतीच, त्यामुळे ते अधूनमधून सारखे उठायचे आणि घोड्याला पाहून यायचे.

एकदा त्यांनी बघितलं तेव्हा घोडा शांतपणानं उभा असलेला दिसला. त्यांना अतिशय नवल वाटलं.

ते मनाशी म्हणाले, 'हा घोडा एवढा शांत कसा झाला? का याला काही आजार झालाय? आजवर हा एवढा स्थिरावला नव्हता.'

खरा प्रकार बघण्यासाठी गोविंदबुवा पुढे गेले. त्यांना आश्चर्याचा धक्काच बसला.

त्या द्वाड घोड्याच्या चौपायांत एक माणूस पडलेला होता. आणखी जवळ जाऊन त्यांनी बघितलं. तिथे गजानन महाराज झोपलेले त्यांना दिसले.

ते मनात म्हणाले, 'हा घोडा एवढा शांत का झाला हे आत्ता मला समजलं.

महाराजांच्या सहवासामुळे घोडा शांत झालाय.'

गोविंदबुवांनी महाराजांच्या पायांवर लोटांगण घातलं. त्यांच्या अंत:करणात अष्टभाव जागृत झाले.

गोविंदबुवांनी महाराजांचं स्तवन सुरू केलं, "आपण खरोखरचे गजानन आहात. आपण विघ्नहर्ते आहात. माझ्या घोड्याचा द्वाडपणा हरण करण्यासाठी आपण इथे आलात."

गोविंदबुवा मग महाराजांना म्हणाले, "या आमच्या घोड्याजवळ अचाट खोड्या आहेत. क्षणोक्षणी हा लाथा मारतो. मी याला अगदी कंटाळून गेलो होतो. याला बाजारात विकायलाही घेऊन गेलो. पण याला कुणी विकत घेतलं नाही. फुकट द्यायला लागलो, पण कुणी फुकटदेखील घ्यायला तयार झालं नाही!"

महाराज शांतपणानं ऐकत होते. गोविंदबुवा पुढे म्हणाले, "आपण त्याच्यावर दया केली हे फार बरं झालं. कारण आम्हा कथेकऱ्यांचं घोडं गरीब असायला हवं!"

गोविंदबुवांचं घोडं खरोखरच गरीब झालं. महाराज त्या घोड्याला म्हणाले, "आता इथून पुढे खोड्या करत जाऊ नकोस हं! या शिवाच्या साक्षीनं तू खोड्या सोडून दे आणि या नंदीबैलासारखा वागत जा. कुणाला त्रास देत जाऊ नकोस!"

एवढं बोलून गजानन महाराज निघून गेले. आपल्या कृपाकटाक्षानं त्यांनी द्वाड घोड्याला शांत केलं होतं.

दुसऱ्या दिवशी गजानन महाराज मळ्यात होते. त्यांचं दर्शन घेण्यासाठी गोविंदबुवा गेले. गोविंदबुवांचा द्वाड घोडा शेगावात साऱ्यांना माहीत होता. लोक त्याला भारी भ्यायचे.

गोविंदबुवा त्या घोड्यावरून आलेले बघताच तिथले लोक म्हणाले, "गोविंदबुवा, ही ब्याद घेऊन इथे कशाला आलात? इथे मळ्यात बायकामुलं आहेत. घोडा त्यांचा सहज घात करील बरं!"

गोविंदबुवा त्यांना म्हणाले, "तुमचं म्हणणं बरोबर आहे. पण काल महाराजांनी माझ्या घोड्याला शांत केलं आहे. शहाणं करून सोडलं आहे. आता त्यानं साऱ्या खोड्या टाकून दिल्या आहेत. गोगलगाईसारखा शांत झालाय तो. भ्यायचं काही कारण नाही."

घोडा चिंचेखाली उभा होता. त्याला चऱ्हाटही लावलं नव्हतं. एक प्रहरभर तो तिथे उभा होता. मळ्यात भाजीपाला होता. कोवळा लुसलुशीत घास होता. परंतु त्या घोड्यानं त्याला तोंडही लावलं नाही.

महाराजांच्या सामर्थ्याचा हा प्रभाव पाहून गोविंदबुवा थक्क होऊन गेले.

पत्र्याच्या झोपडीत त्यांनी महाराजांचं स्तवन सुरू केलं–

अचिंत्य जगताप्रति कृति तुझी न कोणा कळे ।

असो खलहि केवढा तव-कृपे सुमार्गी वळे ।।
उणें पुढति ये तुझ्या खचित रत्नचिंतामणी ।
शिरी सतत माझिया वरदहस्त ठेवा झणी ।।
अशा तऱ्हेनं महाराजांचं स्तवन करून गोविंदबुवा टाकळीला निघून गेले.

✺

गजानन महाराज भास्कर पाटलाला म्हणाले, ''भास्करा, जगाची रीत कशी आहे ते पाहा!... आठवण राहावी म्हणून धोतराला गाठ मारतात आणि जिन्नस आणायला विसरतात...''

महाराजांचं बोलणं भास्कर पाटलाला समजलं नाही. तो गोंधळून बघायला लागला.

महाराज म्हणाले, ''हे जातीनं ब्राह्मण आहेत. आपलंच भाषण खोटं पाडतात. मग इतर लोक त्यांचा मान कसा ठेवणार?''

तिथे दोघेजण बसले होते. त्यांच्याकडे भास्कर पाटील बघायला लागला. तेव्हा महाराज सांगत होते, ''हे बेटे नवस करतात आणि हात हालवत इथे येतात. अशानं का यांचे मनोरथ पूर्ण होणार! बोलण्यात नेहमी मेळ हवा. मन शुद्ध हवं. मगच देव पावतो भास्करा!''

त्या दोघांना ते शब्द अतिशय लागले. ते एकमेकांकडे बघायला लागले. बाळापूरचे हे दोघे ब्राह्मण महाराजांना यापूर्वीही भेटायला आले होते. महाराजांकडे त्यांचं काही काम होतं. त्याबद्दल विचारायला ते आले होते.

परत जाताना वाटेत एक जण म्हणाला, ''पुढल्या खेपेला आपण येऊ तेव्हा महाराजांसाठी सुका गांजा आणू.''

दुसऱ्यानं आश्चर्यानं विचारलं, ''गांजा? आणि महाराजांसाठी?''

''होय. गांजावर त्यांचं भारी प्रेम आहे. आपण जर गांजा आणला, तर आपल्यावर त्यांची चांगलीच मर्जी बसेल... लोक पेढे-बर्फी आणतात. आपण गांजा घेऊन येऊ!''

असं म्हणून त्या ब्राह्मणांनी आपल्या धोतराला गाठ मारून ठेवली.

पुढल्या खेपेला ते आले. पण गांजा आणायला विसरले. महाराजांच्या पायांवर डोकं टेकताच त्यांना गाजांची आठवण झाली. मनाशी म्हणाले, ''पुढल्या खेपेला दुप्पट गांजा आणू म्हणजे झालं!''

पुढल्याही खेपेला तेच झालं! महाराजांच्या समोर हात जोडून बसले. गांजाची स्मृती मात्र मुळीच झाली नाही.

तेव्हा मात्र महाराज म्हणाले, ''अरे बोलण्यात काही मेळ ठेवत जा. नवस

करायचा आणि तो फेडायचा नाही अशानं का कुठे माणसाचे मनोरथ पूर्ण होत असतात!''

ते दोघे ब्राह्मण एकमेकांकडे गोंधळून बघायला लागले.

एक जण हळूच दुसऱ्याला म्हणाला, ''केवढं यांचं दिव्य ज्ञान आहे बघा! आपल्या मनातला नवस महाराजांनी बरोबर ओळखला...''

दुसराही हलक्या आवाजात म्हणाला, ''चला आपण आता गावात जाऊन गांजा घेऊन येऊ.''

ते दोघेजण लगेच उठले आणि गांजा आणायला बाजाराकडे निघाले.

महाराज त्यांना म्हणाले, ''आता शिळ्या कढीला उगाच ऊत आणू नका! मी काही गांजाला हपापलो नाही. आता गांजा आणायला मुळीच जाऊ नका. बोलण्यात मेळ ठेवा म्हणजे झालं! लबाड माणसाचे हेतू कधीही पूर्ण होत नसतात...''

ते दोघेजण घाबरल्यासारखे दिसले तेव्हा महाराज पुढे म्हणाले, ''तुमचं काम झाल्यावर मर्जी असेल, तर गांजा आणा... पुढल्या आठवड्यात तुमचं काम उत्तम होईल... जा... पण इथल्या पाच वाऱ्या तरी नियमानं करत जा... कारण इथे शिवशंकर बसलेला आहे... आणि परमार्थात कधी खोटं बोलत जाऊ नका.''

त्या दोघांनी महाराजांचं दर्शन घेतलं; आणि ते बाळापूरला परत गेले.

महाराजांनी सांगितल्याप्रमाणे पुढच्याच आठवड्यात त्यांचं काम फत्ते झालं. त्यानंतरच्या वारीला ते महाराजांकडे गांजा घेऊन आले.

✷

एकादशीचा दिवस. सज्जनगडचा दासनवमीचा उत्सव संपला होता. बाळकृष्णबुवा द्वादशीला आपल्या गावी परतणार होते. एकादशीला हे महान रामभक्त समाधीसमोर बसले. डोळ्यांतून अश्रुधारा वाहत होत्या. कंठ दाटून आला होता. म्हणत होते, ''स्वामी समर्था, गुरुराया, माझं शरीर आता थकलं आहे. पायी वारी माझ्याच्यानं होणार नाही. वाहन करून येणंही जमणार नाही. आजवर नेम चालवला. आता वारीत खंड पडेल असं दिसतंय. आता तुम्हीच सांभाळून घ्या!''

रामदासी बाळकृष्णबुवा हे बाळापूरचे गृहस्थ! त्यांची पत्नी पुतळाबाई. दोघेही अत्यंत भाविक. दरवर्षी सज्जनगडची वारी पायी करायचे. पौष महिन्यात वारीला निघायचे. सामानासाठी बरोबर एक घोडं असायचं. कुबडी, कंथा, दासबोध ही पवित्र सामग्री असायची. वाटेवरच्या गावातून त्यांची भिक्षेची झोळी फिरायची. त्या भिक्षेतून रामाला नैवेद्य व्हायचा. बाळकृष्णबुवांच्या हातात चंदनाच्या चिपळ्या असायच्या. रघुपतीचा नामगजर करत वारीची मार्गक्रमणा व्हायची. पतीच्या हातातल्या चंदनी चिपळ्यांना पुतळाबाईच्या झांजांची साथ असायची. शेगाव, खामगाव, देऊळगावराजा,

जालनापूर, या मार्गावरून पतिपत्नींची वारी जायची. जालनापुरीला आनंदस्वामींना वंदन करून जांब या समर्थांच्या जन्मग्रामी तीन दिवस मुक्काम पडायचा. पुढे गोदावरी ओलांडून नरसिंगपूर, पंढरपूर, शिंगणापूर या क्षेत्रांचं दर्शन घ्यायचं. वाई, सातारा ओलांडून माघ वद्य प्रतिपदेला सज्जनगडावर दाखल व्हायचं. नवमीपर्यंत उत्सव चालायचा. हा उत्सव संपवून हे भाविक दांपत्य द्वादशीला तिथून परतायचं.

परंतु आता बाळकृष्णबुवांची साठी उलटली होती. पायी वारी करणं शक्य नव्हतं. वाहनातून जाणंही कठीण होतं. म्हणून त्या वर्षीची वारी करून परत येताना बाळकृष्णबुवांनी रामदास स्वामींचा जणू अखेरचा निरोप घेतला. त्या वेळी त्यांच्या नेत्रांतून अश्रुधारा ओघळतच होत्या. मन समर्थांच्या पायापासून हलायला तयार नव्हतं, पण शरीर मात्र पुरतं थकलं होतं.

समर्थांचा निरोप घेऊन बाळकृष्णबुवा त्या वर्षीच्या एकादशीला झोपी गेले. दुसरे दिवशी, बाळापूरला जाण्यासाठी तिथून निघायचं होतं.

पहाटे बाळकृष्णबुवांना स्वप्न पडलं. समर्थ रामदास स्वप्नात आले आणि त्यांना म्हणाले, "असा हताश होऊ नकोस. आता यापुढे सज्जनगडी नाही आलास तरी चालेल. माझी तुझ्यावर पूर्ण कृपा आहे. माझा उत्सव तू बाळापूरला घरीच करत जा. मी नवमीला तुझ्या घरी येईन. घरी येऊन तुला दर्शन देईन! अरे बाबा, आपली शक्ती पाहून परमार्थ करावा."

ते स्वप्न पाहून बाळकृष्णबुवांना अपरंपार आनंद झाला. आपल्या पत्नीसह ते बाळापूरला परत आले.

दुसऱ्या वर्षी माघ वद्य प्रतिपदेला समर्थांचा उत्सव सुरू झाला. बाळकृष्णबुवांनी बाळापुराला आपल्या घरीच उत्सवाला प्रारंभ केला. दासबोधाचं वाचन-पठण, अस्तमानाला धूपारती, रात्री हरिकीर्तन अशा तऱ्हेचे कार्यक्रम सुरू झाले. दुपारी ब्राह्मणभोजन व्हायचं. या उत्सवात गावकरीही सहभागी झाले. वर्गणी जमवून थाटात उत्सव झाला.

उत्सवाच्या नवव्या दिवशी एक नवल घडलं. नवमीला दोन प्रहरी गजानन महाराज बाळकृष्णाच्या दाराशी अचानक येऊन उभे राहिले. त्यांना पाहून सारेच लोक चकित झाले.

काही लोक आनंदून म्हणाले, "बाळकृष्णबुवा, लवकर उठा. तुमच्या दासनवमीला गजानन महाराज आलेले आहेत..."

बाळकृष्णबुवांनी त्या लोकांना सांगितलं, "गजानन महाराज आले. फार बरं झालं! त्याही संतांचे पाय आज माझ्या घराला लागले हे चांगलंच झालं!"

कुणीतरी म्हणालं, "चला, चला! त्यांना घरात घेऊन या!"

बाळकृष्णबुवा बाहेर येताना म्हणाले, "पण आज मी समर्थ रामदासांची

आतुरतेनं वाट बघतो आहे. त्यांनी मला आश्वासन दिलंय. मी नवमीला तुझ्या घरी येईन असा निर्वाळा दिलाय...''

दाराशी उभं राहून गजानन महाराजांनी आरोळी ठोकली – 'जय जय रघुवीरसमर्थ...'

मग श्लोक म्हणायला लागले–

अहिल्या शिळा राघवें मुक्त केली ।
पदी लागता दिव्य होऊनि गेली ॥...

बाळकृष्णबुवा जेव्हा दारात येऊन ठेपले तेव्हा त्यांना गजानन महाराजांची आजानुबाहू नग्न स्वारी दिसली. निजानंदामध्ये रंगून गेलेल्या गजानन महाराजांना बाळकृष्णबुवांनी नमस्कार केला. तेव्हा त्यांना त्यांच्या ठायी साक्षात समर्थ रामदासांचं दर्शन घडलं. त्या दर्शनाच्या हाती कुबडी होती. जटाभार पाठीवर रुळत होता. भाली गोपीचंदनाचा उभा त्रिपुंड्र रेखला होता. नेसूच्या लंगोटीचा रंग हिरमुजी होता.

ते साजिरं रूप पाहून बाळकृष्णबुवांना प्रेमाचं भरतं आलं. डोळ्यांत आनंदाश्रू दाटले. त्यांनी ती मूर्ती पुन्हा निरखून पाहिली. तिथे गजानन महाराजांची नग्न मूर्ती दिसली. कुबडी, लंगोटी, गोपीचंदनाचा त्रिपुंड्र हे दृश्य पार पुसून गेलं होतं. हताश होऊन बाळकृष्णबुवा डोळे विस्फारून बघायला लागले. पुन्हा त्यांच्या डोळ्यांसमोर समर्थ रामदासांचं रूप उभं राहिलं. आनंदून पुन्हा बघितलं. तिथे गजानन महाराजांचं रूप दिसलं. बाळकृष्णबुवांच्या डोळ्यांसमोरून चित्रपट सरकत होता. दृश्यं पालटत होती. समर्थ रामदास आणि गजानन महाराज यांची रूपं समोर येत होती. समोरून जात होती. बाळकृष्णबुवांना कसलाच उलगडा होत नव्हता. कोडं सुटत नव्हतं.

बाळकृष्णबुवांची ती गोंधळलेली अवस्था बघून गजानन महाराज प्रेमानं म्हणाले, ''गोंधळून जाऊ नकोस. मीच तुझा समर्थ रामदास आहे. सज्जनगडावर माझीच वस्ती होती. आता शेगावला मळ्यात येऊन राहिलो आहे. दासनवमीला तुझ्या घरी येईन असं वचन तुला दिलं होतं. ते वचन पुरं करायला इथे आलोय.''

बाळकृष्णबुवांची मुद्रा अजूनही गोंधळलेली दिसत होती.

गजानन महाराज म्हणाले, ''गोंधळायला काय झालं? अजून साक्ष पटत नाही? अरे मानवी देहाला मानतोस आणि आत्म्याला विसरतोस? गीतेतला श्लोक माहीत आहे ना? माणूस वस्त्र बदलतो, त्याप्रमाणे आत्मा शरीर बदलतो. आत्मा तोच असतो. तेव्हा उगाच भ्रमिष्टपणा करू नकोस... चल, मला पाटावर नेऊन बसव.''

बाळकृष्णबुवांनी महाराजांचा हात धरून त्यांना घरात आणलं. पाटावर बसवलं.

गजानन महाराज आल्याची बातमी साऱ्या बाळापुरात तेव्हाच पसरली. दर्शनासाठी माणसांची गर्दी झाली.

बाळकृष्णबुवा दिवसभर विचार करत राहिले. मध्यरात्री त्यांना स्वप्न पडलं. स्वप्नात समर्थ रामदास येऊन सांगत होते, ''अरे, तुमच्या वऱ्हाडातले गजानन ही

माझीच मूर्ती आहे. उगाच संशय घेऊन बुडू नकोस. मीच त्यांच्या ठायी आहे असं समजून त्यांचं पूजन कर.''

या स्वप्नामुळे बाळकृष्णबुवांना भारी आनंद झाला. त्यांनी उठून गजानन महाराजांच्या पायांवर मस्तक ठेवलं. म्हणाले, ''आपलं सामर्थ्य मला ओळखता आलं नाही. स्वप्नामुळे सारा घोटाळा नाहीसा झाला. माझी दासनवमी चांगल्या तऱ्हेनं साजरी झाली. काहीएक कमी पडलं नाही. आपण या बालकावर कृपा केली. मी धन्य झालो!''

काही दिवस बाळापूरला राहण्याची विनंती महाराजांना केली.

यावर महाराज म्हणाले, ''ऐक मी काय म्हणतो ते! काही दिवसांनी मी बाळापूरला परत येईन.''

भोजन उरकल्यावर गजानन महाराज शेगावला निघून गेले. वाटेत कुणालाही दिसले नाहीत... लगेच शेगावात येऊन दाखल झाले.

✿

दहावे दर्शन

त्या वेळी गजानन महाराज अमरावतीला होते. तिथे गणेशआप्पा हा लिंगायतवाणी राहात असे. त्याची पत्नी चंद्राबाई ही अतिशय भाविक होती. ती आपल्या पतीला म्हणाली, ''गजाननबाबांना आपल्या घरी आणलं पाहिजे. त्यांना विनंती करून घेऊन या! त्यांचे पवित्र पाय आपल्या घराला लागले पाहिजेत.''

गणेशआप्पा तिला म्हणाला, ''वेड लागलं आहे की काय तुला? महाराजांना घरी न्यायला जबरदस्त वशिला हवा. त्यांना घरी न्यायला खापर्ड्यांनादेखील कष्ट पडले... मग आपली काय कथा होईल? उगीच भलताच हट्ट धरू नकोस!''

चंद्राबाई म्हणाली, ''मला हे पटत नाही... भाव असेल तर देव भेटतो. मला वाटतं आपल्या घरी ते नक्की येतील. तुम्ही जाऊन त्यांना विनंती करा. संतांचं गरिबांवर प्रेम असतं.''

परंतु महाराजांशी बोलण्याचा धीर काही तिच्या पतीला झाला नाही. एके दिवशी गजानन महाराज स्वत:हूनच गणेशआप्पाला म्हणाले, ''तुझं घर किती लांब आहे रे? तुझ्या घरी यावंसं वाटतंय मला!'' आणि त्याचा हात धरून म्हणाले, ''अरे मनात असेल ते बोलावं! भ्यायचं काय कारण?''

ते ऐकून गणेशआप्पा आनंदानं भारावून गेला. त्यानं महाराजांना घरी नेलं. पतिपत्नीनं त्यांची पूजा केली. आपला संसार त्यांच्या चरणी अर्पण केला. भाव

असतो तिथे देव वसतो ही गोष्ट त्या उभयंताना पुरेपूर पटली.

अशा अनेक भाविकांनी महाराजांची पूजा केली. दादासाहेब खापर्डे हे अमरावतीतले विख्यात वकील पुढारी! त्यांनीही महाराजांना घरी नेऊन त्यांची यथासांग पूजा केली.

त्या वेळी महाराजांचा मुक्काम आत्माराम भिकाजी यांच्या घरी होता. हे कायस्थप्रभू गृहस्थ प्रांतऑफिसर होते. हातात एवढा अधिकार असून त्यांना अधिकाराचा मद कधी चढला नाही. अतिशय सदाचारसंपन्न गृहस्थ! महाराज अमरावतीत आले ते त्यांच्याच घरी येऊन उतरले.

महाराजांना त्यांनी मंगलस्नान घातलं. नाना प्रकारची उटणी अंगाला लावली. उमरेडचा करवतीकाठी धोतरजोडा त्यांना नेसवला. केशरी गंध लावलं. पुष्पहार घातला. पंचपक्वान्नांचा नैवेद्य दाखवला. धूप-दीपांची आरती केली. पुष्पांजली समर्पण केली. शंभर रुपये दक्षिणा दिली. तिथे दर्शनासाठी दाटी झाली. जो तो पुढे जाण्यासाठी धडपडत होता. प्रत्येकाला वाटत होतं, आपण प्रथम दर्शन घ्यावं आणि महाराजांना घरी घेऊन जावं. त्यांची अशीच पूजा करावी. त्यांना अशीच दक्षिणा द्यावी. ज्यांची पुण्याई होती, ज्यांचा भाव होता त्यांच्या घरी महाराज गेले. सगळ्यांनाच काही ते शक्य झालं नाही. श्रीमंती असून ज्यांची श्रद्धा नव्हती तिथे महाराज गेले नाहीत. दारिद्र्य असूनही ज्यांचा भाव होता त्यांना हा भावभुकेला देव भेटला.

अशा प्रत्येक पूजेच्या ठिकाणी एक गृहस्थ हमखास हजर असे. आत्माराम भिकाजीचा भाचा बाळाभाऊ हा मुंबईला तारमास्तर होता. रजा घेऊन तो आपल्या मामाला भेटायला आला होता. त्यांनी महाराजांची मूर्ती पाहिली. ठिकठिकाणी झालेली त्यांची पूजा पाहिली. महाराजांना बघितल्याबरोबर बाळाभाऊची त्यांच्या ठायी भक्ती जडली. आपल्या मामाला ते म्हणाले, "या साधूला सोडून कुठे जावंसं वाटत नाही. मी त्यांना सोडून आता कुठे जाणार नाही!"

मामानं भाच्याला समजावून सांगितलं. संसाराच्या जबाबदारीचं स्मरण करून दिलं. परंतु बाळाभाऊ म्हणाला, "आजपर्यंत हा अशाश्वत प्रपंच केलाच की? आता मन तिथे राहिलेलं नाही! मी महाराजांना सोडून कुठे जाणार नाही."

बाळाभाऊनं मनाचा खरोखरच निर्धार केला होता. महाराजांजवळ कायमचं राहण्याचं त्यानं ठरवलं होतं.

एक संसारी माणूस पुरता विरक्त बनला होता.

✻

महाराज अमरावतीहून परत शेगावला आले आहेत आणि मोट्यांच्या मंदिराजवळ ओसाड जागेत येऊन राहिले आहेत ही गोष्ट कृष्णाजी पाटलाला समजली. तो धावत तिथे गेला आणि महाराजांना नमस्कार करून खाली मान घालून बसला.

त्याच्या डोळ्यांतून अश्रू वाहत होते. काहीच न बोलता तो एकसारखा रडत होता.

महाराजांनी कृष्णाजीला विचारलं, ''तुला रडायला काय झालं? कशाचं एवढं वाईट वाटतंय तुला? सांग की लवकर!''

महाराजांना नमस्कार करून कृष्णाजी म्हणाला, ''माझ्या मळ्याचा अव्हेर तुम्ही का केलात? माझ्या हातून काही गुन्हा घडला का? ही माळ्याच्या मालकीची जागा आहे आणि तो माळी देशमुखाच्या बाजूचा आहे. इथे तुम्ही राहू नका...''

महाराज त्याचं बोलणं ऐकत होते. कृष्णाजी सांगत होता, ''आपल्या मळ्यात चला. तिथे नको असेल तर घरी चला. घर तुमच्यासाठी खाली करतो. तुमच्याशिवाय मला काही सुचत नाही की रुचत नाही!''

साऱ्या पाटील मंडळींना ही गोष्टी समजली. तीही मंडळी धावून आली. हरी पाटील, नारायण पाटील यांनीही महाराजांना विनंती केली, ''आमच्या घरी राहायला या. पण इथे राहू नका.''

यावर महाराज शांतपणानं म्हणाले, ''मी इथे येऊन बसलो आहे ते तुमच्या फायद्यासाठी! ते तुम्हाला पुढे कळेल. मी इथे राहिलो म्हणजे तुम्हा पाटील-देशमुखांची भांडणं आपोआप मिटतील... बंकटलालचं घर मी सोडलं, पण तो रागावला नाही. विचारा वाटल्यास त्याला! मी इथून गेलो तरी माझं तुमच्यावरचं प्रेम कमी होणार नाही!''

मग बंकटलालही तिथे आला. लोकांची समजूत घालायला लागला, ''मर्जीविरुद्ध यांना खरंच घेऊन जाऊ नका... माझ्या घरातून हे निघून गेले. मी काय केलं? आपण त्यांना मुलांसारखे आहोत.''

या जागेचा मालक सखाराम आसोलकर हा चांगला गृहस्थ आहे. तो आपल्याला जागा देईल. पुढे काय करायचं ते आपण बघू, असंही बंकटलालनं सांगितलं.

अखेरीस महाराजांनी सांगितल्याप्रमाणे साऱ्या गोष्टी घडल्या. साऱ्या मंडळींचं एकमत होऊन त्याच जागेवर मठ बांधून पुरा झाला. परशुराम सावजींनी या बाबतीत पुढाकार घेऊन काम केलं. भास्कर, बाळाभाऊ, पितांबर, अमरावतीचा गणेशआप्पा आणि रामचंद्र गुरव ही शिष्य मंडळी महाराजांच्या जवळ राहू लागली. बाळाभाऊची वृत्ती तर पुरती विरक्त बनली होती. त्यानं नोकरीची पर्वा केली नव्हती. घरून वरच्यावर पत्रं येत होती. पण काहीच उपयोग झाला नाही... मठ उभा राहिला होता. त्या मठात महाराजांच्या बरोबर हे सारे शिष्य राहत होते.

भास्कर महाराजांना म्हणाला, ''महाराज, बाळाभाऊ घरी जात नाही. कारण हा पेढे खायला सोकावला आहे. तुम्ही एकदा याला चांगला मार द्या. म्हणजे हा घरी निघून जाईल.''

एकदा त्याला तिथून बळजबरीनं हाकलून दिलं, पण बाळाभाऊ घरी गेला

आणि नोकरीचा राजीनामा देऊन परत आला.

बाळाभाऊ शेगावला परत आल्यावर भास्कर पाटलानं त्याला म्हटलं, ''आम्हाला का उगाच त्रास देतोस? किती लोचट आहेस तू! विरक्त माणसांनीच खरोखर इथे राहावं!''

भास्कर पाटलाचं हे अहंकाराचं बोलण महाराजांना आवडलं नाही.

भास्कर पाटलाला समज देण्यासाठी त्यांनी एका माणसाच्या हातातली भलीमोठी छत्री घेतली आणि त्या छत्रीनं बाळाभाऊला बडवलं. मारता मारता छत्री मोडली तेव्हा भरीव वेळूची काठी घेतली; आणि मारायला सुरुवात केली. कित्येक लोक भीतीनं पळून गेले. कित्येकांना वाटलं की, या असल्या अघोरी मारण्यानं बाळाभाऊ मेला असेल. परंतु बाळाभाऊ महाराजांच्या समोर तसाच पडला होता. भास्कर पाटीलही घाबरून गेला. मारता मारता काठीही मोडली. तेव्हा महाराज त्याला तुडवायला लागले... त्यांचा सारा शिष्यसमुदाय पळाला. कुणी कुणाला बोलावून आणलं. बंकटलाल, कृष्णाजी पाटील असे अनेक शिष्य धावून आले. परंतु महाराजांचा हात धरायची कुणाची छाती होईना.

बंकटलाल भीत भीत म्हणाला, ''महाराज, हा आपला भक्त आहे. याला आता असं तुडवू नका.''

बंकटलालचं बोलणं ऐकून महाराज हसत म्हणाले, ''तुम्ही काहीतरीच काय बरळता? मी काय बाळाभाऊला मारलेलं नाही. त्याला तुडवलंही नाही. नीट निरखून बघा... म्हणजे कळेल तुम्हाला!''

मग महाराज बाळाभाऊला म्हणाले, ''बाळा, उठ बरं! या मंडळींना तुझं शरीर दाखव पाहू!''

बाळाभाऊ ताड्कन उठून बसला. बंकटलाल आणि इतर मंडळी त्याच्याजवळ गेली आणि म्हणाली, ''बघू कुठं लागलंय ते!''

बाळाभाऊच्या अंगावर मारल्याची किंवा तुडवल्याची कसलीही खूण नव्हती. तो चांगला आनंदी दिसत होता.

या प्रसंगामुळे भास्कर पाटलाला बाळाभाऊचा अधिकार कळून चुकला. तो पेढे खाण्यासाठी तिथे राहिलेला नाही याबद्दल त्याची खात्री झाली. भास्कर पाटील मग त्याच्याशी गोडीनं वागायला लागला. सोन्याला कस लागला होता. सोन्याची कसवटी सिद्ध झाली होती. तो प्रकार पाहून साऱ्यांनाच कमालीचं आश्चर्य वाटलं होतं.

✵

शेगावला ती गाई-वासरं मी बघत होतो. एवढ्यात तिथे उभ्या असलेल्या एका माणसानं मला सांगितलं, ''बाळापूरच्या त्या द्वाड गाईची ही संतती! ही समोरची

तांबूस गाय किती गरीब आहे पाहा!... हिची आजी-पणजी किंवा त्या पणजीची पणजी किती द्वाड होती... पण महाराजांनी तिला गरीब बनवलं!''

मला ही गोष्ट माहीत होती.

बाळापूरच्या सुकलालच्या गोठ्यात एक अतिशय द्वाड गाय होती. गावात कुठेही फिरायची. वाटेत येतील त्या मुलामाणसांना तुडवायची. भल्या भल्या सशक्तांना शिंगानं मारायची. वाटेल त्या दुकानात शिरून हवं ते यथेच्छ खायची. धान्याची नासधूस करायची. तेल-तूप लवंडून द्यायची. चऱ्हाटं तर हां हां म्हणता तोडायची. साखळीचाही उपयोग व्हायचा नाही.

बाळापूरचे लोक अगदी कंटाळून गेले होते. या गाईपेक्षा वाघीण बरी असं त्यांना वाटायचं. कधी गाभणही राहायची नाही. त्यामुळे तिचा कसलाच उपयोग नव्हता.

लोक सुकलाल आगरवाल याला म्हणायचे, ''अरे बाबा, या गाईला खाटकाला देऊन टाक. नाहीतर गोळी घालून मारून टाक.''

त्या लोकांना सुकलाल म्हणायचा, ''मी कशाला मारू! तुम्हीच मारून टाका की तिला!''

एका पठाणानं तिला मारायचं ठरवलं. बंदूक घेऊन तो टपून बसला. कसं कुणास ठाऊक पण ते गाईला समजलं. तिनं शिंगांनी त्या पठाणाला उताणं पाडलं.

सुकलाल त्या माणसांना म्हणाला, ''त्यानंतर मी तिला दुसरीकडे धाडून दिलं होतं. पण ती परत आली. त्याला मी काय करू ते सांगा!''

यावर लोकांनी सांगितलं, ''एक युक्ती आहे. गोविंदबुवांचा घोडा गजानन महाराजांनी शांत केला आहे ना! तू या गाईला घेऊन शेगावला जा. महाराजांना गाय अर्पण करून टाक म्हणजे झालं! साधूला गाय दिल्याचं पुण्यही तुझ्या पदरी पडेल! आणि आमचंही संकट दूर होईल.''

हा उपाय साऱ्यांना पटला. गाय शेगावला न्यायचं ठरलं. तिला धरण्यासाठी खूप प्रयत्न केले. परंतु तिला धरणं शक्य झालं नाही. शेवटी एका पटांगणात हरळकुंद्याचा ढीग केला. जवळच सरकी ठेवली. ते सारं खायला गाय धावून आली. तिला फास टाकून दहावीस लोकांनी धरलं. साखळदंडांनी तिला बांधून टाकलं; आणि गाडीत घालून तिला शेगावात नेलं.

शेगाव जसं जवळ येत चाललं तसं ती गाय शांत व्हायला लागली. महाराजांसमोर ती आली तेव्हा तर ती बापुडी बनली होती. डोळ्यांत पाणी आणून तिनं त्या पुण्यपुरुषाकडे बघितलं.

महाराज त्या साऱ्यांना म्हणाले, ''काय हा तुमचा मूर्खपणा! गाईला अशा बंदोबस्तात आणणं बरोबर नाही. तिचे चारी पाय बांधून टाकलेत. तिच्या नरड्याला साखळदंड लावलात! शिंगही चऱ्हाटानं बांधून टाकलीत! असा बंदोबस्त वाघिणीला

शोभून दिसतो.''

मंडळी काहीच बोलली नाहीत. महाराजच पुढे म्हणाले, ''अरे असं करणं बरं नाही! गाय ही अवघ्या जगाची माय आहे ना? मग खुळ्यांनो हे काय केलंत? सोडून द्या तिला! ती कुणालाही मारणार नाही!''

परंतु तिला हात लावायची कुणाची छाती होईना. तिला पाहून जो तो मागे सरकत होता.

मग महाराज त्या गाईजवळ आले; आणि तिला सोडवलं.

सुटल्यानंतर ती गाय गाडीच्या खाली आली आणि पुढले पाय टेकून तिनं महाराजांना वंदन केलं. खाली मान घालून त्यांना तीन प्रदक्षिणा घातल्या. नंतर महाराजांचे पाय ती चाटायला लागली.

महाराज त्या गाईला म्हणाले, ''कुणाला त्रास देऊ नकोस.''

तिथे जमलेल्या साऱ्या मंडळींनी महाराजांचा जयजयकार केला. मग बाळापूरची मंडळी बाळापूरला निघून गेली. गाय तिथेच राहिली.

त्या दिवसापासून त्या गाईला चऱ्हाट कधी ठाऊक नव्हतं. गोविंदबुवांच्या घोड्याप्रमाणेच सुकलालची गाय शांत झाली होती. त्या गाईची संतती आजही त्या मठात नांदते आहे.

मी त्या तांबूस गाईकडे बघत होतो. मनात म्हणत होतो, 'त्या गाईची हीच ती संतती! त्या पुण्यपावन महापुरुषाचा दृष्टिस्पर्श झालेली!'

तिथून माझा पाय निघत नव्हता. मी परत जायला निघालो तेव्हा मान मुरडून पुन:पुन्हा त्या पुण्यवान गाईकडे बघत होतो. तिला मनोमन वंदन करत होतो.

✻

आंब्याचे दिवस होते. महाराज मठात आंबा खात बसले होते. एवढ्यात दोघातिघांनी एका माणसाला उचलून महाराजांसमोर आणलं. त्यांच्यापैकी एक जण म्हणाला, ''महाराज, हा कारंज्याचा ब्राह्मण आहे. लक्ष्मण घुडे याचं नाव! याच्या पोटात रोग झालाय...''

त्या ब्राह्मणाची पत्नी पुढे येऊन म्हणाली, ''खूप औषधोपचार केले, आम्हाला काही कमी नाही. म्हणून हवे तितके उपचार केले. सांगावी ती औषधं दिली... आता शेवटी आपल्या पायाशी घेऊन आलोय यांना! मी आपल्याला मुलीसारखी आहे. माझ्या कुंकवाला वरदान द्या!''

तिनं त्यांच्या समोर खरोखरच पदर पसरला. लक्ष्मण घुड्याला बोलताही येत नव्हतं. महाराजांना धड नमस्कारही करता येत नव्हता.

त्या वेळी महाराज आंबा खात बसले होते. तोच आंबा त्यांनी लक्ष्मणाच्या

पत्नीच्या अंगावर फेकला. म्हणाले, ''जा... आपल्या नवऱ्याला खायला दे. त्याला बरं वाटेल.''

मग काहीही न बोलता महाराज चिलीम ओढायला लागले.

भास्कर म्हणाला, ''बाई, आता इथून उठा. आपल्या नवऱ्याला घेऊन लगेच कारंज्याला जा. महाराजांनी दिलेला आंबा त्याला खायला घाला. त्याला चांगला गुण पडेल!''

कारंजाला आल्याबरोबर बाईनं आपल्या नवऱ्याला आंबा खायला घातला.

नातेवाईक मंडळी आली आणि शेगावची हकिगत विचारू लागली. बाईनं सारी हकिगत सांगितली आणि म्हणाली, ''महाराजांनी प्रसाद म्हणून आंबा दिला आणि ह्यांना द्यायला सांगितला... आत्ताच मी त्यांना तो आंबा दिला.''

त्यांच्या वैद्यांना ही हकिगत समजली तेव्हा ते घाबरून म्हणाले, ''बाई तुम्ही काय केलंत हे? आंबा चालत नाही या रोगाला! केवढं कुपथ्य केलंत? आमच्या शास्त्रात सगळीकडे हेच सांगितलंय...''

हे ऐकून नातेवाईक मंडळी घाबरून गेली.

वैद्य पुढे म्हणाले, ''तुम्ही तो प्रसाद खाल्ला असता तरी चाललं असतं. पत्नीचं पुण्य पतीला मिळतंच की!''

जो तो तिला टोचून बोलायला लागला. जे करायला नको होतं ते तिनं केलंय असं म्हणायला लागला.

परंतु घडलं मात्र वेगळंच...! लक्ष्मणाला जुलाब झाले आणि त्याचं पोट मोकळं होऊन गेलं. शौच्यावाटे व्याधी निघून गेली. हळूहळू त्याला शक्ती यायला लागली. त्याची प्रकृती पहिल्यासारखी झाली. वैद्यशास्त्र जिथे लंगडं पडलं तिथे दैवी गुण आला.

जो तो म्हणू लागला, ''ही गजानन महाराजांची कृपा झाली यात काहीच शंका नाही!''

चांगलं बरं वाटल्यावर लक्ष्मण घुडे महाराजांकडे आला आणि म्हणाला, ''आपण आता कारंजाला या. आपले पाय माझ्या घराला लागू देत. मी आपल्याला न्यायला आलोय. नाही म्हणू नका!''

त्याच्या आग्रहामुळे महाराज कारंजाला गेले. त्यांच्याबरोबर शंकर, भाऊ, पितांबर ही मंडळी होती.

घरी नेऊन लक्ष्मणानं महाराजांची पूजा केली आणि दक्षिणा म्हणून आपली सारी संपत्ती अर्पण केली. म्हणाला,''ही सारी संपत्ती आपलीच आहे. माझं आता काही राहिलं नाही.''

असं म्हणून लक्ष्मणानं एका ताटातून रुपये आणले आणि ते ताट महाराजांसमोर

ठेवलं.

त्या ताटाकडे बघून महाराज म्हणाले, "माझं आता काही राहिलं नाही असं म्हणतोस. मग हे रुपये कुठून आणलेस...? लक्ष्मणा, असे दांभिकपणाचे चाळे करू नकोस! मला तू आपलं घर दिलंस. आता सारी दारं उघडून कुलपं रस्त्यावर फेकून दे पाहू!"

लक्ष्मण काही बोलला नाही. गप्प बसून राहिला. परंतु महाराजांनी आग्रह धरल्यावर त्यानं भीत भीत खजिन्याचं दार खोललं. उंबऱ्यावर जाऊन बसला. म्हणाला, "महाराज, आता हवं ते घेऊन जा!"

परंतु त्याच्या मनात नेमके उलटेच विचार चालले होते. त्याचा हा दांभिकपणा पाहून महाराज उठले आणि उपाशीपोटी निघून गेले. वस्तुत: महाराजांना त्याची संपत्ती कशाला हवी होती? परंतु त्याच्या खोटेपणाचा महाराजांना मनस्वी राग आला.

जाता जाता महाराज म्हणाले, "माझं माझं असं म्हणतो आहेस खरं! भोग आता त्याची फळं! मी तुला दुप्पट द्यायला आलो होतो, पण तुझ्या नशिबात नाही हेच खरं!"

महाराजांचं म्हणणं खोटं थोडंच होणार होतं? अवघ्या सहा महिन्यांत लक्ष्मणाच्या साऱ्या संपत्तीला पाय फुटले. भिक्षेची झोळी त्याच्या हातात आली.

परमार्थात खोटं कधी टिकत नसतं हेच जणू महाराजांना सांगायचं होतं.

✿

अकरावे दर्शन

महाराज बाळापूरला आले. भास्कर पाटलाला महाराजांच्या समोर आणल्यावर बाळाभाऊ म्हणाला, "भास्कराला पिसाळलेलं कुत्रं चावलंय. हा पिसाळू नये म्हणून आम्ही सारे उपाय केले. डॉक्टरांना आणणार होतो, पण भास्कर म्हणाला की, आपणच त्याचे डॉक्टर आहात. आता काय करायचं ते करा!"

ही हकिगत ऐकून महाराज हसले. म्हणाले, "अरे बाबा हत्या, वैर आणि ऋण हे कुणाला कधी चुकत नाही. सुकलालच्या गाईचा द्वाडपणा या भास्करानं माझ्याकडून घालवून टाकला. गाईच्या त्या द्वाडपणानं या पिसाळलेल्या कुत्र्याचं रूप घेतलं आणि ते कुत्रं याला चावलं!"

मग भास्कराकडे बघून महाराज म्हणाले, "त्या गाईचं दूध प्यायला तू सोकावला होतास ना? आता भोग त्याचं फळ!"

भास्कर काही बोलला नाही तेव्हा महाराजच पुढे म्हणाले, "मी तुला वाचवू का ते सांग! खरंतर हे कुत्रं केवळ निमित्त झालंय. तुझं आयुष्यच संपलंय. आता तुला या जगातून गेलं पाहिजे."

भास्करानं मान हलवली तेव्हा महाराज म्हणाले, "भास्करा, तुला जगायची इच्छा असेल तर मी तुला अजूनही वाचवीन, पण ती जन्ममृत्यूची उसनवारी होईल... ही उसनवारी करायची असेल तर सांग!"

भास्कर म्हणाला, "मी काय सांगणार? आपल्या मनात असेल ते करावं. मी आपलं लेकरू आहे. आई आपल्या बाळाचं कल्याणच करते!"

कुणीतरी महाराजांची विनवणी केली, "काही करा महाराज आणि आपल्या या भक्ताला वाचवा."

महाराज म्हणाले, "वेड्या, जन्ममरण हीच मुळी भ्रांती आहे.

"या जगात कुणीच जन्माला येत नसतं आणि कुणीच मरत नसतं. ही सारी माया असते. जन्माला आलेल्या माणसाला प्रारब्धभोग भोगावा लागतो. संचित, प्रारब्ध, क्रियमाण हे भोगल्यावाचून माणसाची सुटका नसते. जे पूर्वजन्मी करावं ते या जन्मी भोगावं, असं हे चक्र जन्मोजन्मी चाललेलं असतं."

असं सांगून महाराज पुढे म्हणाले, "भास्कराचं पूर्वजन्मीचं देणं आता उरलेलं नाही. मोक्षाला जायला तो आता मोकळा झाला आहे. म्हणून आता त्याला अडवू नका. त्याचं आयुष्य वाढवायचा आग्रह धरू नका... या भास्करासारखा भक्तराणा आता पुन्हा होणार नाही. त्याचं पूर्वजन्मीचं देणं फिटलं आहे. जन्ममृत्यूच्या फेऱ्यातून तो आता मुक्त झाला आहे."

सारे भक्त उदास झाले. काय बोलावं हे कुणालाच कळेना.

महाराज समजुतीच्या स्वरात म्हणाले, "मी आता इतकंच करतो. भास्कराला दोन महिने वाचवतो. त्याला आता कुत्र्याचं विषही बाधणार नाही."

महाराजांचं हे बोलणं कित्येक भक्तांना पटलं नाही. बाळाभाऊ मात्र आनंदून भास्कराला म्हणाला, "भास्करा, तू खरोखर धन्य झालास. तू एवढी संतसेवा केलीस. त्याचं फळ तुला मिळालं. तुझे जन्ममृत्यूचे फेरे चुकले. तू मुक्त झालास."

मग ती सारी मंडळी बाळापूरहून शेगावला परतली.

बाळापूरच्या बाळकृष्णबुवांना महाराजांनी आश्वासन दिलं होतं. त्याप्रमाणे त्या वर्षीच्या दासनवमीला महाराज बाळापूरला गेले होते. बाळकृष्णबुवा आणि सुकलाल या दोघां भक्तांनी महाराजांना आग्रह करून तिथे नेलं होतं. भास्कर पाटील, बाळाभाऊ, पितांबर, गणू, जगदेव, दिंडोकार ही शेगावची भक्तमंडळी महाराजांबरोबर उत्सवाला गेली होती. दासनवमीचा उत्सव यथासांग पार पडला होता आणि तिथेच भास्कराचा काळ ओढवला होता.

शेगावकरांना हा सारा प्रसंग समजला. भास्कर पाटील ज्याला त्याला हा प्रसंग आनंदून सांगत होता. तो सांगून झाल्यानंतर भास्करानं साऱ्यांना विनंती केली, "आपल्या शेगावला अलौकिक रत्न लाभलं आहे. म्हणून तुम्ही आपल्या या महाराजांचं चिरंतन स्मारक करा."

सगळ्या भक्तांनी मान डोलावली. तेव्हा भास्कर पाटील पुढे म्हणाला, "वास्तविक महाराजांना स्मारकाची कसलीच गरज नाही. खरंतर हे स्मारक आपल्यासाठी आहे... पुढील पिढ्यांना ते स्मारक महाराजांच्या साधुत्वाची सतत साक्ष देत राहील."

हे सांगून भास्कर पाटील गप्प बसला. त्याला जे वाटलं होतं ते त्यानं साऱ्यांना सांगितलं होतं. आपलं कर्तव्य बजावल्याचं समाधान त्याला मिळालं होतं.

परंतु त्याच्या मनात एक शंका येतच राहिली. 'ही भक्तमंडळी मला होकार भरताहेत ही गोष्ट खरी. परंतु ही मंडळी पुढे महाराजांचं खरंच स्मारक करतील का?'

ही शंका त्याच्या मनात बळावत चालली तेव्हा त्यानं सगळ्या भक्तमंडळींना एकत्र बोलावलं. मठात एका निवांत जागी नेलं. बंकटलाल, हरी पाटील, खंडूच्या दुकानावरचा कारभारी मारुती चंद्रभान, ताराचंद सावकार आणखी कितीतरी मंडळी तिथे जमली.

त्या मंडळींना भास्करानं काकुळतीनं विनंती केली, "माझा तुमच्याशी आता फक्त दोन महिने संबंध उरला आहे. या शेगावी समर्थांचं भव्य स्मारक व्हावं अशी माझी फार इच्छा आहे. तुम्ही हो म्हणा. म्हणजे मी सुखानं वैकुंठाला जाईन. संतसेवा कधी वाया जात नसते. साऱ्या भक्तांच्या इच्छा संत पुऱ्या करतात हे लक्षात ठेवा."

सारी भक्तमंडळी हेलावून गेली. त्यांनी मानेनंच होकार भरला.

भास्कर पाटील पुढे सांगत होता, "महाराजांचं असं स्मारक करा की प्रत्येकानं त्याच्यापुढे मान झुकवली पाहिजे, अशी त्याची वाखाणणी केली पाहिजे. असं स्मारक करण्याची तुम्ही शपथ वाहा. ही माझी अखेरची विनंती तुम्ही मान्य करा. आता यापुढे विनंती करण्यासाठी मी या जगात राहणार नाही."

साऱ्यांनी ते मान्य केलं. त्यामुळे भास्कर पाटलाचं मन शांत झालं. त्याच्या मनाची रुखरुख संपली. त्याची आनंदवृत्ती वाढत चालली. जणू त्याच्या आयुष्यात त्यापुढे मोठा सणोत्सव साजरा होणार होता आणि त्या आनंदोत्सवाची तो आतुरतेनं वाट बघत होता.

माघ वद्य त्रयोदशीला महाराज भास्कर पाटलाला म्हणाले, "चल, आपण शिवरात्रीला त्र्यंबकेश्वरला जाऊ. त्या ज्योतिर्लिंगाचं दर्शन घेतल्यावर सारी पातकं नष्ट होतात. चल, त्या त्र्यंबकेश्वरला जाऊन गंगास्नान करून येऊ."

भास्कर ऐकत होता आणि महाराज सांगत होते, "भास्करा, त्र्यंबकेश्वरला ब्रह्मगिरी हा डोंगर आहे. तिथे नाना प्रकारच्या औषधी मिळतात. हाच गहिनीनाथांचा पहाड. तिथे कुत्र्याच्या विषावर नक्की औषधी मिळेल. आपण त्या औषधीचा गुणधर्म तर पाहू!"

यावर भास्कर म्हणाला, "महाराज, आता औषधी हवी आहे कशाला? औषधीपेक्षा आपली सत्ता केवढी! आपल्या कृपेनं कुत्र्याचं विष बाळापूरलाच नाहीसं झालं... आता अवघं दोन महिन्यांचं आयुष्य उरलं आहे. म्हणून आपण इथेच राहू! तुम्हीच आम्हाला साक्षात त्र्यंबकेश्वर आहात आणि तुमच्या पायांचं तीर्थ हीच गोदावरी!... मला आता दुसऱ्या तीर्थांची गरज नाही."

भास्कराचं हे बोलणं ऐकून महाराज हसले. म्हणाले, "हे जरी खरं असलं, तरी तीर्थमहिमा हा मानायलाच हवा. चल लवकर त्र्यंबकेश्वरला जाऊ. बाळाभाऊ-पितांबर यांनाही बरोबर घेऊन जाऊ."

मग महाराज आपल्या भक्तांना घेऊन शिवरात्रीला त्र्यंबकेश्वरला आले. कुशावर्तात सर्वांनी स्नान केलं. शिवदर्शन घेतलं. गंगाद्वारी जाऊन गौतमीचं पूजन केलं. निलांबिका, गहिनीनाथ, निवृत्तिनाथ यांचं दर्शन घेऊन मंडळी नाशिकला आली. काळ्या रामाच्या मंदिरात गोपाळदास नावाचे महंत धुनी लावून बसले होते. गोपाळदासांना ही मंडळी जाऊन भेटली. पंचवटीत राममंदिरासमोर एक पिंपळाचा पार होता. महाराज आपल्या भक्तांसह त्या पारावर जाऊन बसले. गोपाळदासांना महाराजांच्या भेटीनं फार आनंद झाला. आपल्या जवळच्या लोकांना गोपाळदास म्हणाले, "आज माझा भाऊ आलाय वऱ्हाडातून! त्या गजाननाचं दर्शन घेऊन या. माझी भेट म्हणून माझ्या भावाला नारळ-साखर द्या. त्याच्या गळ्यात हा हार घाला."

गोपाळदासाची शिष्यमंडळी महाराजांचं दर्शन घ्यायला निघाली तेव्हा ते म्हणाले, "गजानन आणि मी एक आहोत. देह वेगळे असले म्हणून काय झालं?"

शिष्यमंडळींनी महाराजांचं दर्शन घेतलं. त्यांना पुष्पहार घातला. त्यांच्या समोर नारळ-खडीसाखर या वस्तू ठेवल्या.

महाराज भास्कर पाटलाला म्हणाले, "सगळ्यांना हा प्रसाद वाट. उगाच गर्दी जमवू नकोस. आज माझ्या या भावाची भेट झाली. माझं इथलं काम संपलं. आता नाशकातलं काम राहिलं. तिथं गेलं पाहिजे – धुमाळ वकिलाच्या घरी!"

महाराज नाशिकला आले. तिथे त्यांच्या दर्शनासाठी मोठा लोकसमुदाय लोटला होता.

काही दिवस नाशिकला राहून महाराज शेगावला परतले. तिथे झ्यामसिंग आला आणि म्हणाला, "मी साऱ्यांना अडगावी न्यायला आलो आहे."

त्यानं फारच आग्रह धरला तेव्हा महाराज म्हणाले, "रामनवमी झाल्यावर

आम्ही अडगावला येऊ. तू आता फार आग्रह करू नकोस. आलास तसा परत जा.''

महाराजांपुढे त्याला जास्त बोलता आलं नाही. तो अडगावला परत गेला; आणि रामनवमीच्या दिवशी पुन्हा शेगावला परत आला.

रामनवमीचा उत्सव शेगावात झाला; आणि झ्यामसिंगाबरोबर मंडळी अडगावला निघून गेली. तिथे आता हनुमानजयंती साजरी होणार होती.

एके दिवशी दुपारी महाराजांनी भास्कर पाटलाला फुफाट्यात लोळवला. त्याच्या छातीवर बसून त्याला खूप मारलं. हा सारा प्रकार लोक दुरून बघत होते. जवळ जायची कुणाची छाती झाली नाही.

बाळाभाऊ जवळच उभा होता. तो महाराजांना म्हणाला, ''भास्कराला आता सोडून द्या. तो उन्हानं बेजार झालाय.''

भास्कर म्हणाला, ''बाळाभाऊ, तुम्ही महाराजांना काही विनंती करू नका. हा माझा देव काय हवं ते करू दे! तुम्हाला वाटतंय की महाराज मला मारताहेत. पण मला मात्र गुदगुल्या होताहेत... माझ्या अनुभवाच्या गोष्टी मी तुम्हाला काय सांगणार?''

हा प्रकार घडल्यानंतर महाराज भास्कराला घेऊन घरी आले.

उतरलेल्या ठिकाणी आल्यावर महाराज बाळाभाऊला म्हणाले, ''आता भास्कराचे दोन दिवस उरले. पंचमीला तो जाईल.''

हे ऐकून सारी मंडळी खिन्न झाली. मग महाराजांनी बाळाभाऊला सांगितलं, ''मी आज भास्कराला का मारलं हे तुझ्या लक्षात आलं का? या भास्करानं तुला माझ्याकडून छत्रीनं मार बसवला होता... हे त्याचं क्रियमाण नष्ट करण्यासाठी मी त्याला आज मारलं. दुसरं काहीच कारण नव्हतं.''

हनुमानजयंतीचा उत्सव पार पडला. त्या उत्सवाचा काला झाला. वद्य पंचमीचा दिवस उगवला. त्या दिवसाचा एक प्रहर उलटला.

महाराज भास्कराला म्हणाले, ''भास्करा, आज तुझा प्रयाणकाल आला आहे. आज तुला या जगातून जायला हवं... आता पद्मासन घालून पूर्वाभिमुखी बस. चित्त एकाग्र कर. हरिचिंतन कर. तुझा काल जवळ आला आहे. सावध राहा..''

भोवतालच्या भक्तांना महाराज म्हणाले, ''विठ्ठलाचं भजन करा. उच्च स्वरात 'विठ्ठल, विठ्ठल' असं म्हणा. हा तुमचा भाऊ आज वैकुंठाला जातो आहे. माळबुक्का अर्पण करून त्याची पूजा करा.''

मग भास्कर पाटलानं पद्मासन घातलं. नासाग्री दृष्टी स्थिर केली. वृत्ती अंतर्मुख झाली.

माळाबुक्का वाहून भक्तांनी भास्कराचं पूजन केलं. महाराज हा सोहळा दूर बसून बघत होते. प्रहरभर भजन झालं. सूर्य मध्यान्हीला आला.

महाराजांनी 'हरऽ हर' असा शब्द मोठ्यांदा उच्चारला. त्याबरोबर भास्कराचा प्राण वैकुंठी गेला. महाराजांचा एक निस्सीम भक्त त्यांच्या कृपाप्रसादानं वैकुंठात जाऊन दाखल झाला. सारी भक्तमंडळी उदास बनली. शून्य दृष्टीनं सभोवार बघत राहिली.

अर्थात ऐहिक व्यवहार कुणाला सुटत नसतो. भास्कराचे और्ध्वदेहिक संस्कार करायलाच हवे होते.

भक्तांनी महाराजांना विचारलं, "भास्करबुवांची समाधी कुठे करायची?"

महाराजांनी सांगितलं, "द्वारेकश्वराच्या जवळ सतीचं देऊळ आहे. तिथे भास्कराचा देह विसावू दे."

महाराजांची अशी आज्ञा झाल्यावर मग भक्तांनी एक विमान बांधलं. चहूबाजूंना केळीचे खांब लावले. त्या विमानात भास्कराचा देह ठेवला. भजनाचा गजर सुरू झाला. ती अंत्ययात्रा द्वारकेश्वराजवळ आली. तिथे समाधीचा विधी यथासांग पार पडला. महाराजांच्या एका परमभक्ताचा पार्थिव देह तिथे कायमचा विसावला.

दुसऱ्या दिवसापासून तिथे गोरगरिबांना अन्नदान सुरू झालं. हे द्वारकेश्वराचं स्थान अडगावच्या उत्तरेस एक मैलावर आहे. तिथे चिंचवृक्षांची दाट झाडी होती. निंब, अश्वत्थ, मांदार, आम्र, वट, औदुंबर याही वृक्षांची दाटी होती. शिवाय तिथे फुलझाडंही होती. त्या रम्य ठिकाणी महाराजांनी भास्कराला समाधी दिली. दहा दिवस अन्नदान चाललं होतं. चिंचवृक्षांच्या सावलीत पंगत जेवायला बसायची. जेवताना कावळे उपद्रव द्यायचे. कावऽऽकाव अशी सारखी ओरड चालायची. पत्रावळीवरचे द्रोण उचलून न्यायचे. जेवणारांच्या अंगावर मलोत्सर्ग करायचे. त्यामुळे लोक त्रासून गेले. कावळ्यांना मारण्यासाठी भिल्लांनी तीरकमठे तयार केले.

ते पाहून गजानन महाराज त्या लोकांना म्हणाले, "कावळ्यांना मारू नका. इथे येण्यात त्यांचा काही दोष नाही. भास्कराचा प्रसाद घेण्यासाठी ते कावळे इथे येत आहेत.

"भास्कर पाटील हा परस्पर वैकुंठाला गेला. तो पितृलोकावर राहिला नाही. वस्तुतः दहा दिवसपर्यंत प्राण अंतरिक्षात परिभ्रमण करत राहतो. पिंडदान झालं म्हणजे तो तिथून निघून जातो. अकराव्या दिवशी काकबली देतात. पिंडाला कावळा शिवला म्हणजे प्राण इथे राहत नाही. परंतु भास्कर पाटलासाठी बलिदानाचं कारण उरलं नव्हतं. भास्कराचा आत्मा मुक्त झाला होता. तो एकदम वैकुंठाला निघून गेला होता. त्यामुळे कलशावर पिंड ठेवून कावळ्यांची वाट बघण्याचं कारणच उरलं नव्हतं; म्हणून त्या कावळ्यांचं पित्त खवळलं."

हे सारं सांगून महाराज पुढे म्हणाले, "भास्कराचा प्रसाद मिळावा यासाठी हे कावळे इथे जमतात. म्हणून तुम्ही त्यांना मारू नका. मीच त्यांना सांगतो..."

महाराज त्या कावळ्यांना उद्देशून म्हणाले, "कावळ्यांनो, माझं ऐका. तुम्ही उद्यापासून इथे येऊ नका. नाहीतर माझ्या भास्कराला निष्कारण कमीपणा येईल. आज तुम्ही मनसोक्त प्रसाद घ्या. उद्यापासून मात्र येऊ नका."

भाविक भक्तांना महाराजांचं हे बोलणं पटलं. परंतु तिथे काही कुत्सित लोक बसले होते. त्यांच्यापैकी काही लोक हसून म्हणाले, "महाराजांचं हे बोलणं निरर्थक नाही का? त्यांना बोलायची काय गरज होती? पक्षी का कुठे माणसाच्या आज्ञेत वागत असतात? ठीक आहे. उद्या त्यांच्या बोलण्याची प्रचिती येईलच!"

दुसरा एक कुत्सित माणूस म्हणाला, "हे वेडे लोक काहीतरी बोलतात. भाविकांना नादी लावून आपलं स्तोम माजवतात झालं! अहो, साजेल ते बोलावं! अंगात उसनं अवसान आणण्यात काय अर्थ आहे?"

दुसऱ्या दिवशी हे कुत्सित लोक मुद्दाम तिथे बघायला आले. तिथे एकही कावळा त्यांच्या दृष्टीला पडला नाही. मग आश्चर्यचकित होऊन ती कुत्सित मंडळी महाराजांना शरण आली.

बारा वर्षं उलटून गेली तरी तिथे कधी कावळे दिसले नाहीत.

गतवर्षीच्या दसऱ्याला मी अडगावात होतो. मुलामाणसांची सीमोल्लंघनाची गर्दी चालली होती. शेतातून ज्वारीची ताटं उपटली जात होती. जिकडेतिकडे आनंदी आनंद भरलेला दिसत होता.

संध्याकाळी मी द्वारकेश्वराच्या आश्रमात जाऊन पोचलो. तेव्हा चांगला उजेड होता. चिंचवृक्षांची आजही तिथे दाटी दिसली. त्या वृक्षांवरून उजेड ओघळत होता. मी सहज उत्तर दिशेला बघितलं. सातपुड्याच्या धूसर टेकड्या चित्रात मांडून ठेवल्यासारख्या दिसत होत्या. संध्याप्रकाशाची सोनेरी झालर त्या चित्राला लावल्यासारखी वाटत होती.

मी सहज विचारलं, "इथे कावळे येत असतील आता?"

तिथल्या माणसानं उत्तर दिलं, "मुळीच नाही!"

वृक्षांवर पक्ष्यांचा किलबिलाट चालला होता. पण मला कावळा दिसला नाही किंवा कावळ्याची कावकाव कानावर पडली नाही.

मी विचारलं, "भास्कर महाराजांचं समाधिमंदिर कुठे आहे?"

भास्कर महाराजांचं मंदिर उत्तराभिमुख आहे. त्यांची बसती मूर्ती संगमरवरी आहे. मागच्या बाजूला पांडुरंग-रुक्मिणीच्या काळ्या रंगाच्या मूर्ती आहेत. त्या पार्श्वभूमीवर भास्कर महाराजांच्या मूर्तीचा पांढरा फेटा खुलून दिसतो. तिथल्या विशाल सभामंडपात अहोरात्र एकतारीवरचा पहारा चाललेला असतो. मागच्या बाजूला असलेल्या आडाचं पाणी मला तीर्थासारखं वाटलं. मारुती आणि शंकर-पार्वती यांची मंदिरं पूर्वाभिमुखी आहेत. पार्वतीचं मंदिर मी प्रथमच बघितलं. ही

संगमरवरी मूर्ती काहीशी रागीट दिसते. शंकरावर घुस्सा करून ही इथे एकाकी येऊन का बसली आहे, हे समजत नाही.

त्या रात्री तिथे मुक्काम करून मी दुसऱ्या दिवशी पहाटे निघालो... माझा पाय तिथून निघत नव्हता. भास्कर महाराजांच्या त्या संगमरवरी सुंदर मूर्तीशी बोलावंसं वाटत होतं. त्या मूर्तीला वाचा फुटेल आणि त्यांच्या गजाननगुरूंच्या साऱ्या लीला-कथा ती मूर्ती मला कथन करील असा भास होत होता.

चांगली सकाळ झाली. सोनेरी उन्हं पडली तरी तिथे एकही कावळा दिसला नाही. मी मनाशी म्हणालो, 'एकप्रकारे महाराजांची ही कथाच आपल्याला इथे सांगितली गेली. हेही नसे थोडके!'

✵

भास्कर पाटलाला समाधी देऊन गजानन महाराज शेगावला परत आले. ते दुष्काळाचं साल होतं. शेगावला एक विहीर खोदण्याचं काम सुरू होतं. विहीर दोन पुरुषांवर गेली तेव्हा काळा खडक लागला. सुरुंग लावणं भाग पडलं. मिस्तरीनं चार सुरुंग एका वेळी ठासले; आणि एरंड-पुंगळ्या पेटवून दोऱ्यातून खाली सोडल्या. एका दोऱ्याच्या गाठीशी पुंगळी अडकून बसली. खाली जाईना. त्यामुळे सुरुंग पेटणं शक्य नव्हतं.

मिस्तरी गणू जवऱ्याला म्हणाला, "अरे बाबा, सुरुंगाला पाणी लागलं तर सुरुंग वाया जाईल. तू विहिरीत उतर आणि पुंगळ्या थोड्या सरकव बरं."

गणू जवऱ्या बघत राहिला, तेव्हा मिस्तरी पुढे म्हणाला, "आणि हे पाहा, तू लवकर वर ये... तोपर्यंत पुंगळ्या बारापाशी जाऊन भिडतील!"

त्या पुंगळ्या सरकवण्याची कुणाची छाती होईना. म्हणून मिस्तरीनं गणूला पुन्हा दटावलं.

गणू जवऱ्या गरीब होता. त्याला हे काम करणं भागच होतं. महाराजांचं नाव घेऊन तो विहिरीत उतरला. त्यानं एक पुंगळी सरकवली. ती ताबडतोब दारूला जाऊन भिडली. गणू विहिरीत सापडला. त्यानं दुसऱ्या पुंगळीला हात घातला तेव्हा पहिला सुरुंग उडाला होता.

गणू महाराजांचा धावा करायला लागला, "महाराज, आता तुमच्याशिवाय माझं रक्षण कोण करणार?"

विहिरीतून धुराचा डोंब उसळला. दुसरा सुरुंग पेटण्याच्या बेतात होता. एवढ्यात गणू जवऱ्याच्या हाताला कपार लागली. त्या कपारीत जाऊन गणू बसला.

साऱ्या सुरुंगांनी पाठोपाठ पेट घेतला. खूप दगड वर उडाले.

काही लोक एकदम विहिरीत डोकावून म्हणाले, "गणू जवऱ्याचं सारं शरीर

फाटलं असेल.''

विहिरीत गणू काही दिसला नाही.

मग काही लोक म्हणाले, ''गणू आत कसा असेल? त्याचं प्रेत कुठेतरी जाऊन पडलं असेल. कुणाला तरी शोधायला पाठवा!''

मिस्तरीही घाबरून काहीतरी बोलत होता. गणूनं विहिरीतून त्याचं बोलणं ऐकलं.

गणू ओरडून म्हणाला, ''अहो मिस्त्री, गणू मेला नाही. मी विहिरीतच आहे. महाराजांच्या कृपेनं मी वाचलोय. या कपारीत अडकून बसलो आहे.''

मिस्तरी ओरडून म्हणाला, ''अरे मग वर ये की!''

''मला वर येता येत नाही. या कपारीच्या तोंडाला धोंडा बसला आहे. त्यामुळे मला बाहेर येता येत नाही.''

लोकांनी गणूचं हे बोलणं ऐकलं. साऱ्यांना कमालीचा आनंद झाला. दहा-पाच लोक विहिरीत उतरले. कपारीवरचा धोंडा पहारींनी सरकावला; आणि गणूला घेऊन ते लोक वर आले.

वर आल्याबरोबर गणू पळत पळत मठात गेला. गणूला बघताच गजानन महाराज हसत म्हणाले, ''काय गण्या, कपारीत बसून किती धोंडे उडवलेस? त्यातला एक मोठा धोंडा कपारीच्या तोंडाला येऊन बसला ना? त्यामुळेच तर तू वाचलास...''

मग गंभीरपणानं म्हणाले, ''पुन्हा असं करू नकोस हं! पुंगळ्या सुटल्यावर त्यांना मध्येच जाऊन कधी धरत जाऊ नकोस!... जा, आज तुझं गंडांतर टळलं.''

तोपर्यंत ही बातमी साऱ्या गावात पसरली होती. गणूला बघायला लोक धावून आले होते.

महाराजांकडे भक्तिभावानं बघत गणू म्हणाला, ''महाराज, चारी सुरुंग पेटल्यावर तुम्हीच मला हात धरून कपारीत नेऊन बसवलंत! म्हणून मी वाचलो; आणि इथे तुमचं दर्शन घेण्यासाठी आलो. नाहीतर विहिरीतच मेलो असतो.''

सारी भक्तमंडळी त्या दिवशी म्हणत होती, 'देव तारी त्याला कोण मारी!'

✿

बारावे दर्शन

एके दिवशी महाराज अकोल्याला आले आणि बच्चूलालच्या ओट्यावर येऊन बसले. बच्चूलाल हा महाराजांचा परमभक्त होता. महाराजांना बच्चूलालच्या भक्तीची

खूण मनोमन पटलेली होती.

महाराजांना आपल्या ओट्यावर बसलेलं बघून बच्चूलालला अतिशय आनंद झाला. बच्चूलाल अग्रवाल हा अत्यंत धनवान गृहस्थ! महाराजांची पूजा करावी, त्यांना धनदौलत अर्पण करावी अशी त्याला फार इच्छा झाली. परंतु त्यानं कारंज्याच्या लक्ष्मण घुड्याची कथा ऐकली होती. त्यामुळे महाराज आपल्या धनाचा स्वीकार करतील किंवा नाही याविषयी त्याला शंका वाटत होती.

परंतु धीर करून तो म्हणाला, "महाराज, आपली आज पूजा करावी असं मला वाटतंय."

महाराजांनी मानेनंच संमती दिली.

लगेच बच्चूलालनं ओट्यावरच पूजेची तयारी केली. प्रथम त्यानं महाराजांना उटणी लावून मंगलस्नान घातलं. जरीचा पीतांबर नेसवला. अंगावर भारीपैकी काश्मिरी शाल घातली. जरीचा आबरेशमी रुमाल डोक्याला बांधला. गळ्यात गोफ, हातात सलकडी, बोटात बहुमोल अंगठ्या घातल्या. रत्नजडित कंठी घातली. जिलबी, राघवदास, पेढे या पक्वान्नांचा नैवेद्य दाखवला. एका छोट्या तबकात त्रयोदशगुणी विडे ठेवले. सुवासिक अत्तर लावलं. गुलाबपाणी अंगावर शिंपडलं. दहा हजार रुपयांची दक्षिणा सुवर्णाच्या ताटात आणून त्यांच्या समोर ठेवली. श्रीफल समोर ठेवलं.

एवढं झाल्यानंतर बच्चूलाल त्यांना नम्रपणानं म्हणाला, "महाराज, राममंदिर बांधावं असं मला फार वाटतं. या ओट्यावर मंडप घालून मी रामनवमीचा उत्सव करतो. पण ही जागा मला अपुरी पडते. म्हणून राममंदिर बांधावंसं वाटतं..."

महाराजांनी सांगितलं, "श्रीराम तुझी इच्छा पुरी करील."

आणि पुढे म्हणाले, "पण हे काय केलं आहेस तू? हे सारे अलंकार घालून मला पोळ्याचा बैल बनवलं आहेस. मी पोळ्याचा बैल नाही किंवा दसऱ्याचा घोडा नाही. अरे, हे साक्षात विष आहे. त्याची बाधा मला लावू नकोस... का तुझ्या श्रीमंतीचं प्रदर्शन करतो आहेस सांग पाहू!"

बच्चूलाल नकारार्थी मान हलवत उभा होता. तेव्हा महाराज पुढे म्हणाले, "जे ज्याला आवडतं ते त्याला द्यावं. मी हा असा वेडापिसा. गावभर नागवा हिंडतो. मला काय करायचं हे तुझं धन! हे तुझं तुला लखलाभ असो. तुला या द्रव्याची गरज आहे संसारात! माझा धनी भीमातटी विटेवर उभा आहे. तो मला हे वैभव देणार नाही असं थोडंच आहे?"

असं म्हणून महाराजांनी दागिने काढले आणि चौफेर फेकून दिले. अंगावर चढवलेली वस्त्रंही फेकून दिली; आणि दोन पेढे खाऊन महाराज निघून गेले.

हा प्रकार पाहून अकोल्यातल्या लोकांना फार वाईट वाटलं. तिथे कारंज्याचे

काही लोक आले होते. ते म्हणाले, "आमचा लक्ष्मण घुडे अभागीच म्हटला पाहिजे. त्यानं या बच्चूलालप्रमाणेच महाराजांचं पूजन केलं खरं, परंतु त्याचा अंतरीचा भाव वेगळाच होता. धनाच्या मोहामुळे तो ऐनवेळी कचरला. आपलं धन त्यानं महाराजांना देऊ केलं खरं. आतून मात्र त्याचा लोभ सुटला नव्हता..."

दुसरा एक जण म्हणाला, "अहो, त्या दांभिक पूजनाचं त्याला काय फळ मिळालं? त्याची संपत्ती गेली. अवघ्या सहा महिन्यांत त्याचं वाटोळं झालं."

महाराज निघून गेल्यावर बच्चूलालनं गावात त्यांचा खूप तपास केला. महाराज कुठेही दिसले नाहीत.

परंतु महाराजांचा आशीर्वाद खरा झाला. त्यांच्या कृपेनं बच्चूलालची भरभराट झाली. त्यानं राममंदिर बांधलं. तिथे थाटानं उत्सव सुरू केला; ते राममंदिर महाराजांच्या आशीर्वादाची साक्ष देत आजही उभं आहे.

✹

१९७७ सालचा दसरा २१ ऑक्टोबरला होता. त्या दिवशी शुक्रवार होता. २३ तारखेला रविवारी सकाळी पावणेदहा वाजता मी कोंडोलीच्या फाट्यावर उतरलो. बरोबर कुणीच नव्हतं. फाट्यावरून कोंडोली गाव मैल दीड मैल आत होतं. वाहनाची सोय नव्हती. म्हणून मी चालायला लागलो.

फाट्यावरच्या एका गावकऱ्यानं सांगितलं, "इथून जवळच आहे गाव! नीट सरळ रस्त्यानं जा!"

अंतराबद्दलची खेडेगावची मापं फारच वेगळी असतात हे मला लवकरच कळून चुकलं. गाव मुळीच जवळ नव्हतं. वाटेत कुणाला विचारावं तर कुणी चिटपाखरूही भेटलं नाही. नाही म्हणायला फाट्यापासून जवळच तपकिरी रंगाचं एक कुत्रं दिसलं. मी त्याला मोठ्यानं म्हणालो, "श्वानमहाशय, मला कोंडोलीचा रस्ता दाखवा की!"

ते कुत्रं खरोखरच गावापर्यंत माझ्याबरोबर आलं. वाटेत दोन ओढे लागले. ते कुत्रं ओढ्यात पोहून माझ्याबरोबर येतच राहिलं. मला खरोखरच त्याची सोबत झाली. कारण त्या अनोळखी बाभळवनातून जाताना मला खरोखरच भीती वाटत होती. कुत्रा हा माणसाचा जिवलग स्नेही असतो या गोष्टीचं मला तिथे प्रत्यंतर आलं.

ज्या गोष्टीसाठी मी कोंडोलीला चाललो होतो त्या गोष्टीचे विचार माझ्या मनात घोळत होते. त्या भागात जसं दाट बाभूळवन आहे त्याचप्रमाणे दाट आमराई आहे. त्या आमराईवरून पितांबर शिंप्याची कथा माझ्या मनात घोळू लागली.

शेगावच्या मठात पिंताबर शिंपी या नावाचा महाराजांचा परमभक्त होता. तो फाटकं धोतर नेसला होता. तेव्हा एके दिवशी महाराज त्याला म्हणाले, "अरे, तुझं

नाव पितांबर आहे आणि तुला नेसायला धड धोतर नाही. वेड्या नीट अंग तरी झाकून घे. नाहीतर लोक हसतील तुला! 'नाव म्हणे सोनूबाई आणि हाती कथलाचा वाळा!' 'नाव म्हणे गंगाबाई आणि तहानेनं तडफडते आहे!' अशीच तुझी गत आहे की! नाव पितांबर आणि धोतराचं हे पोतेरं! टाकून दे ते धोतर आणि हा घे दुपेटा नेसायला!"

महाराजांनी दिलेला दुपेटा पितांबर नेसला. ती गोष्ट इतर शिष्यांच्या डोळ्यांत खुपायला लागली; भक्तांमध्ये हेवेदावे हे असायचेच! असे भक्त पितांबराला टोचून बोलू लागले. "हेच का तुझं शिष्यपण! महाराजांना उपयोगी असलेला दुपेटाच तू नेसायला लागलास की! हीच का तुझी भक्ती! नुसता खुशालचेंडूसारखा हिंडतोस! आणि सद्गुरूंचा अपमान करतोस!"

पितांबर म्हणाला, "मी गुरूचा मुळीच अपमान केलेला नाही. उलट मान राखला. त्यांची आज्ञा ऐकली. त्यांनी हा दुपेटा नेसायला सांगितला. मी नेसलो. ही अवज्ञा झाली होय?"

अशा तऱ्हेनं शिष्यामंध्ये बाचाबाची सुरू झाली. ही भांडणं मिटवण्यासाठी महाराजांनी एक निराळाच मार्ग काढला.

महाराज पितांबराला म्हणाले, "हे पाहा, तू इथून निघून जा पाहू! तू आता अधिकारी झाला आहेस. तुला इथे राहायची गरज नाही. माझी तुझ्यावर पूर्ण कृपा आहे. तेव्हा तू आता बाहेर जाऊन इतर आर्तजनांना तारण्याचं कार्य कर."

हे ऐकून पितांबराच्या डोळ्यांत पाणी उभं राहिलं. त्यानं महाराजांचे पाय घट्ट धरले. त्याचा तिथून पाय निघेना. जाताना तो पुन:पुन्हा मान वेळावून मागे बघत होता.

पितांबर कोंडोलीला आला तरी मठातल्या आठवणी बुजत नव्हत्या. महाराजां-विषयीची भक्ती तर त्याच्या रोमारोमांत भिनली होती. कोंडोलीला येऊन तो आमराईत बसला तरी तोंडानं महाराजांचं चिंतन चाललं होतं. रात्रभर तिथे बसून होता. मुंगळे चावत होते. सूर्योदय झाल्यावर मुंगळ्यांना त्रासून तो आम्रवृक्षावर जाऊन बसला. पण सारा वृक्ष मुंग्या-मुंगळ्यांनी व्यापला होता. मग फांद्याफांद्यावरून तो जाऊन आला. पण त्याला बसायला निर्धास्त ठिकाण सापडलं नाही. एव्हाना तिथे गुराखी आले होते. ते आपआपसांत बोलायला लागले. एक गुराखी म्हणाला, "हा माणूस माकडासारखा या फांदीवरून त्या फांदीवर अशा तऱ्हेनं का फिरतो आहे कुणास ठाऊक! आणि खाली पडला नाही हे विशेष नाही का?"

दुसरा एक जण म्हणाला, "अरे विशेष काय आहे त्यात? गजानन महाराजांच्या शिष्यांमध्ये असं सामर्थ्य असतं. त्या अर्थी हा त्या महाराजांचा शिष्य असावा."

तिसरा गुराखी म्हणाला, "चला, आपण गावात जाऊन साऱ्यांना हे सांगू या!"

गुराखी लोकांनी गावात जाऊन सांगितलं. सारे गावकरी त्या आंब्यापाशी गोळा

झाले. मग एकेक जण बोलायला लागला. कुणी म्हणालं, "हा कुणीतरी ढोंगी असावा. गजाननाच्या शिष्यासारखे उगाच चाळे करतो आहे."

"अहो, भास्कर पाटील हा महाराजांचा खरा शिष्य. अडगावला नुकताच समाधिस्त झाला."

"आणि महाराजांचे शिष्य उगाच कशाला इथे येतील... बर्फी-पेढे सोडून उपाशी मरायला!"

आतापर्यंत गप्प बसलेला एक गावकरी पुढे झाला आणि पितांबराला म्हणाला, "तू कोण आहेस रे बाबा? कशाला इथे आलास? तुझा गुरू कोण?"

"मी आहे पितांबर शिंपी! गजानन स्वामींचा मी शिष्य आहे. मी सर्वत्र संचार करावा अशी त्यांची आज्ञा झाली. म्हणून इथे येऊन बसलो. पण या आंब्याच्या मुळाशी खूप मुंगळे होते. म्हणून फांदीवर जाऊन बसलो."

त्याचं हे बोलणं ऐकून लोकांना अतिशय राग आला.

श्यामराव देशमुख त्याला म्हणाला, "अरे, मोठ्याचं नाव घेऊन उगाच चेष्टा करू नकोस. राजाची राणी कधी मोलमजुरी करते का? समर्थ स्वामींच्या नावाला उगाच बट्टा लावू नकोस. गजानन महाराज हे साक्षात भगवंताचं स्वरूप... त्यांनी तर एकदा ऋतू नसताना आंब्याच्या झाडाला आंबे आणवले. तू नुसती पानं तरी आण पाहू! नाहीतर तुझी इथे धडगत नाही."

दुसरा एक गावकरी म्हणला, "बरोबर आहे तुमचं श्यामराव! आपल्या या बळीराम पाटलाचा वठलेला आंबा आहे ना? त्या आंब्याला आमच्यादेखत पानं आणून दाखव म्हणजे झालं! असं केलं नाहीस तर मार खाशील. आम्रवृक्षाला पालवी आणलीस, तर आम्ही तुझ्या भजनी लागू! उगाच उशीर करू नकोस. हा आंबा हिरवागार कर पाहू! काही शिष्य गुरूच्या तोडीचे निघतात म्हणून म्हटलं!"

ते ऐकून पितांबर घाबरला. म्हणाला, "माझी अशी अडवणूक करू नका. अहो एकाच खाणीत गारा निघतात आणि हिरेही निघतात. मी गार आहे असं समजा. गारेवरून खाणीला दोष येतो का? आणि मी माझ्या गुरूंचं नाव कसं चोरून ठेवू?"

यावर श्यामराव देशमुख म्हणाले, "उगाच बाष्कळ बडबड करू नकोस. संकट पडलं म्हणून गुरूचा धावा करतोस होय...? अरे, तू त्याचा खराच शिष्य असलास तर ते तुझं रक्षण करतीलच की!"

यावर पितांबरला काहीच बोलता येईना. काय करावं तेही सुचेना.

सारे गावकरी त्या वठलेल्या आंब्यापाशी जमले. त्या मेळाव्यात स्त्रिया-मुलंही होती.

पितांबराचा नाइलाज झाला. त्यानं हात जोडले आणि महाराजांचं स्तवन सुरू केलं. 'सद्गुरूमहाराज, माझ्यामुळे तुम्हाला कमीपणा येऊ पाहतो आहे. या पदनताच्या

रक्षणाला धावून ये... हा वठलेला आम्रवृक्ष हिरवागार कर. आता माझी सारी भिस्त तुमच्यावर आहे. या आम्रवृक्षाला पालवी फुटली नाही, तर मला इथेच प्राण द्यायची पाळी येईल. मला सारे लोक गजाननाचा शिष्य म्हणतात... हे काही माझं महत्त्व नाही. तुमच्यामुळेच मला किंमत आहे. तुम्ही माझे गुरू म्हणूनच माझ्यावर हे संकट आलं. आता हे संकट तुम्हीच निवारण करा... या आम्रवृक्षाला फुलवा... पालवी आणा...'

मग जमलेल्या लोकांकडे बघून पितांबर म्हणाला, "तुम्ही सर्व जण माझ्या सद्गुरूंचा नामगजर करा. म्हणा जय गजानन महाराज..."

साऱ्या लोकांनी नामगजर केला.

त्याबरोबर त्या आम्रवृक्षाला पालवी फुटली. सारे लोक आश्चर्यचकित होऊन बघायला लागले. कुणाला ते स्वप्न वाटलं. कुणाला नजरबंदी वाटली. परंतु लोकांनी स्वत:ला चिमटे घेऊन बघितले. एकानं तर ती पानं तोडून बघितली. त्या फांदीतून शुभ्रसा चीक बाहेर आला. मग मात्र साऱ्यांची भ्रांती नष्ट झाली. वठलेल्या वृक्षाला पालवी फुटली आहे याबद्दल त्यांच्या मनात संशय राहिला नाही. त्याचबरोबर गजानन महाराज हा अधिकारी अवलिया पुरुष आहे याबद्दलही त्यांची पुन्हा खात्री पटली.

मग साऱ्या गावकरी मंडळींनी पितांबराला गावात नेलं. कुणी म्हणालं, "या पितांबराला भेटण्यासाठी गजानन महाराज कधी ना कधी तरी इथे येतील आणि आपल्याला दर्शन देतील."

सारं कोंडोली गाव पितांबराच्या भजनी लागलं. तिथेच पितांबर महाराज समाधिस्त झाले. त्यांनी पल्लवित केलेला तो आंबाही तिथेच आहे.

फाट्यावरून कोंडोली गावाकडे वाटचाल करताना माझ्या मनात पितांबर शिंप्याची ही कथा साकार होत होती.

साडेदहा वाजता मी मठासमोर उभा होतो. मला वाट दाखवणारं कुत्रं कुठे तरी निघून गेलं होतं. तिथल्या चालकांनी मला मठ दाखवला. हा मठ फारच सुरेख आहे, खूप बांधकाम झालेलं आहे. आणखी बरंच बांधकाम चाललेलं आहे. मन आनंदानं भरून जावं असाच हा परिसर आहे.

तिथे एका भक्तानं मला सांगितलं, "पिंताबर नारायण देव हे सैतवाल जैन होते. शिंपी नव्हते..."

मी म्हणालो, "महापुरुषांच्या जातिधर्माची चौकशी हवी आहे कशाला? पितांबर महाराज हे गजानन महाराजांचे महान भक्त होते ही गोष्ट तर खरी आहे ना? झालं तर! महान भक्तीच्या बळावर गुरुकृपेनं तरून गेलेला महापुरुष याच दृष्टीनं आपण आता त्यांच्याकडे बघितलं पाहिजे."

त्या प्रौढ आम्रवृक्षासमोर मी आदरानं उभा राहिलो तेव्हा अकरा वाजले होते.

अश्विनाचं ऊन रणरणत होतं. त्या तसल्या उन्हातही मला कुणीतरी माहिती दिली, "हा आंबा बळीराम पाटलाचा नाहीच मुळी! हा आंबा सर्व्हे नंबर १०२ मध्ये असून तो त्या वेळी रामा भोपाजी तायडे यांचा होता..."

मी हसत म्हणालो, "पण तोच ना हा आंबा? पितांबर महाराजांनी हिरवागार केलेला?"

यावर त्या माणसानं काय उत्तर दिलं इकडे माझं लक्ष नव्हतं. मी त्या पुराण्या आम्रवृक्षाकडे आदरानं बघत होतो. तिथपर्यंत येताना अंगातून घामाच्या धारा वाहत होत्या. पण पुण्यवान आम्रवृक्षाच्या सावलीत आल्याबरोबर हायसं वाटलं. आंबा चहूबाजूंनी फोफावलेला दिसत होता. आग्नेय दिशेकडे त्या वृक्षाची एक आडवी भलीमाठी फांदी गेलेली दिसत होती.

खोडाचा व्यास पन्नास फूट तरी असावा. त्या भागात दक्षिण दिशेला खूपच आमराई दिसली. हा एकुलता एक आंबा पश्चिमेला उभा असलेला दिसला. या आंब्याच्या दक्षिणेला अरणावती नदीचं पाणी खळाळतं आहे. कळंबपासून निघालेली ही नदी पूर्वेकडे जाते अशी भौगोलिक माहितीही मला कुणीतरी आवर्जून पुरवली.

परंतु या भौगोलिक माहितीपेक्षा माझं लक्ष लागलं होतं, सभोवार डुलणाऱ्या शेतांकडे आणि भरलेल्या कणसांकडे! त्या आम्रवृक्षाखाली पारावर महादेवाची पिंड होती. समोर छोटा दगडी नंदीही पहारा करत उभा होता.

हा आंबा कधीकाळी वठला असेल असं वाटत नव्हतं. पण तो वठला होता आणि पितांबर महाराजांनी तो पल्लवित केलेला होता, ही गोष्टही घडलेली होती.

हा चिरंजीव वृक्ष आता कधीही वठणार नाही या गोष्टीची खूणगाठ मनाशी बांधून मी तिथून निघालो. आलो त्याच्यापेक्षा दुप्पट वेळ मला परत जायला लागला. कारण पाय जड झाले होते आणि मन अजूनही रेंगाळून पडलं होतं त्या आम्रवृक्षापाशी!

✵

एके दिवशी महाराज आपल्या मठात उदास होऊन बसले होते. शिष्य मंडळींना ती गोष्ट कळल्यावर ते भराभर धावून आले आणि हात जोडून विचारलं, "महाराज, आपलं मन अस्थिर का झालंय? काय हवंय आपल्याला?"

महाराज म्हणाले, "कृष्णा पाटील गेला. त्याची आज फार आठवण होतेय!"

यावर कुणीच काही बोललं नाही. कृष्णाजी पाटील गेल्याचं दुःख साऱ्यांनाच झालेलं होतं.

महाराज पुढे म्हणाले, "कृष्णा रोज चिकणसुपारी आणून द्यायचा. आता कोण आणून देणार? त्याचा मुलगा राम हा अजून लहान आहे. मोठा झाल्यावर तो माझी सेवाचाकरी करील... म्हणून मी आता या मठात राहायला तयार नाही."

हे एकून भक्तांना काळजी पडली. त्यांना वाटलं, महाराज आता इथून निघून जाणार. कसंही करून त्यांना इथे ठेवून घेतलं पाहिजे.

असा विचार करून सारी मंडळी मठात गोळा झाली. श्रीपतराव, बंकटलाल, ताराचंद, मारुती या भक्तांनी येऊन महाराजांचे पाय धरले. काकुळतीनं म्हणाले, "महाराज आम्हाला सोडून तुम्ही जाऊ नका. तुमची इच्छा असेल तिथे राहा, पण शेगाव सोडून जाऊ नका."

यावर महाराज म्हणाले, "तुमच्या गावात फार दुफळी आहे. मला इथे कुणाचीच जागा नको आहे. जी जागा कुणाची नसेल ती मला दिलीत तरच मी इथे राहीन."

हे ऐकून भक्तमंडळींना चिंता पडली. कारण महाराजांचं हे बोलणं पेचात टाकणारं होतं. महाराजांना कुणाची जागा तर नको आहे आणि सरकारी जागा महाराजांना कशी मिळणार?

बंकटलाल पुढे होऊन म्हणाला, "महाराज, असं संकट घालू नका. हे परक्यांचं सरकार धार्मिक कृत्याला कशी काय जागा देणार? म्हणून आमच्यापैकी तुम्ही कुणाचीही जागा मागा. आम्ही आनंदानं देऊ."

महाराजांनी सांगितलं, "काय हे तुमचं अज्ञान! साऱ्या जमिनीची मालकी त्या देवाची! आजवर या भूमीवर राजे आले आणि गेले. त्यांच्याकडे या जमिनीची मालकी आली आणि गेली. परंतु पांडुरंग हाच त्या जमिनीचा खरा मालक राहिला... तुम्ही प्रयत्न करून पाहा. तुम्हाला जागा मिळेल. हरी पाटलाच्या हाताला यश आहे..."

मग सारी भक्तमंडळी हरी पाटलाकडे गेली. सरकारला अर्ज करून जागा मागितली.

बुलडाण्याच्या करी नावाच्या सर्वाधिकाऱ्यानं कळवलं, 'तुम्ही दोन एकर जागेसाठी अर्ज केला आहे, पण सध्या तुम्हाला एक एकर जागा देण्यात येत आहे. एका वर्षात जागा व्यवस्थित केल्यावर आणखी एक एकर जागा देण्यात येईल.'

सारे भक्त आनंदून म्हणाले, "महाराजांचं बोलणं खरं ठरलं."

मग मंडळी उत्साहानं कामाला लागली. हरी पाटील, बंकटलाल हे वर्गणीला बाहेर पडले. क्षणात पैसे जमले, आणि काम सुरू झालं.

गजानन-मंदिराचा आजचा प्रचंड विस्तार बघताना या अल्प आरंभाची आठवण होते. मन भारावून जातं. पुण्यपावन वास्तूच्या गंगोत्रीची बघता बघता महासागरतुल्य गंगानदी बनली.

तेरावे दर्शन

हरी पाटील ज्याला त्याला सांगत सुटला होता, "आपल्याला झालेला दंड माफ झाला आहे. महाराजांचं म्हणणं खरं झालं!"

बंकटलाल म्हणाला, "होणारच! आपल्यावरची कितीतरी संकटं महाराजांनी दूर केली आहेत."

हरी पाटील म्हणाला, "माझ्यावर त्या मऱ्या महारानं किटाळ नव्हतं का आणलं? पण महाराजांनी माझ्या केसालासुद्धा धक्का लागू दिला नाही."

याही वेळी असंच झालं होतं. नव्या मठासाठी वर्गणी मागायला बंकटलाल, हरी पाटील, लक्ष्मण, विठू, जगदेव ही भक्तमंडळी बाहेर पडली. भाविकांनी त्यांना वर्गणी दिली. परंतु जे कुत्सित कुटाळ लोक होते ते म्हणाले, "तुमच्या महाराजांना वर्गणीची गरज कशाला हो पडली? तुमचे महाराज मनात येईल ते घडवतात ना? मग मठासाठी वर्गणी कशाला हवी? त्यांना म्हणावं, असं दारोदार हिंडण्यापेक्षा कुबेरावर हुंडी काढा म्हणजे झालं!"

यावर जगदेव हसून म्हणाला, "अरे बाबांनो, वर्गणीची ही भिक्षा आहे ती महाराजांसाठी नाही... तुमच्या-आमच्यासाठी आहे."

बंकटलाल म्हणाला, "त्यांना कशाला मठ हवाय? त्रैलोक्य हाच त्यांचा मठ आहे. अवघी रानंवनं हाच त्यांचा बगिचा आहे. अवघी अवनी हाच त्यांचा पलंग आहे. अरे, ज्यांच्या दाराशी अष्टसिद्धी नांदताहेत त्यांच्यासाठी वर्गणीची काय गरज?... सूर्याला तुम्ही आरती ओवाळणार की काय?"

आणखी एक भक्त म्हणाला, "संतसेवेसारखं दुसरं पुण्य नाही बरं! आपले गजानन महाराज हे तर संतांचे मुकुटमणी आहेत. संतांना जे दिलं जातं ते अगणित होऊन परत येतं. जमिनीत दाणे पेरले की कोठारं भरतात."

मग मात्र कुत्सितांची तोंडं बंद झाली.

भराभर वर्गणी जमली. मठाचा कोट बांधून झाला. सारे गावकरी झटत होते. काम करण्याची अहमहमिका लागली होती. कोटाचं बांधकाम चाललं असताना दगड, चुना, रेती या सामानाची वाहतूक बैलगाड्यांतून चालली होती. त्या वेळी महाराज जुन्या मठात होते. नवं बांधकाम चाललं असताना आपण जर तिथे जाऊन बसलो तर काम झपाट्यानं होईल, असा विचार महाराजांच्या मनात आला. एका रेतीच्या गाडीवर जाऊन ते बसले. गाडीवान महार होता. तो खाली उतरला आणि अंतरावरून चालायला लागला.

त्यावर महाराज त्याला म्हणाले, "अरे कसला विटाळ घेऊन बसला आहेस?

आम्ही तर बोलूनचालून परमहंस! आम्हाला विटाळाची बाधा होत नसते... इथे माझ्या शेजारी येऊन बस...''

तो महार म्हणाला, ''महाराज, तुमच्या शेजारी येऊन बसणं बरं नाही. मारुती रामरूप झाला होता. पण तो रामाच्या कधी शेजारी बसला नाही. रामापुढे हात जोडून तो नेहमी उभाच राहिला...''

महाराज म्हणाले, ''बरं तुझी मर्जी!''

मग महाराज बैलांना उद्देशून म्हणाले, ''बैलांनो, नीट गाडीवाल्यामागून चला.''

बैलांनी गाडी आणून ती बांधकामाजवळ सरळ उभी केली. बैल कुठे बुजले नाहीत की आडवळणी गेले नाहीत.

महाराज खाली उतरले आणि त्या जागेच्या मध्यभागी येऊन बसले. तिथेच आज त्यांच्या भव्य समाधीचं काम झालेलं दिसतं. ही जागा सर्व्हे नंबर ७०० च्या ४३ नि ४५ या नंबरांच्या मध्यभागी आहे. या नंबरातून थोडी-थोडी जागा घेऊन समाधिमध्य साधलेला आहे. महाराज जिथे बसले होते ती जागा मध्यभागी यावी अशा तऱ्हेनं बांधकाम झालेलं आहे. सरकारनं एक एकर जागा दिली होती. परंतु हा समाधिमध्य साधण्यासाठी जागा थोडी कमी पडली. म्हणून दोन्ही नंबरातून अकरा गुंठे जागा जास्त घेतली आणि काम पार पाडलं. आणखी एक एकर जागा केव्हा ना केव्हा तरी मिळणारच होती. म्हणून कारभाऱ्यांनी अकरा गुंठे जास्त जागा घेण्याचं साहस केलं. परंतु एका दुष्टाच्या कागाळीमुळे हे प्रकरण विकोपाला गेलं. या अकरा गुंठे जागेचा तपास करायला जोशी या नावाचा एक खास अधिकारी आला... हरी पाटील साहजिकच घाबरला. पण महाराजांनी त्याला सांगितलं, ''या जागेबद्दल तुम्हाला जो दंड झालेला आहे तो माफ होईल.''

महाराजांनी त्या अधिकाऱ्याला जणू प्रेरणा दिली. त्या प्रकरणावर जोशींनी शेरा मारला, 'हा दंड विनाकारण झालेला आहे. झालेला दंड गजानन संस्थेला परत द्यावा!'

हा निकाल ऐकून हरी पाटलाला परमानंद झाला. ज्याला त्याला तो सांगत सुटला, ''आपल्या संस्थेला झालेला दंड माफ झाला. महाराजांचं म्हणणं खरं ठरलं.''

नवं बांधकाम अशा तऱ्हेनं उभं राहिलं.

✵

गंगाभारतीनं लोकांचा डोळा चुकवला आणि त्यानं महाराजांच्या पायावर डोकं ठेवलं. सारे लोक भीतीनं धास्तावून गेले.

सवडद या मेहेकर जवळच्या गावाहून हा गंगाभारती आला होता. त्याला

महारोग झालेला होता, त्याचं सार अंग कुजून गेलं होतं. बोट झडून गेली होती. पायांना भेगा पडल्या होत्या. कानांच्या पाळ्या सुजल्या होत्या. शरीर लाल झालं होतं... तो या रोगाला अतिशय कंटाळून गेला होता.

महाराजांची कीर्ती ऐकून तो शेगावला आला होता. त्याला महाराजांचं दर्शन घ्यायचं होत. परंतु लोकांनी त्याला बजावलं होतं, "तू महाराजांच्या जवळ जाऊ नकोस, त्यांच्या पायांना स्पर्श करू नकोस. कारण तुझा रोग स्पर्शजन्य आहे, लक्षात ठेव. महाराजांच्या जवळ जायचं नाही."

परंतु साऱ्यांचा डोळा चुकवून गंगाभारतीनं महाराजांच्या पायांवर डोकं ठेवलंच!

त्याबरोबर महाराजांनी त्याच्या डोक्यावर जोरानं चापट मारली. त्यानं चमकून वर पाहिलं. तो उभा राहिला; आणि महाराजांकडे न्याहाळून बघायला लागला. महाराजांनी दोन्ही हातांनी त्याच्या थोबाडीत मारली. वर एक लाथ घातली; आणि खाकरून त्याच्या अंगावर ते थुंकले.

गंगाभारतीनं तो प्रसाद मानला. त्यानं महाराजांची थुंकी मलमाप्रमाणे अंगाला लावली.

तिथे एक कुटाळ उभा होता. तो प्रकार पाहून तो गोसाव्याला म्हणाला, "अरे बाबा, आधीच तुझं शरीर नासलं आहे. त्यावर ही अमंगळ थुंकी चोळतोस होय? हा कसला प्रकार? जा साबण लावून अंग धुवून ये. अंधश्रद्धेनं असल्या वेड्यापिरांना तुम्ही साधू मानता! अशानं समाज रसातळाला जाईल नाहीतर काय होईल? औषधपाणी करायचं सोडून इथे या वेड्याकडे धावत आलास!"

गंगाभारती गोसावी हसून म्हणाला, "इथे तर तुमचं चुकलं! साधुपुरुष हा कधी अमंगळ असतो का? तुला ती थुंकी दिसली. पण मला मात्र ते मलम वाटलं. बघ वाटल्यास! ती थुंकी लावल्यामुळे माझ्या अंगाला कस्तुरीचा सुगंध येत आहे. बेडक्याला मलम मानायला मी काही वेडा नाही. तुझा त्याच्याशी संबंध नव्हता म्हणून तो तुला बेडका दिसला. समर्थांची योग्यता तुला कळलीच नाही मुळी!"

तो कुटाळ म्हणाला, "भलतं काही सांगू नकोस!"

गंगाभारतीनं पुढे म्हटलं, "चल पाहू माझ्याबरोबर! महाराज ज्या ठिकाणी स्नान करतात त्या ठिकाणी आपण जाऊ! तिथली माती मी अंगाला लावतो. बघ काय होतं ते!"

दोघेजण तिथे गेले. दोघांनी तिथली माती घेतली. गोसाव्याच्या हातातली माती औषधी होऊन बसली. तिला सुगंध येत होता. कुटाळाच्या हातातल्या मातीला दुर्गंध येत होता.

तो प्रकार पाहून कुटाळ घोटाळून गेला. कुत्सित कल्पना सोडून महाराजांना तो शरण गेला.

गंगाभारतीला कुणी जवळ करत नव्हतं. दूर अंतरावर बसून तो महाराजांच्या देखत रोज भजन करायचा. त्याचा आवाज अतिशय गोड होता. संगीताचा चांगला अभ्यास होता. गाण्याचा कार्यक्रम रोज चाललेला होता. गोसाव्याचं भजन महाराज नित्यनियमानं ऐकायचे. त्यांना त्या गोसाव्याचं भजन भारी आवडायचं.

पंधरा दिवसांनंतर गोसाव्याचा रोग हळूहळू बरा व्हायला लागला. अंगाची लाली कमी झाली. कानाचे चाफे पूर्ववत झाले. भेगा नाहीशा झाल्या. अंगाला येणारी दुर्गंधी कमी झाली. त्याचं भजनगायन चाललं होतं. महाराज आवडीनं ऐकत होते.

गंगाभारतीची पत्नी अनसूया आपल्या पतीला नेण्यासाठी शेगावला आली. तिच्याबरोबर संतोषभारती हा मुलगाही आला होता.

आल्याबरोबर अनसूया हात जोडून आपल्या पतीला म्हणाली, "तुमची व्याधी आता बरी झालेली दिसते आहे. आता आपल्या गावी चला. महाराज हे तर साक्षात शंकराचे अवतार दिसतात. त्यांच्याचमुळे हे सारं झालं!"

मुलगाही म्हणाला, "महाराजांना विचारून आता घरी चला..."

गंगाभारती त्या दोघांना म्हणाला, "आता हात जोडून काही उपयोग नाही. मी तुमचा राहिलो नाही. या महाराजांनी चापटी मारून मला जागं केलं आहे. भगव्या वस्त्रांची आणि अंगाला लावलेल्या राखेची आठवण करून दिली. आता माझे डोळे उघडले आहेत. संसाराचा संबंध मला मुळीच नको आहे."

मग आपल्या मुलाला त्यानं सांगितलं, "संतोषभारती, तू आपल्या आईला घेऊन घरी जा. आपल्या आईची अखेरपर्यंत सेवा कर. हिला अंतर देऊ नकोस. पुंडलिकाचं उदाहरण समोर ठेव... आणि हे पाहा, मी जर सवडदात परत आलो तर पुन्हा मला हा रोग होईल. म्हणून मला आग्रह करू नका... आजवर तुमचा होतो. आता देवाकडे जातो. नरजन्माचा काही तरी उपयोग करून घेतो."

शेवटी गंगाभारतीनं काकुळतीनं सांगितलं, "समर्थकृपेनं मला उपरती झाली आहे. या परमार्थाच्या खिरीत आता मोहाची माती टाकू नका!"

पत्नीला आणि मुलाला सवडदला पाठवून दिलं; आणि गंगाभारती तिथेच राहिला. रोज सायंकाळी एकतारी घेऊन महाराजांच्या जवळ त्याचं भजन चालायचं. त्याचं भजन ऐकून सारे लोक डोलत बसायचे मग तो पुरता बरा झाला. रोग पार मोडावून गेला. शेवटी महाराजांचा निरोप घेऊन तो सवडदला परत गेला.

❋

एकदा पौष मासात श्यामसिंग शेगावला आला आणि म्हणाला, "तुम्हाला मुंडगावी न्यायला मी आलो आहे. या भक्ताची एवढी तरी इच्छा पुरी करा."

श्यामसिंग पुढे म्हणाला, "अडगावी आपण असताना माझ्या भाच्याच्या घरी

न्यायला मी आलो होतो. त्या वेळी आपण म्हणाला होतात की, मी पुढेमागे येईन. आत्ता येत नाही... त्या वेळी आपण यायचं कबूल केलं होतं. म्हणून मी आपल्याला न्यायला आलो आहे. मुंडगावी माझ्या घरी आपण काही दिवस येऊन राहिलं पाहिजे... सारी तयारी करून मी आपल्याला न्यायला आलो आहे.''

आपल्या भक्ताची इच्छा जाणून महाराज मुंडगावला गेले. तिथे सारं गाव त्यांच्या दर्शनाला लोटलं. भजनासाठी असंख्य भजनीदिंड्या आल्या. झ्यामसिंगानं मोठा भंडारा घातला. आचारी स्वयंपाकाला लागले. अर्धा स्वयंपाक झाला... ते पाहून महाराज म्हणाले, ''झ्यामसिंगा, आजची चतुर्दशी ही रिक्त तिथी आहे. भोजनाच्या पंक्ती पौर्णिमेला होऊ देत.''

यावर झ्यामसिंगानं सांगितलं, ''स्वयंपाक तयार होत आला आहे. आपला प्रसाद घ्यायला फार लोक जमले आहेत.''

महाराज म्हणाले, ''तुझं म्हणणं ठीक आहे. परंतु हे अन्न उपयोगाला येणार नाही.''

आणि झालंही तसंच! जेवायला पंगती बसल्या. एकाएकी आकाश भरून आलं. मेघगर्जना व्हायला लागली. माथ्यावर विजा चमकायला लागल्या. झंझावात सुटला. वृक्ष उन्मळून पडायला लागले. सगळीकडे पाणीच पाणी झालं. महाराजांनी सांगितल्याप्रमाणे सगळं अन्न वाया गेलं.

झ्यामसिंगानं महाराजांना विनंती केली, ''आता उद्या तरी असं होऊ नये. सारी मंडळी नाराज होऊन बसली आहेत. पावसाळा नसताना हा आगंतुक बेटा आला आणि आमच्या भंडाऱ्यावर पाणी पाडलं. शेतीचं वाटोळं करील हा पाऊस! मग लोक म्हणतील की, झ्यामसिंगानं हा भंडारा घातला, त्याचं हे पुण्य आमच्या पदरात पडलं!''

महाराज म्हणाले, ''झ्यामसिंगा, काही काळजी करू नकोस. उद्या मात्र तुला हा पाऊस मुळीच दगा देणार नाही. आत्ताच मी त्याचं निवारण करतो.''

असं म्हणून महाराजांनी आकाशाकडे बघितलं. आकाश फाकायला लागलं. ढग पांगायला लागले. एका क्षणात सगळीकडे स्वच्छ ऊन पडलं.

दुसऱ्या दिवशी पौर्णिमा होती. त्या दिवशी फार मोठा भंडारा झाला.

पौष मासातल्या पौर्णिमेच्या दिवशी आजही मुंडगावी मोठा भंडारा होत असतो.

❋

याच मुक्कामात झ्यामसिंगाने आपली सारी धनदौलत महाराजांना अर्पण केली. मुंडगावातले अनेक नागरिक महाराजांचे भक्त बनले. पुंडलिक भोकरे हा तरणाजवान पोरगा महाराजांचा निस्सीम भक्त बनला. उकिरड्या नावाच्या कुणब्याचा हा मुलगा.

पोर जगत नसेल, तर नवसानं असं नाव ठेवलं जातं. या उकिरड्याचा नवजवान मुलगा पुंडलिक हा वद्यपक्षात शेगावची वारी नियमानं करत असे.

एकदा वऱ्हाडात प्लेगची साथ सुरू झाली. सारं गाव बाहेर पडलं. मुंडगावातही प्लेग सुरू झाला. त्याच वेळी पुंडलिकाची शेगावची वारी होती. त्याला घरीच कसकस आली होती. परंतु त्यानं कुणाला सांगितलं नव्हतं. आपल्या बापाबरोबर तो शेगावच्या वारीला निघाला.

चार-पाच कोस अंतर चालून गेल्यावर त्याच्या अंगात ताप भरला. एकही पाऊल त्याला टाकवेना. त्याच्या बगलेत प्लेगची गाठही उठली. त्यामुळे अगदी हैराण झाला.

त्याची ती अवस्था पाहून उकिरड्यानं त्याला काळजीच्या स्वरात विचारलं, ''पुंडलिका, असं का रे करतोस?''

पुंडलिकानं सांगितलं, ''बाबा, मला ताप आलाय. काखेत गोळाही उठला आहे. मला मुळीच चालवत नाही.''

मग तो म्हणाला, ''महाराज माझी वारी इथेच राहणार का? वारी झाल्यावर खुशाल ताप येऊ दे! मला मग मरण आलं तरी चालेल. पण ही वारी पार पडू दे!''

आपल्या मुलाची ही स्थिती पाहून उकिरडा रडायला लागला. देवाला आळवू लागला,''देवा, माझ्या या एकुलत्या एक मुलाला जीवदान दे!''

मुलाला म्हणाला, ''तुला बसायला गाडीघोडा आणू का?''

पुंडलिक म्हणाला, ''वारी पायीच झाली पाहिजे! उठत-बसत कसंतरी शेगावला जाऊ. वाटेतच मरण आलं तर माझं प्रेत तरी शेगावला घेऊन जा... उगाच दुःख करण्यात काही अर्थ नाही!''

मोठ्या कष्टानं उठत-बसत पुंडलिक शेगावला आला. महाराजांना पाहून त्यानं त्यांच्यासमोर लोटांगण घातलं.

त्याला पाहून महाराजांनी जोरानं आपली काख दाबली. म्हणाले, ''पुंडलिका, आता तुझं गंडांतर टळलं बरं! मुळीच काळजी करू नकोस!''

महाराजांच्या या बोलण्याबरोबरच पुंडलिकाची गाठ जागच्या जागी जिरून गेली. तापही उतरला. शरीराचा कंप मात्र थोडा राहिला. पुंडलिकाच्या आईनं नैवेद्य वाढून आणला. महाराजांनी दोन घास खाल्ल्याबरोबर शरीराचा कंपही नाहीसा झाला. पुंडलिक खडखडीत बरा झाला. थोडा अशक्तपणा राहिला एवढंच!

मुंडगावला आनंदानं परत जाताना दोघेही बापलेक म्हणत होते, 'ही सारी महाराजांची कृपा! आपल्याला हे गुरुभक्तीचं फळ मिळालं!'

✱

चौदावे दर्शन

बंडूतात्याजवळ अफू खायलाही पैसा उरला नव्हता. मेहकर तालुक्यातला हा ब्राह्मण अतिशय सदाचारसंपन्न होता. त्याचं घर पाहुण्यांनी नेहमी गजबजलेलं असे. आल्यागेल्याची तो मोठ्या आस्थेनं विचारपूस करायचा. अशा तऱ्हेनं जवळच्या संपत्तीला पाय फुटले तेव्हा सावकाराचं कर्ज काढावं लागलं. घरदार गहाण पडलं. चार लोकांत जायची त्याला लाज वाटायला लागली. वेळ भागवण्यासाठी भांडकुंडही विकावं लागलं. सावकारांचे तगादे सुरू झाले. उसनंही कुणी देईना.

दुपारची वेळ भागवायला पंचाइत पडू लागली. पत्नी-मुलं म्हणायची, "वाटेल तसा पैसा उडवलात. आता भोगा त्याची फळं! तुमच्याबरोबर आम्हालाही भोगावं लागतंय!"

बंडूतात्या म्हणायचा, "अगं संसार सगळ्यांचाच असतो. सुखाच्या संसारात भागीदारी केलीत. आता दुःखाच्या संसारात भागीदारी करा की!"

पण बंडूतात्याला पुरेपूर माहीत होतं की, दुःखाच्या संसारात कुणीही भागीदारी करत नसतं. प्रपंचात जर पैसा नसेल तर दुःखाशिवाय कुणी सोबती उरत नाही, या गोष्टीची बंडूतात्याला पुरेपूर जाणीव होती.

त्याला काही सुचेना. जीव द्यावा तर आत्महत्येचा मार्गही सापडेना. अफू विकत घ्यायला पैसा नाही आणि विहिरीत जाऊन जीव देणं जमेलच अशी खात्री वाटली नाही. विहिरीतून कुणी वर काढलं तर आत्महत्येचा आरोप माथी यायचा आणि तुरुंगाची वाट धरावी लागायची!... बंडूतात्या पुरता गोंधळून गेला.

मग त्यानं ठरवलं की, हिमालयात जायचं आणि तिथे जाऊन जीव द्यायचा!

असा विचार करून तो घराबाहेर पडला. संसाराला अखेरचा रामराम केला. एक लंगोटी लावली. अंगाला राख फासली; आणि स्टेशनवर गेला. जाताना मनात म्हणत होता, 'देवा, आजवर तुझ्यावर भार टाकला. तुझ्यावर विश्वासलो. पण तू विश्वासाला पुरा पडला नाहीस. म्हणून मी आत्महत्या करतो आहे... हा दोष आता तू पत्कर!'

बंडूतात्या हरिद्वारचं तिकीट घ्यायला खिडकीपाशी उभा होता. त्याच वेळी त्याला तिथे एक ब्राह्मण भेटला.

तो ब्राह्मण बंडूतात्याला म्हणाला, "आत्ताच हरिद्वारचं तिकीट घेऊ नकोस. साधूचं दर्शन घेऊन तिकडे जा. आपल्या वऱ्हाडात श्री गजानन महाराज हे महासंत आहेत. त्यांच्या दर्शनाला तू जा. संतदर्शन कधी वाया जात नसतं."

ते ऐकून बंडूतात्या गोंधळून गेला. मनाशी म्हणाला, 'हा माणूस कुठला

असावा बरं? यानं मला ओळखलं की काय? त्याचं नावही कसं विचारायचं...? काही असो; आपण आता शेगावला जावं हे बरं!'

बंडूतात्या शेगावला गेला. त्याला पाहिल्याबरोबर महाराज हसून म्हणाले, "अरे बंडूतात्या, हिमालयात जाऊन प्राण देणार आहेस होय? अरे बाबा, हताश बनून आत्महत्या कधी करू नये! माणसानं प्रयत्न कधी सोडू नये. प्रपंचाला त्रासून आता जर जीव दिलास तर भोग भोगायला तुला पुन्हा जन्म घ्यावा लागेल... वेड्या जीव द्यायला हिमालयात जाऊ नकोस. ताबडतोब घरी जा!"

बंडूतात्या चकित होऊन बघत होता. महाराज त्याला म्हणाले, "तू तिकीट घेत असताना तुला एक ब्राह्मण भेटला ना? त्याला ओळखलंस का तू?"

बंडूतात्या डोळे विस्फारून बघत असतानाच महाराज हसत म्हणाले, "जा. आता लवकर घरी जा... तुझ्या मळ्यात एक म्हसोबा आहे. त्याच्या पूर्वेला बाभळीच्या झाडाजवळची जमीन खोदून पाहा. मध्यरात्री तू एकटाच हे काम कर. खाली तीन फुटांवर तुला धन सापडेल. त्यातून कर्जमुक्त हो आणि पुन्हा संसार कर. अरे उगाच उसनं वैराग्य धारण करण्यात काही अर्थ आहे का?"

बंडूतात्याला अतिशय आनंद झाला. अंगाची राख पुसून तो खर्ड्याला परत आला. लगेच मध्यरात्री मळ्यात म्हसोबापाशी आला आणि बाभळीखाली खणायला लागला. खोदताना तीन फुटांवर तांब्याची एक घागर लागली. घागरीच्या तोंडावर वेळणी होती. तांब्याच्या त्या घागरीत सोन्याच्या चारशे मोहरा होत्या. घागर दृष्टीला पडल्याबरोबर त्याला हर्ष झाला. घागर हातात घेऊन तो नाचायला लागला. म्हणायला लागला, 'जय जय गजानन गुरुराया...'

त्या धनातून बंडूतात्यानं आपलं कर्ज फेडलं. गहाण पडलेला मळा सोडवून आणला. त्याच्या प्रपंचाची घडी पुन्हा बसली. दु:खाचे दिवस सरले. सुखाचे दिवस सुरू झाले.

हे सारं झाल्यावर बंडूतात्या शेगावला आला. तिथे त्याने बराच दानधर्म केला. गजानन महाराजांच्या पायाशी लीन झाला.

महाराज त्याला म्हणाले, "अरे ज्यानं तुला धन दिलं त्याला वंदन कर... आता इथून पुढे तरी सांभाळून खर्च कर. उगाच उधळपट्टी करण्यात काही अर्थ नसतो. सगेसोयरे सुखाचे सोबती असतात. निर्वाणीचा फक्त परमेश्वर असतो. त्याची भक्ती कर!"

महाराजांच्या पाया पडून बंडूतात्या आनंदानं आपल्या घरी निघून गेला.

✳

मार्तंड पाटील, बंकटलाल, मारुती चंद्रभान नि बजरंगलाल ही भक्तमंडळी

एकदा मठात आली आणि महाराजांना विनवून म्हणाली, "सोमवती अमावस्या आली आहे. आपण ओंकारेश्वरला नर्मदास्नानाला जाऊ!"

महाराज काहीच बोलले नाहीत तेव्हा बंकटलाल म्हणाला, "तुम्ही आमच्याबरोबर असल्यावर आम्हाला कसलीच भीती नाही. आपल्या या लेकरांना ओंकारेश्वराच्या पायांवर घाला!"

महाराज म्हणाले, "अरे बाबांनो, नर्मदा इथे माझ्यापाशी आहे. उगाच तिला त्रास द्यायला कशाला जाऊ तिथे! मी मठात बसून नर्मदास्नान करीन. तुम्ही ओंकारेश्वराला जाऊन या."

महाराजांनी आपल्या भक्तमंडळींना नर्मदेची आणखी माहिती दिली.

पूर्वी इथेच वैभवशाली राजा मान्धाता हा होऊन गेला. नर्मदेच्या पुण्यप्रभावानं भारावून जाऊन प्राचीन ऋषींनी या नदीवर स्वतंत्र नर्मदापुराण लिहिलं आहे. एका प्राचीन कवीनं नर्मदालहरी या नावाचा एक ग्रंथ लिहिला. शंकराचार्यांनी 'नर्मदाकिनारी' राहून दीर्घकाळ योगसाधना केली होती. तिथेच त्यांनी परमहंसपदाची दीक्षा घेतली.

ही माहिती सांगून महाराज त्यांना म्हणाले, "तुम्ही तिथे जाऊन नर्मदेचं जरूर दर्शन घ्या. पण मला मात्र येण्याचा आग्रह करू नका. आता मला पर्वाचं कसलं प्रयोजन राहिलं आहे?"

ते चौघेजण म्हणाले, "काही असलं तरी महाराज तुम्हाला तिथे आमच्या बरोबर आलं पाहिजे. आपण नर्मदास्नान करून लगेच परत येऊ!"

महाराज म्हणाले, "ठीक आहे... तुम्ही लोक दांभिक आहात. या आपल्या विहिरीत नर्मदेचं पाणी आहे. ते पाणी टाकून जर आपण तिथे स्नानाला गेलो, तर माझ्या नर्मदेला फार राग येईल. म्हणून म्हणतो की, तुम्ही तिथे जा. मला आग्रह करू नका. माझं ऐकण्यात तुमचं कल्याण आहे,"

मग मारुती चंद्रभान सांगायला लागला, "आपल्याला घेतल्याशिवाय आम्ही जाणार नाही."

महाराज निक्षून म्हणाले, "मी तिथे आलो तर काहीतरी विपरीत घडेल हे लक्षात ठेवा. मग मात्र आम्हाला दोष देऊ नका."

सारी मंडळी महाराजांबरोबर ओंकारेश्वरी आली. पर्वासाठी तेथे माणसांची दाटीवाटी झाली होती. स्त्रीपुरुषांनी घाट गजबजून गेले होते. शंकराच्या मंदिरात जायला मुंगीलाही रिघाव नव्हता. कुणी स्नान करत होते. कुणी संकल्प ऐकत होते. काही लोक बेलफुलं घेऊन मंदिरात जायला उभे होते. कुणी बर्फी पेढ्यांचा प्रसाद ग्रहण करत होते. भजनकऱ्यांचे थवे दाटी करून उभे होते. मंदिरात अभिषेकाची भीड दाटली होती. कुणाचा शब्द कुणाला ऐकू येत नव्हता.

त्या रम्य पवित्र स्थानी महाराज पद्मासन घालून नर्मदेच्या काठी निवांत बसले

होते. चौघेजण दर्शन घेऊन आले. महाराजांना म्हणाले, "आता सडकेनं जाण्यात काही अर्थ नाही. कारण भलतीच गर्दी झाली आहे. गर्दी झाल्यामुळे बैलगाड्याही मोडून पडताहेत. आपल्या गाडीचे बैल तर भारी बुजरे आहेत. फार द्वाड आहेत. आपण होता म्हणून इथवर सुखरूप येऊन पोचलो."

बंकटलाल म्हणाला, "आता बैलगाडीनं जाणं धोक्याचं वाटतं. म्हणून या नावेत बसून स्टेशनला जाऊ. शांतपणानं तरी जाता येईल... त्या बघा नावा चालल्यात!"

महाराज म्हणाले,"तुम्हाला हवं ते करा. मला विचारू नका. मी तुमच्या वचनात गुंतलो आहे खरा!"

त्या भक्तमंडळींबरोबर महाराज नावेत बसले. खेडीघाट स्टेशनच्या दिशेनं नाव चालायला लागली. नदीच्या मध्यावर नाव आली आणि नाव खडकावर आपटली. बुडाची फळी फुटून आरपार छिद्र पडलं. आत पाणी यायला लागलं. नावाड्यानं नदीत उडी टाकली. परंतु महाराज शांतपणानं बसून होते. मुखानं 'गिण गिण गणांत बोते' हे भजन चाललं होतं. मार्तंड, बजरंग, मारुती ही भक्तमंडळी घाबरून गेली. बंकटलालही घाबरून गेला.

संकटात सापडलेली भक्तमंडळी महाराजांना म्हणाली, "आम्ही तुमचं ऐकलं नाही. त्याचं तुम्ही आम्हाला फळ दिलंत. ही विश्वतारिणी नर्मदाच आमची काळ बनली. महाराज, यापुढे आम्ही आपला शब्द कधी मोडणार नाही. पण या संकटातून वाचवा. शेगाव दृष्टीला पडू द्या."

हे बोलणं चाललं असताना नाव लोटत लोटत नदीच्या मध्यावर आली.

काही लोक ओरडायला लागले, "मेली ही पाच माणसं! ही नाव नक्कीच बुडणार!"

गजानन महाराज शांतपणाने म्हणाले, "अरे, असे हैराण होऊ नका. तुमच्या जिवाला नर्मदा धोका देणार नाही."

मग सर्व जण हात जोडून बसले. महाराजांनी नर्मदेचं स्तवन सुरू केलं.

नर्मदे मंगले देवी । रेवे अशुभ नाशिनी ।
मंतु क्षमा करी यांचा । दयाळु होऊनी मनीं ॥

हे स्तवन चालू असतानाच नावेतलं पाणी निघून गेलं. जणू नर्मदेनं नावेच्या छिद्राला हात लावून ते छिद्र बंद केलं होतं. त्या नावेच्या बरोबर कोळिणीचा वेष घेतलेली एक स्त्री चालली होती. तिच्या मस्तकावरचे केस कुरळे होते. कंबरेपर्यंत तिचं वस्त्र भिजलेलं होतं.

नौका काठाला लागली. साऱ्यांना भारी आश्चर्य वाटलं. तळाचं छिद्र होतं तसंच होतं. ते पाहून तर त्या आश्चर्यात भरच पडली.

लोक म्हणाले, "या बाई होत्या म्हणून आमचे प्राण वाचले. बाई आपण कुठल्या? आपलं नाव काय? आम्ही तुम्हाला नेसायला दुसरं वस्त्र देतो. हे भिजलेलं वस्त्र सोडून टाका!"

ती बाई म्हणाली, "मी आहे ओंकार कोळ्याची मुलगी! माझं नाव नर्मदा. ओल्या वस्त्राची आम्हाला सवय आहे. मी नेहमी ओलीच राहते. पाणी हेच माझं रूप आहे."

एवढं बोलून तिनं गजानन महाराजांना नमस्कार केला आणि ती निघून गेली. क्षणात दिसेनासी झाली.

हा सारा प्रकार पाहून त्या चौघांना अतिशय आनंद वाटला. महाराजांचा अधिकार त्यांना समजून चुकला.

बंकटलालनं मुद्दाम विचारलं, "महाराज, ही बाई कोण होती? आम्हाला सारं सांगा की?"

महाराज म्हणाले, "तुम्ही जे विचारता आहात ते नर्मदेनंच तुम्हाला सांगितलं नाही का? कोळी जो ओंकार होता तोच तिचा पिता ओंकारेश्वर! मी नेहमी ओलीच राहते असं नर्मदा म्हणाली ना? अरे हीच ती साक्षात नर्मदा! तिचा जयजयकार करा!"

मग साऱ्यांनी जयजयकार केला, 'जय जय नर्मदे निरंतर। ऐसेच रक्षण अंबे करी॥'

सारी मंडळी शेगावात परतली; आणि ज्याला त्याला ही कथा सांगत सुटली. महाराजांवरची त्यांची भक्ती शतगुणित झाली.

✱

चित्रकूटच्या माधवनाथांचे शिष्य सदाशिव रंगनाथ वानवळे हे शेगावला आले तेव्हा महाराजांचं जेवण चाललं होतं. सदाशिव ऊर्फ तात्या वानवळे यांच्याबरोबर एक गृहस्थ महाराजांच्या दर्शनासाठी आला होता.

वानवळे आल्याबरोबर महाराजांना चित्रकूटच्या त्या महायोग्याची आठवण झाली. महाराजांनी सांगितलं, "अरे माधवनाथांच्या त्या शिष्यांना माझ्यासमोर घेऊन या पाहू! त्यांचे गुरू आत्ताच इथून जेवण करून गेले; आणि लगेच त्यांचे हे शिष्य आले. थोडा वेळ आधी जर हे इथे आले असते, तर त्यांच्या गुरूंची इथेच भेट झाली असती."

तात्या वानवळे समोर आल्याबरोबर महाराजांनी त्याला आलिंगन दिलं. त्याचा सत्कार केला आणि जाताना त्याला निरोप दिला, "तुम्ही माधवनाथांना असेच भेटायला जा. त्यांचं माझ्याबरोबर जेवण झालं. पण त्यांचा विडा इथेच राहिला आहे. तुम्ही तिथे जाऊन त्यांना सांगा की, 'साथे भोजन हुवा, विडा तुम्हारी याही रहा, तो

आम्ही आणिला पाहा, नाथा तुम्हां द्यावयास...' असंच त्यांना सांगा. पदरचं काही घालू नका."

विडा घेऊन तात्या वानवळे चित्रकूटला निघून गेले. तिथे गेल्यावर शेगावची सारी हकिगत सांगितली. महाराजांचा निरोप दिला. विडा दिला.

तात्यानं माधवनाथांना विचारलं, "आपण त्या दिवशी शेगावला गेला होता का?"

माधवनाथांनी सांगितलं, "त्यांचं म्हणणं बरोबर आहे. भोजनसमयी गजानन महाराजांनी माझं स्मरण केलं. स्मरण हीच आमची भेट असते. आम्ही एकमेकांना असेच भेटत असतो. त्यांचं आणि माझं शरीर भिन्न असलं, तरी आमचा प्राण एकच असतो... हे फार खोल ज्ञान आहे. तुम्हाला आत्ताच कळणार नाही. तुम्ही आगचा विडा आणलात हे बरं केलंत."

विडा घेऊन माधवरावांनी तो खलबत्त्यात कुटून खाल्ला. आपल्या शिष्यांनाही त्यातला थोडा प्रसाद दिला.

शिष्य म्हणाला, "दोघेही महान योगिपुरुष आहेत. हीच गोष्ट खरी! त्याशिवाय अशा गोष्टी कधी घडणार नाहीत!"

पंधरावे दर्शन

अकोल्याच्या शिवजयंतीच्या उत्सवाला लो. टिळक येणार हे कळल्यावर सारं वऱ्हाड खडबडून जागं झालं. वऱ्हाडातल्या विद्वानांची गडबड उडून गेली. खापर्डे, कोल्हटकर, दामले हे पुढारी अकोल्याला येऊन दाखल झाले. शिवाजी महाराजांची माता जिजाबाई हिचा जन्म सिंधखेडचा. त्यामुळेच वऱ्हाड-महाराष्ट्र एकजीव झाला होता. त्यातच शिवजयंतीच्या उत्सवाला अध्यक्ष म्हणून लोकमान्य येणार हे जाहीर झाल्याबरोबर उत्साहाला उधाण आलं. एक महिना आधीपासून उत्सवाच्या तयारीला प्रारंभ झाला. लोक आनंदानं आणि उत्साहानं भारावून गेले. उत्सव समितीच्या अध्यक्ष-उपाध्यक्षांची निवड झाली. स्वयंसेवक तयार झाले.

ही सारी तयारी चालू असताना कुणीतरी सुचवलं, "या उत्सवाला गजानन महाराजांना आणावं. म्हणजे दुधात साखर पडेल."

दुसऱ्या कुणीतरी पुस्ती जोडली. "शिवाजी महाराजांच्या राष्ट्रकार्याला समर्थांचा आशीर्वाद होता. लो. टिळकांच्या राष्ट्रकार्याला आपल्या या समर्थांचा आशीर्वाद हवाच!"

कित्येक लोकांना ही सूचना पटली. परंतु कित्येक लोकांच्या पसंतीस ती उतरली नाही.

ज्यांना हे म्हणणं पटलं नाही ते लोक म्हणाले, "शेगावच्या त्या अवलियाला इथे कशाला आणायचं? तो सभेत विघ्न आणील. गिण गिण गणात म्हणत नागवा फिरेल. कदाचित लोकमान्यांना मारदेखील देईल!"

ज्यांना ही सूचना पसंत होती ते म्हणाले, "आपले महाराज वेड्यात वेडे, शहाण्यात शहाणे असे आहेत. लोकमान्य टिळक खरे राष्ट्रोद्धारक आहेत ना? मग महाराज नक्की सभेला येतील. संतांना खरंखोटं कळतं. म्हणून त्यांना या सभेला बोलवायला मुळीच भिऊ नका!"

अशी उलटसुलट चर्चा झाली.

दादासाहेब खापर्डे महाराजांना निमंत्रण देण्यासाठी शेगावला गेले. त्यांना बघितल्याबरोबर गजानन महाराज म्हणाले, "तुमच्या शिवाजी उत्सवाच्या सभेला आम्ही येऊ. आम्ही तिथे वेड्यासारखं वागणार नाही. मुकाट्यानं बसून राहू. सुधारकांचा आम्ही कधीच मनोभंग करणार नाही. टिळकांसारखा राष्ट्रोद्धारक महापुरुष पुन्हा कधी होणार नाही. त्या टिळकांचे स्नेही अण्णासाहेब पटवर्धन आहेत ना? त्यांचे गुरू आळंदीचे नरसिंहसरस्वती! त्यांनाही मला बघायचं आहे... म्हणून आम्ही अकोल्याला येऊ."

ते ऐकून दादासाहेब खापर्ड्यांना अतिशय आनंद झाला. ते कोल्हटकरांना म्हणाले, "बघा, बघा! आपण अकोल्यात जे बोललो ते यांनी अंतर्ज्ञानानं ओळखलं. आपल्याला काही बोलायची तरी गरज पडली का? आणि यांना राष्ट्रपुरुषांबद्दल किती प्रेम आहे पाहिलंत ना? चला, आपल्या उत्सवाला मुहूर्त तर उत्तम झाला!"

महाराजांना नमस्कार करून पुढारी मंडळी आनंदानं अकोल्याला निघून गेली.

उत्सवाला आठ दिवस राहिले. लोकांची उत्सुकता शिगेला जाऊन पोचली होती. लो. टिळकांची पावलं अकोल्याला केव्हा लागतात, असं त्यांना होऊन गेलं होतं.

ता. ४ मे, १९०८ रोजी सभा होणार होती. अकोल्याला भव्य मंडप उभारलेला होता. अक्षय्यतृतीया हा वऱ्हाडातला फार मोठा उत्सवदिन! परंतु त्या उत्सवाची पर्वा न करता लांबून लांबून लोक शिवाजीच्या उत्सवासाठी गोळा झाले. या सभेला गजानन महाराज येणार आहेत हे कळल्यावर तर त्या गर्दीत अधिकच भर पडली. मंडप चिकार भरून गेला. बसायला कुठे जागा उरली नाही. लोक बसले त्यापेक्षा अधिक लोक उभे राहिले.

जो तो विचारत होता, "गजानन महाराज इथे येणार आहेत ना?"

कुणीतरी सांगितलं, "अहो, ते पाहा तिथे येऊन लोडाला टेकून बसले

आहेत... मघाशीच!''

व्यासपीठावर टिळक आले आणि अग्रभागी येऊन बसले. त्यांच्याजवळ एका बाजूला अण्णासाहेब पटवर्धन आणि दुसऱ्या बाजूला दादासाहेब खापर्डे ही मंडळी बसली होती. दामले, कोल्हटकर, भावे, व्यंकटराव देसाई ही मंडळी व्यासपीठावर पुढेमागे बसली होती. लोडाला टेकून गजानन महाराज शांतपणाने बसून होते.

सभेला प्रारंभ झाला. सभेचं प्रयोजन सांगितलं. मग लो. टिळक बोलायला उठले तेव्हा टाळ्यांचा कडकडाट झाला. तो बराच वेळ थांबेना.

आपल्या भाषणात लो. टिळक म्हणाले, ''आजचा हा प्रचंड जनसमूह पाहून मला आनंद होत आहे. आजचा प्रसंग अपूर्व आहे. या प्रसंगी आपल्या प्रांतातील प्रसिद्ध सिद्ध पुरुषाचे या ठिकाणी आगमन होऊन त्यांचा अनुग्रह व्हावा हे खरोखर सुदैव होय. असा प्रसंग आजपर्यंत शिवाजी उत्सवाला यापूर्वी कधीही आला नव्हता. महाराजांना येथे निमंत्रण करून हा अपूर्व योग आपण घडवून आणला याबद्दल मी आपला फार आभारी आहे. श्री गजानन महाराजांची परंपरा श्रीशिवगुरू श्री रामदास स्वामींपासून आहे, हे आपणास माहीत आहेच. या उत्सवप्रसंगी यांनी हजर राहावयाचे मनात आणून व विनंतीस मान देऊन येथे आगमन केले आहे. 'हजर राहण्याचे मनात आणून व विनंतीस मान देऊन' असे मी म्हटले आहे. येथे येण्याचे त्यांच्या मनात आले. त्यामुळे आपल्या कार्याला यश येईल, अशी सद्बुद्धी माझ्या मनात उत्पन्न झाली आहे. कोणत्याही कार्यास परमेश्वराचा अनुग्रह पाहिजे व त्याचे चिन्ह आजचे महाराजांचे आगमन होय. त्यांनी येण्याचा अनुग्रह केल्यामुळे त्यांच्या समोर बोलणारावर जबाबदारी येऊन पडली आहे; आणि या जबाबदारीतून आपण कसे पार पडू याची शंका मला वाटावयास लागली. तथापि, ज्या कृपेने त्यांचे येथे आगमन घडवून आणले तीच सत्कृपा हे कार्य घडवून आणील, अशी मला खात्री वाटते. असे योग क्वचित येतात. यात ईश्वरी प्रेरणेचा अंश खचित आहे. या ठिकाणी येण्याची त्यांना बुद्धी व्हावी, आमची वेडीवाकडी कृत्ये त्यांनी अवलोकन करावी व त्या कार्यांना त्यांचे पाठबळ मिळावे, यावरून हा दैवी योग आहे, अशी माझी समजूत झाली आहे. माझ्या मते एवढी प्रस्तावना पुरी आहे. पुरी म्हणण्याचे कारण हे आहे की, या वेळेस माझ्या मनोवृत्ती इतक्या उचंबळल्या आहेत, विचार इतके प्रगल्भ झाले आहेत की, त्यांचे स्पष्टीकरण करणे अशक्य झाले आहे. यासाठी त्यांनी आज जो अनुग्रह केला त्याबद्दल त्यांचे उपकार मानून व आमच्या चळवळीवर अशीच कृपादृष्टी ठेवावी ही त्यांस प्रार्थना करत मी व्याख्यानास आरंभ करतो.''

या व्याख्यानात टिळकांनी राष्ट्रीय शिक्षणावर भर दिला. ते म्हणाले, ''धर्माचे शिक्षण नाही, नीतीचे शिक्षण नाही, स्वातंत्र्याचे शिक्षण नाही किंवा उच्च मनोवृत्ती उद्दीपित करणारे शिक्षण मिळत नाही. पशूंस जसे शिक्षण मिळते तसे इंग्रजांच्या

ताब्याखाली कसे राहावे एवढ्याचपुरते मिळत आहे म्हटले तरी चालेल. आम्ही आमचे शिक्षण परकीयांच्या ताब्यात दिले आहे. राष्ट्रपुरुषांची सर्व तऱ्हेने उन्नती करणारे आणि राष्ट्रीयत्वाची ओळख करून देणारे ते राष्ट्रीय शिक्षण होय. हे शिक्षण इंग्रजांच्या ताब्यात देऊ नका.''

लो. टिळकांनी आपल्या या भाषणात ब्रिटिश सरकारवर कडाडून टीका केली. त्यांच्या बोलण्याचा रोख जाणून गजानन महाराज हसत हसत म्हणाले, ''अरे अशानेच पडतात काढण्या दोन्ही दंडाप्रत!''

असं म्हणून त्यांनी 'गणगणात' हे भजन सुरू केलं. सभा निर्विघ्न पार पडली. टिळकांची जिकडेतिकडे वाहवा झाली.

आणि लगेच काही दिवसांनी गजानन महाराजांचं भविष्य खरं ठरलं. १२४ व्या कलमाखाली सरकारनं टिळकांना धरलं. त्यांच्यावर शिक्षेचा प्रसंग ओढवला. न्यायालयात बडे बडे वकील टिळकांसाठी झटायला लागले. दादासाहेब खापर्डे यांची मुंबईकडे ये-जा सुरू झाली.

एकदा दादासाहेब अमरावतीहून मुंबईकडे जायला निघाले. अकोल्याच्या स्टेशनवर ते कोल्हटकरांना म्हणाले, ''तुम्ही शेगावला जा आणि महाराजांना सांगा की, टिळकांना या दुर्धर प्रसंगातून सोडवा. मीच गेलो असतो त्यांना विनंती करायला! परंतु मला मुंबईला जायचंय. तुम्ही लगेच जाऊन महाराजांची करुणा भाका.''

कोल्हटकर लगेच शेगावला आले. त्या वेळी महाराज निजले होते. तीन दिवस झाले तरी ते उठले नाहीत. तोपर्यंत कोल्हटकर मठात ठाण मांडून बसून होते.

चौथे दिवशी महाराज उठले. कोल्हटकरांकडे बघून म्हणाले, ''तुम्ही कितीही प्रयत्न केलेत तरी फळ येणार नाही. शिवछत्रपतींच्या पाठीशी समर्थ रामदास होते ना? तरी बादशाही अमलात त्यांना कैद भोगावी लागलीच ना? सज्जनांचा छळ झाल्याशिवाय राज्यक्रांती होत नाही... मी आता भाकरी देतो. ती त्यांना नेऊन द्या. या भाकरीच्या बळावर टिळकांच्या हातून फार मोठी कामगिरी होईल... टिळकांना दूरदेशी जावं लागणार आहे. पण त्याला इलाज नाही.''

महाराजांचं बोलणं ऐकून कोल्हटकर साशंक झाले. त्यांनी महाराजांना नमस्कार केला. टिळकांना देण्यासाठी भाकरीचा प्रसाद घेतला आणि ते तेथून निघाले.

मुंबईला गेल्यावर कोल्हटकरांनी तो प्रसाद टिळकांना दिला. सारी हकिगत त्यांनी सांगितली. लो. टिळक हसत हसत म्हणाले, ''स्वामींचं अंतर्ज्ञान अगाध आहे. तुमच्या प्रयत्नांना यश येणार नाही हे नक्की! माझ्यावरील खटल्यात सरकार न्यायाची बूज राखील असं वाटत नाही. जिथे स्वार्थ असतो तिथे न्याय नसतो हा तर जगाचा न्यायच आहे.''

काही काळ थांबून टिळक पुढे म्हणाले, ''माझ्या हातून कोणती मोठी कामगिरी

होते ते आता बघायचं. साधू लोक सारं भूतभविष्य जाणतात हे तर खरंच! बघू या काय होतं ते! आपल्यासारख्या सर्वसामान्य माणसाच्या हातात दुसरं काय आहे?''

टिळकांनी भाकरीचा प्रसाद ग्रहण केला.

लोकमान्यांना सहा वर्षांची शिक्षा झाली. मंडाल्याला त्यांची रवानगी झाली. गीताशास्त्रावरील 'गीतारहस्य' हा त्यांचा अलौकिक ग्रंथ निर्माण झाला. त्या ग्रंथात त्यांनी कर्मयोगाचा सिद्धान्त मांडला. जगदोद्धार करण्यासाठी त्या ग्रंथात त्यांनी कर्मयोग कथन केल्यामुळे ते खऱ्या अर्थानं जगद्‌गुरू बनले. महाराजांची वैखरी सत्य ठरली. या एकाच अद्वितीय ग्रंथामुळे लोकमान्य टिळक जगन्मान्य झाले. देशस्वातंत्र्य येतं आणि जातं. राजांची राज्यं येतात आणि कालवश होतात. परंतु टिळकांचा हा अलौकिक ग्रंथ चिरंजीव बनला. त्यांची कीर्ती चिरंतन झाली.

लो. टिळकांनी म्हटल्याप्रमाणे महाराजांचं अंतर्ज्ञान अगाध होतं हीच गोष्ट खरी!

❋

कोल्हापूरला श्रीधर गोविंद काळे हा विद्यार्थी इंटरच्या परीक्षेत नापास झाला. 'केसरी'त त्यानं ओयामा-टोगो यांचं चरित्र वाचलं. टोगो-यामा या दोघा तरुणांनी ज्ञान संपादन करून आपल्या मायभूमीची भरभराट केली. श्रीधरला त्यांच्या चरित्र-वाचनानं स्फूर्ती आली. आपणही आपल्या मायभूमीचा उद्धार करावा, असं त्याच्या मनानं घेतलं. परंतु त्याच्या पदरी दारिद्र्य होतं. मनोरथ आणि दारिद्र्य यांचं कधीच सूत जमत नसतं.

भंडाऱ्याला त्याचा एक मित्र होता. तिथल्या मन्रो हायस्कूलमध्ये तो शिक्षक होता. श्रीधरनं आपला विचार भंडाऱ्याला जाऊन त्याला कळवला.

त्याचा मित्र म्हणाला, ''तुझा विचार तर चांगला आहे. परंतु पैशाचं काय करायचं? या जगात पैशाशिवाय पान हालत नाही. दरिद्री माणसानं मनोरथ करायचे आणि ते जागच्या जागी जिरून जायचे, हेच खरं! इथे उन्हाळा फार आहे. चल, आपण आपल्या गावी जाऊ... कोल्हापूरला!''

दोघेजण कोल्हापूरला जायला निघाले. त्यांनी गजानन महाराजांची कीर्ती ऐकली होती. म्हणून ते वाटेत शेगावला उतरले. पोस्टमास्तराच्या घरी सामान ठेवलं आणि ताबडतोब महाराजांच्या दर्शनाला गेले.

मठात आल्यावर महाराजांच्या समोर हात जोडून बसले.

महाराजांनी त्यांच्या मनातलं ओळखलं होतं. श्रीधरकडे बघत ते एकदम म्हणाले, ''वेड्या, उगाच परदेशी जाण्याचा विचार करू नकोस. भौतिकशास्त्रात काही अर्थ नाही. अध्यात्मविद्या केलीस तर कृतार्थ होशील.''

श्रीधरला महाराजांचं म्हणणं पटलं. त्यांचं बोलणं ऐकत असताना श्रीधरला कोल्हापूरच्या कुंभार गल्लीतल्या स्वामींची आठवण झाली. भक्तांशी बोलण्याची त्यांची अगदी अशीच रीत होती. गजानन महाराजांच्या बोलण्याचा नेमका अर्थ त्याच्या लक्षात आला नाही.

तोच एकदम महाराज म्हणाले, "हिंदुस्थान सोडून कुठे जाऊ नकोस. अगणित पुण्य करावं तेव्हाच या अध्यात्मभूमीत जन्म मिळत असतो. भौतिकशास्त्रापेक्षा अध्यात्म-विचार हा नेहमीच श्रेष्ठ असतो, हे लक्षात ठेव! जमलं तर त्या शास्त्राला हाती धर. पण कुठे परदेशी मात्र जाऊ नकोस!"

हे बोलणं ऐकून श्रीधरला आनंद झाला. परदेशी जाण्याचे त्याचे विचार मावळले.

त्याला निरोप देताना महाराज म्हणाले, "जा... तुझी बायको कोल्हापूरला तुझी वाट बघते आहे. त्याच ठिकाणी तुझा भाग्योदय होणार आहे."

आपल्या मित्राबरोबर श्रीधर कोल्हापूरला गेला. महाराजांचं म्हणणं खरं ठरलं. श्रीधर एम.ए. झाला. शिंद्यांच्या राज्यात शिवपुरी कॉलेजमध्ये श्रीधरपंतांची प्राचार्य म्हणून नेमणूक झाली. महाराजांनी म्हटल्याप्रमाणे त्यांचा भाग्योदय इथेच झाला.

✵

सोळावे दर्शन

मुंडगावची भागाबाई ठाकरीण ही अत्यंत दांभिक बाई होती. परमार्थात वावरताना निष्ठा अत्यंत आवश्यक असते. परंतु भागाबाईची निष्ठा कुठे बसत नसे. नेहमी दंभाचा बाजार मांडून ती बायाबापड्यांना झुलवत असे.

एके दिवशी ती पुंडलिकाकडे आली आणि म्हणाली, "पुंडलिका, तू सद्गुरू केला नाहीस; तुझा जन्म खरंच वाया गेला."

पुंडलिकानं सांगितलं, "मी केला आहे ना गुरू?"

"तो शेगावचा वेडापिसा गजाननच ना? तुझा प्लेगाचा ताप बरा झाला म्हणून तू त्याला मानतोस. पण पुंडलिका, असल्या काकतालीय न्यायाला माणसानं बळी पडू नये. नेहमी तो 'गिण गिण' हे भजन म्हणतो काय, वेड्यासारखं वागतो काय, कुणाचंही काही खातो काय? याला भ्रष्ट म्हणायचं नाही तर काय?"

यावर पुंडलिक भोकरे काही बोलला नाही. तेव्हा भागी ठाकरीण म्हणाली, "तुला सांगायला आले आहे. माझ्याबरोबर अंजनगावला चल. तिथे केजाजीच्या शिष्याला आपण दोघे गुरू करू. उद्या अंजनगावला त्यांचं कीर्तन आहे. पहाटे उठून

आपण तिकडे जाऊ.''

आणि शेवटी सांगितलं, ''अरे, गुरू महाज्ञानी, परमगुणी असावा लागतो. भक्तिपंथाची वाट त्याला माहीत असावी लागते. यातलं एकही लक्षण त्या वेड्या गजाननाजवळ नाही. म्हणून, तू अंजनगावला चल.''

पुंडलिक भोकरे हा अत्यंत भाविक मनाचा माणूस होता. त्यामुळे भागीचं बोलणं ऐकून त्याचं मन गोंधळात पडलं. त्यानं मनाशी विचार केला, 'आपण अंजनगावला जाऊन त्यांचं कीर्तन तर ऐकायला काय हरकत आहे? पुढचं पुढं बघू!'

पुंडलिक भागीला म्हणाला, ''ठीक आहे. मी उद्या तुझ्याबरोबर अंजनगावला येतो.''

रात्री पुंडलिक स्वस्थ झोपला. रात्र उलटून तीन प्रहर झाले. तेव्हा त्याला एक स्वप्न पडलं. पुंडलिकासमोर एक दिगंबर पुरुष येऊन उभा राहिला. थेट गजानन महाराजांसारखा दिसत होता.

तो दिगंबर पुरुष त्याला म्हणाला, ''पुंडलिका, तुला त्या भागीबरोबर अंजनगावला जायचं आहे ना? गुरू करायला? जायचं असेल तर जरूर जा! त्या गुरूचं नाव आहे काशीनाथ! तिथे गेल्यावर तुझा भ्रम नाहीसा होईल. अरे, कानात बोलला म्हणून काय तो गुरू होतो? पुष्कळ लोक कानगोष्टी करतात. म्हणून ते काय एकमेकांचे गुरू होतात? पुंडलिका, दांभिक लोकांच्या नादी लागू नाही कधी!''

काही वेळ थांबून तो पुरुष पुढे म्हणाला, ''इकडे कान कर. मी तुला मंत्र देतो.''

त्याच्या कानात 'गण गण' हा मंत्र दिला आणि तो पुरुष गप्प बसला.

मग त्या पुरुषानं विचारलं, ''तुला आणखी काही हवं आहे का?''

ते ऐकून पुंडलिकाला अतिशय आनंद झाला. त्यानं त्या पुरुषाकडे निरखून बघितलं. तिथे त्याला गजानन महाराज दिसले. पुंडलिक म्हणाला, ''महाराज, मला रोजच्या पूजेसाठी तुमच्या पादुका हव्यात. दुसरं काहीएक नको.''

स्वप्नातले महाराज म्हणाले, ''या घे पादुका! उद्या दुपारी या पादुकांची पूजा कर.''

त्या पादुका घ्यायला पुंडलिक स्वप्नातच उठून बसला. लगेच त्याला जाग आली.

सभोवार बघितलं. कुणीच दिसलं नाही. महाराजांनी दिलेल्या पादुकाही कुठे दिसल्या नाहीत. त्याला काहीच कळेना. महाराज तर त्याच्या स्वप्नात आले होते. भागी ठाकरीण कशी काय आहे तेही सांगितलं होतं. पादुका दिल्या होत्या आणि दुपारी त्यांची पूजा कर असंही सांगितलं होतं. या एकंदर प्रकाराचा अर्थ काय...? त्याला काहीच उलगडा होईना.

तो मनाशी म्हणाला, 'नव्या पादुका करून मी त्यांची पूजा करावी असं तर त्यांचं सांगणं नव्हतं ना? मी त्यांच्या पायातल्या पादुका मागितल्या होत्या आणि त्याच तर त्यांनी दिल्या होत्या. मग नव्या पादुका कशा घ्यायच्या?'

पुंडलिकाच्या मनात अशाच तऱ्हेचे तर्क-कुतर्क चालले होते. एवढ्यात भागी ठाकरीण आली. म्हणाली, "चल, आता अंजनगावला जायला निघू. रस्ता दिसायला लागलाय. तिथे जाऊन मोक्षगुरू करू आणि परत येऊ."

पुंडलिक भागाबाईला म्हणाला, "तुला जायचं असेल तर जा. मी काही येणार नाही. मी गजानन महाराजांना गुरू केलं आहे. ते मला आता सोडणार नाहीत."

भागी एकटीच अंजनगावला निघून गेली.

दोनच दिवसांपूर्वी मुंडगावचा झ्यामसिंग रजपूत शेगावला गेला होता. महाराजांचं दर्शन घेऊन तो परत यायला निघाला होता. तेव्हा महाराज बाळाभाऊला म्हणाले, "या पादुका पुंडलिकाला द्यायच्या आहेत. झ्यामसिंगाजवळ दे. म्हणजे तो पुंडलिकाला नेऊन देईल."

बाळाभाऊंनी झ्यामसिंगाजवळ त्या पादुका दिल्या आणि म्हटलं, "तुमच्या गावी पुंडलिक भोकरे आहे ना? त्याला या पादुका नेऊन द्या."

मुंडगावच्या वेशीतच झ्यामसिंगाला पुंडलिक भेटला. पुंडलिकानं त्याला विचारलं, "महाराजांनी मला काही प्रसाद दिला आहे का तुमच्याजवळ?"

ते ऐकून झ्यामसिंगाला अतिशय आश्चर्य वाटलं. पुंडलिकाला तो आपल्या घरी घेऊन गेला आणि खोदूनखोदून त्याला विचारू लागला, "पुंडलिका, तू मला असं का विचारलंस?"

मग पुंडलिकानं त्याला स्वप्नाची सारी हकिगत सांगितली. ती हकिगत ऐकून झ्यामसिंगाचा संशय फिटला. लगेच त्यानं त्या पादुका पुंडलिकाला काढून दिल्या. त्या पादुकांचं पुंडलिकानं लगेच दुपारी पूजन केलं.

त्या प्रसादी पादुका अजूनही पुंडलिकाच्या घरी आहेत... या वर्षीच्या दसऱ्याच्या दिवशी दुपारी मी मुंडगावी होतो. त्या पादुकांचं मी मनोभावे दर्शन घेतलं.

*

अकोल्यातला राजाराम कवर हा माध्यंदिन ब्राह्मण. पण याचा व्यवसाय सराफीचा आणि सावकारीचा. हा महाराजांचा परमभक्त होता. त्याच्या दोन्ही मुलांनाही महाराजांची भक्ती जडलेली होती. थोरला गोपाळ आणि धाकटा त्र्यंबक. त्र्यंबकला सारे लोक भाऊ या नावानं ओळखत असत. भाऊ हा हैदराबादला डॉक्टरीचं शिक्षण घ्यायला गेला. परंतु त्याचं सारं लक्ष शेगावला लागलेलं असायचं. सुट्टीत घरी आला की तो शेगावला धाव घ्यायचा.

एकदा अशाच एका सुटीत तो अकोल्याला घरी आला. त्या वेळी त्याला उत्कट इच्छा झाली की, शेगावला जाऊन महाराजांना जेवायला घालावं. त्यांच्या आवडीचे पदार्थ करून घेऊन शेगावला जावं. परंतु ते कसं काय शक्य होतं?

महाराजांना मनातल्या मनात आळवून भाऊ म्हणाला, 'महाराज मी काय करू सांगा! माझी आई लहानपणीच मरून गेली. माझी वहिनी आहे खरी. पण त्या नानीचा स्वभाव भारी तापट आहे. माझ्या मनात असं आहे की ज्वारीची भाकरी, कांदा, अंबाडीची भाजी, पिठलं, हिरवी मिरची हे आपल्या आवडीचे पदार्थ घेऊन शेगावला यावं आणि आपल्याला जेवू घालावं. पण हे पदार्थ करायला मी भावजयीला कसं सांगू? मुलाला आईपाशीच हट्ट करता येतो. माझी आई तर माझ्या लहानपणीच मरून गेली.'

महाराजांचा असा धावा चालला असतानाच भाऊची वहिनी तिथे आली.

नानी आपल्या दिराला म्हणाली, "तुमचं तोंड असं काय दिसतंय? कसली काळजी लागलीय?"

भाऊ दीनपणानं म्हणाला, "काय सांगू तुला वहिनी? माझ्या मनात जे आलं ते पुरं करायला हातात तर काही पाहिजे ना? तुला सांगून काय उपयोग आहे?"

यावर नानी म्हणाली, "सांगून तर पाहा! धाकटा दीर मुलासारखा असतो. सांगा काय हवंय?"

भाऊ हसून म्हणाला, "वहिनी मला वाटतं की, महाराजांच्या आवडीचे पदार्थ तयार करावेत आणि शेगावी जाऊन त्यांना जेवायला घालावं. करशील तू हे पदार्थ? तुलाही पुण्य लागेल आणि माझीही इच्छा पुरी होईल."

नानी हसून म्हणाली, "हीच काळजी लागली होती होय? गजाननाच्या कृपेनं आपल्या घरात काही कमी नाही. सांगा काय काय करायचंय ते!"

भाऊनं आपल्या वहिनीला सारं सांगितलं. तीही मग लगबगीनं स्वयंपाकाला लागली.

तिनं अंबाड्याची भाजी केली. चून-भाकर हे पदार्थ केले. ओंजळभर मिरच्या समोर आणून ठेवल्या. तीन भाकऱ्यांना लोणी माखलं. कांदेही दिले.

नानी म्हणाली, "भाऊजी, गाडीला थोडा वेळ राहिलाय. लवकर निघा. नाहीतर गाडी चुकेल."

आणि तिचं म्हणणं खरंच झालं. बाराची गाडी निघून गेली होती. भाऊला अतिशय वाईट वाटलं. आता तीनशिवाय गाडी नव्हती. तोपर्यंत महाराजांचं जेवण होईल. आपले मनोरथ वाया गेल्याचं त्याला अपरंपार दुःख झालं. महाराज आपली सेवा घ्यायला तयार नाहीत, कुठेतरी आपण कमी पडतो आहोत असं त्याला वाटायला लागलं.

तीनपर्यंत स्टेशनवर बसून राहण्याशिवाय गत्यंतरच नव्हतं. भाऊ तसाच उपाशीपोटी बसून राहिला.

शेगावला महाराजांची तीच गत झाली होती. तीनच्या गाडीनं भाऊ कवर शेगावला गेला. मठात गेला तेव्हा महाराज न जेवताच तसेच बसले होते. त्या दिवशी नैवेद्याची अनेक ताटं आलेली होती. परंतु महाराजांनी त्या ताटांना हातही लावला नव्हता. बाळाभाऊ कधी जिलबी-लाडूचा नैवेद्य पुढे न्यायचा, कधी श्रीखंड-मोतीचूर हा नैवेद्य पुढे न्यायचा. म्हणायचा, "एक वाजून गेला आहे. आपण जेवल्याशिवाय इतरांना प्रसाद कसा मिळायचा?"

महाराज म्हणायचे, "थांब. मला आग्रह करू नको. आज चौथ्या प्रहरी माझं जेवण होणार आहे. कुणाला थांबायचं नसेल, तर खुशाल त्यांनी जेवावं आणि नैवेद्य घरी घेऊन जावा."

एवढ्यात भाऊ कवर आला. महाराजांना तिथे बसलेलं पाहून त्याला अतिशय आनंद झाला. महाराजांना साष्टांग नमस्कार घालून तो हात जोडून उभा राहिला.

भाऊकडे पाहून महाराज हसले आणि म्हणाले, "छान आहे तुझ्या आमंत्रणाची ही तऱ्हा! ही काय जेवायची वेळ होय? तुझ्या वचनात गुंतलो होतो ना? आण... काय आणलं आहेस बघू!"

ते ऐकून भाऊ कवराला हर्ष झाला. म्हणाला, "काय करू महाराज! बाराची गाडी चुकली म्हणून हा एवढा उशीर झाला."

बाळाभाऊ म्हणाला, "आता वाईट वाटून घेऊ नकोस. काय आणलं आहेस ते काढ."

भाऊ कवरांनी आणलेली शिदोरी महाराजांसमोर ठेवली. त्यातल्या दोन भाकरी महाराजांनी घेतल्या. उरलेला प्रसाद भक्तांना वाटला.

महाराजांनी भाऊ कवराला आशीर्वाद दिला, "पुढच्या वर्षी तू डॉक्टरी परीक्षेत पास होशील."

भाऊ म्हणाला, "आमच्यावर आपली कृपा असली म्हणजे झालं!"

कवर घराण्यावर महाराजांची कृपा होती म्हणूनच हे सारं घडलं.

*

सूर्य नुकताच उगवला होता. थंडी चांगलीच पडली होती. शेगावचा तुकाराम शेगोकार आपल्या शेतात शेकत बसला होता. मागच्या कुपाटीतून एक ससा त्या वेळी बाहेर डोकावला. एका शिकाऱ्याची नेमकी दृष्टी त्याच्यावर पडली. बंदुकीचा नेम धरून शिकाऱ्यानं शिकार साधली. ससा मेला. परंतु बंदुकीतला एक छरा तुकारामाच्या कानाला लागला. कानातून तो छरा डोक्यात गेला. डॉक्टरांनी खूप

उपाय केले. परंतु छरा काही केल्या बाहेर निघेना. रात्रंदिवस डोकं दुखू लागलं. झोप लागायची नाही. कोणत्याच औषधाचा गुण पडेना.

महाराजांचा एक भक्त त्याला म्हणाला, "आता वैद्य-डॉक्टर पुरे झाले! महाराजांची सेवा कर. मठात झाडलोट करत जा. मात्र दृढ श्रद्धेनं हे सारं कर. तू त्रासातून मोकळा होशील."

तुकाराम शेगोकर हा आधीपासूनच महाराजांचा निस्सीम भक्त होता. घरची थोडीफार शेती होती. शेतीचं काम संपवून रोज संध्याकाळी तो मठात यायचा. महाराजांचं दर्शन घेऊन त्यांना चिलीम भरून द्यायचा. काही वेळ बसून परत शेतात जायचा.

आता तर त्यानं मठात झाडलोट सुरू केली. आरशासारखा मठ स्वच्छ ठेवला. अशा तऱ्हेनं चौदा वर्षांची सेवा झाली. डोकं दुखतच होतं... परंतु चौदा वर्षांनंतर एके दिवशी झाडता झाडता त्याच्या कानातून तो छरा एकदम गळून पडला. डोकेदुखी थांबली. तो पुरता बरा झाला. परंतु अखेरपर्यंत झाडलोटण्याची सेवा चाललीच होती.

शेगावच्या मठात एक सेवेकरी झाडलोट करताना मी बघितला. झाडलोट करणारे इतरही सेवेकरी होते. मी त्या सेवेकऱ्याला तुकारामाची गोष्ट सांगितली. त्याला ती माहीतच होती... तो फक्त एवढंच म्हणाला,"सेवा करायची ती श्रद्धेनं केली म्हणजे झालं!"

मला त्याच्या ठिकाणी तुकाराम शेगोकर दिसला.

✿

सतरावे दर्शन

त्या वेळी भास्कर पाटील समाधिस्त झाला नव्हता. महाराज अकोल्याला आले त्या वेळी तोही त्यांच्याबरोबर आला होता. अकोल्यात महाराजांचे खूप भक्त होते. चापडगावचे बापू कृष्ण, खटाऊ शेट, बच्चूलाल, जिजीबाई पंडित असे कितीतरी भक्त होते. त्यांच्याकडे महाराज नेहमी येत असत. परंतु त्या वेळी त्यांचा मुक्काम खटाऊ शेटजींच्या गिरणीत होता. महाराज तिथे आल्याचं समजल्यावर एकेक भक्त त्यांच्या दर्शनाला यायला लागला.

मलकापूरचा विष्णूसाही आला. आल्याबरोबर त्यानं भास्कर पाटलाची गाठ घेतली. त्याला विनंती केली, "कसंही करून महाराजांना मलकापूरला न्यायला मी आलोय. तुम्ही महाराजांना शब्द टाका."

हा वशिला उपयोगी पडला. विष्णूसाच्या वतीनं भास्कर पाटलानं शब्द टाकला. "इथल्या भक्तांचं काम झालं. त्यांच्या इच्छा पुरत्या झाल्या. आता आपण मलकापूरला विष्णूसाकडे जाऊ!"

महाराज म्हणाले, "सध्या काही मी मलकापूरला येत नाही. तू आग्रह करू नकोस. आग्रह करशील तर फजिती होईल. याचा नीट विचार कर."

भास्करानं आपला आग्रह चालूच ठेवला होता. "काही असलं तरी मलकापूरला चलाच! मी तुमचा लाडका शिष्य आहे ना! मग माझा शब्द खाली पडू देऊ नका! मी विष्णूसाला शब्द दिला आहे."

आग्रह करून भास्कर पाटलानं महाराजांना स्टेशनवर नेलं. स्टेशनमास्तरांना विनंती करून बारा जणांचा एक डबा खाली करवून घेतला. महाराज त्या डब्यात जाऊन बसले. गाडी सुटेपर्यंत काही बोलले नाहीत.

गाडी सुटायची घंटा झाली. भास्कराचा डोळा चुकवून महाराज त्या डब्यातून खाली उतरले आणि बायकांच्या डब्यात शिरले. त्या दिगंबर मूर्तीला पाहून स्त्रिया घाबरल्या. त्यांनी पोलिसांना वर्दी दिली. पोलीस अधिकारी तिथे आला आणि महाराजांना खाली ओढायला लागला.

तो पोलीस अधिकारी ओरडून म्हणत होता, "अरे नंग्या पिरा, तुला अक्कल कशी नाही? बायकांच्या डब्यात कसा काय बसलास?"

त्या अधिकाऱ्याच्या हाताला हिसडा देऊन महाराज तिथेच बसून राहिले. त्यांना मुळीच भीती वाटली नाही.

मग तो अधिकारी स्टेशनमास्तरांकडे गेला आणि म्हणाला, "माझ्याबरोबर बायकांच्या डब्याकडे चला..."

दोघेजण तिथे आले. महाराज बायकांच्या डब्यात बसलेले पाहून स्टेशनमास्तर म्हणाले, "यांना याच डब्यातून जाऊ द्या. हा चालताबोलता परमेश्वर आहे. याच्या हातून कधीच गुन्हा होणार नाही."

पोलीस अधिकारी म्हणाला, "मी तर आमच्या वरिष्ठांना तार देऊन कळवलं आहे. आता तुम्ही हवं ते करा!"

स्टेशनमास्तर त्या डब्यात गेले. आपली साहेबी टोपी काढून आदर व्यक्त केला. मग म्हणाले, "महाराज, आपण कृपा करून खाली उतरावं. कायदा थोडा विचारात घ्यावा."

महाराज खाली उतरले आणि तो प्रसंग तितक्यापुरता टळला.

परंतु पुढे महाराजांवर या प्रकरणी खटला भरला. बापूसाहेब जठारांसमोर तारीख नेमली. खटला चालवण्यासाठी जठारसाहेब शेगावच्या डाकबंगल्यात येऊन उतरले.

त्या दिवशी काही कामानिमित्त अकोल्याचे व्यंकटराव देसाई तिथे आले होते.

महाराजांचा खटला ऐकण्यासाठी गावकऱ्यांनी तिथे गर्दी केली होती. ती गर्दी पाहून व्यंकटरावांनी जठारसाहेबांना विचारलं, "आज तुमच्यासमोर कोणता खटला आहे? एवढी गर्दी कशासाठी जमलीय?"

जठारांनी उत्तर दिलं, "तुम्हाला माहीत नाही वाटतं? अहो, तुमचे गजानन महाराज नंगे फिरतात म्हणून पोलिसांनी त्यांच्यावर हा खटला भरून पाठवलाय. हा खटला ऐकण्यासाठी हे लोक जमले असावेत."

ते ऐकून व्यंकटराव खिन्न झाले. दोन्ही हात जोडून जठारांना म्हणाले, "हा खटला न चालवला तर बरं होईल. गजानन महाराजांची योग्यता फार मोठी आहे. खटला भरला हीच पोलिसांची चूक झाली आहे. ती आपण दुरुस्त करावी."

देसाई वकिलांना जठारसाहेब म्हणाले, "याचा विचार पोलिसांनी आधीच करायला हवा होता. कायद्यापुढे मी तरी काय करणार?"

मग जठारसाहेबांनी कारकुनाला सांगितलं, "महाराजांना बोलावून आणा!"

त्या कारकुनानं पोलिसाला सांगितलं. महाराजांकडे पोलीस गेला आणि म्हणाला, "तुम्हाला कचेरीत बोलावलं आहे. बऱ्या बोलानं चला. नाहीतर हात पकडून न्यावं लागेल."

गजानन महाराज त्या पोलिसाला म्हणाले, "मी इथून मुळीच उठणार नाही. ये... माझा हात धर पाहू! तुझं शिपाईपण बघतो."

महाराजांनीच त्या शिपायाचा हात घट्ट धरला. तो सुटेना. त्याचा रक्तप्रवाह बंद पडला. हाताला कळ लागली. जीव व्याकूळ झाला. तळमळ करू लागला.

पोलिसाला वेळ झाला म्हणून व्यंकटराव देसाईंनी वकिलांना पाठवलं. एवढ्यात बातमी आली की, महाराजांनी त्या पोलिसाचा हात धरून त्याला एका जागेवर ठाणबंद करून ठेवलं आहे. मग देसाई तिथे गेले. भक्तांना म्हणाले, "महाराजांना धोतर नेसवायला हवं."

लगेच भक्तमंडळींनी त्यांना धोतर नेसवलं. पण महाराजांनी ते रस्त्यातच सोडून टाकलं. तसेच नागवे कचेरीत गेले. भास्कर पाटील त्यांच्या बरोबर होताच. जठारसाहेबांनी महाराजांना बसायला खुर्ची दिली. म्हणाले, "या महाराज. इथे बसा... तुम्ही गावात नेहमी नागव्यानं का हिंडता? हे काही बरं नाही. नागवं फिरणं हा कायद्यानं गुन्हा ठरवला आहे. म्हणून हे नंगेपण सोडून द्या एवढीच विनंती आहे."

महाराजांनी हे सारं बोलणं ऐकून घेतलं. हसून म्हणाले, "तुला काय करायचंय त्याच्याशी? चल. चिलीम भर पाहू. भलत्या गोष्टीला कशाला उगाच महत्त्व द्यायचं!"

महाराजांचं हे बोलणं ऐकून जठारसाहेब विरघळून गेले. म्हणाले, "यांना जनरीतीचं काहीच भान राहिलेलं दिसत नाही. नेहमी निजानंदी रंगलेले हे जीवनमुक्त

आहेत खरे! म्हणून यांनी गुन्हा केला असं मानता येणार नाही. यांच्या वर्तनाला शिष्यगण जबाबदार आहे. भास्कर हा त्यांचा मुख्य शिष्य असल्यामुळे मी त्याला या गुन्ह्याबद्दल पाच रुपये दंड करतो.''

जठारसाहेबांनी दिलेला निकाल ऐकल्यानंतर महाराज भास्करला म्हणाले, ''पुन्हा कधी असा आग्रह करशील का सांग! निष्कारण फजिती करून घेतलीस की नाही?''

भास्कर पाटील काही बोलला नाही. सर्व भक्तांनी ठरवलं की यापुढे महाराजांना कधीही आगगाडीत म्हणून बसवायचं नाही. उगाच कटकटी नकोत! भक्त त्यांना बैलगाडीत बसवून न्यायला लागले.

✷

एकदा बैलगाडीत बसून महाराज अकोल्यात गेले आणि बापूरावांच्या घरी उतरले. याच वेळी मूर्तिजापूरजवळच्या कुरुम गावी महताबशा या नावाचा एक मुसलमान अवलिया राहत होता. त्याला महाराजांना भेटायचं होतं म्हणून बापूरावांनी कुरुमला माणूस पाठवून दिला. नेमक्या त्याचवेळी महताबशा साधू अकोल्याला यायला निघाला.

निरोप घेऊन जाणारा तो माणूस भेटल्यावर महताबशा त्या माणसाला म्हणाला, ''कुरुमला जायची गरज नाही. आमच्या गाडीत बस. आपण बरोबरच जाऊ. मीच आहे महताबशा!''

गजानन महाराज आल्याचं वर्तमान न सांगताही महताबशाला कळलं होतं. महताबशाच्या बरोबर दोनचार मुसलमान भक्त होते. ती सारी मंडळी बापूरावांच्या घरी येऊन उतरली.

दुसरे दिवशी सकाळी महताबशा जिथे बसला होता तिथे महाराज आले आणि त्याचे केस धरून महाराजांनी त्याला मारलं. महाराजांनी या कृतीनं त्याला जणू सांगितलं, ''मुसलमान जातीत जन्म घेऊन काय केलंस? अजून तुझं आडदांडपण गेलेलं नाही. या आडदांडपणानं तत्त्वघात होईल हे लक्षात ठेव. तुझं नाव महताब आहे ना? त्याची काही जाणीव ठेव. तुझ्यातली द्वेषभावना दिवसेंदिवस वाढत चाललेली आहे. या गोष्टीची तुला काही जाणीव आहे का? म्हणून मी तुला मारलं.''

हा इशारा मिळताच महताबशाला समाधान वाटलं.

महाराजांनी त्याला मारलं तेव्हा त्याच्या भोवतालचे मुसलमान शिष्य कावरेबावरे झाले होते. महताबशा त्यांना म्हणाला, ''तुम्ही इथे राहू नये हे चांगलं. कुरुमला तुम्ही निघून जा.''

महताबशाजवळ फक्त शेख कडू राहिला. बाकीचे शिष्य कुरुमला परत गेले.

त्याच वेळी बच्चूलाल आला आणि महाराजांना दुसऱ्या दिवशीचं जेवणाचं निमंत्रण दिलं. दुसऱ्या दिवशी त्यानं महाराजांना मोठ्या थाटानं तांग्यातून मिरवत घरी नेलं. बच्चूलालचं घर आलं तरी महाराज तांग्यातून उतरले नाहीत. त्यामुळे मंडळींना काळजी वाटायला लागली. महाराजांनी तांगा परत बापूरावाच्या घरी नेला. कुणाला काहीच कळेना. काल महाराजांनी बच्चूलालचं निमंत्रण घेतलं आणि आज तिथे जाऊन ते परतले. या प्रकाराचा कुणालाच उलगडा होईना. जो तो आपापल्या परीनं तर्क लढवायला लागला.

त्यातल्या एका धूर्त माणसानं सांगितलं, ''महताबशाला भोजनाचं निमंत्रण दिलं नाही म्हणून महाराज तांग्यातून खाली उतरले नाहीत. आता दोघांनाही निमंत्रण द्या. म्हणजे ते येतील.''

तेच खरं झालं. दोघांनाही मिरवत नेलं. महताबशाला मंदिराजवळच्या थिएटरात उतरवलं. श्रीरामाच्या मंदिरात गजानन महाराज उतरले. पण नंतर लगेच ते थिएटरात निघून गेले.

सगळ्यांची जेवणं झाली. मग महताबशा लोकांना म्हणाला, ''मला तुम्ही पंजाबचं तिकीट काढून द्या.''

यावर शेख कडू म्हणाला, ''कुरुमची मशीद अर्धवट टाकून तुम्ही पंजाबला कसे जाणार?''

महताबशानं शेख कडूला सांगितलं, ''मला उगाच आग्रह करू नका. मी पंजाबला निघून जावं असा हुकूम महाराजांनी फर्मावला. आता एक क्षणभरही मी इथे थांबणार नाही. गजानन महाराजांच्या कृपेनं मशिदीचं काम पुरं होईल, हे लक्षात ठेवा.''

मग महताबशानं त्या सर्वांना उपदेश केला. धर्माविषयी द्वैत मानू नका. त्यामुळे सगळ्यांचंच नुकसान होतं. मशीद आणि देऊळ यांचा आकार भिन्न असला, तरी त्यांचं सामान एकच असतं. यवन तेवढा खुदाचा आणि हिंदू काय भुताचा असतो होय? ज्यानं त्यानं आपला धर्म प्रिय मानावा. विधर्मीयांवर प्रेम करावं. म्हणजे साऱ्यांचंच कल्याण होईल.

गजानन महाराजांच्या कृपेनं मशिदीचं काम पूर्ण होईल, असं सांगून महताबशा पंजाबला निघून गेला. पुन्हा कधी इकडे परतला नाही. गजानन महाराजांनी त्याला मारलं असलं तरी त्याच्यावर महाराजांचं अलोट प्रेम होतं. महताबशाला घेतल्याशिवाय ते एकटे जेवायला गेले नाहीत.

बापूरावाच्या पत्नीच्या अंगातली भानामतीची पीडा या मुक्कामात महाराजांनी दूर केली. बापूरावाच्या पत्नीला घटकेत मळवट यावा, एकदम गळ्याला तात

बसावी, कधी अंगावरचं वस्त्र एकदम पेटावं, बिब्याच्या फुल्या अंगावर याव्यात, दांडीवरचं लुगडं जळून जावं अशा प्रकारच्या त्रासानं ती अत्यंत त्रासून गेली होती. क्षीण झाली होती. तिला अन्नपाणी जायचं नाही. बापूरावानं ही पीडा दूर करण्यासाठी खूप प्रयत्न केले होते. अनेकांना अकोल्याला आणलं होतं. पण काही उपयोग झाला नव्हता.

शेवटी बापूरावानं महाराजांना हात जोडले आणि म्हटलं, "महाराज, माझ्या कुटुंबाला भानामतीचा त्रास होतोय. खूप लोक आणले. खूप उपाय केले. पुष्कळ पैसा खर्च केला. मी कंटाळून गेलो आहे. तुमचे पाय आज माझ्या घराला लागले. आता इथे भानामतीला आसरा मिळता कामा नये."

बापूरावांची विनंती महाराजांनी ऐकून घेतली. बापूरावाच्या पत्नीकडे त्यांनी न्याहाळून बघितलं. तिच्यावर कृपाकटाक्ष टाकला. त्याबरोबर तिची पीडा दूर झाली.

❋

महाराज एकदा फिरत फिरत अकोटला आले. तिथे नरसिंगजी या नावाचा साधुपुरुष राहत असे. आपला बंधू म्हणून ते त्याला भेटायला गेले. त्याच्या मठाशेजारी एक विहीर होती. महाराज त्या विहिरीवर गेले; आणि आत पाय सोडून बसले. ते पुन:पुन्हा आत डोकावून बघत होते.

ते पाहून लोकांना आश्चर्य वाटलं. नरसिंग महाराजांनी विचारलं, "अरे हे काय करतोस?"

महाराजांनी उत्तर दिलं, "गोदावरी, यमुना, भागिरथी या नद्या तुमच्यासाठी इथे दिसताहेत. आणखी किती तीर्थं आहेत हे डोकावून बघतो. तुला रोज या तीर्थांचं स्नान घडतं. मग मी तसाच राहू का? या तीर्थांनी येऊन आज मला स्नान घालावं. त्यांनी स्नान घातल्याशिवाय मी इथून हलणार नाही."

महाराजांचं हे बोलणं ऐकून कित्येक लोक म्हणाले, "हा खरोखर वेडा नाही तर काय! शेगाव याच्या नादी कसा लागला कुणास ठाऊक! जरा इथेच बसून हा काय करतो आहे हे बघू तरी!"

बघता बघता एका क्षणात विहिरीतल्या पाण्याला उकळ्या फुटल्या. विहीर पाण्यानं भरून गेली. हजारी कारंज्याप्रमाणे महाराजांच्या अंगावर पाणी शिंपडलं जाऊ लागलं.

महाराज तिथल्या लोकांना म्हणाले, "या रे या स्नानाला! विहिरीत उतरण्याचं मुळीच कारण नाही. गंगा, यमुना, गोदावरी यांचं पाणी वरती आलं आहे. या पुण्यसरितांचं स्नान साधून घ्या!"

भाविकांनी स्नान केलं. निंदकांनी खाली मान घातली. स्नान झाल्यावर महाराज

उठले. पाणी विहिरीच्या तळाला गेलं. उकळ्या बंद झाल्या.

नरसिंगजीला भेटून महाराज जणू मनोवेगाच्या वारूवर बसून शेगावला निघून गेले.

✿

अठरावे दर्शन

मी मुंडगावच्या फाट्याला जाऊन पोचलो तेव्हा दुपारचा एक वाजला होता. अश्विनाचं ऊन पेटलं होतं. त्या तसल्या पेटक्या उन्हातून मला सव्वातीन मैलांचं अंतर काटायचं होतं. ते अंतर काटून गेल्यानंतर मला मुंडगावात पुंडलिक भोकरे याचा वृत्तान्त कळणार होता. पुंडलिक भोकरे आणि बायजाबाई यांची कथा इथेच घडली होती. गजानन महाराजांच्या या एकनिष्ठ भक्तांची कहाणी मला मनानं इथे टिपायची होती. त्या पुण्यपावन गावाचं दर्शन घ्यायचं होतं... दर्शन म्हटलं की कष्ट आलेच. विनासायास दर्शन ही कल्पनाच आपल्या परमार्थाला मान्य नाही.

पुंडलिक भोकरेबुवांच्या घरात मी पाऊल टाकलं आणि घड्याळात बघितलं. सव्वादोन वाजले होते. म्हणजे सव्वातास त्या तसल्या जळत्या उन्हातून मी चालत होतो. अंगातनं घामाच्या धारा ओसंडत होत्या.

पण घरात गेल्याबरोबर सारा श्रमपरिहार झाला. वऱ्हाडी माणसं अत्यंत आतिथ्यशील! अगत्यानं पाहुणचार करणारी! तिथलं पाणी अमृतासारखं वाटलं. हव्या असलेल्या चहापेक्षाही बोलणं अतिशय गोड लागलं. कमालीची भूक लागली होती. पण पोटपूजेपेक्षाही कार्यपूजा महत्त्वाची होती. घरातून पलीकडच्या बाजूला गेल्यावर एक मोठा सभामंडपासारखा दिवाणखाना आहे. तिथे पुंडलिकबुवांची फेटा घातलेली संगमरवरी मूर्ती आहे. डाव्या हातात काठी आहे. मूर्ती जयपूरहून बनवून आणलेली आहे.

त्या मूर्तीचं दर्शन घेतलं. त्या दिवाणखान्यात आनंद भरून गेलेला होता. त्यांच्या सुनेकडे बघून मी म्हणालो, ''इथे किती थंड वाटतंय! येताना अतिशय तापलो होतो.''

सूनबाई चट्कन म्हणाल्या, ''वऱ्हाड आहे हे! इथे ऊन नसेल तर दुसरं काय असेल?''

सूनबाईंचं हे बोलणं मला शीतल वाटलं.

घरात आल्यावर मी विचारलं, ''महाराजांनी पुंडलिकबुवांना दिलेल्या पादुका कुठे आहेत?''

पुंडलिकबुवांच्या वृद्ध पत्नी भीमाबाई यांनी सांगितलं, "त्या बघा समोरच्या देवळीत आहेत. रोज आम्ही पूजा करतो. ते तर शेवटपर्यंत पूजा करत असत."

मी धावत जाऊन त्या पुण्यपावन प्रसादी पादुकांवर डोक ठेवलं. मस्तकातून अननुभूत आनंदलहरी चमकून गेल्या.

भीमाबाई मला सांगत होत्या, "आता जेवून जा."

मी म्हणालो, "या पादुकांच्या दर्शनानं भूक निघून गेली."

परंतु त्यांच्या सुनेनं मांडलेल्या पाटावर मुकाट्यानं जाऊन बसलो. पुरणपुऱ्या आणि कढी-भात-भजी या सुग्रास पदार्थांचं जेवण चाललं असताना देवळीतल्या त्या पादुकांकडे मी सारखा बघत होतो. भीमाबाईंशी बोलताना मनात म्हणतो होतो, 'काय योगायोग आहे पाहा! पुंडलिकबुवांच्या या पवित्र घरात दसऱ्याचा महाप्रसाद मी घेतो आहे.'

पुंडलिकबुवा आणि बायजाबाई! मानलेले भाऊबहीण! दोघेही महाराजांचे परमभक्त!

बायजेचा जन्म हळदीमाळ्याच्या वंशातला! भुलाबाई आणि शिवराम या तिच्या आई-वडिलांनी लहानपणीच तिचं लग्न लावून दिलं. बालपणापासून ती हरिभक्तीनं भारावून गेलेली होती. पुढे ती तारुण्यात आली. शिवराम तिला सासरी घेऊन गेला. परंतु त्याचा जावई षंढ आहे असं आढळून आलं. शिवराम तिला परत घेऊन आला. बायजेच्या आई-वडिलांना अतिशय दुःख झालं. बायजेकडे बघून भुलाबाई ओक्साबोक्शी रडायला लागली. म्हणायला लागली, "माझ्या पोरीचं तारुण्य वाया जाणार! काय करायचं आता!"

आणि काय करायचं हे ती शिवरामाला सांगू लागली, "माझ्या बायजाला असं ठेवू नका. हिला दुसरा नवरा करून द्या!"

यावर शिवराम म्हणाला, "अगं, असा धीर सोडू नकोस. हा पुरुषत्वाचा प्रकार एकदम काही कळत नाही. काही दिवस वाट पाहू, बायजाला सासरी ठेवू. काही कारणानं नपुंसकत्व आलं असेल तर ते औषधानं दूर होईल. म्हणून काही दिवस धीर धर!"

बायजाला सासरी ठेवून दोघे मुंडगावला आपल्या घरी आले.

त्या वेळी बायजाचं वय पंधरासोळा वर्षांचं होतं. बायजा काळीसावळी असली तरी उफाड्याची होती. तारुण्यानं मुसमुसली होती. उंच बांधा आणि धारदार नाक यांमुळे ती एकदम डोळ्यांत भरायची.

तिला बघून तिच्या थोरल्या दिराचं मन विचलित झालं. त्याला ती हवीहवीशी वाटू लागली. तिचं मन वळवण्यासाठी त्यानं खूप प्रयत्न करून पाहिले.

एके दिवशी तो तिला म्हणाला, "अगं, अशी हताश होऊ नकोस. मीच तुझा नवरा आहे असं समज. जन्मभर मी तुझं संगोपन करीन. झुरणं सोडून दे. मन आनंदी ठेव."

असं म्हणून त्यानं तिच्याशी चाळे करायला सुरुवात केली. परंतु बायजाचं मन भुललं नाही. उलट ती अतिशय उद्विग्न झाली. मनात म्हणाली, 'नारायणा, लहानपणापासून मी तुझ्या भजनी लागले त्याचंच का हे फळ दिलंस? माझा नवरा तसा निघाला. संसार माझ्या नशिबात नाही... आता तुझ्याच ठायी माझं मन रमणार आहे. मला कुणा परक्या पुरुषाचा स्पर्शही होऊ देऊ नकोस.'

एके दिवशी रात्री बायजेचा मोठा दीर तिच्याकडे आला आणि तिच्याशी लघळपणा करायला लागला.

बायजानं त्याला दटावलं, "तुला लाज कशी वाटत नाही? तू माझा मोठा दीर! मला वडिलांसारखा आहेस. असं वागणं शोभत नाही तुला!"

परंतु तरीही तो तिच्या अंगावर हात टाकायला लागला. अतिप्रसंग करायला लागला.

एवढ्यात त्या दिराचा थोरला मुलगा माडीवरून खाली पडला. त्याला खोक पडली. बायजेनं त्याला उचललं, मांडीवर बसवलं. त्याला औषध लावू लागली.

मुलाला औषध लावताना बायजा दिराला म्हणाली, "हा प्रकार का घडला कळलं ना? परस्त्रीची अभिलाषा कधीही करू नये."

त्या प्रसंगानंतर तिच्या मोठ्या दिराला फार पश्चात्ताप झाला. तेव्हापासून त्यानं बायजाचा नाद सोडला.

पुढे शिवरामानं बायजाला मुंडगावी आणलं.

त्या वेळी भुलाबाई आपल्या पतीला म्हणाली, "आपण बायजाला शेगावला घेऊन जाऊ. बायजाचं भाकीत तरी विचारू महाराजांना!"

ती मंडळी शेगावला आली. बायजाला महाराजांच्या पायांवर घातलं. महाराजांना विनंती केली, "या मुलीला पुत्र-पौत्र द्या महाराज!"

महाराज शिवरामला हसून म्हणाले, "अरे विधात्यानं हिच्या नशिबी पुत्र नाही लिहिले! जगातले सारे पुरुष हिला वडिलांसारखे आहेत. हिचं लग्न करायच्या फंदात उगाच पडू नको!"

ते ऐकून तिच्या आई-वडिलांना अतिशय वाईट वाटलं. ते मुंडगावला परत आले.

महाराजांनी सांगितलेलं भाकीत ऐकून बायजाला मात्र अत्यंत आनंद झाला. तेव्हापासून ती महाराजांची एकनिष्ठ भक्त बनली.

मुंडगावचा पुंडलिक भोकरे हाही महाराजांचा एकनिष्ठ भक्त होता. त्याच्या सोबतीनं बायजा नेहमी शेगावला जायला लागली. प्रथम प्रथम त्या गोष्टीचं कुणाला काही वाटलं नाही. बायजाचे आई-वडीलही काही बोलले नाहीत. त्यांनी मनात विचार केला, 'महाराजांचे पाय आपल्या पोरीनं धरले आहेत. तेच तिचं कल्याण

करतील. आपल्या जावयाला तेच पुरुषत्व देतील. त्यांना काय अशक्य आहे?'

ते दोघेही काही बोलले नाहीत. बायजा पुंडलिकाबरोबर शेगावला जातच राहिली.

पुढे लोक कुत्सितपणानं बोलायला लागले, "शेगावच्या वारीचं हे नुसतं ढोंग आहे. तरुणपणी माणसाचं लक्ष परमार्थात थोडंच लागतं. दोघेही तरणेज्वान आहेत. ही त्यांची विषयवारी आहे!"

आणखी कुणी टवाळखोर लोक म्हणाले, "दोघांचं प्रेम जडलं. म्हणून या दोघांनी शेगावच्या वारीची युक्ती केली."

काही लब्धप्रतिष्ठित लोक म्हणायचे, "पुंडलिक हा जर माळी असता, तर हा संबंध योग्य होता. परंतु तो पडला मराठी. बायजा आहे माळी. मग कसं काय जमायचं?"

गावातली ही टवाळ वटवट त्या दोघांच्या कानी जायची. परंतु त्या दोघांचं मन अत्यंत स्वच्छ होतं. कामाचा विकार तिथे जडलेला नव्हता. परमार्थाचा विचार हाच तिथे प्रमुख होता.

परंतु गावातली ही टवाळखोरी पाहून भुलाबाई भंडावून जायची. चिडून बायजाला म्हणायची, "कार्टे, तू रोज पुंडलिकाच्या घरी कशाला जातेस? तरुण वयात एवढा परमार्थ तरी कसा सुचतो तुम्हाला? उसाच्या फडात जाऊन कोल्हा उपाशी राहतो होय गं? आमच्या नावाला उगाचच काळं फासू नकोस..."

आणि कातावून ती शिवरामाला म्हणायची, "हिला आता अशी ठेवू नका. हिचा म्होतूर लावून द्या. माळ्याचा पोरगा बघा... सदा त्या पुंडलिकाच्या घरी जाते. त्याच्याशी काय काय हितगुज चाललेलं असतं! एकमेकांना बघून प्रेमाचं कसं भरतं येतं बघा त्यांना!"

"एकदा या कार्टीला घेऊन शेगावला जाऊन येऊ. त्यांना सारं काही सांगू. संतांना सारं सारं कळतं."

मग भुलाबाई, शिवराम आणि बायजा ही मंडळी शेगावला आली. पुंडलिक भोकरे हाही बरोबर होता.

पुंडलिकाला बघितल्याबरोबर महाराज म्हणाले, "पुंडलिका, ही बायजा तुझी पूर्वजन्माची बहीण आहे. लोक काहीही बोलले तरी हिला अंतर देऊ नकोस. दोघेजण त्या सच्चिदानंद हरीची भक्ती करत जा."

मग भुलाबाईकडे बघून महाराज बोलले, "भुले, आपल्या पोरीला भलताच दोष लावू नकोस. हे पूर्वजन्मीचे बहीण-भाऊ आहेत. या तुझ्या पोरीला नवरा बघू नकोस. ही संसार करायला इथे आलेली नाही. ही जन्मभर अशीच राहील... जनाबाई अशीच पंढरपूरला राहिली होती. तिनं नामदेवाला गुरू केलं होतं. माझ्या या जनाबाईला कुणी छळू नका!"

ते ऐकून साऱ्यांना गहिवर आला. सारी मंडळी मुंडगावला परतली. बायजा आणि पुंडलिक शेगावची वारी करतच राहिले.

मी भीमाबाईंना विचारलं, "शेवटपर्यंत त्यांची ही वारी चालली होती का?"

"होय. बहीण-भाऊ ठरले. महाराजांनीच तसं सांगितलं. मग कोण काय बोलणार?"

मी विचारलं, "पुंडलिकबुवा केव्हा गेले?"

भीमाबाईंनी सांगितलं, "६८ किंवा ६९ साली गेले बघा. मे महिना असावा– ३ तारीख!"

मग एखादी खास गोष्ट सांगावी अशा आविर्भावात त्यांनी सांगितलं, "अहो, पिटकेसाहेबांनी मुंबईला नेलं. मी बरोबर होतेच. चांगलं तुकारामाचं चरित्र वाचलं आणि सहजासहजी गेले! गजाननबाबांची कृपा!"

"इथे काय-काय उत्सव होतात?"

"आषाढातल्या गुरुपौर्णिमेपासून कार्तिकी पौर्णिमेपर्यंत चार महिने संध्याकाळची पोथी असते बघा. माघी पौर्णिमेपासून एक महिना रोज सकाळी काकडआरती. पंचपदी. रोजची पूजा आहेच."

"पुंडलिकबुवांच्या पुण्यतिथीचा उत्सव केव्हा होतो?"

"अक्षय्यतृतीयेनंतर तिसऱ्या दिवशी हा उत्सव सुरू होतो..."

"आणि संपतो केव्हा?"

"हा उत्सव सात दिवसांचा असतो... पालखी निघते... भजनपूजन चालतं. अन्नसंतर्पण होतं..."

मीच विचारलं, "बराच खर्च होत असेल?"

भीमाबाईंनी सांगितलं, "आम्हीच पदरखर्चानं हा उत्सव करतो."

"आणि बायजाबाईंचा उत्सव?"

बायजाबाईंचा उत्सव त्यांचा भाचा अवधूतराव अंबळकर हा करतो. उत्सव असतो माघ शु. द्वितीयेला. त्यांचा उत्सव फार मोठा होतो. भजनी दिंड्या निघतात. जेवणाच्या पंगती उठतात. काही लोक सात दिवस माधुकरी मागतात. टाळकऱ्यांचं जेवण होतं..."

"पुंडलिकबुवांची समाधी कुठे आहे?"

"नदीच्या पल्याड एका शेतात पुंडलिकबुवा, बायजा आणि त्या शेताचा मालक यांच्या ओळीनं समाध्या आहेत. समाध्या लहानखुर आहेत झालं!"

ओळीनं मांडलेल्या त्या तीन समाध्यांकडे बघत असताना मी मनात म्हटलं, 'समाधीच्या आकारावरून का माणसाचं मोठेपण ठरतं?... समाधीबाहेर असलेली मोठी माणसं समाधीतही मोठीच राहतात. हे तर बोलूनचालून गजानन महाराजांचे

भक्त होते. हे केव्हाही मोठेच आहेत...’

अकोटला जायला मोटारीत पाऊल टाकलं तेव्हा तीन वाजून गेले होते. अजूनही तप्त ऊन सांडतच होतं. मोटारीत बसल्यानंतरही समाधीत विसावलेल्या त्या मोठ्या माणसांकडे मी बघतच होतो.

✻

त्र्यंबकभाऊ कवराच्या बंगल्याचं दार वाजलं तेव्हा तो आपल्या शय्येवर तळमळत पडला होता.

महाराजांच्या आशीर्वादानं भाऊ कवर हा डॉक्टरीची परीक्षा पास झाला होता आणि खामगावच्या सरकारी दवाखान्यात तो काम करायला लागला होता. एकदा त्याला दुर्धर फोड आला. बुलडाणा, अकोला, अमरावती इथून डॉक्टर आणले. खूप उपाय केले. पोटात औषधं दिली. नाना प्रकारची पोटिसं बांधली. शस्त्रक्रिया केली. पण कशाचाही उपयोग झाला नाही. भाऊचा वडीलभाऊ गोपाळ याला काळजी वाटायला लागली. गोपाळचं आपल्या या धाकट्या भावावर अतिशय प्रेम. भाऊच्या फोडाचं दुखण वाढायला लागलं तेव्हा गोपाळच्या तोंडचं पाणी पळालं.

भाऊ अंथरुणावर तळमळत होता. दुखणं असह्य झालं होतं. शेवटी त्यानं मनाशी विचार केला, ‘आता सद्गुरू गजानन यांच्याशिवाय दुसरा कुणी त्राता नाही.’ कारण सारे मानवी प्रयत्न थकले होते. पडल्या पडल्या भाऊनं हात जोडले आणि म्हणाला, ‘महाराज, आता तरी धावून या. माझा अंत किती बघणार!’

रात्र उलटली. एकचा सुमार झाला. अंधार दाटून आला होता. कर्कश कोल्हेकुई चालली होती. कुत्र्यांच्या ओरडण्याची साथ त्यांना मिळत होती.

एक दमणी आली. त्या तट्ट्याच्या दमणीला खिलारी बैलांची जोडी जुंपली होती. बैलांच्या गळ्यातल्या घंटा वाजत होत्या. दमणीला मागेपुढे पडदा सोडलेला होता.

दमणी आली आणि दवाखान्याच्या दाराशी येऊन थांबली. भाऊला अंथरुणावरून ती थांबलेली दमणी दिसली. त्या दमणीतून एक ब्राह्मण खाली उतरला; आणि बंगल्याचं दार ठोठावू लागला.

गोपाळनं दार उघडलं. विचारलं, “कुठून आला आपण?”

तो ब्राह्मण म्हणाला, “माझं नाव गजा. मी शेगावहून तीर्थ-अंगारा घेऊन आलोय. डॉक्टरभाऊला फोड झालाय ना? त्या फोडाला लावायला हा अंगारा पाठवलाय. तीर्थही दिलंय. हे हातात घ्या. मी आता जातो. थांबायला वेळ नाही मला!”

तीर्थ-अंगारा देऊन तो ब्राह्मण निघून गेला... त्याला शोधायला भाऊनं शिपाई पाठवला. पण त्याचा पत्ता लागला नाही. दमणीही कुणाला दिसली नाही.

भाऊ मनातून चकित झाला. त्याला काहीच कळेना.

त्यानं आपल्या फोडाला अंगारा लावला. लगेच फोड फुटला. घाण भराभर वाहून गेली. भाऊला बरं वाटलं. त्याला शांत झोप लागली. त्याचं दुखणं थांबलं. हळूहळू अंगात शक्ती आली.

त्याची प्रकृती पूर्ववत झाल्यावर तो शेगावला दर्शनाला गेला... त्याला बघताच महाराज म्हणाले, "अरे, माझ्या बैलांना तू नुसता चाराही दिला नाहीस."

महाराजांचं हे सांकेतिक बोलणं ऐकून भाऊचं अंत:करण उचंबळून आलं. त्या रात्री तीर्थ-अंगारा घेऊन महाराजच ब्राह्मणाच्या रूपानं आले होते, या गोष्टीची त्याला खात्री पटली. आपला आजार बरा झाला म्हणून भाऊनं अन्नदान केलं. परत आल्यावर भाऊ ज्याला त्याला सांगत सुटला होता, "महाराजांनी तीर्थ-अंगारा देऊन मला बरं केलं."

*

एकदा महाराज पंढरीच्या वारीला गेले. बरोबर बरीच भक्तमंडळी होती. वारीचा दिवस असल्यामुळे पंढरपूरला भराभर खास गाड्या चालल्या होत्या. जगू, आबा, हरी पाटील, बापुना काळे अशी अनेक भक्तमंडळी शेगावाहून नागझरीला आली. त्या गावी एक भुयार आहे. तिथे गोमाजी हा साधू समाधिस्त झाला. या भागात जिवंत पाण्याचे झरे असल्यामुळे गावाला नाव पडलं नागझरी! या नागझरीला समाधिस्त झालेले गोमाजीबुवा हे महादजी पाटलांचे गुरू! महाराज शेगावला येण्यापूर्वी पाटील वंशाला याच गोमाजीबुवांचा आशीर्वाद लाभलेला होता. म्हणून शेगावचे पाटील प्रथम गोमाजीला वंदन करूनच पुढे पंढरपूरला जात असत. असा परिपाठ असल्यामुळे गजानन महाराज आपल्या भक्तांना घेऊन नागझरीला आले आणि आगगाडीनं पुढे पंढरपूरला रवाना झाले. महाराजांबरोबर पाचपन्नास माणसं होती. आषाढ शुद्ध नवमीपासून वारकरी पंढरपूरला येऊ लागले. त्या वेळी आकाशात मेघ भरभरून येत होते. पर्जन्यवृष्टी होत होती. पंढरपूर गजबजून गेलं होतं. प्रदक्षिणेच्या वाटेवर टाळकऱ्यांची गर्दी झाली होती. 'जय जय रामकृष्ण हरी'चा गजर चालला होता. कुणाचा कुणाला शब्द ऐकू येत नव्हता. ज्ञानेश्वर-तुकाराम-एकनाथ या संतांच्या पालख्या पंढरपुरात आल्या होत्या. काही संतांच्या पालख्या येत होत्या. भक्तांनी उधळलेल्या बुक्क्याचं छत आकाशात पसरलं होतं. तुळशीफुलांची उधळण होत होती. त्यांचा सुवास दाटून आला होता.

गजानन महाराज पंढरपूरला येऊन दाखल झाले आणि कुकाजी पाटलाच्या वाड्यात जाऊन उतरले. पाटलांचा हा वाडा प्रदक्षिणेच्या वाटेवर चौफाळ्याशेजारी आहे. देवळात दर्शनाची भीड होती. रस्त्यारस्त्यांवर पोलीस हाताहातावर उभे होते.

रस्त्यातून वारकरी भजन करत चालले होते. एकादशीला हरी पाटलाबरोबर शेगावची भक्तमंडळी विठ्ठलाच्या दर्शनाला गेली. त्या वेळी बापुना काळे स्नानाला गेला असल्यामुळे तो दर्शनाला गेला नाही. तो मागेच राहिला... स्नान करून परत आला तेव्हा समजलं की, सारी मंडळी दर्शनाला गेली आहेत. मग तोही पळत पळत निघाला. देवळाभोवती अमाप गर्दी दाटली होती. मुंगीला रिघाव नव्हता. मग बापुनाला वाट कशी मिळणार?

बापुना मनाशी म्हणाला, 'हे विठ्ठला, तू माझ्यावर का रे राग धरलास? तू आपली जागा सोडून आजवर अनेक भक्तांना त्यांच्याकडे जाऊन दर्शन दिलं आहेस. तू अनाथांचा नाथ आहेस ना? मग माझी का उपेक्षा करतोस?'

पण बापुनाचा हा धावा विठ्ठलानं ऐकला नाही. निराश होऊन संध्याकाळी तो बिऱ्हाडात परत आला. त्याचं तोंड पार उतरलं होतं. दिवसभर उपवास पडला होता. मन विठ्ठलाकडे लागलं होतं, मंदिराभोवती भिरभिरत होतं. बापुनाला विठ्ठलदर्शनाचा ध्यास लागला होता.

बापुना बिऱ्हाडी परत आला तेव्हा सारे भक्त त्याला हसायला लागले. म्हणायला लागले, "हा बापुना खरंच अभागी आहे. शेगावाहून इथे दर्शनाला आला आणि इथे गावात भटकत फिरला. याची भक्ती दांभिकच म्हटली पाहिजे."

कुणी भक्त म्हणाले, "त्याला सारा वेदान्त समजतो ना? तो देवळात दर्शनाला कशाला जाईल? त्याचा भगवंत हृदयातच असणार! दगडाच्या देवाचं दर्शन घ्यायला तो थोडाच जाणार?"

आणखी एक जण म्हणाला, "आपण वेडे म्हणून दर्शनाला गेलो. बापुनाचा नारायण वाटेल तिथे उभा असतो!"

दुसऱ्यानं प्रतिप्रश्न केला, "मग इथे कशाला आला? शेगावला त्याला देव भेटला नसता का? अरे बाबा, हे वेदान्ती इतरांना मारे ज्ञान सांगतात, पण अनुभवाच्या नावानं ठणाणा!"

आपापल्या परीनं प्रत्येकानं बापुनाचा उपहास केला. त्या सगळ्यांसमोर एकटा बापुना काय बोलणार? बापुना उपाशीच होता. महाराज निजल्या जागेवरून हे सारं बघत होते.

मग महाराज बापुनाला म्हणाले, "असा दुःखी होऊ नकोस. मी तुला विठ्ठलाचं दर्शन देतो..."

असं म्हणून महाराज उभे राहिले. समचरण दर्शविण्यासाठी त्यांनी पाय जुळवले. तुळशीफुलांच्या माळा कंठी रुळत आहेत, अशी सावळी-गोमटी मूर्ती बापुनाच्या दृष्टीला पडली. लगेच त्यानं पायांवर डोकं टेकलं. पुन्हा त्यानं मान उचलून वर बघितलं. महाराज पहिल्यासारखे दिसले. बापुनाला अतिशय आनंद झाला. धोतर,

पागोटं आणि शेला घालून त्याला घरी महाराज दिसले होते. तो जेव्हा विठ्ठलाच्या दर्शनाला गेला तेव्हा विठ्ठलाचा पोषाख तसाच दिसला.

हा प्रकार पाहून इतर भक्त महाराजांना म्हणायला लागले, ''असंच दर्शन आम्हाला द्या! आम्हाला पुन्हा दर्शन घ्यायची इच्छा आहे.''

महाराज म्हणाले, ''असं दर्शन घ्यायला आधी बापुनासारखं मन करायला हवं! तसं मन होईल तेव्हा दर्शन आपोआप मिळेल. दर्शन ही वस्तू काय बाजारात मिळणारी आहे होय?''

काला झाल्यानंतर मंडळी माघारी जायला निघाली... बापुनाला दर्शनाबद्दल फार धन्यता वाटत होती. ते दर्शन त्याच्या ध्यानीमनी ठसावलं होतं. महाराजांच्या कृपेनं बापुनाला पुढे मुलगा झाला. मुलगा चांगला विद्वान निघाला. पंढरीच्या प्रसादानं झालेल्या त्या पुत्राचं नाव त्यानं आवर्जून नामदेव असं ठेवलं.

वारीच्या वेळी कवठे बहादूर या गावाचा एक माळकरी पाटलांच्या वाड्यात उतरला होता. पंढरपूरला त्या वेळी कॉलरा सुरू झाला. प्रेतामागून प्रेत जायला लागलं. कुण्या वारकऱ्याला कॉलरा झाला की, पोलीस त्याच्या घरात शिरत आणि वारकऱ्याला ओढून बाहेर काढत. त्या रोग्याला कुर्डुवाडीच्या रस्त्यावर नेऊन सोडत. कवठे बहादूरच्या या वारकऱ्याला पटकीनं झपाटलं. ढाळ-वांत्या व्हायला लागल्या. हातापायांना गोळे यायला लागले. कुणी त्याच्याजवळ जाईना. पोलिसांच्या भीतीनं हे वृत्त कुणाला कळवलंही नव्हतं. हा वारकरी एकटाच पडून होता.

शेगावचे सारे लोक जायला निघाले. एका घटकेत पाटलांचा वाडा मोकळा झाला. हा वारकरी मात्र तिथेच राहिला. त्याला कुणीही विचारलं नाही.

ते पाहून गजानन महाराज तिथे आले. म्हणाले, ''या निजलेल्या वारकऱ्याला घेऊन चला की!''

भक्त म्हणाले, ''महाराज, हा बहुतेक मेल्यासारखाच आहे. याच्या नादी जर आपण लागलो तर आपण संकटात सापडू! आपल्याबरोबर पन्नास माणसं आहेत. इथे तर पटकीचा जोर झाला आहे. अशा स्थितीत इथे थांबणं बरं नाही. लवकर चंद्रभागेच्या पलीकडे जायला हवं!''

त्या भक्तांना महाराज म्हणाले, ''तुम्ही वेडे का आहात? आपल्या भागातल्या या माणसाला असं सोडून जाणं बरं नाही.''

असं म्हणून महाराज त्या वारकऱ्याच्या जवळ गेले. त्याचा हात धरून त्याला उठवलं. प्रेमानं म्हणाले, ''चल उठ! आपल्या वऱ्हाडात जायचंय ना?''

तो वारकरी म्हणाला, ''महाराज आता कसलं वऱ्हाड दिसतंय? माझा शेवट जवळ आलाय. इथे माझं कुणी नाही.''

महाराज म्हणाले, ''वेड्या, भिऊ नकोस. तुझं गंडांतर टळलं!''

असं म्हणून महाराजांनी त्या वारकऱ्याच्या मस्तकावर हात ठेवला. लगेच त्याची ढाळ-उलटी बंद झाली. त्याला थोडी शक्ती आली. तो ताड्‌कन उभा राहिला. घटकेत पहिल्यासारखा झाला. महाराजांबरोबर तो चंद्रभागेच्या पलीकडे गेला.

तो पुन:पुन्हा म्हणत होता, "महाराज, तुम्ही मला काळाच्या दाढेतून बाहेर काढलंत."

सारी मंडळी कुर्डुवाडीला आली. तिथून शेगावला सुखरूप परतली.

❋

एकदा एक मध्वमती ब्राह्मण दूरदेशाहून महाराजांचं दर्शन घ्यायला शेगावी आला. त्याचं सोवळंओवळं फार कडक होतं.

महाराजांना बघताच तो मनाशी म्हणाला, 'उगाच आपण इथे आलो. हा वेडा भ्रष्टांचा शिरोमणी दिसतोय. इथे सोवळंओवळं काही दिसत नाही. अनाचाराचं राज्य दिसतं. या वेड्याला लोक साधू म्हणतात... कर्म म्हणायचं. दुसरं काय?'

त्या वेळी पाणी आणण्याच्या वाटेवर एक कुत्रं मरून पडलं होतं. त्या कुत्र्याला बघून तो ब्राह्मण फार खिन्न झाला. मनाशी म्हणाला, 'आता पाणी कसं आणायचं? हा कुत्रा तर इथे मरून पडला आहे. याला कुणी उचलत नाही. हे सारे या गांजेकसला महाराज महाराज म्हणतात. जळलं याचं साधूपण! कुठून मला इथे येण्याची बुद्धी झाली कुणास ठाऊक!'

महाराजांनी त्याचं मन ओळखलं. महाराज उठले आणि त्या ब्राह्मणाजवळ आले. म्हणाले, "तुम्ही यथासांग पूजा करावी. हे कुत्रं मेलेलं नाही. उगाच संशयात पडू नका!"

ते ऐकून तो ब्राह्मण रागावला. महाराजांना म्हणाला,"अरे, तुझ्यासारखं वेड लागलं नाही मला! कुत्रं मरून प्रहर झाला. त्याचं प्रेत रस्त्यावर पडलं आणि तू म्हणतोस कुत्रं मेलं नाही. अरे, काही विचार कर!"

महाराज म्हणाले, "आम्ही भ्रष्ट आहोत ना! आम्हाला तुमच्यासारखं ज्ञान नाही. पण खंत करू नका. माझ्याबरोबर चला पाण्याची घागर घेऊन!"

असं म्हणून महाराज त्या कुत्र्याजवळ आले. महाराजांच्या पायाचा स्पर्श होताच कुत्रं उठून बसलं.

तो चमत्कार पाहून ब्राह्मण चकित झाला. खजिल झाला. या पुरुषाचा अधिकार देवासारखा आहे. याची योग्यता न कळल्यामुळे आपण उगाच याची निंदा केली, असं वाटून त्यानं महाराजांचे पाय धरले. म्हणाला, "महाराज, माझ्या अपराधांची क्षमा करा. माझ्या मस्तकावर वरदहस्त ठेवा. मी अनंत अपराधी आहे. क्षमा करा... जगाच्या उद्धारासाठी परमेश्वरानंच तुम्हाला इथे धाडलं आहे."

त्या दिवशी त्या ब्राह्मणानं शेगावच्या मठात समाराधना केली. त्याच्या मनाची शंका पार फिटली. तो महाराजांसमोर लीन झाला. महाराजांचा प्रसाद घेऊन तो स्वगृही निघून गेला.

✿

एकोणिसावे दर्शन

खंडेराव गर्दे यांचा मुलगा काशीनाथ हा असाच एकदा खामगावाहून महाराजांच्या दर्शनाला आला. त्यानं महाराजांचं दर्शन घेतलं. मनाशी म्हणाला, 'माझ्या वडिलांनी जीवन्मुक्ताची जी लक्षणं लिहून ठेवली आहेत ती इथे प्रत्यक्ष दिसताहेत. आपलं भाग्य चांगलं म्हणूनच यांचं दर्शन घडतं आहे.'

हा विचार काशीनाथाच्या मनात चालला असतानाच महाराजांनी त्याच्या पाठीला कोपरखळी मारली आणि म्हणाले, "जा... तुझा हेतू पूर्ण झालाय्... तारवाला वाट बघतो आहे."

या बोलण्यानं काशीनाथ मनात घोटाळला. मनाशी म्हणाला, 'कोणताच हेतू धरून मी इथे आलो नव्हतो. तारवाला वाट बघतो आहे म्हणजे काय?'

महाराजांचं गूढ बोलणं त्याला कळलं नाही आणि त्यांना काही विचारण्याचा धीरही झाला नाही. महाराजांचं पुन्हा दर्शन घेऊन तो खामगावला निघून गेला.

तो जेव्हा घरी परत आला तेव्हा तारवाला शिपाई दारात उभा असलेला दिसला. घाईघाईनं त्यानं तार घेतली. त्या तारेत मजकूर होता, 'मोर्शी तालुक्यात मुनसफीच्या हुद्द्यावर तुमची नेमणूक केली आहे.'

काशीनाथला अतिशय आनंद झाला. महाराजांच्या कोपरखळीचा अर्थ समजला. त्यांचं अंतर्ज्ञान बघून तो थक्क होऊन गेला.

✻

गोपाळ बुटीच्या आग्रहानं महाराज एकदा नागपूरला गेले आणि सीताबर्डीवरील त्यांच्या मोठ्या वाड्यात उतरले. गोपाळ बुटी ही भलीमोठी धनिक असामी! महाराजांना इथे वाड्यात कायमचं ठेवून घ्यावं असा त्यानं बेत केला.

शेगावला हे कळल्यावर तिथले लोक हरी पाटलाला म्हणाले, "महाराजांवाचून हे गाव भणभणीत दिसतंय. काही करून तुम्ही महाराजांना इथे आणा. गोपाळ बुटी हा मोठा सावकार. त्याच्यापुढे आमचा काय पाड लागणार? तुम्ही गावचे जमेदार! महाराजांना इथे घेऊन या. तुम्हीच हे करू शकाल!"

महाराज गोपाळ बुटीला म्हणत होते, ''मला शेगावला जाऊ दे. इथे मला ठेवून घेऊ नकोस...''

परंतु बुटी काही त्यांचं ऐकेना. बुटी भाविक असला तरी श्रीमंतीची अहंता त्याच्या मनातून गेलेली नव्हती... वाड्यात रोज ब्राह्मणभोजनं चालली होती. महाराजांपुढे रात्रंदिवस भजन चाललं होतं. परंतु शेगावचे लोक दर्शनाला आले की तो त्यांना वाड्यात येऊ देत नसे... कुणाचा काही उपाय चालेना.

मग हरी पाटील नागपूरला यायला निघाला. त्याच्याबरोबर काही भक्तमंडळीही निघाली.

ज्या वेळी हरी पाटील आणि मंडळी आगगाडीत बसली त्याच वेळी महाराज गोपाळ बुटीला म्हणाले, ''अरे गोपाळा, हरी पाटील नागपूरला यायला निघाला आहे. तू मोठा असलास तरी मनगटाच्या बळावर तो मला इथून घेऊन जाईल.''

हरी पाटील वाड्याजवळ आला. तिथल्या शिपायांनी आत जायला त्याला मनाई केली. त्या मनाईला न जुमानता शेगावकर मंडळी आत गेली. त्या वेळी वाड्यात बडी पंगत चालली होती. पंचपक्वान्नांचा थाट उडाला होता. पंगतीच्या मध्यभागी महाराजांचं आसन मांडलं होतं.

त्याच वेळी हरी पाटील मंडळींबरोबर वाड्यात येऊन दाखल झाला. महाराज त्याला भेटायला धावले. म्हणाले, ''हरी, मला शेगावला घेऊन जा. मला इथे मुळीच राहायचं नाही. तू मला न्यायला आलास बरं झालं.''

गोपाळ बुटीनं ते बघितलं. पुढे येऊन त्यानं महाराजांचे पाय धरले. म्हणाला, ''महाराज, विक्षेप करू नका. माझं मन मोडू नका. या पंगतीला दोन घास खाऊन शेगावला जा.''

मग हरी पाटलाकडे बघून गोपाळ बुटी क्षमायाचनेच्या स्वरात म्हणाला, ''आपणही कृपाकरून प्रसाद घेऊन जा. महाराज इथे राहणार नाहीत हे आज मला कळून चुकलं आहे. पण पाटील, पंगतीत माझी लाज राखा! महाराज आत्ताच निघून गेले तर लोक उपाशी उठून जातील आणि माझ्या फजितीला पारावार उरणार नाही. नागपुरातले लोक मला नावं ठेवतील.''

मग महाराजांच्या बरोबर सारी पंगत पार पडली. भोजनानंतर महाराजांची निघायची तयारी सुरू झाली. बुटीच्या वाड्यात दर्शनाला येणाऱ्या माणसांची भीड झाली. गोपाळ बुटीच्या भाविक पत्नी जानकाबाई पुढे आल्या आणि म्हणाल्या, ''माझा हेतू मनातल्या मनात जिरून जाणार असं दिसतंय.''

जानकाबाईंना महाराज म्हणाले, ''तुझ्या मनातलं मी ओळखलंय.''

असं म्हणून त्यांच्या कपाळाला कुंकू लावलं. मग म्हणाले, ''तुला आणखी एक सद्‌गुणी पुत्र होईल आणि सौभाग्यासह तू वैकुंठाला जाशील.''

मग महाराज सीताबर्डीहून रघूजी भोसल्यांच्या घरी आले. रघूजी हा अत्यंत श्रद्धावान राजा! अपार रामभक्तीनं भारावून गेलेला!

आपल्या राजवाड्यात त्यानं महाराजांचा उत्तम आदरसत्कार केला. त्याचा राजेशाही पाहुणचार घेऊन महाराज रामटेकला गेले. रामदर्शन घेऊन शेगावला परत आले.

हरी पाटलाबरोबर धार कल्याणचे रंगनाथ हे थोर साधू महाराजांना भेटायला शेगावला आले. सांकेतिक भाषेत दोघांची आध्यात्मिक बोलणी झाली.

एके दिवशी महाराज बाळाभाऊला म्हणाले, "अरे, उद्या माझा एक भाऊ येतो आहे मला भेटायला! त्याची नीट व्यवस्था ठेवा. हा भारी कर्मठ आहे. म्हणून उद्या वाटेतल्या चिंध्या वगैरे उचलून टाका. अंगण स्वच्छ ठेवा. कुठे चिंधी दिसली तर ती जमदग्नीची मूर्ती कोपेल! हे त्याचं कर्मठपण कवचासारखं आहे बरं!"

दुसऱ्या दिवशी दुपारी कृष्णातीरीचे श्री वासुदेवानंद सरस्वती टेंबेस्वामी मठात आले. परस्परांकडे बघून त्या उभयंतांनी हास्य केलं. दोघांनाही अतिशय आनंद झाला. टेंबेस्वामी जेव्हा मठात आले तेव्हा गजानन महाराज आपल्या पलंगावर हातानं टिचक्या मारत बसले. स्वामी आले तेव्हा टिचक्या थांबल्या. दोघांची दृष्टादृष्ट झाली. टेंबेस्वामींनी परत जायची आज्ञा मागितली. 'बरं' म्हणून गजानन महाराजांनी मान तुकविली. टेंबेस्वामी निघून गेले.

टेंबेस्वामी निघून गेल्यानंतर बाळाभाऊनं महाराजांना एक शंका विचारली, "महाराज, तुमच्या मार्गापेक्षा टेंबेस्वामीचा मार्ग अगदी वेगळा वाटतो. मग ते तुमचे बंधू कसे?"

महाराज म्हणाले, "बाळा, बरा प्रश्न विचारलास. ईश्वराकडे जायचे तीन मार्ग आहेत. परंतु त्यांची स्वरूपं वेगवेगळी असल्यामुळे माणसाचं मन घोटाळून जातं. सोवळंओवळं, संध्यास्नान, व्रतंउपोषणं, अनुष्ठानं ही कर्माची अंगं आहेत. ही अंगं आचरणाऱ्याला ब्रह्मवेत्ता कर्मठ समजावं. या कर्मठपणात अधिकउणं कधी खपत नाही. या मार्गात एवढीच खबरदारी घ्यावी लागते की, लोकांना त्यानं कधी दुरुत्तरं करून दुखवू नये."

मग भक्तिमार्गाचं लक्षण सांगताना महाराज म्हणाले, "भक्तिमार्गानं जाणाराचं मन अतिशय शुद्ध असायला हवं. मनात थोडी जरी मलिनता असली तरी त्याच्या हाती भक्तिरहस्य कधी गवसत नाही. अंगी दया, प्रेम आणि लीनता हवी. श्रवणी-पूजनी आस्था हवी. मुखामाजी सतत हरिनाम असावं. हा भक्तिमार्ग दिसायला सोपा असला तरी आचरायला फार कठीण आहे."

मग महाराजांनी तिसऱ्या योगमार्गाचंही कथन केलं, "या योगमार्गाचा पसारा फार मोठा असतो. परंतु हा योगमार्ग साधण्यासाठी बाहेरचं काही लागत नाही. जे

ब्रह्मांडी असतं तेच पिंडी असतं. त्या पिंडातलं साहित्य घेऊनच योग साधावा लागतो. माणसाला आसनांचं ज्ञान हवं. रेचक कुंभक यायला हवेत. इडापिंगलेमधील भेद कळले पाहिजेत. धौती, मुद्रात्राटक हे कळलं पाहिजे. कुंडली आणि सुषुम्ना यांचं ज्ञान हवं.''

हे सांगून महाराज म्हणाले, ''या तिन्ही मार्गांचं अंतिम फलित ज्ञान हेच असतं. नुसतं ज्ञान असून उपयोग नाही. तिथे सर्वभूती प्रेमही हवं. प्रेमाशिवाय या तिन्ही मार्गांत पानही हलणार नाही. या तिन्ही मार्गांची बाह्यस्वरूपं भिन्न असली तरी त्यांचं आदिकारण एकच आहे. एकदा माणूस अंतिम मुक्कामाला गेला म्हणजे मार्गाचा विचारच सुटतो. एकाच ध्येयाकडे जाणारे हे तीन मार्ग आहेत. एकदा का हे ध्येय गाठलं म्हणजे मग तिथे सारेच संत बनून जातात.''

मग कोणकोणत्या मार्गानं कोणकोणते संत गेले हे त्यांनी सांगितलं. ते पुढे म्हणाले, ''मार्ग कोणताही असला तरी जो मुक्कामाला जाऊन पोचतो त्याचंच खरं कौतुक असतं. आवडेल त्या मार्गानं जो तो जातो, आणि कैवल्यसौख्याचा धनी बनतो.''

या तिन्ही मार्गांची महती कथन करून झाल्यानंतर शेवटी महाराज म्हणाले, ''आता अधिक काही विचारू नकोस; आणि कुणाला काही सांगू नकोस. पिसेपणाची ही पासोडी मी घेतली आहे. ती तशीच माझ्या अंगावर राहू दे. ज्याची माझ्यावर निष्ठा असेल, जो माझा असेल, त्याचंच कार्य माझ्या हातून होईल. इतर तर्कटांची मला गरज नाही. ज्याला खरोखर अनुताप होत असतो त्यालाच ब्रह्मज्ञान सांगायचं असतं... इतर कुणी काही म्हणो आपण आपलं निवान्त असावं. मगच परमात्मा भेटत असतो.''

हे सारं उपदेशात्मक तत्त्वज्ञान ऐकल्यावर बाळाभाऊचे डोळे आनंदानं भरून गेले... अश्रूंचा पूर वाहू लागला. अष्टभाव दाटले. शरीरावर रोमांच उभे राहिले. वैखरी मौनावली. त्यानं त्याच अवस्थेत महाराजांना नमस्कार केला... मानवी जीवनाचं सारं तत्त्वज्ञान महाराजांनी बाळाभाऊसमोर उघड करून दाखवलं होतं. बाळाभाऊचं जीवन धन्य झालं होतं.

✵

साळूबाई नावाची कण्वशाखेची एक बाई महाराजांची निस्सीम भक्त होती. वैजापूरच्या या बाईचं वाडेघोडे हे माहेर होतं. तिला महाराज एके दिवशी म्हणाले, ''इथे येतील त्यांना तू चूणभाकरीचा स्वयंपाक करून जेवण घालत जा. त्यामुळेच नारायणाला तू प्रिय होशील.''

अखेरपर्यंत ती साळूबाई लोकांना जेवायला घालत होती. महाराजांच्या कृपेनं ती तरून गेली. परंतु ही कृपा प्रल्हाद जोशी याला काही लाभली नाही. जे ज्याच्या

दैवात असतं तेच घडत असतं.

महाराजांच्या सहवासात आत्माराम मात्र वेदवेत्ता बनला. खामगावच्या जवळच जलंब नावाचं गाव आहे. आत्माराम हा तिथल्या तुळशीरामाचा मुलगा. बालपणापासून कुशाग्रबुद्धी असल्यामुळे वेदाध्ययन करण्यात त्याचं मन गुंतलेलं होतं. वेदवेदांगांचं शिक्षण घेण्यासाठी तो वाराणशीला गेला. माधुकरी मागून त्यानं आपलं शिक्षण पुरं केलं आणि तो आपल्या जलंब गावी परत आला.

आल्याबरोबर शेगावला येऊन त्यानं महाराजांसमोर हजेरी दिली. त्यांच्या समोर आत्मारामानं वेदपठण करून दाखवलं.

महाराज म्हणाले, "अजून म्हणण्यात चूक होते आहे."

मग महाराजांनी त्याला वेदपठण करून दाखवलं. त्याचं म्हणणं दुरुस्त केलं.

आत्माराम म्हणाला, "मी रोज इथे येत जाईन आणि म्हणून दाखवत जाईन."

मग त्यानं जलंबहून रोज शेगावला यावं आणि महाराजांसमोर वेदपठण करावं असा परिपाठ सुरू झाला. पुढे तो मठातच येऊन राहिला. महाराजांच्या पश्चात समाधीची पूजाअर्चा हाच करत असे. त्यानं ही पूजाअर्चा करायला काहीही घेतलं नाही. मठात एकनिष्ठ सेवा केली. एवढंच नव्हे, तर आपली थोडीफार इस्टेटही मठाला अर्पण केली... आत्मारामप्रमाणेच स्वामी दत्तात्रेय केदार, नारायण जामकर आणि दुधाहारी बुवा हे महाराजांचे तीन एकनिष्ठ भक्त होते. या तिघांनीही आपलं सारसर्वस्व महाराजांना अर्पण केलेलं होतं... एकनिष्ठ भक्तांची वाण या मठाला कधीही पडली नाही.

✻

मध्यरात्र होती आणि एकदम तिमाजीच्या कानावर हाक आली, "अरे, जागा हो. ऊठ... धान्याच्या राशीवर गाढवं चरताहेत ना!"

महाराजांची ती हाक ऐकून तिमाजी खडबडून जागा झाला. सभोवताली चमकून बघायला लागला.

खळ्यातल्या राशीवर कुंभाराची दहावीस गाढवं खुशाल चरत होती.

बाळापूर तालुक्यातल्या मोरगाव भाकरे या गावातली ही कथा. त्या गावच्या मारुतीपंत पटवाऱ्यानं आपल्या शेतातल्या पिकांचं रक्षण करण्यासाठी तिमाजी माळ्याची नेमणूक केली. रात्र उलटली तेव्हा तिमाजीचा डोळा लागला. ही संधी साधून गाढवं खळ्यात चरायला लागली. महाराजांनी खळ्यात येऊन तिमाजीला जागं केलं. तो कावराबावरा होऊन बघायला लागला. तेव्हा खळ्यात गाढवं खरोखरच चरत असलेली त्याला दिसली.

तिमाजीनं कपाळाला हात मारला आणि स्वतःशी म्हणाला, 'काय करू आता!

मालक रागावला म्हणजे? पिकाचं रक्षण करायला त्यानं मला इथे ठेवलं. माझ्यावर केवढा विश्वास टाकला? आणि मी त्याचा विश्वासघात केला! खळ्यातली निम्मी रास गाढवांनी खाल्ली की!'

तिमाजीला अतिशय हळहळ वाटली. त्याची इमानदारी त्याला गप्प बसू देईना!

सकाळी उठल्याबरोबर तो मालकाकडे आला आणि मारुतीपंत पटवाऱ्याचे पाय धरून म्हणाला, "मालक, माझ्या झोपेनं घात केला. बुडवलं तुम्हाला! दहावीस गाढवांनी खळ्यातली रास निम्मीअधिक खाऊन टाकली... खळ्यात जाऊन नुकसानीचा हिशेब केला पाहिजे... मग मला बरं वाटेल!"

मारुतीपंत म्हणाला, "खळ्यात येऊन बघायला मला मुळीच वेळ नाही. मी शेगावला जायला निघालो आहे. गजानन महाराजांचं दर्शन घेऊन येईन आणि मग मळ्यात येऊन काय ते बघेन.."

असं म्हणून मारुतीपंत शेगावला निघून गेला.

महाराज आसनावर बसले होते. जगू पाटील समोर बसला होता. बाळाभाऊ पाटलाजवळ बसला होता.

मारुतीपंताला बघताच महाराज म्हणाले, "तुझ्यासाठी मला रात्री केवढा त्रास घ्यावा लागला! मळ्यात झोपाळू नोकर ठेवता आणि घरी जाऊन खुशाल निजता!... काल रात्री खळ्यात तिमाजी झोपी गेला आणि गाढवांनी सुळसुळाट केला. खळ्यातल्या धान्यावर गाढवं तुटून पडली. मग तिथे जाऊन मी त्याला जागं केलं आणि परत आलो!"

मारुतीपंताला सारी साक्ष पटली. महाराजांच्या पायांवर लोटांगण घालून तो म्हणाला, "आमचा सारा भार आपण सांभाळता!... सारं आपलंच आहे महाराज. शेत, खळ्यातलं धान्य हे सारं सारं आपलं आहे. तिमाजी केवळ नावाचा रक्षक आहे. आपण अवघ्या ब्रह्मांडाचं रक्षण करता तिथे मळ्याचं काय?"

मारुतीपंत शेवटी म्हणाला, "अशीच कृपा नेहमी असू द्यावी! आत्ता मळ्यात जातो आणि तिमाजीला कामावरून काढून टाकतो."

महाराज हसून म्हणाले, "वेड्या, तिमाजीला मुळीच काढू नकोस. तो इमानी नोकर आहे. खळ्यातली गाढवं पाहून त्याला अतिशय दुःख झालेलं मी बघितलं. रात्रीची हकिगत सांगायला तो सकाळी तुझ्याकडे आला होता ना? तू म्हणालास की, मी आता शेगावला चाललोय. सकाळी आल्यावर बघेन. मग आता..."

ते ऐकून मारुतीपंताला आणखीनच आश्चर्य वाटलं. महाराजांच्या अंतर्ज्ञानाची त्याला पुरेपूर खात्री पटली.

१८९४ साली महाराज बाळापूरला होते. तिथल्या भरबाजारपेठेत सुकलाल बन्सीलालची बैठक होती. त्या बैठकीसमोर महाराज निजानंदात दंग होऊन बसले होते. अनेक भाविक लोक येताजाताना त्यांचं दर्शन घेत होते. त्या वेळी त्या हमरस्त्यानं एक पोलीस हवालदार चालला होता. महाराजांची दिगंबर मूर्ती पाहून त्या हवालदाराचं पित्त खवळलं. नारायण आसराजी हवालदार म्हणाला, "हा नंगापीर इथे भररस्त्यावर मुद्दाम येऊन बसला आहे. या भोंदूला असा सोडता कामा नये. त्याचा समाचार घ्यायलाच हवा!"

असं म्हणून नारायण आसराजी महाराजांजवळ गेला आणि अद्वातद्वा बोलायला लागला, "इथे रस्त्यावर येऊन बसतोस नंग्या! लाज नाही का वाटत तुला? थांब तुला चौदावं रत्न दाखवतो!"

असं म्हणून हवालदारानं महाराजांना छडीनं मारायला सुरुवात केली. महाराजांच्या अंगावर वळ उठले तरी त्याचं मारणं चाललंच होतं. त्याचा हात आवरता आवरत नव्हता.

तो प्रकार पाहून हुंडीवाला नावाचा दुकानदार धावून आला आणि त्या हवालदाराला म्हणाला, "अरे काही विचार कर. सत्पुरुषाच्या अंगावर हात टाकणं बरं नाही. त्यांच्या पोटावर, पाठीवर वळ उठलेले पाहिलेस ना? याचा परिणाम बरा नाही होणार! माफी माग महाराजांची!"

हवालदार उद्दामपणानं म्हणाला, "माफी मागायचं काय कारण? कावळ्याच्या शापानं ढोरं थोडीच मरत असतात? बाजारपेठ पाहून हा नंगा हलकट चावट गोष्टी बोलत इथे बसला आहे. अशा ढोंग्याला मारणं हा जर गुन्हा असेल, तर जगात न्याय मागायला जागाच उरली नाही!"

परंतु देवानं नारायण आसराजीला त्या पंधरवड्यात न्याय दिला. स्वत: हवालदार तर मरण पावलाच, त्याचबरोबर त्याचे सारे आप्त मृत्युमुखी पडले. महाराजांना मारण्याचं प्रायश्चित त्याला लगेच मिळालं.

❋

हरी जाखडे हा माध्यंदिन यजुर्वेदी ब्राह्मण! हा मूळचा नगर जिल्ह्यातल्या संगमनेरचा! पोटासाठी गावोगाव फिरत असे. एकदा फिरत फिरत तो शेगावला आला.

महाराजांचं दर्शन घेऊन तो तिथे बसला. अनेक भक्त येत होते. महाराजांचा प्रसाद घेऊन जात होते. तो सारा सोहळा पाहून हरी मनाशी म्हणत होता, 'या मोठ्या साधूच्या पायापाशी येऊन मला विन्मुख परत जावं लागतंय... माझं दैवच खडतर आहे... दारोदारी हिंडून माझं जीवन संपत आलं. जवळ पैसा नाही. शेतवाडा नाही...

अशा या स्थितीत मला कोण मुलगी देणार?... महाराज, मला संसार करावासा वाटतो. माझी इच्छा पुरवा... माझं लग्न व्हावं... मला मुलंबाळं व्हावीत...'

हरीच्या मनात अशा तऱ्हेचे विचार चालले असतानाच महाराज त्याच्या अंगावर थुंकले. मनाशी म्हणाले, 'यानं काय मागितलं तर संसार मागितला. म्हणून याच्या अंगावर थुंकणं आलं. संसारापासून सुटण्यासाठी लोक माझे पाय धरतात; आणि यानं इथे येऊन मला संसारसुख मागितलं... काय जगाची रीत आहे पाहा... साऱ्यांना संसार हवा... सच्चिदानंद नको!'

उघड रीतीनं महाराज हरी जाखड्याला म्हणाले, "तुझ्या मनातली इच्छा पुरी होईल. तुला पुत्रपौत्र होतील. तुझ्या घरात धनधान्य राहील... जा आता परत! सुखानं संसार कर; पण वेड्या, परमेश्वराला विसरू नकोस."

महाराजांनी हरीला प्रसाद म्हणून लग्नासाठी थोडं धन दिलं. हरी संगमनेरला परत आला. त्याचा संसार सुखाचा झाला.

✵

रामचंद्र गोविंद निमोणकर हा ओव्हरसिअर होता. त्याच्याबरोबर वासुदेव बेंद्रे हा सर्व्हेअर होता. हे दोघेजण एकदा फिरत फिरत मुकना नाल्यावर आले. इगतपुरी तालुक्यात हा मुकना नाला आहे. इथल्या रम्य अरण्यात वाघ-लांडगे स्वैरसंचार करत असतात. तिथून जवळच कपिलधारा या नावाचं तीर्थस्थान आहे. प्रत्येक पर्वणीला असंख्य भाविक लोक या तीर्थावर स्नानाला येतात. एका पर्वणीला निमोणकर तिथे स्नानाला गेला. त्याला थोडाफार योगाभ्यास येत असे. योगाभ्यासात आपली थोडीफार प्रगती व्हावी या हेतूनं तो तिथे आला होता, तिथल्या प्रत्येक गोसावी-बैराग्याला योगाभ्यासाबद्दल विचारत होता. परंतु कुणीच काही बोलत नव्हतं. संध्याकाळी सारेजण निघून गेले. निमोणकर हिरमुसला होऊन बसला.

एवढ्यात त्याला तिथे एक महापुरुष दिसला. आजानुबाहू, उंच बांधा, शांत मुद्रा असा ध्यानस्थ पुरुष पाहून निमोणकरानं त्याच्यापुढे साष्टांग दंडवत घातला. बराच वेळ तो पुरुष काहीच बोलला नाही. संध्याकाळी सारे साधुबैरागी निघून गेल्यावर तो साधुपुरुष म्हणाला, "हा चित्रपट घेऊन जा. म्हणजे तुझं काम होईल. त्यावर षोडाक्षरी मंत्र लिहिला आहे. त्या मंत्राचा जप कर. म्हणजे तुला थोडाफार योगपंथ समजेल. हा मार्ग भारी अवघड आहे. ब्रह्मचर्य सांभाळून धौतीनौती केल्यावर तुला दहापाच आसनं येतील. आता काही मला विचारू नकोस. हा प्रसाद घेऊन जा..."

असं म्हणून महाराजांनी त्याच्या हातावर एक तांबडा खडा दिला; आणि ते दिसेनासे झाले.

पुढे महाराज नाशिकाला भेटले तेव्हा निमोणकर धावत त्यांच्या जवळ गेला

आणि त्यांच्या पायांवर डोकं ठेवून म्हणाला, ''महाराज, माझा कंटाळा का हो केलात? नावगाव न सांगता आपण निघून गेलात!''

महाराज डोळे वटारून म्हणाले, ''तुला तांबडा खडा देऊन मी माझंच नाव सांगितलं नाही का? नर्मदेचा गणपती तांबडा असतो. पण तू मूळचाच मंद बुद्धीचा असल्यामुळे तुला त्याचं रहस्य कळलं नाही. मी शेगावला राहतो. माझं नाव गजानन! धुमाळ सदनापर्यंत माझ्याबरोबर चल. तिथे पुन्हा माझी भेट होईल.''

चालताना महाराज पुन्हा दिसेनासे झाले. निमोणकर भिरीभिरी बघू लागला. कंटाळून तो शेवटी धुमाळांच्या घरी आला. गजानन महाराज ओसरीवर बसलेले दिसले. निमोणकरानं त्यांना मनोमन नमस्कार केला. धुमाळाला सारी कथा सांगितली. ती ऐकून धुमाळाला अतिशय आनंद झाला. तो म्हणाला, ''योगिपुरुषांना अशक्य काय आहे?''

धुमाळ पुढे निमोणकराला म्हणाला, ''त्यांनी दिलेल्या खड्याची पूजा करत जा. त्यांच्या कृपेनं तुला थोडाफार योगाभ्यास नक्की येईल.''

महाराजांच्या कृपेनं निमोणकराला खरोखरच थोडाफार योगाभ्यास करता आला.

✵

शेगावच्या तुकाराम कोकाट्याची संतती जगत नव्हती. एके दिवशी तुकारामानं महाराजांना नवस केला, 'माझी मुलं जगली तर त्यातला एकतरी मुलगा मी तुम्हाला अर्पण करीन!'

तुकारामाचे मनोरथ पूर्ण झाले. त्याला दोनतीन मुलं झाली. परंतु नवसाची आठवण त्याला राहिली नाही... पुढे काही दिवसांनी त्याचा थोरला मुलगा नारायण हा आजारी पडला. खूप औषधोपचार झाले, पण काही केल्या गुण येईना. त्याचं दुखणं विकोपाला गेलं. नाडी बंद होत चालली. दृष्टी थिजली. थोडी धुगधुगी उरली.

मुलाची ही अवस्था पाहिल्यानंतर मात्र तुकारामाला नवसाची आठवण झाली. तो म्हणाला, ''महाराज, हा मुलगा वाचला तर तुम्हाला मी अर्पण करीन. हा मुलगा तुमची सेवा करील.''

लगेच मुलाची नाडी लागायला लागली. हळूहळू त्यानं डोळे उघडले. तो सगळीकडे बघायला लागला. बरं वाटायला लागल्याबरोबर तुकारामानं त्याला मठात आणून सोडलं... अखेरपर्यंत नारायणानं महाराजांची सेवा केली. बोललेला नवस जर फेडला नाही तर काय होतं याची प्रचिती तुकारामाला आली.

✵

पुढे आषाढ महिन्यात महाराज हरी पाटलाबरोबर पंढरपूरला गेले. पंढरपूरला

आल्याबरोबर त्यांनी चंद्रभागेचं स्नान केलं; आणि मंदिरात दर्शनाला गेले. पंढरीला विनवलं, 'आजवर तुझ्या आज्ञेनं इथे या भूमीवर राहिलो. जे-जे भाविक लोक होते त्यांचे मनोरथ पूर्ण केले. आता माझं अवतारकार्य संपलं हे तुला माहीतच आहे. मला जायची अनुज्ञा दे. आता येत्या भाद्रपदात मी वैकुठाला जातो... तुझ्या पायाजवळ निरंतर वास करण्यासाठी!'

महाराजांनी हात जोडून विनवणी केली. त्यांच्या डोळ्यांत पाणी उभं राहिलं. जणू पंढरीनाथाचा विरह त्यांना सहन होत नव्हता.

हरी पाटील हात जोडून महाराजांना विचारू लागला, "महाराज, आपल्या डोळ्यांत हे अश्रू का? सेवा करण्यात माझी काही चूक झाली का? म्हणून आपल्याला वाईट वाटलं का? सांगा?"

महाराज हरी पाटलाचा हात धरून म्हणाले, "सांगितलं तरी तुला कळणार नाही... पण एक गोष्ट लक्षात ठेव. माझी संगत संपत आलीय... चल आता शेगावला परत जाऊ... तुमच्या पाटील वंशाला काहीही कमी पडणार नाही."

पंढरीहून परतल्यानंतर शेगावला मावंदं झालं. पण हरी पाटलाचं मन मात्र ठिकाणावर नव्हतं. त्याला चिंता लागून राहिली होती. लोकांनी विचारलं तर तो सांगायचा, "आता आपली थोडे दिवसांची संगत राहिली असं महाराजांनी मला पंढरपूरला सांगितलं. म्हणून माझं मन..."

बोलताना हरी पाटलाचा कंठ दाटून यायचा.

श्रावणाचा महिना सरला. महाराजांना अशक्तता आली. भाद्रपद महिना सुरू झाला. गणेश चतुर्थीला महाराज सगळ्यांना बोलावून म्हणाले, "आता गणपती बोळवण्यासाठी आपण साऱ्यांनी मठात यावं. चतुर्थीच्या निमित्तानं पार्थिव गणपती करावा. त्याची पूजाअर्चा करून त्याला नैवेद्य समर्पण करावा. दुसरे दिवशी त्या गणपतीची जलात बोळवण करावी, अशी कथा गणेशपुराणात सांगितलेली आहे ना? आज तो दिवस आला आहे. तो साजरा करायला हवा..."

मग म्हणाले, "या पार्थिव देहाला तुम्ही आनंदानं बोळवा. मुळीच दुःख करू नका... तुमचा सांभाळ करण्यासाठी आम्ही इथेच राहणार आहोत. तुम्हां भक्तांचा विसर मला कधीही पडणार नाही. हे शरीराचं वस्त्र बदलायलाच हवं... भगवंतानंच सांगून ठेवलेलं आहे... नाही का?"

चतुर्थीचा दिवस महाराजांनी आनंदात घालवला. त्यांनी बाळाभाऊचा हात धरून त्याला आपल्या आसनावर बसवलं आणि म्हटलं, "मी गेलो असं मानू नका. भक्तीत अंतर पडू देऊ नका. मला कधी विसरू नका. मी इथेच आहे."

असं म्हणून गजानन महाराजांनी आपला प्राण योगबलानं रोधून तो मस्तकी धारण केला; आणि 'जय गजानन' हे शब्द उच्चारून ते सच्चिदानंदपदी लीन झाले... त्या

दिवशी गुरुवार होता. शके १८३२ साधारणनाम संवत्सरात, भाद्रपद शुद्ध पंचमीला महाराज ब्रह्मीभूत झाले. त्यांचा पार्थिव देह शांत झाला. तेजात तेज निमालं.

महाराज समाधिस्त झाल्याची वार्ता शेगावात वाऱ्यासारखी पसरली. शेकडो स्त्रिया-पुरुष आपलं ऊर बडवून आक्रोश करत होते 'गेलाऽऽ गेला... साक्षात्कारी महापुरुष निघून गेला... चालताबोलता श्रीहरी गेला... दीनजनांचा कैवारी गेला... आमचा सौख्यष्ठेवा गेला... ज्ञानदीप विझला... महाराज, आता आमचा त्राता कोण?'

शोकाचा पूर वाहत होता, पण त्यामुळे दुःख मात्र वाहून जात नव्हतं. वस्तुस्थिती बदलत नव्हती. ती बदलणारही नव्हती. शेवटी माणसाला लौकिक व्यवहार हा पाळावाच लागतो.

मार्तंड पाटील, हरी पाटील, विष्णुसा, बंकटलाल, ताराचंद, श्रीपतराव कुलकर्णी असे महाराजांचे असंख्य भक्त मठात गोळा झाले.

एक भक्त म्हणाला, "आज पंचमीचा दिवस. आज काही महाराजांना समाधी देऊ नका..."

"खरंय तुमचं म्हणणं. हाळोपाळीच्या लोकांना दर्शनाला येऊ द्या!"

"ज्यांच्या नशिबी दर्शन असेल त्यांना दर्शन घडेल. लोकांची वाट बघायलाच हवी! सगळीकडे निरोप तर जाऊ देत... आता पुन्हा कधी महाराज दिसणार नाहीत भक्तांना!"

डोणगावच्या गोविंदशास्त्रींनी सांगितलं, "त्यांच्या आवडत्या भक्तांना महाराज नक्कीच दर्शन देतील. तोपर्यंत ते मस्तकी प्राण धारण करून राहतील... त्याची प्रचिती पाहायची असेल, तर त्यांच्या मस्तकावर लोणी ठेवून पाहा."

मस्तकावर ठेवलेलं लोणी पाघळायला लागलं. जो तो भक्त कौतुकानं बघायला लागला. तो प्रकार पाहून गोविंदशास्त्री म्हणाले, "अरे एक दिवसाची काय कथा? हे वर्षभर अशाच स्थितीत राहतील. परंतु असं करणं बरं नाही. यांचे आवडते भक्त आले म्हणजे महाराजांना समाधी देऊ या!"

हे म्हणणं सगळ्यांना मान्य झालं. मग महाराजांपुढे भजनाचा मांड बसला. बघता बघता हजार टाळ जमला. महाराजांनी आपल्या दूरदूरच्या भक्तांना आपल्या समाधीची वार्ता स्वप्नात जाऊन कळवली होती. त्यामुळे ऋषिपंचमीला अपार मेळा गोळा झाला. हजारो भक्तांनी महाराजांचं दर्शन घेतलं.

मग महायात्रेची सिद्धता सुरू झाली. रथ तयार झाला. असंख्य दिंड्या जमल्या. रस्त्यारस्त्यावर गोमयाचे सडे घातले. स्त्रीपुरुषांनी रंगावल्या रेखल्या. दीपोत्सव उभा राहिला... महाराजांची मूर्ती रथात ठेवली. मिरवणूक निघाली. रात्रभर जल्लोषात मिरवणूक चालली होती. वाद्यांचा गजर होत होता. भजनाची आरोळी गगनभेद

करून उठली होती. विठ्ठलनामाचा गजर अस्मानात कोंदला होता. भक्त तुळशी-बुक्का-फुलं उधळत होते. फुलांखाली महाराज झाकून गेले होते. बर्फी-पेढ्यांची खिरापत वाटली जात होती. रथावर रुपये-पैसे उधळले जात होते.

अशा तऱ्हेनं रात्रभर मिरवणूक चालली होती. सूर्योदयाला मिरवणूक परत मठात आली... महाराजांचा पार्थिव देह समाधीच्या जागेवर नेऊन ठेवला. देहावर अखेरचा रुद्राभिषेक केला. पंचोपचार पूजा केली. आरती केली. भक्तांनी गजाननाचा नामगजर केला- 'जय जय अवलिया गजानना, हे नरदेहधारी नारायणा, अविनाशरूपा आनंदघना, परात्परा जगत्पते.' नामगजर झाल्यावर सगळ्या भक्तांनी महाराजांचं अखेरचं दर्शन घेतलं. 'जय स्वामी गजानन' असं बोलून मीठ, अर्गजा, अबीर यांनी समाधिस्थलाची गार भरली. भक्तांनी शेवटी शिळा लावून दार बंद केलं.

दहा दिवस तिथे समाराधना चालली होती. शेकडो शिष्यांनी प्रसाद घेतला.

गजानन महाराजांची पवित्र पार्थिव मूर्ती भक्तांच्या चर्मचक्षूंना यापुढे दिसणार नव्हती...

परंतु श्रद्धावान भक्तांच्या अंतश्चक्षूंना महाराज दिसणारच होते. त्यांच्या कृपाप्रसादाचा साक्षात्कार त्यांना घडणारच होता.

✺

विसावे दर्शन

'देव देव्हाऱ्यातून निघून गेला. रिकाम्या देव्हाऱ्याची पूजा बांधण्यात काय अर्थ आहे' असंच जो तो भक्त म्हणू लागला. परंतु जो नाहीसा होतो तो देव नसतो. महाराज हे खरेखुरे देव होते; या गोष्टीची कल्पना सगळ्याच भक्तांना होऊ शकली नाही... समाधीच्या वेळी महाराजांनी स्वत: असा स्पष्ट निर्वाळा दिला होता की, 'मी येथेच आहे. मी गेलो असं मानू नका. भक्तीत अंतर करू नका...' या गोष्टीचं प्रत्यंतर लवकरच भाविक भक्तांना यायला लागलं.

गणपत कोठाडे हा असाच भाविक भक्त होता. हा रायली कंपनीचा शेगावच्या दुकानाचा एजंट होता. रोज संध्याकाळी महाराजांच्या दर्शनाला यायचा त्याचा नेम होता... आता महाराजांच्या समाधीजवळ येऊन तो त्यांचं स्तवन करत बसायचा... दसरा जवळ आलेला होता. त्याच्या मनानं घेतलं की महाराजांच्या समाधीवर अभिषेक करावा आणि ब्राह्मण भोजन घालावं. त्याप्रमाणे त्यानं अभिषेकाची यथासांग तयारी केली. मठात मोठा शिधा पाठवून दिला.

ते पाहून त्याची बायको म्हणाली, "तुमच्या हाताला काही हाड नाही. केवढा

खर्च करता? उद्या दसरा म्हणून पोराबाळांना कपडेलत्ते करा की! वरच्यावर ही ब्राह्मणभोजनं घालणं योग्य ठरणार नाही. ईश्वरानं आपल्याला चार पोरंबाळं दिलीत... माझ्या अंगावर तर फुटका मणी नाही... संसारी माणसाला हे शोभणारं नाही.''

आपल्या बायकोचं हे बोलणं गणपत कोठाडे याला मुळीच पटलं नाही. तो म्हणाला, ''मला संसारापेक्षा परमार्थ श्रेष्ठ वाटतो.''

त्याच रात्री त्याच्या बायकोला स्वप्न पडलं. स्वप्नात महाराजांनी येऊन सांगितलं, ''उगाच आपल्या पतीला छळू नकोस. तो काय करतो ते करू दे. त्यात तुझ्या बापाचं काय जातं सांग की! अशाश्वताचं प्रेम वेडे धरू नकोस... पारमार्थिक पुण्य कधीही अनाठायी जात नसतं.'

तिनं आपल्या पतीला हे स्वप्न सांगितलं. ते ऐकूण गणपतरावला अतिशय आनंद झाला. तो आपल्या बायकोला म्हणाला, ''आलं ना प्रत्यंतर? महाराज इथेच आहेत ना?... हे सारं महाराजांचं आहे!''

गणपतरावानं त्या दसऱ्याला भोजन घातलं. समाधीवर अभिषेक केला. खूप खर्च केला.

✻

लक्ष्मण हरी जांजळाला बोरीबंदर स्टेशनवर असाच अनुभव आला. हा पहिल्यापासून महाराजांचा एकनिष्ठ भक्त होता. घरातल्या कटकटींनी तो अत्यंत वैतागला होता. काही कामानिमित्त तो मुंबईला गेला होता. पुन्हा घरी येण्यासाठी तो बोरीबंदर स्टेशनवर आला. त्या वेळी त्याला स्टेशनवर एक परमहंस भेटला. आजानुबाहू, उंच बांधा, नासाग्री दृष्टी अशा या पुरुषाच्या मुखातून अखंड ओंकाराचा जप चालला होता.

तो परमहंस लक्ष्मणाला म्हणाला, ''तू गजाननाचा शिष्य आहेस ना? मग असा हताश का होतोस? तू अमरावतीला पुण्यतिथी केलीस. चारशे पानांची तयारी केलीस. त्या वेळी बापट मास्तराला पुत्रशोक झाला असून तो प्रसादाला आला होता ना? तुला माहीत आहे? त्या दोघांच्या स्वप्नात गजानन महाराज आले होते.''

या खुणेच्या गोष्टी ऐकून लक्ष्मण मनात साशंक झाला. त्यानं त्या संन्याशाला नमस्कार केला आणि पाहता पाहता तो संन्यासी गुप्त झाला.

मग घरी आल्यावर लक्ष्मण नेहमीसारखा वागायला लागला. प्रतिवर्षी महाराजांची पुण्यतिथी करायला लागला.

जयराम खेडकरालाही महाराजांनी संन्याशाच्या वेषात दर्शन दिलं होतं.

✻

माधव मार्तंड जोशी या नावाचा एक मुलकी अधिकारी कळंब कसूर या गावी जमिनीची मोजणी करायला आला. गजानन महाराजांचा हा निस्सीम भक्त होता. दिवसभर त्यानं जमिनीची मोजणी केली. संध्याकाळी त्याला शेगावला दर्शनाला जायची इच्छा झाली.

तो आपल्या शिपायाला म्हणाला, "आज गुरुवार आहे. आपण शेगावला दर्शनाला जाऊ. लवकर दमणी जोड. शेगावला रात्र काढू. सकाळी परत येऊ."

शिपाई कुतुबुद्दीन अदबीनं म्हणाला, "आभाळ भरून आलंय. मन नदीचं पाणीही गढूळ झालंय... तेव्हा..."

जोशी म्हणाला, "अरे आता नदीपार होऊ. जा... दमणी जोड. उगाच सबबी सांगू नकोस."

शिपायानं दमणी जोडली. जोशी शेगावला जायला निघाला. दमणी नदीत गेल्याबरोबर नदीला अकस्मात पाणी चढलं. वारं सुटलं. विजा चमकायला लागल्या. बघता बघता मन नदीला पूर आला. तुफानी वृष्टी व्हायला लागली. शेतकऱ्यांच्या घरांवरची छपरं उडायला लागली.

कुतुबुद्दीन म्हणाला, "साहेब, हे इथंच मरण आलं. आपण आता काय करणार?"

माधव मार्तंड जोशी मनातून घाबरून गेला. मनातून गजानन महाराजांचा धावा सुरू केला. 'महाराज, आपल्याशिवाय आमचं रक्षण आता कोण करणार? दमणीत पाणी शिरलंय. बैल घाबरलेत. तुम्हीच आता आम्हाला तारू शकाल..."

मग पुढे होऊन जोशी शिपायाला म्हणाला, "तू आता मागे हो पाहू! महाराजांचं भजन कर. तेच आपल्याला पार करतील. काळजी करू नकोस."

जोशीनं पुन्हा महाराजांची करुणा भाकली.

बैलांचा कासरा सोडून दिला. दोघांनी डोळे मिटून घेतले.

थोड्याच वेळात दमणी नदीतून बाहेर आली आणि रस्त्यावर येऊन उभी राहिली. दोघांना अतिशय आनंद झाला. शेगावला येऊन त्यांनी महाराजांचं दर्शन घेतलं. पालखीचा सोहळा बघितला. दुसऱ्या दिवशी जोशीनं पुष्कळ दानधर्म केला. ब्राह्मणभोजन घालायला बाळाभाऊजवळ पैसे देऊन ठेवले.

बाळाभाऊंना सारी हकिगत सांगून जोशी म्हणाला, "हे नवसाचे ब्राह्मण तुम्ही माझ्यासाठी जेवायला घाला. मला रजा नाही. जरुरीचं काम आहे."

असं सांगून माधव मार्तंड जोशी निघून गेला.

❋

हिंगणीचा यादव गणेश सुभेदार याला एका वर्षी व्यापारात दहा हजार रुपये

तोटा आला. त्यामुळे तो अतिशय खिन्न झाला. त्याला काही सुचेना. काय करावं ते कळेना. कापसाचा व्यापार तर सोडवेना.

एकदा यादवाचा मुक्काम वर्ध्याला होता. विनायक असिरकराच्या घरात तो उतरला होता. एवढ्यात एक भिकारी भिक्षा मागायला आला. मराठी माणसाचा पोशाख, हातात मोठी काठी, डोक्याला बनातीची मळकट टोपी, कंपवायूनं कापत असलेलं शरीर अशा भिकाऱ्याला पाहून विनायक असिरकरला अतिशय राग आला.

त्या भिकाऱ्याला विनायक म्हणाला, "जा... मागल्या दारी ये... भिक्षा घालतो. पण इथे ओसरीची पायरी चढू नकोस."

परंतु भिक्षेकऱ्यानं ती आडकाठी मानली नाही. ओसरी चढून तो यादवाजवळ येऊन बसला; आणि म्हणाला, "घाल पाहू भिक्षा!"

यादवाला त्या लोचट भिक्षेकऱ्याचा राग आला. परंतु त्याच्याकडे न्याहाळून बघितल्यानंतर त्याला ती गजानन महाराजांची मूर्ती दिसली. त्यांच्याचप्रमाणे तेजस्वी नेत्र, बोलण्याची पद्धतही तीच! त्याचं शरीर कापत होतं एवढाच काय तो फरक! यादव सुभेदार मनाशी म्हणाला, "हे गजानन महाराज कसे असतील? ते तर समाधिस्थ होऊन गेले. आता ते कशाला दृष्टीस पडतील?"

काही असलं तरी गजानन महाराज समजून त्यांना दोन पैसे द्यावेत असं यादवानं ठरवलं.

ते पैसे त्या भिकाऱ्यानं घेतले. आणखी काहीतरी मागितलं. म्हणाला, "गजाननाच्या नावानं गुळाची शेरणी वाट. हे वायदे आता पुरे झाले....तुला व्यापारात दहा हजार रुपये तोटा आला ना? त्याचा काही विचार कर आणि मला आणखी काही पैसे दे की!"

सुभेदारानं पाकिटातून आणखी काही पैसे काढून दिले. त्यावर तो भिकारी म्हणाला, "एवढ्या पैशावर मी संतुष्ट नाही. आणखी पैसे काढून दे."

सुभेदारानं आणखी काही पैसे काढून दिले.

इतक्यात विनायक असिरकर घरात गेला. यादव सुभेदार तिथे एकटाच राहिला. तो भिकारी त्याला म्हणाला, "गजाननाविषयी मनात संशय कशाला घेतोस? कपडे काढून माझ्यासमोर उभे राहा. तुझ्या अंगावर माझी दृष्टी पडली म्हणजे यादवा तुझी व्याधी बरी होईल. तू मला मुलासारखा आहेस. कशाला लाजतोस?"

असं म्हणून त्या भिकाऱ्यानं यादवाच्या अंगावरून नखशिखांत हात फिरवला. एवढ्यात असिरकर तिथे आल्यावर भिक्षेकरी रुपये घेऊन निघून गेला.

यादव सुभेदारानं गावात खूप तपास केला.. पण कुठेही तो भिकारी दिसला नाही.

यादव मनाशी म्हणाला, 'हे गजानन महाराजच असले पाहिजेत. हे महाराज असतील तर आज व्यापारात आपल्याला काहीतरी फायदा होईल!'

वर्ध्याच्या बाजारात सुभेदाराच्या कापसाच्या गाड्या आल्या. त्या दिवशी त्याला

चांगली किफायत झाली. आपल्याला भेटलेला भिकारी हा गजाननच होता अशी यादवाच्या मनाची खात्री पटली.

✻

भाऊ राजाराम कवर हा खामगावच्या दवाखान्यात डॉक्टर होता. त्याची तेल्हाऱ्याला बदली झाली. म्हणून तिकडे जायला तो निघाला. सहकुटुंब तो शेगावला दर्शनाला आला. तिथून संध्याकाळी बैलगाडीनं तेल्हाऱ्याकडे जायला निघाला.

मठाधिपती बाळाभाऊ म्हणाला, "तुम्ही प्रसाद घेऊन जा. आजवर तुम्ही प्रसाद घेतल्याशिवाय कधी इथून गेला नाहीत. बरं आज व्यतिपात आहे. तेव्हा..."

भाऊ कवर म्हणाला, "मला मुळीच सवड नाही. रात्री प्रसाद घेतो आणि जातो. मला उगाच आग्रह करू नका."

भाऊ कवर दमणीनं तेल्हाऱ्याला जायला निघाला. अंधारी रात्र होती. रस्ता मुळीच नव्हता; आणि दमणीचा रस्ता चुकला. एका भव्य तलावाच्या काठावर गाडी उभी राहिली. रस्ता अरुंद होता. दोन्ही बाजूंना काटे होते.

गाडीवाला म्हणाला, "साहेब रस्ता चुकला."

भाऊनं दमणीखाली उतरून बघितलं. गाडीवाल्याला रागावून म्हणाला, "तू तेल्हाऱ्याचा म्हणून तुझी गाडी केली. आणि आम्हाला आडमार्गावर आणून सोडलंस होय? दारू प्यायला होतास की काय? वाट कशी दिसली नाही तुला? तेल्हाऱ्याचा हमरस्ता सोडून या आडमार्गावर गाडी कशी आणलीस?"

गाडीवाला अजिजीनं म्हणाला, "मला का हो शिव्या देता? मी काय अपराध केला? मी तर नेहमी भाडं करतो. वाटेल तेव्हा या रस्त्यावरून येतो-जातो. मला हा रस्ता चांगला माहीत आहे. बैलही कुठे वळले नाहीत. ते सरळ आले आणि तलाव बघताच थबकले. हा रस्ता काही तेल्हाऱ्याचा नाही."

मग भाऊ कवरानं मनातल्या मनात जाणलं. आपण प्रसाद न घेता निघालो याचं हे फळ आहे. बाळाभाऊंचं आपण ऐकलं नाही. म्हणून आपला रस्ता चुकला. आता रस्ता कसा गवसणार?

एवढ्यात तळ्याच्या दुसऱ्या बाजूला घुंगरमाळांचा आवाज आला. त्यामुळे डॉक्टरला थोडा धीर आला. कवर गाडीवाल्याला म्हणाला, "इथून रस्ता फार दूर दिसत नाही. या आवाजाची चाहूल धरून गाडी हाण..."

गाडीवाल्यानं गाडी हाकारली. हमरस्ता लागल्यावर डॉक्टरानं चौकशी केली. ते शेगावचं शिवार होतं असं समजलं.

मग डॉक्टर गाडीवाल्याला म्हणाला, "आता शेगावला परत जाऊ या."

सूर्योदयाच्या सुमाराला कवर शेगावला परत आला. घडलेली सारी हकिगत बाळाभाऊला सांगितली.

बाळाभाऊ म्हणाला, ''बरं झालं! तुम्हाला महाराजांनी व्यतिपातीला जाऊ दिलं नाही. आज प्रसाद घ्या आणि तेल्हाऱ्याला जा... प्रसादाचा कधी अव्हेर करू नये. तुम्ही तर महाराजांचे भक्त! म्हणून तुम्हाला त्यांनी परत आणलं... संतांवर भार टाकावा आणि स्वस्थ बसावं हे बरं!''

प्रसाद घेऊन दुसऱ्या दिवशी भाऊ कवर तेल्हाऱ्याला निघून गेला.

❋

रतनसा भावसारचा एक वर्षाचा मुलगा दिनकर हा सोबणीच्या रोगानं आजारी झाला. कुणी म्हणालं, मुलगा सटावला. मुलाच्या अंगात रक्त राहिलं नाही. पार सुकून गेला. हाडं राहिली. बडे-बडे वैद्य-डॉक्टर आणले. परंतु काही उपयोग झाला नाही. मुलगा सारखा रडायचा. दूधपाणी घेईना. तापही हटेना.

वैद्य म्हणाले, ''रतनसा, आता याला औषधं पुरे झाली. हा मुलगा तुझ्या हाती लागेल असं वाटत नाही.''

ते ऐकून रतनसा ढसढसा रडायला लागला. दिनकराचा काळ जवळ आला. हातपाय गार पडले. नेत्र निस्तेज झाले. नाडी क्षीण झाली. मायेची माणसं रडायला लागली.

आता शेवटचा उपाय म्हणून रतनसानं पोराला उचललं आणि समाधीसमोर नेऊन टाकलं. नवस केला, 'माझं पोर उठलं तर मी पाच रुपयांची शेरणी वाटीन.'

नवस करताना रतनसा म्हणाला, 'तुम्ही साऱ्यांना पावता. मला त्या गोष्टीचा अनुभव द्यावा. माझं मूल जर तुमच्या दारात मेलं तर अवघ्या वऱ्हाडात तुमची नाचक्की होईल. माझा मुलगा उठला नाही तर तुमच्या दारी मी डोकं फोडीन. गजानना, मला कष्टी करू नका.'

काही वेळ गेला. मुलगा हातपाय हलवू लागला. नाडी ठिकाणावर आली. दिनकर रडायला लागला. मुलगा थोड्याच दिवसांत बरा झाला.

नवस जर श्रद्धायुक्त असेल तर तो असाच सुफलित होत असतो. दादा कोल्हटकराचा मुलगा राजा हा महाराजांचा प्रसाद मानला होता.

❋

रामचंद्र पाटलाची मुलगी चंद्रभागा ही अवघी अठरा वर्षांची होती. लाडेगाव हे तिचं सासर. तिथून ती माहेरी बाळंतपणासाठी आली. मोठ्या कष्टानं प्रसूती झाली; आणि नंतर तिला ताप यायला लागला. डॉक्टर थकून गेले. रामचंद्र पाटलांनी खूप

औषधोपचार केले. आजार तेवढ्यापुरता कमी झाला. परंतु दुखणं अंगातून पुरतं गेलं नाही. चंद्रभागा सारखी आजारी पडायला लागली. एकदा तिला औषधपाणी करायला अकोल्याला नेलं. डॉक्टर-वैद्यांनी नाना रोगांची नावं घेतली. एकाचा एकाला मेळ पडेना आणि दुखणंही हटेना.

शेवटी पाटलानं विचार केला, 'आता वैद्य गजानन. तो तिला तारो अगर मारो.'

मग रोज तिला तीर्थ-अंगारा द्यायला लागले. मोठ्या श्रद्धेनं हा कार्यक्रम चालला होता. शेवटी मुलीला हळूहळू गुण येऊ लागला. थोडं बरं वाटल्यावर मठात पायी येऊन तिनं दर्शन घेतलं.

रामचंद्र पाटलाची बायको जानकाबाई हिलाही वाताचा विकार झाला. सारखं पोट दुखायचं. औषधं दिली की तेवढ्यापुरता वात दबायचा. पुन्हा वाताचा त्रास सुरू व्हायचा. खूप दिवस असंच चाललं होतं. शेवटी दुखण्यानं त्या बाईला भ्रमिष्टपणा आला. वेड्यासारखे ती चाळे करायला लागली. कुणी म्हणायचं, भूत लागलंय. कुणी म्हणायचं, हिला करणी केलीय. जानकाबाईच्या गळ्यात, हातात गंडेदोरे बांधले. असेही खूप उपाय केले. पाटलाला द्रव्याची चिंता नव्हती. परंतु बायकोला बरं वाटेना. शेवटी तो मनाशी म्हणाला, 'आता वैद्य गजानन, देवऋषी गजानन. तो वाटेल ते करू दे. माझी बायको ही त्याची सून आहे. मला आता दुसरे काही उपाय करायचे नाहीत.'

मग पाटील आपल्या पत्नीला म्हणाले, "उद्यापासून तू सकाळी स्नान कर; आणि मठात जाऊन समाधीला प्रदक्षिणा घाल."

जानकाबाई रोज सकाळी समाधीला प्रदक्षिणा घालू लागली. त्या प्रदक्षिणा वाया गेल्या नाहीत. तिला बरं वाटायला लागलं.

गजानन महाराजांच्या नंतर बाळाभाऊ गादीवर बसले. त्यांनीही काही चमत्कार केले. हे वैशाख वद्य षष्ठीला वैकुंठवासी झाले. त्यांच्यामागून गादीवर बसले नारायण. बाळाभाऊ जेव्हा गेले तेव्हा नांदूरग्रामी नारायण माळ्यांना स्वप्न पडलं. शेगावला जाऊन भाविक भक्तांचं रक्षण कर, असं गजानन महाराजांनी स्वप्नात येऊन सांगितलं. काही दिवस नारायणांनी शेगावला येऊन अधिकार चालवला. चैत्र शुद्ध षष्ठीला त्यांची समाधी झाली.

आज शेगावला प्रदक्षिणेच्या वाटेवर या दोन सत्पुरुषांच्या समाध्या दिसतात. तिथे विनम्र व्हावंसं वाटतं. आता मात्र गजानन महाराजांच्या गादीवर कुणीही बसलेलं नाही... त्यांच्या गादीवर ते स्वत:च बसलेले आहेत आणि लाखो भाविक भक्तांना तिथून आशीर्वाद देत आहेत. श्री गजानन महाराज चिरंजीव बनले आहेत.

✿

एकविसावे दर्शन

गजानन मंदिराचं काम चाललं होतं. गवंड्याच्या हाताखाली एक मजूर शिखरावर काम करत होता. मिस्तरीला धोंडा देत असताना त्या मजुराचा एकदम झोक गेला आणि तीस फुटांवरून तो खाली घडीव दगडावर पडला. पडताना त्याला लोकांनी बघितला आणि 'मेलाऽऽ मेला' असा त्या लोकांनी आरडाओरडा केला. परंतु कुणीतरी चेंडू झेलावा असं त्याचं झालं. लोक त्याच्या जवळ धावले तेव्हा तो म्हणाला, ''माझा जेव्हा झोक गेला तेव्हा पडता पडता एकानं मला धरलं.''

हे ऐकून लोकांना आनंद झाला. लोक म्हणाले, ''महाराज कुणाचे कधी शाप घेणार नाहीत आणि हा माणूस किती भाग्यवान! याला महाराजांचा पवित्र स्पर्श झाला.''

जयपूरहून आलेल्या एका रजपूत बाईची अशीच हकिगत घडली. तिला भुताची बाधा झालेली होती. जयपूरला तिला दत्तात्रेयांचा दृष्टान्त झाला, 'तू या रामनवमीला शेगावला जा. तिथे संताची जागती ज्योत आहे. श्री गजानन सद्गुरू तुझ्या या भुताला मुक्ती देतील.'

हा दृष्टान्त झाल्यावर ती बाई आपल्या दोन मुलांना घेऊन शेगावला आली. प्रतिपदेपासून उत्सवाला प्रारंभ झाला. नवमीला भक्तांनी अफाट गर्दी केली. त्या वेळी सभामंडपाचं काम चाललं होतं. दगडाचे मोठमोठे खांब उभे केले होते. दीड फूट जाडीचा आणि पाच फूट लांबीचा असा एकेक खांब होता. उत्सवाच्या वेळी काम बंद होतं. परंतु सारे खांब जागच्या जागी उभे करून ठेवले होते. त्या अफाट गर्दीत रजपुताची ती बाई एका खांबाजवळ उभी होती. तिला गर्दी सोसली नाही. म्हणून तिनं त्या खांबाचा आधार घेतला. त्याच वेळी तो खांब तिच्या अंगावर कोसळला. लोकांची खात्री झाली की, त्या बाईनं राम म्हटला असावा. तिची दोन मुलंही खांबाखाली सापडली होती. दहावीस जणांनी खांब उचलला; आणि त्या बाईंच्या तोंडात पाणी घातलं. मग तिला लोबो डॉक्टरणीकडे पाठवून दिलं. शस्त्रविद्येत प्रवीण असलेल्या त्या डॉक्टरणीनं त्या रजपूत बाईवर उपचार केले आणि म्हटलं, ''या बाईला कुठेही मार लागलेला नाही. आश्चर्यच म्हटलं पाहिजे.''

जो तो आश्चर्य करू लागला. परंतु नंतर समजलं की, तिला लागलेल्या मारानं तिच्या अंगातल्या भुताला मुक्ती मिळाली होती. बाई पूर्ववत होऊन जयपूरला निघून गेली.

देवळातल्या खांबाकडे बघताना माझ्या मनात ही कथा साकारत होती आणि

ती रजपूत बाई वाचली या गोष्टीचं मला खरोखरच आश्चर्य वाटत होतं.

अशाच एका उत्सवानंतर मंडप सोडत असताना एक भलामोठा लाकडी गोल नाईकनवरे याच्या अंगावर पडला. तो खांब चारपाच मंडळींनी त्याच्या अंगावरून काढला. त्याला ताबडतोब दवाखान्यात नेण्यात आलं. सारे नातेवाईक गोळा झाले. डॉक्टरानं त्याला तपासलं आणि तो गेल्याचं सांगितलं. ते ऐकताच घरच्या मंडळींनी आकांत मांडला. त्या वेळी रावसाहेब रामचंद्र कृष्णाजी पाटील हे संस्थानचा कारभार बघत होते. तेसुद्धा तिथे हजर होते. डॉक्टरानं तो गेल्याचं सांगितलं. परंतु पाटलांचा विश्वास बसला नाही. पाटलांनी ताबडतोब मंदिरातून तीर्थ मागवलं आणि नाईकनवऱ्याच्या अंगावर तीर्थ शिंपडायला प्रारंभ केला. डॉक्टरानं त्याच्या छातीला स्टेथोस्कोप लावून ठेवला होता. अर्ध तीर्थ शिंपडून झाल्यानंतर डॉक्टरानं साऱ्यांना शांत व्हायला सांगितलं. सर्व जण आश्चर्यानं नाईकनवऱ्याकडं बघत होते. संपूर्ण तीर्थ शिंपडून होताच नाईकनवरे झोपेतून उठून बसावं त्याप्रमाणे उठून बसला. त्याला काहीच कल्पना नव्हती. त्याचा जणू पुनर्जन्म झाला होता.

ही कथा शेगावच्या कुशल व्यवस्थापनात सहभागी असलेले कमलाकर सुकदेव नाईकनवरे यांनी स्वत: मला सांगितली. ज्यांच्या अंगावर खांब पडला ते त्यांचे चुलते. ही सत्यकथा मला त्यांच्या घरातून समजली म्हणून या कथेचं महत्त्व!

❋

रामचंद्र कृष्णाजी पाटील हा महाराजांचा परमभक्त. एके दिवशी ऐन दुपारी त्याच्या घरी एक गोसावी आला आणि म्हणाला, ‘‘मला भूक लागलीय. काही खायला देता का?’’

रामचंद्रानं त्या गोसाव्याकडे निरखून बघितलं. ते गजानन महाराजच असले पाहिजेत असं त्याला वाटायला लागलं. गोसाव्याचा हात धरून रामचंद्र पाटील त्याला घरात घेऊन गेला. पाटावर बसवलं आणि त्या गोसाव्याची पूजा केली.

गोसावी रामचंद्र पाटलाला म्हणाला, ‘‘आज तुला काही सांगायला मुद्दाम इथे आलो आहे. कर्जाची मुळीच चिंता करू नकोस. ते फिटून जाईल. उन्हाळ्यात गोदावरी नदीदेखील थोडी कोरडी पडते. तशातलाच हा प्रकार आहे. श्रीहरीची कृपा झाली म्हणजे संपन्नतेचा पूर येईल, ही गोष्ट लक्षात ठेव.’’

थोडा वेळ थांबून तो गोसावी पुढे म्हणाला, ‘‘माझं उष्टं ज्या ठिकाणी पडेल त्या ठिकाणी कशाचीही कधी वाण पडणार नाही. चांगलं ताट वाढून आण...जेवल्यानंतर एखादं पांघरूणही दे. याचकाला अन्नदक्षिणा दिली की ते नारायणाला पावतं हे

लक्षात ठेव. याचक मात्र शुद्ध हवा.''

पाटलानं ताट वाढून आणलं. गोसावी प्रेमानं जेवला. पाटलानं पाच रुपये दक्षिणा दिली.

गोसावी म्हणाला, ''ही दक्षिणा मला नको आहे. तू गजाननाच्या मठात कारभार कर. हीच दक्षिणा मी तुझ्यापाशी मागायला आलो होतो. ती दक्षिणा मला आनंदानं दे म्हणजे तुझं कल्याण होईल. तुझ्यावाचून मला इथे योग्य माणूस दिसत नाही!''

मग गोसावी म्हणाला, ''तुझी बायको वरच्या वर आजारी पडते. ही दक्षिणा तू मला दिलीस म्हणजे तिला बरं वाटेल... तुझ्या मुलाला बोलाव. त्याच्या गळ्यात एक ताईत बांधतो. म्हणजे त्याला चेटूक-भूत याची बाधा होणार नाही. हे तुझं पाटीलकीचं वतन हे द्वेषाचं मूळ आहे. उगाच लोक वैर करतात. परंतु तू तुझं मन चांगलं ठेव. कुणाचा द्वेष करू नकोस. नीतीनं वाग. उगाच भलत्या कामात राजाच्या विरुद्ध जाऊ नकोस. आवक पाहून खर्च कर. साधुसंतांना कधी विन्मुख पाठवू नकोस. सोयऱ्याधायऱ्यांना मानानं वागव. बाह्यात्कारी राग धरलास तरी अंतरी दयाबुद्धी ठेव. मी रात्रंदिवस तुझा पाठीराखा आहे.''

मुलाच्या गळ्यात ताईत बांधून गोसावी निघाला. दाराबाहेर पडला आणि बघता बघता दिसेनासा झाला.

रामचंद्र पाटील दिवसभर मनाशी म्हणत होता, 'गोसावी वेषानं आलेले हे गजानन महाराजच असावेत. इथे येऊन मला त्यांनी उपदेश केला...'

त्याच रात्री स्वप्नात येऊन गजानन महाराजांनी पाटलाच्या शंकेचं निरसन केलं.

महाराजांच्या अलौकिक जीवनात असे अनेक चमत्कार घडले. त्या साऱ्या चमत्कारांची शास्त्रीय संगती लावता येईल का? तसा प्रयत्न करतो.

✿

असे घडतात चमत्कार...

या योजनाबद्ध आणि शिस्तबद्ध विश्वात चमत्कार घडतात असंही म्हणता येणार नाही आणि घडत नाहीत असंही म्हणता येणार नाही. ज्या घटनेचा कार्यकारणभाव मानवी मनाला आकलन होत नाही ती घटना आपण चमत्कार या सदरात टाकून मोकळे होतो. परंतु ती घटना घडलीच नाही असं आपल्याला मानता येणार नाही. कारण ती व्यक्तावस्थेत समोर दिसत असते... मनाला मोहून टाकणारे सूर्योदय आणि सूर्यास्त, अमृताची बरसात करणारा शरद ऋतूतला पौर्णिमेचा चंद्र, महत्त्वाकांक्षी

मनाला सतत साद घालणारी पण कधीही हाती न गवसणारी क्षितिजाची सीमारेषा, अथांग सागराची खळाळणारी फेसाळ भरती-ओहोटी, अनंत आकाशाचा प्रमत्त परिसर, एखाद्या ऋषिमुनीप्रमाणे ठाण मांडून तपाचरण करणारी पर्वतशिखरं, सृष्टीच्या उद्यानात फुलणारी नानारंगी सुवासिक फुलं, सहस्रावधी तारकांनी खच्चून भरलेलं नभांगण. या निसर्गजात वस्तू अनादिकालापासून आपण बघत आलो आहोत. अनंतकालापर्यंत त्या बघणार आहोत. या सृष्टिसौंदर्यावर सुवर्णाचा साज कुणी चढवला? या पुष्पसंभाराला सुवास कुणी माखला? या सृष्टिजात सौंदर्याचा नेमका कार्यकारणभाव कुणाला कळला आहे का? या सौंदर्याची जातकुळी कोणची, त्याचं अंतिम ध्येय कोणचं, या सौंदर्याचा बीजभूत धर्म कोणचा? या गोष्टी कळल्या आहेत कधी? वाळूचा पर्वत बनतो आणि पर्वताची पुन्हा वाळू बनते. बीजातून वृक्ष निर्माण होतो आणि वृक्षातून पुन्हा बीजाची उत्पत्ती होते, हे आपल्याला माहीत आहे. पण आधी वाळू का आधी पर्वत किंवा आधी बीज का आधी वृक्ष, या उगमस्थानाचा कुणाला पत्ता लागला आहे? परंतु कुणाला पत्ता लागला नाही किंवा लागणार नाही म्हणून त्या सृष्टिसौंदर्याचं अस्तित्व आपल्याला नाकारता येणार नाही... मानवीप्राण्याची कथा नेमकी हीच आहे. उत्क्रांतीचं तत्त्व मानवीसृष्टीलाही लागू आहे. 'पुनरपि जननम् पुनरपि मरणम्' हे रहाटगाडगं अखंड चालू आहे...

सृष्टीचं हे गूढ उकलण्याचा चंग भौतिकवादी शास्त्रज्ञांनी बांधलेला आहे. परंतु ही गोष्ट वाटते इतकी सोपी नाही, हे त्या शास्त्रज्ञांनाही कळून चुकलेलं आहे. कोणत्याही घटनेचं स्वरूप ठरवणं सोपं आहे. परंतु त्या घटनेच्या कारणांची शास्त्रीय मीमांसा लावणं अवघड आहे. बुद्धीनं होणाऱ्या ज्ञानाची मीमांसा करणं हे धर्माचं प्रयोजन आहे. अनुभव हाच आपल्या साऱ्या ज्ञानाचा मूळ पाया आहे. हे ज्ञान साक्षात्कारी योग्यांच्या अनुभवावरच समाजात धार्मिक परंपरेच्या रूपानं नांदत असतं आणि म्हणूनच समाजात ते ज्ञान सर्वमान्य होतं, अशा आशयाचं मत जगविख्यात शास्त्रज्ञ आइनस्टाईन यांनी व्यक्त केलं आहे. परचित्तज्ञान ही वस्तुतः योगशास्त्राच्या कक्षेत येणारी सिद्धी! परंतु प्रा. ऱ्हाइन यानं अमेरिकेतल्या ड्यूक विश्वविद्यालयात महाविद्यालयीन विद्यार्थ्यांवर तीस वर्षांत सहा लक्ष प्रयोग केले आणि अतींद्रियज्ञानाच्या सत्यतेबद्दल निर्वाळा दिला. प्रख्यात आधुनिक भौतिकशास्त्रज्ञ सलिव्हन आणि एडिंग्टन या उभयतांनीही मोकळेपणानं मान्य केलेलं आहे की, भौतिकशास्त्रं ज्या गोष्टी विचारात घेत नाहीत त्या असत्य आहेत असं मानण्याचं मुळीच कारण नाही. पदार्थविज्ञानातलं जग तेवढंच खरं आहे असं कोणासही म्हणता येणार नाही. परंतु ज्ञानेंद्रियांच्या कक्षेबाहेर असलेल्या या अशा भ्रममूलक आध्यात्मिक प्रश्नांचा आम्ही विचारदेखील करू शकत नाही, अशा तऱ्हेचा दुराग्रह मात्र फारच कमी झालेला दिसतो. भौतिक शास्त्रज्ञांच्या 'बुद्धिवादाला' काहीशी ओहोटी लागलेली दिसते...

उत्क्रांतीचं तत्त्व मानवी सृष्टीलाही लागू आहे. विश्वाच्या या विशाल पसाऱ्यात कारणाविना कोणतंही कार्य कधी घडत नसतं आणि अभावातून कधीही भाव व्यक्त होत नसतो, हा अध्यात्माच्या क्षेत्रातला सिद्धान्त आता भौतिक शास्त्रज्ञांनाही बहुतांशी मान्य होत चाललेला आहे. या दृष्टीनं काल घडणारे चमत्कार हे आज त्यांच्या लेखी चमत्कार राहिलेले नाहीत; किंवा आज वाटणारे चमत्कार उद्या चमत्कार म्हणूनच नांदतील असा विश्वासही त्यांच्या ठायी उतरलेला नाही. एडिंग्टन यांच्याप्रमाणेच जीन्स, आइन्स्टाईन, मिलिकन या विख्यात शास्त्रज्ञांनीही स्वच्छ सांगितलं आहे की, भौतिक सृष्टीची संशोधनपद्धती सूक्ष्म अध्यात्मसृष्टीला कदापि लागू पडणार नाही! भौतिक शास्त्रज्ञांचा हा निर्वाळा अध्यात्मशास्त्राची महती कथन करण्यास पुरेसा आहे.

जे चमत्कार घडतात ते सारे मन:सामर्थ्यावर अधिष्ठित असतात. मानवी मन हेच त्या चमत्कारांचं उपादानकारण आहे. याच सामर्थ्यावर 'नराचा नारायण होतो'. परंतु ज्या मनावर ही चमत्कारांची कलमं केली जातात ते मन आहे पाऱ्यासारखं किंवा वाऱ्यासारखं चंचल! ते मन या क्षणी इथे तर दुसऱ्या क्षणी हजारो मैलांचा प्रवास करून तिथे जातं. कधी सुखसागरी पोहतं तर कधी दु:खाच्या डोही डुंबतं. या मनाचं शास्त्र शेकडो वर्षांपूर्वी या आध्यात्मिक भूमीत निर्माण झालं. 'पिंडी तेच ब्रह्मांडी' या न्यायानं या सर्व मानवी मनांचा विश्वव्यापी मनाशी संबंध आहे. हा मुद्दा विशद करताना स्वामी विवेकानंदांनी फार नामी दृष्टान्त दिलेला आहे. एखाद्या विशाल सागरावर ज्याप्रमाणे लहान-लहान लाटा सर्वत्र पसरतात, त्याचप्रमाणे विश्वव्यापी मनावर आपणा सर्वांची मनं ही लहान लहान लाटांसारखी उठत असतात. अशा रीतीनं सर्व मनाचा परस्परांशी संबंध असल्यामुळे त्यातल्या विचारांचं परस्परसंक्रमणही सहज होऊ शकतं. अनंत अस्तित्वाच्या महासागरावरील आपण लाटाच आहोत.

या मानवी मनाच्या शास्त्रालाच 'योगशास्त्र' म्हणतात. पाऱ्यासारखं मानवी मन हा या योगशास्त्राचा प्रमुख विषय! मन या 'ओढाळ गुरूला' ठाणबंद केल्यानंतर त्या मनाचं सामर्थ्य केवढं अपरंपार असतं ही गोष्ट याच शास्त्रानं दर्शवून दिली आहे. या शास्त्रातले मार्गदर्शक वाटाडे म्हणजे अष्टसिद्धी! या अष्टसिद्धींच्या बळावरच या योजनाबद्ध विश्वात चमत्कार घडतात. आजवर घडत आलेले आहेत, यापुढेही घडतील. ज्या मनुष्याला स्वत:च्या मनावर ताबा ठेवण्याचं सामर्थ्य प्राप्त होतं, त्या माणसाला इतरांच्या मनावरही ताबा ठेवता येतो. मनुष्यातलं पूर्णत्व व्यक्त करणं हीच या शास्त्राची खरी उपयुक्तता आहे. महान योगिपुरुषात हे मन:सामर्थ्य प्रकर्षानं प्रकट होत असतं. योगिपुरुष जोवर देह-अवस्थेत असतो तोपर्यंत चमत्कारांच्या रूपानं त्याचं हे मन:सामर्थ्य उजेडात येत असतं. ज्या सिद्धींच्या बळावर योगिपुरुषाकडून हे चमत्कार अपापत: घडतात त्या सिद्धी त्या योगिपुरुषाच्या चरणी लोटांगण घेत

असतात. योगिपुरुष त्या सिद्धींचा कदापि दास होत नाही, तर त्या सिद्धी त्याच्या दारी दासी म्हणून नांदत असतात.

शेगावचे साक्षात्कारी संत श्री गजानन महाराज हे महान योगिपुरुष होते. हा योगिपुरुष 'पिसेपणाची पासोडी' पांघरून शेगावला बसला होता. ज्यांनी त्यांना आपला 'भक्तपणा' मनापासून अर्पण केला, त्या भक्तांना त्यांनी कल्याणाचा मार्ग दाखवला. हा मार्ग दर्शवीत असताना त्यांच्याकरवी ज्या गोष्टी सहजपणानं घडल्या, त्यांना 'चमत्कारांचं' रूप प्राप्त झालं. त्या त्यांच्या चमत्कारांची मीमांसा सहज करता येण्यासारखी आहे. ज्या योगसिद्धींवर हे चमत्कार अधिष्ठित आहेत त्या सिद्धींचं स्वरूप थोडक्यात असं सांगता येईल... अहिंसा, सत्य, अस्तेय, ब्रह्मचर्य आणि अपरिग्रह यांना 'यम' म्हणतात आणि शौच, संतोष, तप, स्वाध्याय आणि ईश्वरप्रणिधान यांना 'नियम' ही संज्ञा आहे. या यमनियमांचं परिपालन केलं म्हणजे माणसाला विशिष्ट सिद्धी प्राप्त होत असतात. अहिंसा व्रताचं पालन केलं असताना माणसाची वृत्ती अहिंसामय बनते. माणसाच्या ठायी सत्याची स्थिरता झाली म्हणजे क्रियाफलाचा लाभ होतो. अशा माणसाला वाचासिद्धी प्राप्त होते. योग्याच्या चित्तात अस्तेयवृत्ती प्रतिष्ठित झाली, अपहारबुद्धी समूळ नाहीशी झाली म्हणजे इच्छा न करताना त्याला साधनसंपत्ती हस्तगत होते. योग्याच्या चित्तात संतोषवृत्ती पूर्ण बाणली म्हणजे त्याला अपरिमित सुखाची प्राप्ती होते. ब्रह्मचर्यानं वीर्यलाभ होतो. स्वाध्याय या नियमामुळे स्वप्नात, जागृतीत किंवा समाधिअवस्थेत इष्टदेवतेचं दर्शन घडतं. त्या देवतेशी प्रत्यक्ष संभाषणं होतं.

यमनियमांमुळे योग्याला सिद्धींची प्राप्ती होत असते. प्रत्याहारानं मनुष्य आपल्या इंद्रियांवर पूर्ण ताबा ठेवू शकतो. संयमामुळे त्याला पूर्णज्ञानाचा लाभ होतो. निरोध, समाधी आणि एकाग्रता यांच्या परिणामामुळे भूत-भविष्याचं ज्ञान होतं. पूर्णसंस्कारांच्या ज्ञानामुळे पूर्वजन्माचं ज्ञान होतं. कंठकूपावर संयम केला असता तहान-भूक यांचं निवारण होतं. सहस्राकार चक्रावर संयम केला असता सिद्ध दर्शन होतं. हृदयावरील संयमानं मनोगताचं ज्ञान होतं. सर्वज्ञता आणि प्रतिभा यांच्या योगानं दिव्यध्वनी, दिव्यस्पर्श, दिव्यरूप, दिव्यास्वाद आणि दिव्यगंध यांचा अनुभव येतो. उदान वायूच्या जयानं पाणी, चिखल, काटे इत्यादिकांना स्पर्श न होता तरंगत जाता येतं. समान वायूवर जय मिळविला असता, शरीर तेजोमय होतं. शरीर आणि आकाश यांचा जो संबंध आहे त्यावर संयम केल्यामुळे शरीर कापसासारखं हलकं होतं आणि त्यायोगानं माणसाला आकाशगमन करता येतं. स्थूल, स्वरूप, सूक्ष्म, अन्वय आणि अर्थवत्त्व या पाच अवस्था भूतांच्या ठिकाणी आहेत. त्यांच्यावर क्रमानं संयम करून त्यांचा जय झाला असता भूतजय होतो; आणि भूतजयापासून योग्याच्या ठायी अणिमादी अष्टमहासिद्धी प्रगट होऊ लागतात. अणिमा, लघिमा, महिमा, गरिमा,

प्राप्ती, प्राकाम्य, ईशित्व आणि वशित्व या त्या अष्टमहासिद्धी होत.

या सिद्धी प्राप्त झाल्या असता योगी आपलं शरीर अणूप्रमाणे अत्यंत लहान किंवा त्याच्या इच्छेप्रमाणे वाटेल तेवढं मोठं करू शकतो. त्याचप्रमाणे तो आपलं शरीर अत्यंत जड किंवा कापसाप्रमाणे अत्यंत हलकं करू शकतो. योग्याला 'प्राप्ती' या नावाची सिद्धी मिळाली असता, तो बसल्या ठिकाणाहून अतिशय दूर असलेल्या वस्तूला आपल्या हाताच्या बोटांनी स्पर्श करू शकतो. आपल्या इच्छेप्रमाणे गोष्टी घडवून आणण्याचं सामर्थ्य 'प्राकाम्य' सिद्धीनं योगी संपादन करू शकतो. सर्व सृष्ट वस्तूंवर सत्ता चालणं हे ईशित्व होय; आणि योग्याच्या इच्छेप्रमाणे सर्व भूतं त्याला वश होऊन राहणं हे वशित्व होय... इंद्रियजयामुळे मनाच्या वेगानं जाणं, कोणत्याही काळातल्या किंवा देशातल्या विषयांचं इंद्रियांच्या मध्यस्थीवाचून सेवन करणं, आत्मज्ञानानं सर्व वस्तूंवर सत्ता आणि सर्व वस्तूंचं ज्ञान या गोष्टी योग्याला साध्य होतात.

पातंजल योगदर्शनात सांगितलेल्या काही महत्त्वाच्या योगसिद्धींचा इथे स्थूलमानानं निर्देश केला आहे. गजानन महाराज योगिपुरुष असल्यामुळे याच सिद्धींच्या बळावर त्यांनी चमत्कार केले अगर त्यांचे चमत्कार घडले. पितांबरानं जिथे-जिथे तुंबा बुडवला तिथे-तिथे खळगा पडला आणि स्वच्छ पाण्यानं तुंबा भरला, बंकटलालनं चिलमीच्या वरच्या बाजूला नुसती काडी धरली आणि चिलीम पेटली, जानकीरामाच्या चिंचवण्यात आळ्या पडल्या आणि त्या नाहीशा झाल्या, अकोल्याच्या कोरड्या विहिरीला जलमय केलं, पितांबरावर आलेलं संकट अंतर्ज्ञानानं ओळखून त्याच्याकरवी वठलेल्या आम्रवृक्षाला पालवी आणली, नावेच्या तळाला छिद्र पडलं असताना नर्मदादेवीनं सर्वांचं रक्षण केलं, अकोटातल्या विहिरीला उकळ्या फुटून तिथल्या तीर्थांचं महाराजांना स्नान झालं, महाराज जळत्या पलंगावर ठाण मांडून बसले, श्यामसिंगाच्या भंडाऱ्याच्या वेळी आगंतुक पावसाचं निवारण केलं, हे सारे चमत्कार भूतजय सिद्धीच्या प्रकारात घालता येतील... ही सिद्धी प्राप्त झाली असता, शरीरावर जालीम विषाचा अगर तीक्ष्ण शस्त्राचाही परिणाम होत नाही. पॉल ब्रंटन या पाश्चात्त्य ग्रंथकारानं आपल्या ग्रंथात भारतातल्या नृसिंहस्वामींचं उदाहरण दिलेलं आहे. हा योगी प्राणघातक जालीम विष पीत असे; परंतु ते विष त्याला मुळीच बाधत नसे. भूतजय या सिद्धीच्या बळावर हा योगी त्या विषाविरुद्ध स्राव निर्माण करी. त्यामुळे त्या विषाचा विपरीत परिणाम होत नसे. पॉल ब्रंटन यानं दुसरं उदाहरण दिलं आहे ते डॉ. ताहरा बे यांचं! हा तुर्की डॉक्टर इजिप्तमध्ये योगविद्या शिकलेला होता. तो आपल्या छातीत तीक्ष्ण सुरे खुपसून घ्यायचा, पण त्याच्या जखमांतून रक्त यायचं नाही. तो म्हणायचा, "जखमा भरून आणण्याची शरीराची जी नैसर्गिक प्रक्रिया आहे त्या शक्तीला मी योगबलानं फार मोठी गती देतो. त्यामुळे त्या जखमा लगेच भरून

येतात.'' पाण्यात बुडून राहणं हीदेखील भूतजय-सिद्धी आहे. गजानन महाराज महायोगी असल्यामुळे त्यांना कोणतीही गोष्ट अवघड नव्हती.

निरोध, समाधी आणि एकाग्रता यांच्या परिणामामुळे भूतभविष्याचं ज्ञान होतं. एवढंच नव्हे, तर पूर्वसंस्कारांच्या ज्ञानामुळे पूर्वजन्माचंही ज्ञान होतं. माणसाच्या देहचिन्हांवर किंवा हृदयावर संयम केल्यामुळे मनोगताचं ज्ञान होतं. सूर्यावर संयम केला असता, अवघ्या विश्वाचं ज्ञान होतं आणि हृदयाकाशातील तेजोमय कमलावर योग्यानं संयम केला, तर दूरवरच्या अंतरावर घडून येणाऱ्या गोष्टींचं ज्ञान योग्याला होतं. याच्या जोडीला त्यांना प्रातिभज्ञान होतं. याच सिद्धींच्या बळावर गोविंदबुवांच्या कीर्तनाचा उत्तरार्ध गजानन महाराजांनी विशद करून सांगितला. काशीच्या गोसाव्याचं भांग अर्पिण्याचं मनोगत ओळखलं. चंदू मुकुंदाच्या घरच्या उतरंडीत असलेले दोन कान्हवले त्यांनी नेमके हेरले. धोतराला गाठी मारूनही ब्राह्मणांनी गांजा आणला नाही, हे अंतर्ज्ञानानं त्यांनी जाणलं. भास्कर पाटलाचं मरण वर्तवलं ते याच सिद्धींच्या बळावर! ओढघस्त अवस्थेत असलेल्या बंडूतात्याला गुप्त धन मिळवून दिलं तेही त्यांचं विश्वज्ञानच होतं. लो. टिळकांच्या शिक्षेचं भाकीत त्यांनी वर्तवलं किंवा श्रीधर गोविंद काळे यांना अभ्युदयाचा मार्ग दर्शवून दिला. या गोष्टी भविष्यकाळातील त्यांच्या ज्ञानसिद्धीचीच प्रचिती आणून देतात. पुंडलिक भोकरे याला पादुकांचा स्वप्नदृष्टान्त त्यांनी दिला, राजाराम कवराचं शेगाव-आगमन त्यांनी जाणलं. या गोष्टी काय दर्शवतात?

वाचासिद्धी तर त्यांना होतीच होती. व्रजभूषण या पंडिताला त्यांनी आशीर्वाद दिला, खंडू पाटलाला मूल दिलं, मंदिराला सरकार जागा देईल हे त्यांनी सांगितलं, जानकाबाई बुटी आणि हरी जाखडी यांना तोंडभरून आशीर्वाद दिला आणि आपल्या असंख्य भाविक भक्तांना वाचासिद्धीच्या बळावर त्यांनी ज्या-ज्या गोष्टी सांगितल्या त्या त्या अक्षरशः खऱ्या ठरल्या. सत्त्व आणि पुरुष यांच्यामधला भेद ज्यानं अवगत करून घेतला आहे, अशा योग्यानं सत्त्वावर संयम केला असता त्याला सर्वसाक्षित्व आणि सर्वज्ञत्व यांची प्राप्ती होते. महाराज सर्वसाक्षी आणि सर्वज्ञ होते याची असंख्य उदाहरणं त्यांच्या चरित्रात सापडतील.

ग्रहण, स्वरूप आणि अस्मिता यांवर संयम करून योगी इंद्रियांचा जय करतो. इंद्रियजयामुळे योग्याला देहसामर्थ्य प्राप्त होतं. गांधीलमाशा चावल्या असताना योगसामर्थ्यानं प्राणवायू रोधून धरला आणि महाराजांनी आपल्या शरीरातून काटे बाहेर काढले. पाटलाच्या पोरांना गजानन महाराजांनी तालमीत चीत केलं. पोरांनी त्यांना उसानं झोडपलं तरी त्यांच्या पाठीवर एकही वळ उठला नाही, उसाच्या मोळीचा नव्हाळी रस त्यांनी पाटलाच्या पोरांना काढून दिला किंवा कचेरीत न्यायला आलेल्या शिपायाच्या हाताचा रक्तप्रवाह त्यांनी बंद करून टाकला. या गोष्टींवरून

त्यांचं योगसामर्थ्य दृष्टोत्पत्तीस येतं. बलसंयमानं हत्तीसारख्या सामर्थ्याची प्राप्ती होते.

महाभूतांच्या स्थूल आणि सूक्ष्म स्वरूपावर संयम करून त्यांच्यावर जय मिळतो. त्यामुळे आणिमादी शक्ती, कायासंपत्ती आणि अमरत्व ही प्राप्त होतात. अणिमा, गरिमा इत्यादी आठ प्रकारच्या शक्ती आहेत. या अष्टसिद्धींची प्राप्ती झाल्यावर योगी परमाणूइतका लहान होऊ शकतो अथवा पर्वतासारखा विशाल होऊ शकतो. जगातल्या कोणत्याही वस्तूवर त्याचा ताबा चालतो. हवी ती वस्तू तो प्राप्त करून घेऊ शकतो. एखादा भयंकर सिंहही त्याच्यासमोर शेळीसारखा होऊन जातो. त्याला कसलीही इच्छा झाली तरी त्या इच्छेची तृप्ती त्वरित होते. त्याला कोणतंही रूप धारण करता येतं. महाराजांनी माधवाला यमरूप दाखवलं किंवा बाळकृष्णाला समर्थांचं रूप दर्शवलं. त्याचप्रमाणे बापूना काळ्याला विठ्ठलरूपात दर्शन दिलं ही याच सिद्धीची उदाहरणं मानावी लागतील. गोविंदबुवांच्या घोड्यानं खोड्या टाकल्या किंवा सुकलालची खोडकर गाय महाराजांनी गरीब केली ही महाभूतांवरील जयाची लक्षणं आहेत. या सिद्धीच्या बळावर चांगदेवानं वाघाला शेळी बनवलं. सोहंस्वामी या नावाचे एक बंगाली साधू होते. त्यांनी वाघाशी अनेक वेळा झुंज घेतलेली आहे. त्यांचं योगबळ एवढं होतं की, उतारवयातसुद्धा ते एका धक्क्यासरशी भिंतीच्या विटा पाडू शकत असत. या सत्य गोष्टी परमहंस योगानंदांनी आपल्या आत्मचरित्रात नमूद करून ठेवल्या आहेत.

विठोबाअण्णा कऱ्हाडकर या सत्पुरुषाची हकिगत माझ्या वडिलांनी 'मला माहीत असलेले साधुसंत' या त्यांच्या पुस्तकात ग्रथित केली आहे. विठोबाअण्णा आपल्या शिष्यपरिवारासह कोकणात जात असताना सह्याद्रीच्या घाटात एका पट्टेरी वाघानं गगनभेदी अशी आरोळी ठोकली. ती ऐकून शिष्यगणाची घाबरगुंडी वळली. वाघ लंगडत येत होता. विठोबाअण्णा त्याला म्हणाले, "बाबारे, इकडे ये पाहू!" ते ऐकून तो वाघ त्यांच्या जवळ येऊन बसला. ते दृश्य पाहून शिष्यांना वाटलं की, आपल्या गुरुमहाराजांची आज इथेच पुण्यतिथी होणार! पण विठोबाअण्णा त्या वाघाशी बोलायला लागले, "बाबा, पायात काटा मोडला होय? तुझा पाय इकडे दे पाहू!" त्यांनी सुईनं वाघाच्या पायातला काटा काढला आणि त्यावर बिब्बा घातला. वाघ आनंदानं निघून गेला.

हरिबुवा फलटणकर या महापुरुषानंदेखील भूतजयादी बऱ्याच सिद्धी प्राप्त करून घेतल्या होत्या. अणिमा, महिमा, भूतजय, क्षुप्तिपासानिवृत्ती अशा बऱ्याच सिद्धी त्यांना प्राप्त झालेल्या होत्या. त्या सिद्धीच्या बळावर टेंभुर्णी इथल्या एका दुकानात त्यांना कोंडून ठेवलं असताना तिथून ते नाहीसे झाले. त्यांना तुरुंगात कुलूप लावून ठेवलं असता ते तुरुंगाच्या बाहेर आले. आपल्या रूपात फरक करून गजानन

महाराजांनी ज्याप्रमाणे माधवाला भयग्रस्त केलं त्याप्रमाणे हरिबुवांनी आडवं-उभं अंग वाढवून विष्णुदास नागराला मोठा चमत्कार दाखवला. क्षुधेवर संयम केल्यामुळे हरिबुवा कित्येक दिवस उपाशीपोटी राहत असत त्याप्रमाणे गजानन महाराजही पिंपळगावात असताना उपाशीपोटी राहिलेले आहेत. श्री ज्ञानेश्वरांनी निर्जीव भिंत चालवली किंवा रेड्याच्या मुखातून त्यांनी वेद वदविले ते याच भूतजय सिद्धीच्या बळावर!

गजानन महाराजांनी तीर्थानं जानराव देशमुखाला मरणोन्मुख स्थितीतून बरा केला. गंगाभारतीसारखे महारोगीसुद्धा बरे केले. राजाराम कवराचा फोड त्यांच्याच तीर्थानं आणि अंगाऱ्यानं बरा झाला. कवठेबहादूरचा वारकरी मरीनं आजारी असताना त्याला महाराजांनी बरं केलं. लक्ष्मण घुडे याचा रोग आंब्याचा प्रसाद देऊन काढला, पुंडलिकाची प्लेगची गाठ त्यांच्याच कृपेनं निमाली, तुकारामाचा छरा कानातून गळून पडला, बापूरावाच्या पत्नीची भानामतीची पीडा त्यांनी दूर केली. हीदेखील भूतजयसिद्धीचीच उदाहरणं म्हणावी लागतील. युगायुगांच्या ठिकाणी संतमहात्म्यांनी आणि अवतारी पुरुषांनी या सिद्धीच्या बळावर चमत्कार करून दाखविले आहेत. आपलं भीमरूपी बळ एकवटून हनुमंतांनी द्रोणागिरी पर्वत उचलून श्रीरामचंद्रासमोर तो हजर केला. त्याच हनुमंतांनी अंगुष्टमात्र रूप धारण करून अशोक वनात असलेल्या विरहाकुल सीतामाईंना राममुद्रा अर्पण केली. गाणगापूरवासी श्री नृसिंहसरस्वती स्वामी यांनी ऐन दिवाळीच्या दिवशी आपल्या भक्तांना अनेक रूपं धारण करून दर्शन दिलं. श्री वासुदेवानंद सरस्वती हे नर्मदातीरी परिभ्रमण करत असताना त्यांनी एकदा वायुवेगानं आकाशातून परिभ्रमण करून भक्तांना भेट दिली. नर्मदातीरी असलेल्या अशाच एका साधूनं भंडाऱ्याच्या वेळी तूप संपलं तेव्हा पाण्याचं तूप करून भंडारा साजरा केला... अगदी अलीकडच्या असंख्य साधुसंतांची अशा तऱ्हेची उदाहरणं देता येतील.

रोगनिवारण आणि मृतसंजीवन या फार शक्तिदायी सिद्धी मानाव्या लागतील. पुरातन कालापासून आधुनिक कालापर्यंत या शक्तीचे अनेक दाखले देता येतील. आपल्या ठायी वसत असलेल्या सत्य नि धर्म या गोष्टी पणाला लावून भगवान श्रीकृष्णांनी अभिमन्यूच्या पुत्राला जिवंत केलं. ज्ञानेश्वरांनी सच्चिदानंदबाबाला संजीवन दिलं. गजानन महाराजांनी ज्याप्रमाणे रोगनिवारण केलं त्याचप्रमाणे मृतसंजीवनही केलं. मेलेलं कुत्रं त्यांनी जिवंत केलं आणि कित्येक आसन्नमरण रोगी त्यांनी मृत्यूच्या दाढेतून बाहेर काढले. ईश्वरी कृपेनं किंवा साधुसंतांच्या आशीर्वादानं रोगनिवारण किंवा संकटहरण होतं, असं आपण नेहमी पाहतो. 'फेथक्युअर' म्हणजे श्रद्धेच्या बळावर रोगनिवारण करणं किंवा 'मानसोपचार' अशा शब्दांनी आधुनिक पाश्चात्त्य शास्त्रज्ञ या गोष्टींचा उल्लेख करतात. परंतु भगवान पतंजलीच्या योगशास्त्रात

या सिद्धींना स्वतंत्र दालन राखून ठेवलेलं नाही. पातंजल-योगदर्शनाच्या समाधिपादात 'ईश्वरप्रणिधानाद्वा' या सूत्रात मात्र ईश्वरभक्तीनं आत्मसाक्षात्कार आणि विघ्नांचा परिहार होतो असं स्पष्ट म्हटलेलं आहे. विघ्नात आधिव्याधी यांचा अंतर्भाव होतो असाही उल्लेख पतंजलींनी केलेला आहे. ईश्वरभक्तीनं किंवा वाचासिद्धी प्राप्त झालेल्या साधुसंतांनी आशीर्वाद दिल्यामुळे आधिव्याधीचं निवारण होतं, असं पतंजलींनी स्पष्टपणानं सांगून ठेवलेलं आहे. सारांश, वाक्सिद्धी, मंत्रसिद्धी, क्रियाफलाश्रयत्व, भूतजय, इंद्रियजय इत्यादी सिद्धीत रोगनिवारणाची गणना करता येईल... माई सामंतांना मूल होणं शक्य नव्हतं. अनेक डॉक्टरांना दाखवून त्यांची खात्री पटली होती. पण बहिणीच्या स्वप्नदृष्टान्तानं सामंतांनी पुन्हा एकदा डॉ. कारंडे यांना दाखवलं. त्यांनी उपचार केले आणि त्या बाईंना मूल झालं. हा दाखला डॉ. वि. म. भट यांनी 'योगसिद्धी व ईश्वरसाक्षात्कार' या त्यांच्या साक्षेपी ग्रंथात दिलेला आहे; आणि एक सार्थ सवाल विचारला आहे, 'पूर्वीच्या साधुसंतांनी निपुत्रिकांना पुत्रदान केल्याच्या हकिगती खोट्या का म्हणाव्या?' गजानन महाराजांनीही निपुत्रिकांना पुत्रदान केल्याच्या कथा घडलेल्या आहेत. मायर्स, प्राइस, टिरेल या परदेशातल्या ग्रंथकारांनी रोगनिवारण झाल्याच्या अनेक कथा त्यांच्या ग्रंथांतून दिलेल्या आहेत. डॉ. भटांनी आपल्या ग्रंथात त्यांचाही प्रामुख्यानं उल्लेख केलेला आहे.

रोगनिवारणाचा ऊहापोह केल्यानंतर आता मृतसंजीवनाविषयी सांगून हे प्रकरण संपवतो. गजानन महाराजांप्रमाणेच अनेक साधुसंतांनी मृतसंजीवन केल्याच्या कथा आपण वाचतो, ऐकतो. डॉ. वि. म. भट यांनी आपल्या ग्रंथात अनेक गोष्टी दिलेल्या आहेत. डॉ. नायर यांचे मित्र डॉ. दुढियाळकर हे मुंबईला महापालिकेत आरोग्यखात्यात काम करत होते. त्यांनी कोल्हापूरला आपल्या मामांजवळ योगाभ्यास केलेला होता. डॉ. नायर यांच्या एका मित्राचं एकुलतं एक मूल वारलं. मृत मुलाच्या पित्यानं डॉ. दुढियाळकरांना आपलं योगसामर्थ्य वापरून त्या मुलाला जिवंत करण्याची विनंती केली. डॉ. दुढियाळकर समाधिस्थ होऊन बसले. त्यांच्या योगसिद्धीला यश येऊन ते मूल एक दिवसापुरतं का होईना, जिवंत झालं. टेंबेस्वामी, अक्कलकोटचे स्वामीमहाराज, शिरडीचे साईबाबा प्रभृती संतांनी मृतसंजीवन केल्याची उदाहरणं त्यांच्या चरित्रात सापडतात. योगनंदांच्या आत्मचरित्रातही हा मृतसंजीवनाचा अद्‌भुत प्रकार आढळतो.

यापेक्षा अधिक विवेचन करणं स्थलसंकोचास्तव अशक्य आहे. एवढ्या अल्प-मर्यादेत हा परम गहन विषय सामावणं सुतराम शक्य नाही. महायोग्यांना सहज लाभणाऱ्या अष्टसिद्धींच्या बळावर गजानन महाराजांनी सारे चमत्कार सहजतेनं केले; किंबहुना ते अपापतः घडले असंच म्हणावं लागेल. सिद्धींची शक्ती अमर्याद असते आणि भक्तांच्या कल्याणार्थ सिद्धपुरुषांकडून ती उपयोगिली जाते, ही गोष्ट

गजानन महाराजांच्या हजारो भाविक भक्तांनी लक्षात ठेवावी. त्याचबरोबर ही योगशक्ती कितीही प्रभावी असली आणि त्या सिद्धींचं सामर्थ्य कितीही अद्‌भुत असलं तरी ते अनंत असू शकत नाही, ही गोष्ट विचक्षण अभक्तांनी लक्षात ठेवावी. कोणत्याही भौतिक गोष्टींना जशा मर्यादा पडतात तशा या योगसिद्धींनाही पडतात, हे सर्वांनीच ध्यानात ठेवायला हवं... परंतु मी हा जो अल्पस्वल्प प्रपंच केला आहे तो भाविक भक्तांसाठी केलेला आहे. अभक्तांसाठी किंवा त्यांच्या तथाकथित 'बुद्धिवादासाठी' हा प्रयत्न निश्चितच नव्हे! मी एवढंच म्हणेन की, भक्तांनी आपल्या भक्तीला अभक्तीचा वाराही लागू देऊ नये. त्यातच त्यांच्या कल्याणाचा मार्ग त्यांना निश्चितच गवसेल. 'दुरितांचे तिमिर जावो' हे ज्ञानेश्वरांनी अखिल भूतमात्रांच्या कल्याणासाठी मागितलेलं पसायदान अमृतालाही मागे सारणारं आहे, असं मला वाटतं. याच महाजनांच्या मार्गानं सारे भक्तवाचक जातील आणि गजानन महाराजांच्या महाकृपेस पात्र होतील, अशी मला आशा आहे.

या संदर्भात आणखी एक गोष्ट आवर्जून सांगितली पाहिजे. लो. टिळकांसारख्या प्रखर बुद्धिनिष्ठ बृहस्पतीनं गजानन महाराजांविषयी अकोल्याच्या भाषणाच्या वेळी जे गौरवोद्‌गार काढले आहेत ते बुद्धिनिष्ठ म्हणवणाऱ्या प्रत्येकानं विचारात घेतले पाहिजेत. लो. टिळकांसारखा महापंडित जे मानतो ते न मानण्याइतकी प्रखर बुद्धिमत्ता आपल्या ठायी आहे किंवा नाही, या गोष्टीचा या मंडळींनी अवश्य विचार करावा... अर्थात् परमसुखाच्या गावी जाण्यासाठी अश्रद्धांकरिता श्रद्धावानांची गाडी कधीच थांबत नसते, ही गोष्ट तितकीच खरी! टिळकांसारखे श्रेष्ठ लोक ज्या मार्गानं गेले त्याच मार्गानं श्रद्धावान लोक जात असतात. भलत्याच मार्गाची वाट पुसण्याचा प्रयत्न ते कदापि करत नाहीत.

आजही असंख्य भक्तांना गजानन महाराज दर्शन देतात आणि आपल्या कृपाप्रसादाची प्रचिती देतात. मात्र त्यासाठी त्यांच्यावर अपरंपार श्रद्धा हवी. श्रद्धा असेल तर प्रचिती येते आणि प्रचिती आली म्हणजे श्रद्धा बसते, असं हे परस्परावलंबी गणित आहे. आधी श्रद्धा का आधी प्रचिती, हा प्रश्न इथे आपोआपच उपस्थित होतो. व्यक्तिगत अनुभवावरूनच या प्रश्नाचं उत्तर द्यावं लागेल... माझ्या व्यक्तिगत बाबतीत मी एवढंच सांगतो की, मला प्रथम प्रचिती आली आणि मगच माझी श्रद्धा बसली. प्रचितीनंतर बसलेली श्रद्धा कधी विचलित होत नसते. माझीही श्रद्धा विचलित होणार नाही; आणि ज्यांना माझ्याप्रमाणे प्रचिती आलेली आहे त्यांचीही होणार नाही.

आता अशा प्रचितीच्या आणि श्रद्धेच्या सत्यकथा सांगतो...
श्री गजानन महाराजांच्या अनुभविक भक्तांनी कथन केलेल्या!

भक्तांना आलेले अनुभव

माझे वडील स्वर्गीय दत्तात्रेय महादेव खेर यांनी त्यांच्या जीवनाच्या अखेरीला खूपच संतवाङ्मय लिहिलं. १९६० साली त्यांनी श्री गजानन महाराजांचं छोटं चरित्र लिहिलं. त्या लेखनात मी त्यांना थोडंफार साहाय्यही केलं. परंतु त्या वेळी गजानन महाराजांवर माझी श्रद्धा काही बसली नाही. त्यानंतर रशिया-इंग्लंड-जर्मनी या देशांचा दौरा करून आल्यानंतर मी व्याख्यानांच्या निमित्तानं १९७१ साली विदर्भात गेलो. त्या वेळी शेगावला महाराजांच्या दर्शनाला गेलो. परंतु कोरडाच परत आलो. श्रद्धेच्या ओलाव्यानं त्याही वेळी अंत:करण भिजलं नाही. माझ्या अतिवृद्ध मातोश्री आनंदीबाई यांना मात्र महाराजांच्यावरील श्रद्धेनं झपाटलं होतं. 'श्री गजानन विजय' ही पोथी ऐकल्याशिवाय आईचा दिवसही जात नसे. घरात पोथीवाचन चालायचं, पण माझं तिकडे लक्षही नसायचं. श्रद्धेची शिंपण माझ्या मनावर मुळीच झालेली नव्हती... आणि १९७५ सालच्या अखेरीला तो प्रसंग घडला. तेव्हापासून महाराजांच्या कृपेशिवाय माझं पानही हालेनासं झालं. मी महाराजांचा झालो आणि महाराज माझे झाले अशी दृढ श्रद्धा मनात बळावली.

१३ नोव्हेंबर १९७५. त्या वेळी 'समग्र टिळक साहित्या'च्या संपादनकार्यात मी गुंतलो होतो. त्यामुळे अकोल्याच्या व्याख्यानात लो. टिळकांनी महाराजांच्या संदर्भात जे गौरवोद्‌गार काढले होते ते माझ्या वाचनात आलेले होते. परंतु तरीदेखील महाराजांचं माहात्म्य माझ्या मनात मुरलं नव्हतं.

परंतु त्या दिवशी एका फोनमुळे मी जागृतावस्थेत आलो. १३ नोव्हेंबरला सकाळी दहा वाजता 'केसरी' कार्यालयातला फोन खणखणला. मी फोन उचलला आणि ऐकू लागलो. माझ्या हातातून अभावितपणानं फोनचा रिसीव्हर खाली पडला. तेव्हा माझा चेहराही पार पडला होता.

त्या वेळी महाभारतावरील 'कल्पवृक्ष' या माझ्या कादंबरीचा पहिला भाग छापखान्यात गेलेला होता. त्यासाठी कागदाची दोनशे रिमं लागणार होती. सरकारी कागदासाठी पैसे भरले होते आणि १५ नोव्हेंबरला कागद हाती येणार होता. हे सारं ठरलं होतं. परंतु फोनवरून मला बातमी समजली ती नेमकी विरुद्ध होती. मला दोन महिने सरकारी कागद मिळणार नव्हता. कागदाची वॅगन येणार नव्हती. पुस्तक एका महिन्यात प्रसिद्ध करायलाच हवं होतं. नाहीतर प्रकाशनाच्या संदर्भात पदरी फार

मोठी नाचक्की पडणार होती. सर्वसाधारण बाजारात कागद घ्यावा, तर सहासात हजार रुपये जास्त द्यावे लागणार होते. तीही गोष्ट सहजी करता येण्याजोगी नव्हती.

अशा संभ्रमावस्थेत मी दुपारी घरी आलो. जेवणात लक्ष नव्हतं. जेवताना कुणाला तरी एकदम विचारलं, "गजानन महाराजांची पोथी कशी वाचायची असते?"

मला या पेचप्रसंगात नेमकी गजानन महाराजांची आठवण कशी झाली, हे सांगता येणार नाही. कदाचित तो योगायोगही असेल. पण माझ्या पेचप्रसंगी मला त्यांच्या पोथीची आठवण झाली ही गोष्ट मात्र खरी!

मला सांगण्यात आलं, "या पोथीचं तीन दिवसांतही पारायण करतात. सोवळंओवळं फारसं नसतं. पारायण केलं की त्याची प्रचिती हमखास येते. दशमी, एकादशी आणि द्वादशी या तीन दिवशी पारायण केलं तर फार चांगले अनुभव येतात."

दुपारी स्नान करून मी तीन दिवसांच्या पारायणासाठी बसलो. तीन दिवसांच्या पारायणात पहिल्या दोन दिवशी आठ आणि तिसऱ्या दिवशी दिवशी उरलेले पाच अध्याय वाचायचे असतात. परंतु मला ही पद्धत माहीत नसल्यामुळे मी पहिल्याच दिवशी बारा अध्याय वाचले.

दुसऱ्या दिवशी सकाळी दहा वाजता केसरी कार्यालयात फोन खणाणला. फोनवरून मला सुवार्ता समजली, 'कागद आला आहे. तुम्ही भाग्यवान आहात. कागद दोन महिने येणार नव्हता. अचानक कागद कसा आला कुणास ठाऊक!'

आनंदात घरी आलो आणि समजलं की काहीही कल्पना नसताना दशमीलाच मी पारायण सुरू केलं होतं. मोठ्या आनंदात तीन दिवसांचं पारायण संपवलं. तिसऱ्या दिवशी महाराजांना नैवेद्य दाखवला.

त्या दिवशी आणखी एक सुवार्ता समजली. ज्या दिवशी मी पारायण सुरू केलं होतं त्याच दिवशी माझ्या पाठच्या भावावरचं एक फार माठं संकट टळलं होतं. त्या भावाची गजानन महाराजांवर फार मोठी श्रद्धा आहे. त्यानं असंख्य पारायणं केलेली आहेत... १३ नोव्हेंबरला माझ्या भावावर अचानक एक संकट आलं. त्याला घर सोडावं लागणार होतं. त्याचं सगळं सामानही घरातून बाहेर काढलं गेलं. फक्त घरात भावजय गजानन महाराजांच्या फोटोला कवटाळून बसली होती. ती जागची हलली नाही. शेवटी अगदी एकदम कळ फिरली. एक निकटवर्ती मित्र अचानक मदतीला धावून आला आणि बाहेर काढलेलं सामान घरात गेलं.... सर्व सव्यअपसव्य करून माझा भाऊ त्या संकटातून बाहेर पडला तेव्हा संध्याकाळचे साडेसहा वाजले होते. त्याच वेळी माझं पहिल्या दिवसाचं वाचन संपलं होतं.

या दोन अतर्क्य गोष्टींमुळे मी थक्क होऊन गेलो होतो. व्यावहारिक तर्कशास्त्रावर या दोन्ही गोष्टी घासूनपुसून बघत होतो. परंतु तर्कशास्त्र लंगडं पडत होतं आणि श्रद्धावाद बळकट होत होता. त्या दिवसापासून 'श्री गजानन विजय' या पोथीचा एक

अध्याय मातोश्रींना वाचून दाखवायला लागलो. बरीच पारायणं केली. मन अस्वस्थ झालं किंवा काही हवं असलं तर पारायण सुरू करायचं हे मी ठरवून टाकलं. गाठीशी विलक्षण अनुभव जमा व्हायला लागले... १८ नोव्हेंबर १९७५ या दिवसापासून अध्यायवाचनाबरोबरच रात्रीची नियमित आरती सुरू केली.

३ डिसेंबर १९७५ रोजी सकाळीच माझ्या हाती अचानक एक तार पडली. ती तार आपल्या परराष्ट्र मंत्रालयाची होती. माझ्या जपानभेटीची अत्यंत आनंददायी बातमी त्या तारेत नमूद केली होती. हिरोशिमावर कादंबरी लिहिण्यासाठी जपानला जायचं माझं स्वप्न त्या दिवशी साकार झालं. माझ्या परदेशी दौऱ्यांबाबत यशवंतरावजी चव्हाण यांची समर्थ शक्ती माझ्या पाठीशी नेहमीच उभी राहिलेली असे; तथापि श्री गजानन महाराजांची मनोभावे सेवा करायला लागल्यापासून अवघ्या वीस दिवसांत माझ्या हाती जपानभेटीचा खलिता पडावा, हा योगायोग मला दृष्टीआड करता येत नाही. असे अनेक लहानमोठे अनुभव वारंवार येत चालले. माझा पिंड अंधश्रद्धाळू नाही तसा तर्कटीही नाही. आपल्या अल्पस्वल्प बुद्धीच्या कसावर घटना घासूनपुसून बघाव्यात आणि त्या बुद्धीत श्रद्धेचं प्रतिबिंब उमटलं तर ते पत्करावं अशा हिशेबानं मी वागतो. मात्र जे प्रांजळ रोकडे अनुभव आले ते मी कधीही नाकारले नाहीत आणि त्या अनुभवांच्या सत्यतेबद्दल निर्वाळा द्यायला कधीही कचरलो नाही. या माझ्या व्यक्तिगत अनुभवांच्या शिदोरीत आता असंख्य भक्तांचे अनुभव मिसळतो आणि त्या शिदोरीचा ठेवा सहृदय, सश्रद्ध वाचकांना सादर करतो.

❋

ओंकार बंडूजी पिंजरकर, (मु. पो. कोकर्डा, ता. दर्यापूर, जि. अमरावती)

पिंजरकर यांना हा अनुभव १९६२ साली आला. त्यांना पाच मुलगे आणि पाच मुली एवढा परिवार होता. स्वतःचं घर, गाईबैलांचा गोठा आणि एक शिवणयंत्र एवढीच धनदौलत. खाणारी माणसं खूप आणि कमावणारे फक्त दोन होते. त्यामुळे संसार कमालीचा ओढगस्त. जीव जात नाही म्हणून जगायचं आणि जगायला हवं म्हणून शिणायचं ही जीवनाची तऱ्हा होती. थोरल्या मुलाच्या मामानं मदत केल्यामुळे तो मुलगा अमरावतीच्या कलानिकेतनमधून मॅट्रिक झाला. पुढचं शिक्षण त्याला देणं शक्य नसल्यामुळे तो अठरा वर्षांचा मुलगा घरी आला. मुलाच्या नोकरीचा शोध सुरू होता. तोपर्यंत घरी येऊन शिंपीकाम शिकण्याचा इरादा होता. पण शिवण-मशीन एकच होतं. सगळीकडे अंधार दिसत असताना केवळ श्रद्धेच्या बळावर हा भाविक माणूस जगत होता. शास्त्रीय भजनी गायनाचा छंद असल्यामुळे त्यातही थोडाफार आनंद मिळायचा. पण एकूण आलेला दिवस कष्टानं रेटणं एवढंच जिणं बनलेलं होतं...

असं कष्टाचं जीवन चाललं असतानाच १९५१ साली पिंजरकरांना एक योगिपुरुष भेटला. त्याचं नाव गुरुभगवान पुरीमहाराज. हाच तो काशीचा गोसाई. ज्यानं गजानन महाराजांसाठी गांजा आणला होता. 'श्री गजानन विजय' या पोथीच्या तिसऱ्या अध्यायात या गोसाईचं वर्णन ग्रथित केलेलं आहे. १९५१ साली पिंजरकरांनी या गोसाईला गुरू केलं. तेज:पुंज मुद्रा, उंचापुरा, पीळदार शरीराचा, कमरेला भगवी लंगोटी, त्यावर भगवीच कंकणी, डोईला हिरवं फडकं, पायापर्यंत रुळतील अशा पांढऱ्याशुभ्र जटा, नाभीपर्यंत रुळणारी पांढरी दाढी, बगलेत झोळी, हातात कटोरी, मागेपुढे चारपाच कुत्री अशी ही जणू दत्तात्रेयाची मूर्ती! शिष्याला गुरू पसंत पडला आणि पिंजरकर हा त्यांचा लाडका शिष्य बनला.

पिंजरकर हे ओढगस्त संसारामुळे पुरते वैतागले होते. मॅट्रिक झालेल्या मुलाला नोकरी लागत नव्हती. शिवणकामावर संसार भागत नव्हता. मुलाच्या नोकरीसाठी दोन वर्षं खटपट चालली होती. तीन-चारशे रुपयांचा चुराडा झाला होता. ऑक्टोबर १९६२ साली शेतकी खात्यात मुलाचा इंटरव्ह्यू झाला. डिसेंबरपर्यंत नोकरी लागली नव्हती. मुलाला घरच्या शिवणकामाला लावावं असा त्यांनी मनाचा निर्धार केला.

१९६२ सालच्या नोव्हेंबर महिन्यात पिंजरकरांनी गोसाईला घरी बोलावलं आणि त्याचाच समाचार घ्यायला प्रारंभ केला. विचारलं, "काहो? कुठं आहे तुमचा गजानन? केव्हा आम्हाला प्रचिती दाखवणार? का आम्ही खड्ड्यात गेल्यावर पोराला नोकरी लावणार?"

गोसाई शांतपणाने म्हणाले, "बाबू ओंकार मोठाच शायना झाला रे!... अरे बाबा, अशा कठीण परिस्थितीतही ज्याची भक्ती भंगत नाही, स्वार्थ डोकावत नाही तोच खरा भक्त चेला! दत्त-दत्त-दत्त!"

"पण बाबा मी संसारी! केवळ भक्तीच्या मार्गाला लागलो तर संसार कसा चालायचा?"

गोसाई म्हणाले, "अरे, तुले काय मालूम की, मी दत्ताले तुझ्या कल्याणासाठी रोज आठवण करून देतो म्हणून! माहा गुरू थो गजानन महाराज शेगावचा. त्याचा तुले आशीर्वाद हाये. त्यानं मले सांगितलं का तू दीर्घायुषी आहेस. तुझे पोरं दीर्घायुषी आहेत. तुझे नातू दीर्घायुषी आहेत. अरे मोठ्या पोराच्या नोकरीचंच काय बोलतं? सर्व आनंदी आनंद होणार आहे. पुडे तुले सुखाचे दिवस येणार हायेत. पण जरा सबुरीनं घे. वैतागू नको!"

गजानन महाराजांच्या आशीर्वादाची प्रचिती लवकरच आली. डिसेंबरपर्यंत मुलाला नोकरी लागली नाही तेव्हा पिंजरकरांनी एक शेवटचा प्रयत्न करून पाहिला. ५ डिसेंबर १९६२ रोजी त्यांनी आपल्या मुलाला 'श्री गजानन विजय' या पोथीच्या पारायणाला बसवलं. त्या दिवशी सकाळी आठ वाजता मुलगा पारायणाला बसला.

दुपारी एक वाजता पोथीचे पंधरा अध्याय वाचून झाले... पोस्टमन दारांशी आला आणि मुलाच्या नेमणुकीचा आदेश हाती पडला... आज त्यांच्या मुलाला पहिल्या पगाराच्या मानानं सहापट पगार झालेला आहे.

गजानन महाराजांच्या कृपेचा पिंजरकर यांना आणखी प्रत्यय आलेला आहे. १९६९ साल होतं. गुरू गोसाई पिंजरकरांच्या अंगणात ध्यानमग्न अवस्थेत बसले होते. 'जय जय श्री गुरू गजानन... तुमचे चरणी तनमन प्राणही केले अर्पण' असं भजन तोंडानं चाललेलं होतं. हे भजन चाललं असताना त्यांनी श्री गजानन महाराजांच्या दर्शनाचा संकेत पिंजरकरांना केला. त्याप्रमाणे पिंजरकर शेगावला गेले. तिथे दत्ताचा जप करून ते परत आले. परत आल्यावर गुरुवारी त्यांना स्वप्न पडलं... कोकर्डा या गावाजवळ एका फर्लांगावर शेंडगाव इथे श्री संत गाडगेबाबांची जन्मभूमी आहे. त्या भूमीत संतसंमेलन भरलेलं पिंजरकरांना स्वप्नात दिसलं. एका भ्रष्टाचारी माणसाला गजानन महाराज दर्शन देत होते. ते बघून पिंजरकर धावत त्यांच्या दर्शनाला गेला. महाराज म्हणाले, ''तू दीर्घायुषी आहेस. तू सुखी आहेस. तुझी पोरं सुखी आहेत. तुझे नातू दीर्घायुषी आहेत.''

पिंजरकर मनात म्हणाले, 'हे सारं खरं कशावरून?'

त्याच वेळी पिंजरकरांच्या परिचयातला एक निपुत्रिक वृद्ध मारवाडी महाराजांचं दर्शन घेत होता. त्याचा हात पाहून महाराज म्हणाले, ''तू दीर्घायुषी आहेस, पण सुखी नाहीस.''

महाराजांनी सांगितलेलं त्या मारवाड्याचं भविष्य खरं होतं. पिंजरकरांना स्वत:च्या भविष्याच्या सत्यतेबद्दल खात्री पटली.

महाराज एकदम पिंजरकरला म्हणाले, ''आम्ही कधी खोटं सांगत नाही. त्याची आम्हाला गरज नाही. तू आमच्यातला म्हणून तुला सांगितलं. जा. संतमेळावा भरला आहे. सर्व संतांचं दर्शन घे; आणि घरी जा.''

या स्वप्नदृष्टान्तापासून तर पिंजरकरांची गजानन महाराजांवर अधिकच श्रद्धा बसली.

यांचा दोन नंबरचा मुलगा विजय हा यवतमाळला आपल्या मोठ्या भावाजवळ होता. तिथल्या पॉलिटेक्निकमध्ये लॅबोरेटरी असिस्टंट म्हणून तो नोकरीवर होता. १९७५ सालच्या नारळी पौर्णिमेच्या दिवशी भयंकर डोकेदुखीनं तो आजारी पडला. त्याच्या मेंदूचा मागचा भाग ठणकायला लागला. यवतमाळच्या सरकारी दवाखान्यात त्याला ठेवलं, पण आराम पडेना. दुखणं वाढत चाललं. त्याची शुद्धही हरपत चालली. पाचव्या दिवशी तर त्याची शुद्ध पार हरपली. पिंजरकरांना निरोप गेला तेव्हा ते धावत यवतमाळला आले. मुलाला बघितलं आणि त्यांचा धीरच खचला. हाती आलेला मिळवता मुलगा हाताबाहेर चालला याचं त्यांना अपरंपार दु:ख झालं.

सारी कुटुंबीय मंडळी रडायला लागली. हा मुलगा फारतर दोन तासांचा सोबती होता. मोठ्या शहरी नेऊन उपचार करणं पिंजरकरांच्या शक्तीबाहेरचं काम होतं. घरी 'श्री गजानन विजय' या पोथीचं पारायण सुरू होतं ते झाल्यावर पिंजरकर दवाखान्यात आले. आपल्या मुलाचं बहुधा हेच शेवटचं दर्शन असं त्यांना वाटत होतं. नेत्रांतून अश्रुपात चालला होता.

'तुझी मुलं दीर्घायुषी आहेत' हा गजानन महाराजांचा आशीर्वाद लटका ठरणार होता.

एवढ्यात एक तेज:पुंज म्हातारा त्यांच्या समोर आला आणि म्हणाला, "पूर्वदिशा लाभदायक आहे. तिकडे जा. हे ठिकाण सोडा. तुमचा मुलगा पाच दिवसांत बरा होईल. काळजी करू नका. शोक करू नका."

आणि तो म्हातारा तिथून निघून गेला.

तिथल्या सिव्हिल सर्जननं अन्य डॉक्टरांशी सल्लामसलत केली. ब्रेन ट्यूमरचा संशय व्यक्त केला आणि नागपूरला मेडिकल कॉलेजमध्ये जायचा सल्ला दिला.

नागपूर हे यवतमाळच्या पूर्वेला आहे. पिंजरकरांना त्या वृद्ध माणसाचे शब्द आठवले. 'पूर्व दिशा लाभदायक आहे.'

त्या वृद्ध माणसाचा चेहरा थेट गजानन महाराजांसारखा त्यांना दिसला होता. पिंजरकरांनी तपास केला, पण तो वृद्ध माणूस कुठे आढळला नाही.

पिंजरकरांनी आपल्या आजारी मुलाच्या डोक्यावर हात ठेवला होता आणि तोंडानं गजानन महाराजांचा जप चालला होता. त्यांना अवघ्या दोनशे रुपयांत नागपूरला जायला मोटार मिळाली. आपल्या बेशुद्ध मुलाला त्यांनी मोटारीत ठेवलं. त्यांच्या बरोबर त्यांचे डॉक्टरमित्र राशेतवार हेही जायला निघाले. वर्ध्याच्या अलीकडेच त्यांचा बेशुद्ध मुलगा शुद्धीवर आला आणि स्वत:हून खाली उतरला. पुढे नागपूरला आल्यावर त्याला तीन दिवसांत आराम पडला. झोप यायला लागली, पुरती शुद्ध आली. सर्व मंडळींची दिवाळी दवाखान्यात आनंदानं झाली. दवाखान्यात तीनही दिवस पिंजरकरांनी आपला हात मुलाच्या डोक्यावर ठेवला होता आणि गजानन महाराजांचा जप चालला होता.

आता हा दीड वर्षापूर्वीचा प्रसंग आहे. पिंजरकरांचा हा बरा झालेला मुलगा व त्याच्या पाठीवरची दोन भावंडं एका गुरुवारी गजानन महाराजांच्या दर्शनाला गेली. शेगावाहून कोकर्ड्याला घरी आली. उन्हाळ्याचे दिवस होते. त्यामुळे मुलं अंगणात झोपली होती. शेजारच्या घराची भिंत पिंजरकरांच्या घराच्या अंगणाकडे कललेली होती. गजानन महाराजांचं नामस्मरण करत मुलं अंगणात झोपली होती. मुलं झोपेत असतानाच संपूर्ण भिंत पायापासून गडगडत खाली आली. भिंतीचा कल मुलांच्या बाजूला असतानादेखील भिंत विरुद्ध दिशेला कोसळली. मुलांना खरचटलंसुद्धा

नाही. गावातले लोकही हा प्रकार पाहून स्तंभित झाले... ही गजानन महाराजांची कृपा आहे असं पिंजरकरांना वाटलं असल्यास नवल नाही. त्यांचं घरच गजानन महाराजांच्या प्रसादाचं बनलेलं आहे. ओंकार बंडूजी पिंजरकर नेहमी म्हणतात, ''माझं अस्तित्व हाच मुळी गजाननाचा प्रसाद आहे.''

✺

एम. के. गोरडे, (प्रमोद निवास, तालुकदार वाडी, वॉर्ड नं. १५ मु. पो. वरुड, ता. मोर्शी, जि. अमरावती)

१९६९ सालापासून महाराजांचं स्तोत्र नित्यनियमानं वाचण्याचा गोरडे यांचा परिपाठ आहे. हे स्तोत्र वाचल्यानंतर त्यांचं मन प्रसन्न होतं आणि दिवस आनंदात जातो. दरवर्षी ते एकदा शेगावला जातात आणि वर्षातून ते एकदा 'श्री गजानन विजय' या पोथीचं वाचन करतात. त्यांनी आपलं शेत विकलं. अपेक्षेप्रमाणे त्यांना किंमत आली. २२ जून, १९६९ साली त्यांच्या घराचं बांधकाम त्यांच्या मनाप्रमाणे पूर्ण झालं. ही सारी महाराजांची कृपा आहे, अशी त्यांची परमश्रद्धा आहे.

१९७२ सालच्या जुलै महिन्यात त्यांची थोरली मुलगी कल्पना एकदम आजारी पडली. डॉक्टरांनी मेनेन्जायटीसचं निदान केलं. मुलीला ताबडतोब नागपूरला न्यायला सांगितलं. गोरडे यांनी महाराजांसमोर अगरबत्ती लावून त्यांचा धावा सुरू केला, 'माझ्या मुलीला नागपूरला नेत आहे. तिच्या जिवाला काहीएक अपाय न होता तिला चांगल्या स्थितीत परत येऊ दे.'

मुलीला नागपूरला नेण्याची तयारी केली. डॉ. शर्मा यांची जीपगाडी त्यांना पेट्रोलपंपावर मिळाली. सारी मंडळी नागपूरला जायला निघाली. गाडीनं पांढुर्णा स्टेशन सोडलं. सावनेर जवळ आलं. तोपर्यंत मुलीच्या प्रकृतीत फरक पडलेला नव्हता. नागपूरला गेल्यावर तिला स्ट्रेचरवरून तपासणीसाठी नेलं. डॉक्टरांनी तिला तपासलं आणि मेनेन्जायटीस नाही असं सांगितलं. मुलीला दवाखान्यात ठेवून घेतलं नाही. दुपारी मुलगी सुखरूप अवस्थेत घरी परतली. गोरडे यांची महाराजांवरील श्रद्धा वाढली.

त्यांची श्रद्धा बळकट व्हायला आणखी एक प्रसंग घडला. त्यांच्या मेव्हणीच्या लग्नाचा योग बरेच दिवस जुळून येत नव्हता. १९७३ सालचा मे महिना संपायला आला. परंतु लग्नाचा योग जुळून आला नव्हता. त्यांच्या मेव्हण्याचा एक मित्र होता. त्याच्या बहिणीचंही लग्न जुळत नव्हतं. मेव्हण्याचंही लग्न व्हायचं होतं. शेवटी दोघा मित्रांनी असा विचार केला की, एकमेकांची बहीण एकमेकांना करावी. परंतु हा संबंध कुणालाच पसंत नव्हता. शेवटी गोरडे यांनी त्यावर तोड काढण्यासाठी चार दिवसांची मुदत मागून घेतली. चार दिवसांत जर अन्यत्र कुठे लग्नाचा योग

जुळून आला नाही, तर या परस्परसंबंधाला संमती द्यायची, असं त्यांनी ठरवलं. लगेच गोरडे यांनी गजानन महाराजांना साकडं घातलं, 'या प्रसंगातून आमची सुटका करा!' असं जर परस्परांचं लग्न लागलं तर आम्हाला तोंड खाली घालावं लागेल.'

महाराजांनी या प्रसंगातून साऱ्यांची मुक्तता केली. २५ मे, १९७३ रोजी आमला-विश्वेश्वर या गावी गोरडे यांच्या मेव्हणीच्या लग्नाचा योग जुळून आला आणि नको असलेल्या प्रसंगातून साऱ्यांची सुटका झाली.

*

सखाराम केशव कुलकर्णी, ('सुवर्णा', ४।७३ घंटाली सोसायटी, ठाणे २)

कामशेटचे श्री गजानन गोविंद जोगळेकर हे कुलकर्णी यांचे गुरू! आपल्या आध्यात्मिक गुरूला आलेले अनुभव कुलकर्णी यांनी कथन केले आहेत. भुसावळ मुक्कामी जोगळेकर हे रेल्वेत टी.सी. म्हणून काम करत होते. अहोरात्र त्यांचं भगवंताचं चिंतन चालायचं, गजानन महाराजांचा धावा चालायचा. अशाच ध्यानमग्न अवस्थेत असताना ते महाराजांना म्हणाले, "आता खूप झालं. दर्शन दे."

'रात्री भुसावळ स्टेशनवर भेटेन' असं गजानन महाराजांनी त्यांना स्वप्नात सांगितलं. त्याप्रमाणे जोगळेकर हे स्टेशनवर दक्षतेनं उभे राहिले. एक शेतकरी त्यांच्या जवळ आला आणि म्हणाला, 'तिकीट कुठं घ्यायचं?' जोगळेकरांनी त्याचा हात धरून त्याला गेटापर्यंत नेलं. नंतर तो शेतकरी निघून गेला. जोगळेकरांना महाराजांचं दर्शन झालं नाही म्हणून ते खिन्नपणानं घरी परतले आणि म्हणाले, 'गजानना, भेटतो म्हणालात. पण भेटला नाहीत.' पुन्हा स्वप्नात गजानन महाराजांनी येऊन सांगितलं, 'अरे शेतकऱ्याच्या वेषात तुला कोण भेटलं? तू ओळखलं नाहीस.' जोगळेकर रडून म्हणाले, 'गजानना, खुणा पटवून घरीच या. मी आपल्याला ओळखलं नाही. क्षमा करा.' 'गोसाव्याच्या वेषात मी अमुक दिवशी तुझ्याकडे येईन' असं महाराजांनी पुन्हा सांगितलं.

आपल्या सहकाऱ्यांसमवेत जोगळेकर त्या दिवशी वाट बघत बसले. स्वयंपाक केला. गप्पागोष्टी खूप झाल्या. मित्र शेवटी कंटाळून निघून गेले. जोगळेकर भगवद्‌गीता वाचत बसले. दुपारची एक वाजण्याची वेळ होती. दारापाशी एक संन्यासी येऊन विचारत होता, "पोटभर जेवायला मिळेल का?" भगवी कफनी, कमंडलू, काखेत झोळी. जोगळेकरांना खूण पटली. ते आनंदून म्हणाले, "जेवायला मिळेल, पण घरात यावं लागेल." तो संन्याशी घरात आला. पोटभर जेवला. जोगळेकरांनी विचारलं, "स्वामी, कुठून आलात?" त्या स्वामीनं सांगितलं, "अमरावतीहून आलो. वाटेत शेगाव लागलं. मंदिराचा कळस लखलखताना दिसला." नंतर जोगळेकरांनी स्वामींना विडा-दक्षिणा दिली आणि विचारलं, "स्वामी, कृपा आहे

ना?'' हे म्हणताच स्वामींचे आजानुबाहू अधिकच लांब लांब होत गेले. जोगळेकरांनी स्वामींच्या पायावर मस्तक ठेवलं. क्षणभरानं वर बघतात तो स्वामी अंतर्धान पावले होते. नंतर त्यांचे मित्र आले, पण त्यांना दर्शनाचा योग नव्हता.

निवृत्त झाल्यावर जोगळेकर हे स्वगृही (कामशेट) कारंजगावी राहायला आले. त्या वेळी गजानन महाराजही आपल्याबरोबर असावेत, अशी त्यांना इच्छा झाली. गावच्या सुताराच्या घरी महाराज पहाटे गेले आणि त्यांनी त्या सुताराला विचारलं, ''अरे, तो गजानन जोगळेकर कुठे राहतो रे?''

त्या सुताराला घेऊन महाराज जोगळेकरांच्या घरी गेले. दार वाजवलं. जोगळेकरांना वाटलं गवळी आला. बाहेर त्यांना सुतार दिसला. म्हणाला, ''तुमचे चिलीमवाले बाबा आलेत. त्यांना घेऊन तुमच्याकडे आलो.'' मागे पाहिलं तेव्हा जोगळेकरांना कुणी दिसलं नाही... मग त्यांना खाणाखुणा पटल्या. घरी महाराज आल्याबद्दल त्यांना धन्यता वाटली.

जोगळेकर हे नेहमी सरळमार्गानं वागणारे होते. इतरांबरोबर त्यांच्यावर पैसे खाल्ल्याचा आरोप आला. ते सस्पेंड झाले. 'श्री गजानन विजय' या पोथीत उल्लेखिलेल्या लक्ष्मण जांजळांना ते भेटले. जांजळ त्यांना म्हणाले, ''जोगळेकर, तुम्हाला काळजी करायचं काय कारण? रोज पारायण ही सुवर्णसंधी आहे.'' एकवीस दिवसांच्या पारायणानंतर जोगळेकर महाराजांना म्हणाले, ''लेकरू जर दु:खी असेल, तर खऱ्या मातेला निवांत झोप येणार नाही. महाराज, तुम्हीच काय ते बघा! तुम्हीच आमची माउली आहात.'' लक्ष्मण जांजळ जोगळेकरांना म्हणाले, ''तुम्हीच रेल्वेवर उलटी फिर्याद करा.'' पण बाविसाव्या दिवशी समजलं की, जोगळेकर संपूर्ण निर्दोषी आहेत. त्यांच्यामुळे इतरही सहकारी बचावले. ते म्हणाले, ''केवळ तुमच्यामुळे आम्ही वाचलो!''

कुलकर्णी यांनी आपल्या गुरूला आलेले हे अनुभव कथन केले. त्यांना स्वत:लाही अनुभव आलेले आहेत. सखाराम केशव कुलकर्णी यांचा धाकटा मुलगा मंगेश हा लहानपणी बराच आजारी झाला. त्यांचे डॉक्टर म्हणाले, ''केस हद्दीबाहेर गेली आहे. इलाज नाही. सॉरी! फार थोड्या काळचा सोबती आहे.'' छातीचं दुखणं जबर होतं. एका आठवड्यात तीन रुग्णालयं झाली. मुलांच्या आईला अतिशय वाईट वाटायला लागलं. कुलकर्णी म्हणाले, ''काळजी करू नकोस. आपले गजानन महाराज आहेत.'' आर्थर रोड हॉस्पिटलमध्ये त्याला दाखल केल्यानंतर कुलकर्णी डोंबिवलीला स्वगृही परतले. महाराजांच्या प्रतिमेसमोर बसले. 'गण गण गणांत बोते'चा जप दीडदोन तास मनापासून केला. मनात म्हणत होते, ''स्वामी, तुम्हीच आमचे खरे डॉक्टर-मायमाउली आहात. कृपा असू द्यावी.''

त्यांचा मुलगा मंगेश बरा झाला. एका आठवड्यातच त्याला घरी आणलं.

क्रांतिवीर वासुदेव बळवंत फडके यांनी स्वहस्ते श्री गुरुचरित्राची पोथी लिहून काढली. त्याप्रमाणे आपणही 'श्री गजानन विजय' ही पोथी लिहून काढावी, अशी कुलकर्णी यांना इच्छा झाली. सात वर्षं हे पोथी-लेखनाचं कार्य चाललं होतं. शेवटचे चार अध्याय मोठे आहेत. त्यामुळे ते अध्याय लिहून काढण्याचं काम राहून गेलं. एके दिवशी भल्या पहाटे त्यांचा भाऊ त्यांना मुद्दाम भेटायला आला. भावाला म्हणाला, "गजानन महाराजांवर काही लिहितो आहेस काय?" कुलकर्णी म्हणाले, "होय. त्यांची पोथी लिहायचं काम चाललंय." भावानं सांगितलं, "लवकर लिहून काढ." कुलकर्णी यांनी विचारलं, "भाऊ, एवढी गडबड काय आहे रे?" त्यांचा भाऊ म्हणाला, "रात्री आचार्य अत्रे स्वप्नात येऊन म्हणाले की, तुझ्या भावाला झोपेतून उठव आणि ती पोथी पूर्ण करायला सांग."

त्यानंतर कुलकर्णी यांनी सातत्यानं बसून उरलेली पोथी एक आठवड्यात लिहून काढली.

कुलकर्णी यांचे स्नेही श्री. इरवे. एकदा शेगावला रात्री त्यांचं पोथीवाचन चाललं होतं. त्याच वेळी खोलीतले दिवे गेले. त्यांचं पोथीवाचन थांबल्यावर त्यांना रडू फुटलं. लगेच दुसऱ्या क्षणीच एक लांब मेणबत्ती पेटलेली त्यांना दिसली. निळ्या रंगाचे ओझरते हातही दिसले. त्या मेणबत्तीच्या स्निग्ध प्रकाशात त्यांचं वाचन पूर्ण झालं. सकाळी ९ वाजेपर्यंत ती मेणबत्ती जळत होती.

कुलकर्णी यांना असे अनेक अनुभव आलेले आहेत.

✻

सु. सा. साठे, (आनंदनगर, सिंहगड रस्ता, पुणे ४११ ०५१)

साठे हे सहकारी खात्यात ग्रेडर म्हणून काम करतात. हा माणूस मुळात देव मानणारा नाही. पण पूर्ण नास्तिकही नाही. झोपण्यापूर्वी देवाचं पाच-दहा मिनिटं स्मरण करायचं आणि झोपायचं हा यांचा बालपणापासूनचा रिवाज! त्यामुळे त्यांना शांत झोप लागते.

नोकरीच्या निमित्तानं विदर्भात असताना त्यांनी शेगावच्या अनेक वाऱ्या केल्या. कोणताही हेतू मनाशी न धरता ते शेगावला जात असत. त्यांची पत्नी सौ. निशाताई प्रसूतीच्या वेळी कल्याणला माहेरी गेली. प्रसूतीच्या अगोदर दोन-तीन दिवस साठे यांना स्वप्न पडलं. गजानन महाराजांनी त्यांना स्वप्नात येऊन सांगितलं, "तुला मुलगा होईल. त्याला माझ्याकडे घेऊन ये."

त्यांना तीन दिवसांनी मुलगा झाल्याचं वर्तमान फोनवरून समजलं. त्यांच्या त्या नीलेशला त्यांनी महाराजांकडे नेऊन आणलं. तेव्हापासून महाराजांवर त्यांची अधिक भक्ती जडली. 'श्री गजानन... जय गजानन' हा त्यांचा मंत्रजप झोपण्यापूर्वी हमखास

होत असतो.

साठे यांच्या भगिनी सौ. वसुंधरा आपटे. या कल्याणला असतात. त्यांचे पती रेल्वेगार्ड आहेत. त्यांची नोकरी ठरावीक वेळेची नसते. एकदा ते मुंबईला मालगाडी घेऊन जाणार म्हणून सांगून गेले. पण बराच कालावधी झाला तरी ते कल्याणला परतले नाहीत. साठे यांची बहीण नित्याप्रमाणे पोथीवाचनाला बसली. मनात तिनं म्हटलं, 'अध्याय पूर्ण व्हायच्या आत काहीतरी निरोप येईल.' त्याच वेळी तिची मुलगी वंदना वाड्याच्या दरवाजात उभी होती. तिला एका अनोळखी माणसानं विचारलं, "काय गं, तुझे बाबा आले का? ते इगतपुरीला गेले आहेत." अध्याय पूर्ण व्हायच्या आत त्या मुलीनं येऊन निरोप सांगितला. परंतु तो निरोप सांगणारा माणूस कसा होता, हेही तिला आठवलं नाही. आपटे घरी आल्यावर त्यांना विचारलं त्या वेळी ते म्हणाले, "मी कुणाजवळही तसा निरोप दिलेला नव्हता." त्या दिवशी त्यांची कल्याण-मुंबई ट्रिप रद्द होऊन त्यांना अचानक कल्याण-इगतपुरी ही ट्रिप करावी लागली होती.

सुरेश साठे यांनी एकदा पोथीचं पारायण केलं. त्यांना स्वप्नदृष्टान्त झाला, 'तुझं काम झालं. पोथीत फुलं ठेवली आहेत.' दुसरे दिवशी साठ्यांनी पोथीत कुतूहलानं पाहिलं. पोथीत १९ व्या अध्यायात ताजी फुले ठेवलेली दिसली.

*

चंद्रशेखर व्यं. वराडपांडे, (श्री गजानन महाराज मंदिर, रेशीमबाग, नागपूर-९)

चंद्रशेखर वराडपांडे हे १९४८ च्या डिसेंबर महिन्यात वद्यातल्या एकादशीला शेगावच्या वारीला गेले. 'श्री गजानन विजय' या ग्रंथाचं पारायण आटोपलं. तिथेच महाराजांच्या देहविसर्जन स्थळाजवळ श्री पुंडलिकबाबा भोकरे बसले होते. देवस्थानात दाण्याच्या उसळीचा प्रसाद घेत असताना वराडपांडे यांना पुंडलिकबाबा म्हणाले, "इथून जवळच नागझरी आहे. तिथे गोमाजीबुवा आहे. दर्शन घेऊन ये..." देवस्थानच्या उत्तरद्वाराजवळ काही माणसं बसली होती. त्यांनी हातांनी खुणावून नागझरीचा मार्ग सांगितला. परंतु शेगावातल्या वळणाच्या रस्त्यांनी जाताना वराडपांडे यांना दिशेचा विसर पडला आणि रेल्वेमार्गाच्या बाजूनं ते थेट जलंबच्या दिशेने जायला निघाले. दीड-दोन मैल गेल्यानंतर एका म्हाताऱ्यानं त्यांना हाक मारली. त्या म्हाताऱ्याच्या अंगावर फक्त लंगोटी होती. हातात एक काठी आणि पायात टायरच्या चपला होत्या. वराडपांडे त्या म्हाताऱ्याजवळ गेले. तो म्हातारा म्हणाला, "तू पारायण केलं ना गजाननबुवाच्या पोथीचं? मग पेढ्याचा परसाद दे की!" वराडपांडे यांनी पिशवीतून पेढे काढून त्याच्या हातावर ठेवले आणि सांगितलं, "मला नागझरीला जायचं आहे." तेव्हा तो म्हातारा हसला आणि म्हणाला, "अरे भल्या माणसा, नागझरी

हकडं कुकडं... थे तकडं राह्यली.'' असं म्हणून त्यानं वराडपांडे यांना समोर चलण्याची खूण केली. वराडपांडे पुढे आणि तो म्हातारा गृहस्थ मागे असं जात असताना त्या म्हाताऱ्यानं वराडपांडे यांना बरेच प्रश्न विचारले. तेवढ्यात मालगाडी आली आणि त्या आवाजात त्या म्हाताऱ्याचं बोलणं ऐकू येईनासं झालं. मालगाडी निघून गेल्यावर वराडपांडे यांनी मागे वळून बघितलं. मागून कुणीच येताना दिसलं नाही. समोर मात्र मंदिराचं शिखर दिसत होतं. ते नागझरी गाव होतं. श्री गोमाजी महाराजांचं दर्शन घेऊन वराडपांडे यांनी रात्री नागझरीला मुक्काम केला. त्या वेळी त्यांच्या स्वप्नात गजानन महाराज आले आणि म्हणाले, 'भेटला ना गोमाजीबुवा?' दुपारी भेटलेला म्हातारा हे गजानन महाराजच होते, याबद्दल वराडपांडे यांची खात्री झाली.

एकदा वराडपांडे शेगावच्या वारीला गेले असताना त्यांना महाराजांचे परमभक्त बापूना काळे हे भेटले. रात्री वराडपांडे यांनी मठातच मुक्काम केला. रात्री समाधीपाशी जाऊन त्यांनी प्रार्थना केली, ''महाराज, आपल्या चरित्रावर काव्यरचना व्हावी अशी प्रेरणा द्यावी.'' रात्री महाराज जरीची शाल पांघरून त्यांच्या स्वप्नात आले आणि म्हणाले, ''काव्यरचना करण्याचं स्फूर्तिस्थान आहे पंढरपूर! दासगणूकडे जा.''

दुसरे दिवशी वराडपांडे परस्पर पंढरपूरला गेले. संतकवी दासगणू यांना नमस्कार करताच ते उद्गारले, ''श्री गजानन महाराजांच्या कृपेने गीतगजानन तुझ्या हातून पूर्ण होईल. संकल्प सिद्ध होईल.'' वराडपांडे यांनी लिहिलेल्या त्या काव्यसंग्रहाला त्यांनी 'गीतगजानन' हेच नाव दिलं.

१९६३ च्या माघ महिन्यात लता मंगेशकर यांच्या भगिनी मीना मंगेशकर यांचा विवाह कोल्हापूरला होणार होता. त्यासाठी हृदयनाथ मंगेशकर यांच्या निमंत्रणावरून वराडपांडे कोल्हापूरला जात होते. नागपूरहून ते निघाले तेव्हा त्यांच्या बरोबर गजाननभक्त श्याम फडणीस यांच्या पत्नी सौ. मंदा फडणीस याही होत्या. संध्याकाळी सहा वाजता नागपूरहून मुंबई मेल निघाली. रात्री आठ वाजताच 'आपण फराळ आटोपून घेऊ' असं सौ. मंदा फडणीस म्हणाल्या. वराडपांडे म्हणाले, 'शेगाव येऊ दे. मग काय खायचं ते खाऊ!' हे त्यांचं बोलणं डब्यातल्या सहप्रवाशांनी ऐकलं. ते म्हणाले, 'शेगाव आल्यावर विशेष काय होणार आहे हो?' वराडपांड्यांनी उत्तर दिलं, 'तसं विशेष काहीच नाही. शेगाव स्टेशनवर कुणी मठाकडे जाणारं दिसलं तर त्याच्या जवळ पेढ्याची पुडा आणि हार देईन. म्हणजे मग मला समाधानानं अन्न घेता येईल.' वर्ध्याहून आलेले बावनकुळे हे वराडपांडे यांच्या जवळच बसले होते. ते म्हणाले, ''ज्या व्यक्तीला तुम्ही पेढे, हार द्याल त्या व्यक्तीला तुम्ही माझे एवढे चार आणे द्याल का?'' इतरही प्रवाशांनी दहा पैसे, पाच पैसे वराडपांडे यांच्याजवळ दिले. वराडपांडे यांनी हातरुमालात पैसे ठेवून दिले. रात्री

११ वाजता शेगाव स्टेशन आलं. वराडपांडे यांचा डबा प्लॅटफॉर्मच्या बाजूला थांबलेला दिसला. ते लगबगीनं डब्याखाली उतरले. बावनकुळेही त्यांच्या मागोमाग धावले. थंडीमुळे प्लॅटफॉर्मवर तिकीट तपासनीस आणि पोर्टर यांच्याशिवाय कुणीच नव्हतं. गार्डानं शिटी दिली. आपले हार, पेढे आणि लोकांचे दिलेले पैसे मठात नेऊन द्यायला कुणीही भेटलं नाही म्हणून वराडपांडे यांच्या डोळ्यांत पाणी उभं राहिलं. एवढ्यात गाडीच्या दोन डब्यांच्या जोडातनं धूर आला. वराडपांडे यांना तिथे एक काळीशार, उंच दिगंबर मूर्ती दिसली. त्या माणसाच्या पायात खडावा होत्या. चिलीम ओढत ती व्यक्ती प्लॅटफॉर्मवर आली. वराडपांडे उत्सुकतेनं त्या माणसाजवळ जाऊन म्हणाले, "बाबा! बरं झालं तू तरी भेटलास भिकारी! हे माझे हार-पेढे आणि हे लोकांनी दिलेले पैसे मठात पोचवून देशील?" तो भिकारी म्हणाला, "छट्! मला वेळ नाही." वराडपांडे म्हणाले, "बाबा! नको जाऊस मठात! तूच हे सारं घे; गजानन महाराजांना ते पावलं असं मी समजेन." हे ऐकताच त्या भिकाऱ्यानं त्यांच्या हातातून हाराचा पुडा घेतला आणि हार स्वतःच्या डोक्याभोवती गुंडाळून घेतला. पेढ्यांची पुडी घेतली. त्यातला एक पेढा वराडपांडे यांच्या हातावर ठेवला. बाकीचे पेढे तोंडात टाकले. वराडपांडे यांनी पैसे सरळ त्याच्या हातावर ओतले. ते त्या भिकाऱ्याने आपल्या कमरेला खोचले. त्याच हातानं त्यानं वराडपांडे यांच्या डोक्यावर थप्पड मारली; आणि म्हणाला, "बस्स? झालं समाधान?" बावनकुळे हसले. म्हणाले, "अहो वराडपांडे, एका भिकाऱ्यानं, तुमचा इतका अपमान केला तरी तुम्ही गप्प आहात!" तोपर्यंत भिकारी प्लॅटफॉर्मच्या बाजूला असलेल्या तिसऱ्या पायरीपर्यंत जाताच अदृश्य झाला. बावनकुळे यांना त्यांच्या प्रश्नाचं परस्परच उत्तर मिळालं. एवढ्यात तिथे काळा कोट घातलेले तिकीट तपासनीस आले आणि उद्‌गारले, "अहो, हे गजानन महाराजांच्या गावाचं स्टेशन आहे. इथे अधूनमधून आपल्या भक्तांना कुठल्याही स्वरूपात येऊन ते दर्शन देऊन जातात." पुढे हा वृत्तान्त डब्यातल्या इतर प्रवाशांना समजला तेव्हा ते थक्क झाले. मीना मंगेशकरांचा विवाह झाल्यावर वराडपांडे पंढरपूरला गेले. पंढरपूरहून नागपूरला जाताना दौंड स्टेशनवर आले. त्या वेळीही त्यांना एका माणसानं फराळाचा डबा दिला. तो डबा गजानन महाराजांनीच आणून दिला अशी वराडपांडे यांची खात्री पटली.

१६ एप्रिल, १९६३ रोजी अमरावतीला वराडपांडे यांच्या तीर्थरूपांना अकस्मात देवाज्ञा झाली. या घटनेचा सर्व भावंडांवर फार परिणाम झाला. तो इतका की, ती सर्व भावंडं त्यांचं कुलदैवत श्री व्यंकटेश आणि मोक्षगुरू श्री गजानन महाराज यांचा तिरस्कार करायला लागली. दर गुरुवारी श्री गजानन महाराज त्यांच्या स्वप्नात जायचे आणि म्हणायचे, 'आमच्यावरचा राग विसरा.' अखेर विजयादशमीच्या गुरुवारी महाराजांनी वराडपांडे यांच्याकडून स्वप्नात वचन घेतलं; मग महाराजांच्या

मूर्तीची प्रतिष्ठापना करण्याचं वराडपांड्यांनी ठरवलं. ज्या मूर्तिकाराला त्यांनी मूर्ती करण्याचं काम दिलं होतं त्यानं चार महिन्यांनी उत्तर दिलं, 'मला तुमच्यासाठी मूर्ती तयार करण्याची प्रेरणाच होत नाही!' लगेच वराडपांडे यांनी शेगावच्या महाराजांच्या मूर्तीसमोर कळवळून प्रार्थना केली. इकडे महाराज त्या मूर्तिकाराच्या दुकानात साधूच्या रूपानं गेले आणि ताबडतोब मूर्ती तयार करण्यास सांगितलं. मूर्ती झाली. प्रतिष्ठापना झाली. त्यानंतर पुढल्या म्हणजे १९६६ सालच्या प्रकट दिनोत्सवात एकाही पैशाची सोय नव्हती. उत्सवाच्या आदले दिवशी एक हातठेलेवाला आला आणि बरंच सामान त्यानं वराडपांडे यांच्या मंदिरात आणून टाकलं. 'संध्याकाळी मी पैसे घेऊन जाईन' असं सांगितलं. घरी आल्यावर वराडपांडे यांना हा प्रकार कळला. त्यांना अत्यंत आश्चर्य वाटलं. कारण त्यांनी कुणालाच सामान आणायला सांगितलं नव्हतं. दासनवमीच्या रात्री त्यांच्या स्वप्नात समर्थ रामदास स्वामींच्या रूपात गजानन महाराज येऊन म्हणाले, ''कुणी आमच्यासाठी कार्य करत असेल, तर त्याच्यासाठी आम्हालाही कार्य करावं लागतं.''

✵

सौ. मीराबाई कागदे, (मातोश्री, सुभाष पथ, विष्णुनगर, डोंबिवली, जि. ठाणे) मीराबाई कागदे या ख्यातनाम सामाजिक आणि राजकीय कार्यकर्त्या आहेत. त्या विशेष कार्यकारी दंडाधिकारी आहेत. राज्य निवड मंडळाच्या सदस्या आहेत. अनेक संस्थांच्या पदाधिकारी आहेत. एम.ए. झालेल्या या सुशिक्षित, सुसंस्कृत महिलेची गजानन महाराजांवर अपार श्रद्धा आहे. 'श्री गजानन विजय' या पोथीची त्यांनी अनेक पारायणं केलेली आहेत. गुरुपुष्यामृत किंवा संकष्टी चतुर्थी अशा दिवशी एका आसनावरील एक दिवसाचं पारायण अशीही अनेक पारायणं केलेली आहेत.

एक दिवस मीराबाई पहाटेच पारायणाला बसल्या. पारायण संपलं आणि दारावर टक्ऽटक् वाजलं. त्यांनी मुलीला दार उघडायला सांगितलं. त्यांच्या ओळखीच्या एक बाई श्री गजानन महाराजांचा प्रसाद घेऊन आल्या होत्या. त्या म्हणाल्या, ''शेगावाहून पोस्टानं आत्ताच प्रसाद आला. तेव्हा तुम्हाला प्रसाद द्यायला आले.'' मीराबाई पोथी वाचतात किंवा पारायण करतात या गोष्टीची त्या बाईंना सुतराम कल्पना नव्हती. पारायण संपल्याबरोबर मीराबाईंच्या हातात प्रसाद आलेला होता.

अशीच आणखी एका पारायणाच्या वेळची गोष्ट! सकाळी सात वाजता मीराबाई पारायणाला बसणार होत्या. तोच त्यांच्या ओळखीचे एक गृहस्थ आले आणि त्यांनी विचारलं, ''साहेब कुठे आहेत?'' मीराबाईंनी सांगितलं, ''ते बाहेरगावी गेलेले आहेत.'' त्यावर ते गृहस्थ म्हणाले, ''तुमच्या साहेबांच्या मित्रानं हे तुमच्याकडे द्यायला सांगितलंय. त्यांच्या कारखान्यात तयार झालं आहे.'' मीराबाईंनी कागदात

गुंडाळलेली वस्तू उघडून पाहिली. चिनीमातीसारख्या मातीची लहानशी आकर्षक अशी श्री गजाननाची ती मूर्ती होती. पारायणाला बसण्यापूर्वीच प्रत्यक्ष महाराजच त्या मूर्तीच्या रूपानं घरी आले आहेत, असं मीराबाईंना वाटलं. त्यांना अतिशय आनंद झाला. त्यांनी लगेच देवघरात त्याच दिवशी त्या मूर्तीची प्रतिष्ठापना केली आणि मग पारायणाला प्रारंभ केला.

एकदा मीराबाईंना २ ऑक्टोबरला गांधी जयंतीनिमित्त प्रमुख पाहुण्या म्हणून एका शाळेत जायचं होतं. त्या शाळेच्या शिक्षिका त्यांच्याकडे आल्या आणि व्याख्यान ठरवून गेल्या. त्यानंतर सात-आठ दिवसांनी त्या शाळेच्या मुख्याध्यापिका मीराबाईंकडे भल्या पहाटे आल्या. मीराबाई त्या वेळी पोथीच्या पारायणाला बसणारच होत्या. त्या मुख्याध्यापिका म्हणाल्या, "२ ऑक्टोबरला दुसरा कार्यक्रम घेऊ नका हो! मी आता शेगावला चाललेय, मुलाला नोकरी लागलीय... मी तसं बोलले होते म्हणून गजानन महाराजांच्या दर्शनाला चाललेय, पण परवा नक्की येते." मीराबाईंनी त्यांच्या जवळ अभिषेकासाठी पैसे दिले. प्रसाद आणायला सांगितला. पारायणाच्या वेळी त्यांना नेमके असे अनुभव यावेत, ही मीराबाईंना प्रचितीची खूण वाटते. असे अनेक अनुभव त्यांना आलेले आहेत. ते अनुभव जमेस धरून मीराबाई नेहमी म्हणतात, 'गजाननाचे करिता स्मरण । संकटाचे होई हरण...'

❋

गोविंदराव जागोबा बारई, (सेवानिवृत्त शिक्षक, मु. पो. पारडसिंगा, ता. काटोल, जि. नागपूर-४४१३०५) गोविंदराव बारई हे पारडसिंगा येथील ग्रामवासी. शाळामास्तर होते. १९३८-३९ या साली दहाबारा गावकरी गुंडांनी या मास्तरांच्यावर सूडबुद्धीनं एक बालंट रचलं. नागपूरच्या शिक्षणाधिकाऱ्याकडे एक खोटा रिपोर्ट पाठवला. त्यात लिहिलं होतं, 'आमच्या येथील हेडमास्तर गोविंदराव बारई यांना महारोग झालेला आहे. सबब आम्ही सह्या करणारे मुलांचे पालक आपल्या मुलांना शिक्षणाला पाठवत नाही. तरी त्यांना या शाळेतून बदलावे; अगर कामावरून दूर करावे.'

लगेच वरिष्ठांकडून बारई यांना मंगळवारी अगर शुक्रवारी नागपूरच्या मेयो हॉस्पिटलमध्ये हजर राहण्याचा आदेश आला. हा आदेश वाचून बारई गुरुजींना धक्काच बसला. मुलामाणसांच्या पोटापाण्याचा प्रश्न त्यांच्यासमोर उभा राहिला... श्री गजानन महाराजांची प्रार्थना करून बारई मास्तर नागपूरला सिव्हिल सर्जनसमोर हजर झाले. तिथे त्यांची सर्वांगीण तपासणी करून त्यांना निकामी ठरवलं; आणि औषधोपचारासाठी तीन महिन्यांची शिफारस केली. नागपूरच्या सेक्रेटरीएट ऑफिसात पब्लिक हेल्थ ऑफिससमोर पुन्हा तपासणीसाठी हजर व्हायला सांगितलं. त्याप्रमाणे बारई मास्तर हजर झाले. त्या ठिकाणी त्यांच्या शरीरतपासणीसाठी नागपूर, वर्धा,

भंडारा, रायपूर व अकोला येथल्या पाच सिव्हिल सर्जनांचं बोर्ड नियुक्त केलं होतं. मध्यप्रांताचे पब्लिक हेल्थ ऑफिसर माकंद हे होते. तिथे बारईंची कसून तपासणी केली. नागपूरच्या सिव्हिल सर्जनखेरीज करून इतर सर्वांनी त्यांनी 'फिट' ठरवलं. शेवटी सर्वांनी मिळून निर्णय दिला की, बारई यांची प्रकृती ठीक आहे. त्यांनी कामावर रुजू व्हावं. त्याच वेळी ऑल इंडिया कोठीखान्याचे सुपरिन्टेंडन्ट आले. ते युरोपियन होते. त्यांनीही तपासणी करून महारोगाचं मुळीच चिन्ह नसल्याचं सांगितलं. शरीरतपासणीचे कागदपत्र ऑफिसमध्ये पाठवू असंही त्यांनी सांगितलं. तिथून बारई मास्तर आपल्या भाचीच्या घरी येऊन उतरले.

तिथे त्यांना भल्या पहाटे स्वप्न पडलं. स्वप्नात कुणी तरी त्यांना दहा वेळा सांगितलं, "अब क्यूं सोया है. ऊठ. तेरा काम हो गया.." त्यांनी उठून सभोवार बघितलं. कुणीच दिसलं नाही. परंतु हा आदेश गजानन महाराजांनी दिलेला आहे, असं त्यांच्या मनानं घेतलं. शेगावला दर्शनाला जायचं त्यांनी ठरवलं. सकाळी ते नागपूर स्टेशनवर आले. अकोल्याला गाडी बदलून भुसावळ पॅसेंजरमध्ये बसले. गाडीच्या डब्यात समोरच्याच बाकावर त्यांना एक माणूस दिसला. डोईला जरीकाठी मंदील, पर्शियन कॉलरचा लांब कोट, उमरेडी उपरणं अशा वेषातला रुबाबदार माणूस समोर बसलेला दिसला. त्या माणसानं बारई मास्तरांना विचारलं, "कुठे जायचंय?" बारई म्हणाले, "शेगावला. गजानन महाराजांच्या दर्शनाला." पुन्हा त्या माणसानं प्रश्न केला, "यापूर्वी कधी गेला होता का?" बारई यांनी नकारार्थी उत्तर दिल्यावर त्या माणसानं विचारलं, "कुठे असता?" बारईंनी उत्तर दिलं, "पारडसिंगा गावी राहतो. शाळामास्तर आहे." मग तो माणूस म्हणाला, "फार लांबून आलात. मीही निवृत्त एज्युकेशनल इन्स्पेक्टर आहे. मलाही शेगावला जायचंय. तिथे मी समाधीपुढे नंदादीप लावलाय. त्यातलं तूप संपलंय किंवा काय, हे बघायला चाललोय. चला, मी तुम्हाला घेऊन जातो."

शेगावला दोघेही उतरले आणि दर्शनाला मठात गेले. प्रथम त्या गृहस्थानं बारई मास्तरांना गुमास्त्याच्या खोलीत नेलं. त्यांना तो गृहस्थ म्हणाला, "अहो गुमास्ते, हे बारई मास्तर आलेत. फार लांबून आलेत. यांना आपण तीन दिवस ठेवून घेऊ. चौथ्या दिवशी जाऊ देऊ." मग त्यांनी बारई मास्तरांचं नाव-गाव नोंदवून घेतलं. दरवर्षी श्रींच्या नावावर त्यांची मनीऑर्डर येते या गोष्टीचीही नोंद झाली.

नंतर त्या गृहस्थानं बारई मास्तरांना स्वयंपाकघरात नेलं. आजीबाईंना तो गृहस्थ म्हणाला, "हे बारई मास्तर. फार लांबून आलेत. यांना आपण तीन दिवस ठेवून घेऊ. चौथे दिवशी जाऊन देऊ." त्यावर आजीबाई बारई मास्तरांना म्हणाल्या, "हे गरम पाणी आहे. स्नान करा. पूजा करून लवकर या. मी पोळ्या करते."

नंतर त्या गृहस्थानं बारई मास्तरांना पाकशाळा दाखवल्या. उत्तरेकडील व

पश्चिमेकडील भव्य दरवाजे दाखवून सारी माहिती दिली. भांड्यांची खोली दाखविली. धान्यकोठार दाखवलं. नंतर माडीवर नेऊन पालखी, झेंडे, पताका, रथ सजवण्याचं सामान हे सारं दाखवलं. बारई यांच्याजवळ 'श्री गजानन विजय', 'गजानन स्तोत्र' आहे काय असंही विचारलं. बारई मास्तरांनी होकारार्थी सांगितलं तेव्हा तो गृहस्थ म्हणाला, "ठीक आहे. आता तुम्ही स्नान करा."

मग बारई मास्तरांनी स्नान केलं. पूजेचं साहित्य घेऊन रामाचं दर्शन घेतलं. भुयारात जाऊन समाधीचं दर्शन घेतलं. त्या वेळी भुयारात घोटाभर पाण्यात उभं राहून दाराजवळून दर्शन घ्यावं लागे.

हे सारं संपवून बारई मास्तर जेवायला आले. आपल्या पंगतीला कुणीतरी हवं म्हणून बरोबर आलेल्या गृहस्थांचा त्यांनी शोध केला. पण ते गृहस्थ कुठेही दिसले नाहीत. गुमास्त्यांकडे चौकशी केली तेव्हा गुमास्ते म्हणाले, "कोण गृहस्थ? मी त्यांना बघितलं नाही." बारई मास्तर म्हणाले, "अहो ज्यांनी माझा परिचय करून दिला ते महाराज कुठे गेले?" गुमास्ते पुन्हा म्हणाले, "मी काही त्यांना बघितलं नाही." स्वयंपाकघरात जाऊन बारई मास्तरांनी आजीबाईंकडे चौकशी केली. परंतु त्यांनीही तसंच उत्तर दिलं.

अत्यंत निराश होऊन बारई मास्तर पुन्हा भुयारात गेले. त्यांना रडू फुटलं. त्यांनी महाराजांची करुणा भाकली, "महाराज दर्शन दिलंत खरं! पण आता मी एकटा कसा जेवू? पंगतीला या..." परंतु महाराजांनी पुन्हा दर्शन दिलं नाही. बारई मास्तर एकटेच जेवले.

दुसऱ्या दिवशी संक्रातीचं पर्व होतं. म्हणून सीतामाईला हळदकुंकू वाहण्यासाठी श्रीमंत बाया उंची दागिने घालून येत होत्या. तिथल्या त्र्यंबकराव पुजाऱ्यांनी बारई मास्तरांना सांगितलं, "मास्तर, हा पाट आहे. यावर बसा; आणि 'श्री गजानन विजय' ग्रंथाचं पारायण करा. मी गावात 'जोसपण' करायला जातो. तोवर देवळात कुणाला येऊ देऊ नका. कारण रामदेवाच्या अंगावर दागदागिने आहेत. मी पाच वाजेपर्यंत येतो."

बारई मास्तर पारायण करत बसले. सर्व बाया पाटावर नारळ, फळं, तांदूळ, पैसे असं साहित्य ठेवून नमस्कार करून निघून जात. पुजारी सात वाजण्याच्या सुमारास आले. बारईंना म्हणाले, "महाराज, हे सारं सामान सांभाळा." बारई मास्तर म्हणाले, "मला नको हे सामान!" पुजाऱ्यांनी सांगितलं, "हे तुम्हाला घेतलंच पाहिजे!" बारई मास्तरांनी प्रसाद म्हणून ते सामान घेतलं.

बारई मास्तर चौथ्या दिवशी आपल्या गावी परतले. घरी वरिष्ठ शिक्षणाधिकाऱ्याकडून नोकरीवर हजर राहण्याचा हुकूम आला होता. त्याप्रमाणे बारई मास्तर पुन्हा नोकरीवर रुजू झाले. मधल्या तीन महिन्यांच्या कालावधीतला पूर्ण पगारही त्यांना मिळाला.

साडेपस्तीस वर्षांची नोकरी पूर्ण केल्यानंतर बारई मास्तर सेवानिवृत्त झाले. श्री गजानन महाराजांच्या सेवेत आज आनंदानं त्यांची कालक्रमणा चाललेली आहे.

मुकुंद शंकर टुमकर, (वेताळवाडी, आग्रा रोड, कल्याण, जि. ठाणे).

१९६८ साली मुकुंद टुमकर यांना तिकीट कलेक्टरच्या कोर्ससाठी भुसावळला जावं लागलं. हा कोर्स पंचेचाळीस दिवसांचा होता. या कोर्ससाठी मुंबई विभागातले एकंदर चोवीस विद्यार्थी गेले होते. भुसावळ येथील बी. टी. बेंडाळे हे त्यांना शिक्षक होते. ते परीक्षेच्या दृष्टीनं ऐतिहासिक स्थळांची आणि धार्मिक स्थळांची माहिती देत असत. एकदा शेगावविषयी माहिती देताना ते म्हणाले, "जसे शिर्डीत श्री साईबाबा तसेच शेगावात श्री गजानन महाराज हे फार मोठे संत होऊन गेले. शेगाव हे जागृत स्थान आहे. रविवारी सुटी असते तेव्हा शेगावला जाऊन तुम्ही त्यांच्या समाधीचं दर्शन घ्या." सर्व विद्यार्थ्यांनी शेगावला जायचं ठरवलं. बेंडाळे गुरुजींनी या ट्रिपची जबाबदारी टुमकर यांच्यावर टाकली. कोर्ससाठी आलले सारे विद्यार्थी शेगावला गेले. दर्शन-पूजा झाल्यावर टुमकर मनात म्हणाले, 'टी.सी. कोर्ससाठी आलेले सर्व विद्यार्थी पास होऊ देत.' अभिषेकासाठी पैसे दिले. प्रसाद घेतला. काही मुस्लिम विद्यार्थी होते. संस्थान पाहून तेही भारावून गेले. टुमकरांनी महाराजांचे फोटो घेतले, पण पोथी घ्यायचे विसरून गेले. त्यामुळे त्यांच्या मनाला रुखरुख लागली होती. पुढे परीक्षा झाल्यानंतर सारे विद्यार्थी मुंबईला परतले. दोन महिन्यांनी रिझल्ट लागला. सर्व विद्यार्थी उत्तीर्ण झाले. महाराजांचे तीन फोटो टुमकरांनी आणले होते. त्यांपैकी एक फोटो त्यांनी पूजेतच ठेवला. दुसरा फोटो त्यांचे मेव्हणे गोविंदराव काशीलकर यांना दिला. तिसरा फोटो त्यांचे श्वशुर बबनराव साठे यांना दिला.

पोथी आणली नाही या गोष्टीची खंत त्यांना वाटत राहिलीच होती. शेगावला जाऊन पोथी आणण्याचा त्यांनी मनोमन संकल्प केला. एक दिवस टुमकर कामावरून परत येत होते. कल्याणच्या पोस्ट ऑफिससमोर एक खानावळ आहे. त्या खानावळीचे मालक सत्यवान चव्हाण हे टुमकरांचे शाळकरी मित्र आहेत. टुमकर कामावरून परत येत असताना त्यांनी बघितलं. त्यांना हाक मारून म्हणाले, "अहो टुमकर, इकडे या. आमच्या खानावळीत एक माणूस आला होता. तो जेवून गेला, पण जाताना एक पुस्तक विसरून गेला. तेव्हा ते तुम्ही घेऊन जा. तुम्हाला पुस्तकं, जुनी नाणी गोळा करण्याचा छंद आहे ना?" त्यांनी नोकराकडून ते पुस्तक आणवलं. एका जीर्ण कपड्यात ते पुस्तक बांधलं होतं. ते फडकं सोडून टुमकरांनी बघितलं. त्या फडक्यात गजानन महाराजांची पोथी बांधलेली होती. पोथी बघून टुमकरांना हर्ष झाला. ते मनात म्हणाले, "महाराजांनीच ही पोथी मला पाठवून दिली."

१९७१ सालची गोष्ट! सुटीच्या दिवशी एकवीरा देवीचं दर्शन घेण्यासाठी टुमकर लोणावळ्याला गेले. संध्याकाळी परत आले तेव्हा त्यांचा पुतण्या प्रकाश आणि पुतणी माधुरी हे दोघे त्यांचीच वाट बघत बसलेले दिसले. त्यांना बघताच ती दोन्ही मुलं रडायला लागली. दुपारपासून आजीची प्रकृती बिघडल्याचं त्यांनी सांगितलं. टुमकरांची आई बेशुद्धावस्थेतच होती. डॉक्टरांनी सांगितलं, "रक्तदाब वाढला आहे. अर्धांगवायूचा झटका आला आहे. ताबडतोब हॉस्पिटलमध्ये नेलं पाहिजे." लगेच ॲम्ब्युलन्स आणली आणि आईला रेल्वेच्या रुग्णालयात दाखल केलं. डॉक्टरांचे प्रयत्न चालले होते. केस सीरियस आहे असं डॉक्टरांनी सांगितलं. त्यांची आई अजूनही बेशुद्धावस्थेतच होती... टुमकरांचं सारं अवसान गळालं. त्यांनी गजानन महाराजांचा धावा सुरू केला. घरी येऊन महाराजांच्या फोटोसमोर उदबत्ती लावून पोथीचा एक अध्याय वाचला. म्हणाले, "माझी आई जगू दे!" नवव्या दिवशी पोथीचा एक अध्याय वाचून ते दवाखान्यात गेले. त्यांची छाती धडधडत होती. त्यांना बघताच डॉक्टर म्हणाले, "टुमकर, आठ दिवस बेशुद्धावस्थेतली केस जगू शकत नाही. पण परमेश्वराची कृपा की, तुमची आई शुद्धीवर आली आहे. आता घाबरण्याचं कारण नाही. पण अर्धांगवायूनं एक बाजू गेली आहे..." टुमकर आईजवळ गेले. त्यांना बघताच आईच्या डोळ्यांतून अश्रू आले. आईला चांगलं बोलता येत होतं. गजानन महाराजांनी त्यांची हाक ऐकली होती. पुढे दर गुरुवारी टुमकर आपल्या आईला पोथी वाचून दाखवत असत.

टुमकर यांच्या बहिणीचे यजमान गोविंदराव काशीलकर. ते आजारी पडले. त्यांना मुलुंडच्या हॉस्पिटलमध्ये तीन महिने ठेवलं होतं. त्यांना बराच खोकला येत होता. डॉक्टरांना कॅन्सरचा संशय आला. मुंबईला तपासणीसाठी त्यांना नेलं. टुमकर अतिशय घाबरून गेले. महाराजांसमोर त्यांनी उदबत्ती लावली. एक अध्याय वाचला. प्रार्थना केली की, माझ्या मेव्हण्यांना कॅन्सर होऊ देऊ नका. मी शेगावला आल्यावर अभिषेक करीन. तिसऱ्या दिवशी टुमकर हॉस्पिटलमध्ये गेले. त्यांना रिपोर्ट मिळणार होता. महाराजांच्या नावाचा जप करतच ते हॉस्पिटलमध्ये गेले. त्यांच्याकडे बघून मेव्हणे हसले. रिपोर्ट मिळाला. मेव्हण्यांना कॅन्सर झालेला नव्हता. त्यांचे मेव्हणेही गजानन महाराजांचे भक्त आहेत.

सौ. मंगला सुरेश बावने, (२/३, प्रीतिसंगम सोसायटी, डाक बंगल्याजवळ, सोलापूर)

पुसद हे त्यांचं गाव. सासर आणि माहेर एकाच गावात! त्यांचं सासर पुसदला नदीकाठी आहे. घरासमोर मारुतीचं देवालय असून मध्ये रस्ता आहे... ही कथा १९७५ साली घडली. मंगलाबाईंचा मोठा भाऊ मुकुंद देशपांडे यांची डेप्युटी इंजिनिअर म्हणून पुसदला बदली झाली. मुकुंद आणि त्यांची पत्नी प्रतिभा हे दोघेही

गजानन महाराजांचे भक्त! मुकुंद देशपांडे यांच्याजवळ जीप होती. माहेरचं घर सासरच्या घरापासून लांब होतं, त्यामुळे मुकुंद देशपांडे नेहमी मंगलाबाईंकडे जीप घेऊन येत. जीप आली म्हणजे मंगलाबाईंचे पुतणे 'मामाची जीप आली' असं ओरडून धावत जात. मामांना वेळ असला की जीपमधून हिंडवून आणत... एकदा अशीच जीप आल्यावर त्यांचे पुतणे धावत गेले. त्यांचा सर्वांत धाकटा तीन वर्षांचा पुतण्या हाही पळाला आणि नेमका जीपखाली आला. मुकुंद देशपांडे यांनी ब्रेक लावण्याचा प्रयत्न केला. पण जीप थांबली नाही. जीप मुलाच्या अंगावरून भिंतीकडे गेली. मुकुंदरावांच्या उरात धडकी भरली. भोवतालची मंडळी मुलगा मेला म्हणून ओरडली. परंतु समीरला खरचटलंदेखील नव्हतं. त्याला डॉक्टरकडे नेलं. पण त्याला मुकामारही लागलेला नव्हता. साऱ्यांनी गजानन महाराजांना धन्यवाद दिले.

मंगलाबाईंचा मुलगा राहुल हाही महाराजांचाच प्रसाद आहे. महाराजांचे शिष्य भाऊ कवर हे त्याच्या जन्माच्या वेळी भेटले होते. त्यांनी प्रसाद म्हणून मंगलाबाईंना माणिक, पोवळं व गळ्यातली माळ दिली. मुलगा होईल म्हणून सांगितलं. मंगलाबाईंना मुलगा झाला. पण भाऊ कवर यांची भेट मात्र पुन्हा झाली नाही.

✵

अरुण हळबे, (टिळकवाडी, यवतमाळ, विदर्भ).

अरुण हळबे हे यवतमाळ येथे एक मान्यवर शिक्षक म्हणून प्रसिद्ध आहेत. त्यांचे वडील अनंत परशुराम हळबे हे गजानन महाराजांचे उपासक होते. १९६१ साली वयाच्या ६९ व्या वर्षी ते कालवश झाले. १९०७ साली वयाच्या पंधराव्या वर्षी विद्यार्थिदशेत असतानाच प्रथम ते शेगावला गेले. अगदी सकाळी स्नान उरकून ते त्यांच्या दोन मित्रांबरोबर महाराजांच्या मठात गेले. महाराज उठून बसलेले होते. अवतीभोवती भक्तगण होता. महाराजांना चिलीम भरून देणं, प्रसाद म्हणून पेढे-नारळ देणं सुरू होतं. एकानं तर शाल आणली होती. आपण काय द्यावं, हे या विद्यार्थ्यांना कळेना. विद्यार्थ्यांजवळ पैसे कुठून असणार? खिशात पाचसहा पैशांपेक्षा जास्त पैसे नव्हते. एकदम ते तिघे विद्यार्थी बाहेर गेले. दोन पैशांचं दूध विकत घेतलं व पुन्हा मठात आले. गर्दी वाढत चालली होती. मुलं पुढे जायला घाबरत होती. कारण दर्शनाला समोर गेलेल्या काही लोकांना महाराजांनी मारताना त्यांनी पाहिलं होतं.

एवढ्यात महाराज आपल्या एका शिष्याला म्हणाले, "अमरावतीहून आलेली पोरं घाबरून मागे बसली आहेत. त्यांना बोलवा पुढे...!" मुलं जवळ येताच त्या तिघांनाही जवळ बसवून घेतलं आणि लोटीत आणलेलं दूध तीर्थासारखं स्वत: घेऊन त्या तिघांच्याही तोंडात स्वहस्ते घातलं; आणि त्या मुलांना महाराज म्हणतात कसे, "कशाला घाबरत होता इतके? मी काय तुम्हाला मारणार आहे?" महाराजांना

नमस्कार करायचीही त्या विद्यार्थ्यांना आठवण राहिली नाही. बऱ्याच वेळानं महाराजांसमोर त्या तिघांनी डोकं ठेवलं तेव्हा त्यांनी मुलांच्या पाठीवरून हात फिरवला.

हे विद्यार्थी बाहेर पडताच पाचपंचवीस लोक त्यांच्यामागे लागले. लोटीत शिल्लक राहिलेलं दूध त्यांना तीर्थ म्हणून हवं होतं.

विद्यार्थिदशेत झालेली ही पहिली भेट अनंतराव हळबे यांना नेहमी स्मरायची. त्याचप्रमाणे महाराजांचं शेवटचं दर्शनही त्यांना नेहमी आठवायचं. महाराज समाधिस्त होण्यापूर्वी तीनचार महिनेच त्यांना हे दर्शन घडलं. त्या वेळी ते एकटेच महाराजांच्या दर्शनाला गेले होते. महाराजांनी जवळजवळ दीड तास त्यांना पलंगावर आपल्या जवळ बसवलं होतं. महाराज स्वस्थ पडले होते. शेवटी मठाच्या दारापर्यंत स्वत: महाराज अनंतरावांना पोचवायला आले. दाराच्या चौकटीच्या उभ्या लाकडावर हात ठेवून ते एकटक पाहत होते. एकदोन वाक्यांत महाराजांनी अनंतरावांना गतजन्माचं रहस्य सांगितलं आणि भविष्यासंबंधीही सांगितलं. ही घटना अनंतरावांच्या अठराव्या वर्षी घडली. पुढे ते आणखी एकावन्न वर्षं जगले. पण त्यांनी आपली पत्रिका कुणाला कधी दाखवली नाही. ते नेहमी म्हणत, ''एका त्रिकालज्ञाने भविष्य कथन केल्यावर आता इतर कुणाला काय विचारायचं?'' महाराजांनी केलेल्या भविष्याचा त्यांना वारंवार पडताळा आलेला होता.

अनंतराव हळबे जसजसे वृद्धत्वाकडे झेपावू लागले, तसतसं त्यांचं मन अधिकाधिक हळुवार व्हायला लागलं. सेवानिवृत्तीनंतर त्यांना देवादिकांच्या कार्याकडे लक्ष द्यायला अधिक वेळ मिळू लागला. त्यांना नेहमी वाटायचं की, आपल्याजवळ गजानन महाराजांचा एखादा फोटो असायला हवा. एके दिवशी ते त्यांचे पुतणे रा. शं. हळबे यांना म्हणाले, ''अरे रामू, एकदा गजानन महाराजांचं पोर्ट्रेट तयार कर की!'' पण कार्यबाहुल्यामुळे पुतण्याच्या हातून चित्र काही तयार झालं नाही... त्यांच्या मनात हाच विचार चालला होता. दुपारची वेळ होती. जेवण उरकलेलं होतं. त्यांच्या हातात वर्तमानपत्र होतं. महाराजांचं चित्र मिळालं नाही याची खंत त्यांच्या मनात होती. ते स्वत: चांगली चित्रं काढत असत. पण आता वय झाल्यामुळे ते शक्य नव्हतं. आपल्याला महाराजांचं चित्र तयार करता येणार नाही, या विचारानं त्यांचं मन खिन्न झालं. डोळ्यांतून अश्रू ओघळायला लागले. त्यांनी पुन्हा तोंडासमोर वर्तमानपत्र धरलं. वाचता वाचताच त्यांना डुलकी लागली. ते आरामखुर्चीत बसलेले होते. बसूनच नेहमीप्रमाणे डुलकी घेत होते. दुपारची वेळ होती. इतक्यात काहीतरी वाजल्याचा भास झाला. त्यांना जाग आली. त्यांना एवढाच भास झाला होता की, फाटकातून कुणीतरी बाहेर पडलं आहे. वेळ पोस्टमन येण्याची होती. म्हणून ते उठले आणि घरात पत्र पडलं आहे की काय ते बघितलं. पुठ्ठ्याची एक पुंगळी दिसली. बृहन्महाराष्ट्र शुगर सिंडिकेटचं कॅलेंडर नेहमी अशाच पुंगळीतून यायचं.

म्हणून आत काय आहे ते पाहिलं. आत गजानन महाराजांचं छापील चित्र दिसलं.

ते बघताच अनंतरावांचा आनंद गगनात मावेनासा झाला. एकदा आनंद ओसरल्यावर त्यांनी ती पुंगळी हातात घेऊन त्यावरील छाप वाचायचा प्रयत्न केला. यवतमाळचा छाप दिसत होता, पण जिथून ती पुंगळी पाठवली गेली होती त्या ठिकाणचा पोस्टाचा शिक्का वाचता येत नव्हता. सुरुवातीला त्यांना वाटलं की, आपल्या पुतण्यानं हे चित्र पाठवलं असावं. म्हणून त्याचं कौतुक करणारं एक पत्र त्याला लिहिलं. 'मी चित्र पाठवलेलं नाही' असं पुतण्याचं उत्तर आलं. मग त्यांना वाटलं. शेगावच्या आपल्या मित्रांनी हे चित्र पाठवलं असावं. त्यांना जोडकार्ड पाठवून त्यांचेही आभार मानले. त्या मित्रांनी उत्तर पाठवून कळवलं, 'महाराजांची चित्रं छापून तयार झालेली नाहीत. छापून आल्यावर विक्रीस तयार होतील.' वेगवेगळ्या आकाराच्या चित्रांचे दरही त्यांनी कळविले होते. ज्या आकाराचं चित्र पुंगळीतून आलेलं होतं त्याची किंमत दहा आणे राहील असंही त्यांनी कळवलं होतं... त्यानंतर अनंतरावांनी खूप ठिकाणी पत्रं पाठवून चित्र कुणी पाठवलं याची चौकशी केली होती. पण अखेरपर्यंत ते गूढच राहिलं. चित्रं छापून व्हायची आहेत, असं मठाच्या व्यवस्थापकांनीही कळवलं होतं.

अनंतरावांचे सुपुत्र अरुण हळबे अभिमानानं आणि श्रद्धायुक्त अंतःकरणानं सांगतात, "आज पंचवीस वर्षं तरी आमच्या देवघरात देवाच्या गाभाऱ्यात ते चित्र लावलेलं आहे. माझ्या वडिलांनी तो प्रसाद मानला होता. वडिलांना मिळालेला प्रसाद आज आमचा आशीर्वाद ठरतो आहे. तीच आमची श्रीमंती आहे. तोच ठेवा आहे. वैभवही तेच आहे."

✺

सौ. सुलभा देशमुख, (मुख्याध्यापिका, शासकीय कन्याशाळा क्र. १, शेगाव, विदर्भ)

सौ. सुलभाताई शेगावला बदलून येण्यापूर्वी त्या बाळापूरला सहशिक्षिका होत्या. बाळापूरला असताना त्यांचा देवधर्माकडे फारसा ओढा नसे. लहान-लहान मुलींना घरात एकट्यांना ठेवून शाळेत जाताना त्यांना अतिशय वाईट वाटायचं, पण इलाजच नव्हता. कारण मुलांकडे बघणारं घरात कुणीच नव्हतं. एकदा त्यांना अशीच काळजी लागली असताना त्यांना स्वप्न पडलं. दारातून कुणीतरी नग्न पुरुष आत डोकावून पाहत होता. त्या भीतीनं ओरडल्या, "वेडा आला, वेडा आला!..." दुसऱ्या दिवशी सुलभाताईंनी ही हकिगत आपल्या पोक्त वयाच्या मुख्याध्यापिकेला सांगितली. त्या म्हणाल्या, "अगं ते गजानन महाराज होते. तू त्यांना ओळखलं नाहीस." त्या दिवसापासून सुलभाताईंच्या शेगावच्या वाऱ्या सुरू झाल्या.

हळूहळू गजानन महाराजांविषयीची भक्तिभावना वाढीला लागली. सुलभाताई घरात एकट्याच असल्यामुळे सोवळंओवळं पाळणं त्यांना शक्य नव्हतं. म्हणून महाराजांना त्या शिजलेल्या अन्नाचा नैवेद्य कधीच दाखवत नसत. शेंगदाणे, खडीसाखर, दूध, खोबरं अशाच वस्तूंचा नैवेद्य दाखवत. एकदा स्वप्नात त्या आणि मुली जेवत बसल्या होत्या. एवढ्यात शेजारचा लहानसहान कामं करणारा मुलगा मनोहर तिथे आला आणि त्यानं विचारलं, "मी जेवायला येऊ का?" सुलभाताईंनी हो म्हटल्याबरोबर तो जेवायला बसला. तो म्हणाला, "एवढं अन्न आपल्या सर्वांना पुरेल का?" सुलभाताई म्हणाल्या, "पुरून उरेल. तू कशाला काळजी करतोस? कमी पडलं तर पुन्हा करून वाढीन. पोटभर जेव." जेवता जेवताच त्याच्या अंगावरचे कपडे हळूहळू घसरायला लागले. सुलभाताई ओरडल्या, "अरे, हे काय आहे रे? अरे मन्या असं काय करतोस?" तो उठून उभा राहिला आणि मन्याच्या जागी पूर्ण नग्न पुरुषाची प्रतिमा सुलभाताईंना दिसली. त्या घाबरून ओरडल्या, "वेडा, वेडा!" त्या जाग्या झाल्या. त्यांना कुणीच दिसलं नाही... दुसऱ्या दिवशी शाळेत गेल्यावर त्यांनी मुख्याध्यापिकाबाईंना हे स्वप्न कथन केलं. त्या म्हणाल्या, "तू इतके कडकडीत उपास करतेस आणि देवाला खडीसाखर, शेंगदाणे खाऊ घालतेस. हा नैवेद्य खाऊन त्याला वीट आला. म्हणूनच महाराज तुझ्या हातचा अन्नाचा नैवेद्य घ्यायला आले होते आणि तू त्यांना वेडा म्हणालीस. तरी बरं या वेळी ते तुझ्या ओळखीच्या मन्याच्या रूपानं आले होते... पण तू त्यांना ओळखलं नाहीस... त्याच वेळी तू त्यांचे पाय का धरले नाहीस? तुझ्या जन्माचं सार्थक तरी झालं असतं."

तेव्हापासून सुलभाताईंना महाराजांच्या दर्शनाची ओढ लागली. त्यातच १९६१ साली त्यांची बदली शेगावला झाली. शेगावला आल्यावर गुरुपुष्यामृत, दोन्ही चतुर्थ्या, दशमी, एकादशी, द्वादशी या तिथींना 'श्री गजानन विजय' या पोथीची मंदिरात जाऊन एकाच बैठकीत पारायणं करू लागल्या. महाराजांच्या कृपेनं आपल्यावरची संकटं दूर होतात असं त्यांना वाटू लागलं. शेगावला असतानाच १९६६ साली त्यांची वरच्या जागेवर बढती झाली. १९७४ साली अधिक श्रावणातल्या सोमवारी रात्री बाराच्या सुमारास त्यांना महाराजांचं दर्शन घडलं. सुलभाताई पुस्तकांचं कपाट आवरत असताना मुली नित्याप्रमाणे बाहेर व्हरांड्यात होत्या. त्या सांगू लागल्या, "तुझ्याकडे कुणीतरी आलंय." सुलभाताईंनी मुलींना सांगितलं, "त्यांना आत पाठव." ते गृहस्थ दारात येऊन उभे राहिले. पायात खडावा, कमरेला भगवी लुंगी, अंगात रामदासी पद्धतीचा भगवा सदरा, डोक्याला मोठा भगवा फेटा, गळ्यात रुद्राक्षाची माळ, कपाळावर गंधाचा मोठा टिळा, कानात रुद्राक्ष, मुद्रा अतिशय तेजस्वी अशी ती मूर्ती पाहताच सुलभाताईंनी साष्टांग दंडवत घातले. "भगवंता, आज मी धन्य झाले," असे उद्‌गार त्यांच्या तोंडातून निघाले... त्या पुरुषानं

सुलभाताईंना उठवल्याचा भास झाला. मुलींना उद्देशून त्यांनी सांगितलं, ''दूध आणा, केळी आणा.'' एवढ्यात ते अंतर्धान पावले... थोड्याच दिवसांनी त्यांच्या एका मुलीचं लग्न विनासायास पार पडलं. नंतर १९७५ साली ५ सप्टेंबरला सुलभाताईंना राज्य पुरस्कार मिळाला. मग दुसऱ्या मुलीचंही लग्न १९७५ साली असंच विनासायास पार पडलं. दोन्ही मुली सुस्थितीत आहेत... सुलभाताईंकडे राबता मोठा आहे. आल्यागेल्याचं आतिथ्य त्या मनोभावे करतात. हे सारं गजानन महाराजांमुळेच शक्य होतं अशी त्यांची श्रद्धा आहे.

✷

शं. त्र्यं. ओक, (गटविकास अधिकारी, मु. पो. अकोला, जि. अहमदनगर).

ओक यांचा जन्म १९२५ नंतरचा असल्यामुळे त्यांना महाराजांच्या समक्ष दर्शनाचा योग आला नाही. परंतु त्यांच्या मातोश्रींनी महाराजांचं प्रत्यक्ष दर्शन घेतलेलं आहे. महाराजांच्या भक्तीचा वारसा त्यांना मातोश्रींकडूनच मिळाला. त्यांना अनुभव येत चालले. १९५० साली सरकारी नोकरीवर ते मध्य प्रदेशातल्या होशंगाबादला रुजू झाले. हे जिल्ह्याचं ठिकाण असूनही तिथे चांगल्या खानावळी नव्हत्या. एक पंडित जेवण देत असे. तिथेच वरच्या बाजूला राहण्याची खोलीही त्यांना मिळाली. सकाळी स्नान करण्याची वेळ आली तेव्हा ओक यांनी मालकांना विचारलं, ''स्नानगृह कुठं आहे?'' मालकांनी सांगितलं, ''नर्मदाबाई दुथडी भरून वाहत आहे. स्नानगृह हवं कशाला? घाटावर जा आणि नदीवर स्नान करून या!'' जुलैचा महिना होता. नर्मदा दुथडी भरून वाहत होती. घाटावरील पायऱ्यांवर पाणी आलेलं होतं. ओक यांना विहिरीत चांगलं पोहता येत होतं; परंतु नदीत पोहायला येत नव्हतं. मागचापुढचा कसलाही विचार न करता त्यांनी नदीत सूर मारला. नर्मदेच्या पाण्याला खूप ओढ होती. त्यामुळे ते नदीच्या मधल्या धारेत वाहत गेले. सुमारे सव्वाशे फूट ते आत गेले. मग मात्र वाटलं की, सूर मारण्यात आपण चूक केली. आता काठाला लागणं त्यांना शक्य नव्हतं. गजानन महाराजांची त्यांनी आठवण केली... त्यांनी डोळे घट्ट मिटून घेतले. पाच-दहा मिनिटं गेली, पण त्यांच्या नाकातोंडात पाणी गेलं नाही. आपण बुडत नाही हे त्यांना कळून चुकल्यावर त्यांनी डोळे उघडून पाहिलं. त्यांना आश्चर्याचा धक्काच बसला. सव्वाशे फूट आत गेलेले ओक घाटापासून अवघ्या पाच-सात फुटांवर आलेले होते. त्यांना 'श्री गजानन विजय' या पोथीतल्या नर्मदा नदीतला प्रसंग आठवला. मनाशी ते म्हणत होते, 'होडीतल्या माणसांना गजानन महाराजांनी वाचवलं तसंच त्यांनी आपल्यालाही वाचवलंय...'

एकदा अक्षय्यतृतीयेला ओक आपल्या दोन मुलांना घेऊन शेगावला गेले. शेगावच्या देवस्थानला ते 'फूल ना फुलाची पाकळी' नेहमी देतात. परंतु तिथे जेवण

मात्र सहसा घेत नाहीत. अक्षय्यतृतीयेच्या दिवशी त्यांच्या मुलांना तिथे जेवण्याची इच्छा झाली. त्यावर ओक आपल्या मुलांना म्हणाले, "आज जर कुणी आपल्याला भोजनाबद्दल आग्रह केला, तर आपण या ठिकाणी जेवण घेऊ." त्यानंतर सर्वांनी रामाचं दर्शन घेतलं. पायऱ्या उतरून गजानन महाराजांचं दर्शन घेतलं. उजव्या बाजूनं ते पायऱ्या चढून वर येत होते. बाहेरच्या अंगणात आल्याबरोबर एक अनोळखी वयस्कर गृहस्थ भेटले. ते ओक मंडळींना म्हणाले, "आपण बरेच दिवसांनी लांबून आलेले आहात. आज सण आहे. भोजन घेतल्याशिवाय आपण जाऊ नये." ओक यांची मुलं मागोमाग येत होती. त्यांना मनोमन गजानन महाराजांचा साक्षात्कार घडला.

एकदा ओक यांची बदली झाली. मुलांच्या शिक्षणाच्या दृष्टीने त्यांना ही बदली नको होती. पण आणीबाणीच्या दिवसांत बदली रद्द करून घेणं शक्य नव्हतं. ओक लगेच गजानन महाराजांचं दर्शन घेऊन आले आणि त्यांची बदली रद्द झाली... ओक यांना भावी घटनांच्या पूर्वसूचना स्वप्नात मिळतात. गजानन महाराजांचं कृपाछत्र आपल्यावर आहे, अशी त्यांची दृढ श्रद्धा आहे.

✵

सौ. सुशीलाबाई कथने, (मु. पो. शेगाव, विदर्भ).

शेगावच्या म्युनिसिपल हायस्कूलमधून सेवानिवृत्त झालेले शिक्षक त्र्यं. रं. कथने यांच्या त्या पत्नी! त्यांनी सांगितलेल्या या आठवणी त्यांच्या नात्यातल्या व्यक्तींच्या आहेत.

अमरावती येथील मुरलीधरपंत पनवेलकर यांच्या घरी एकदा एक भिक्षुक आला. पनवेलकर हे उदबत्ती, पानाचा मसाला, स्वयंपाकाचा मसाला अशांसारख्या वस्तूंचं घरगुती उत्पादन करतात आणि स्वतःच किरकोळ विक्री करतात. ज्या दिवशी त्यांच्या घरी भिक्षुक आला त्या दिवशी भिक्षा वाढायला घरात काहीच नव्हतं. मुरलीधरपंतांच्या पत्नीच्या मनात काय आलं कुणास ठाऊक! पत्नीनं चुलीवर असलेली सगळीच्या सगळी खिचडी भिक्षुकाला वाढली. थोड्या वेळानं सहज म्हणून डबे बघितले तेव्हा डब्यात डाळ, तांदूळ भरपूर असल्याचं त्यांना आढळून आलं. डब्यात तर काहीच नव्हतं. मग हे धान्य आलं कुठून? गजानन महाराजांनी भिक्षुकाच्या स्वरूपात दर्शन देऊन त्यांना हा प्रसाद दिला, अशी त्यांची खात्री पटली.

मेहेकर येथील एक सधन शेतकरी विष्णूसा सावजी यांच्या जावयाला ॲपेंडिक्सचा त्रास होत होता. शेवटी ऑपरेशन करायचं ठरलं. पण प्रत्यक्ष ऑपरेशनची वेळ झाली तेव्हा स्वतः डॉक्टरदेखील कचरू लागले. ऑपरेशन न करता, जगेल तेवढे दिवस रोग्याला जगू द्यावं असा त्यांचा विचार होता. पण मन खंबीर करून स्वतः

रोग्यानंच ऑपरेशनचा आग्रह धरला. 'गजानन महाराजांची इच्छा असेल तसं घडेल,' असं तो म्हणाला. ऑपरेशन करण्यात आलं. ते यशस्वी झालं. गजानन महाराजांना त्यांनी शतश: धन्यवाद दिले.

आसराबाई गणपत गरदडे ही बाई शेगावचीच! अजून तिचं वास्तव्य मंदिराजवळ आहे. ही बाई मोलमजुरीची कामं करते. परंतु मंदिराचं काम नसेल तरच इतरत्र कामाला जाते. पूर्वी तिचं घरदार, शेतीवाडी होती. परंतु पतीच्या व्यसनामुळे सारं गेलं. शेवटी उपासमारीला कंटाळून मुलगा व मुलगी यांच्यासह ती गावाबाहेरच्या विहिरीकडे जीव द्यायला निघाली. रस्ता सोडून पाऊलवाटेवर येताच समोरून एक प्रवासी आला. त्यानं तिला हटकलं, "सगळे लोक घराकडे चाललेत आणि तू इकडे कुठे जातेस?" तिनं उत्तर दिलं, "पाणी प्यायला चाललेय." तेव्हा तो प्रवासी तिच्याबरोबर चालायला लागला. तिचा जीव देण्याचा विचार अर्थात सफल झाला नाही. तो प्रवासी नंतरही तिची विचारपूस करत मंदिरापर्यंत आला. बोलण्याच्या ओघात तो म्हणाला, "इथे मंदिरात कामाला का जात नाहीस? तुला काही कमी पडणार नाही." बोलत बोलत ते मंदिरापर्यंत येऊन पोचले होते. नंतर तिनं आजूबाजूला बघितलं, पण कुणीच दिसलं नाही... तेव्हापासून प्रामुख्यानं ती बाई मंदिराचं काम करते. आता ती सुखात आहे.

सुशीलाबाईंची मुलगी रजनी लहानपणापासूनच गुरुवारचे कडकडीत उपास करायची. शाळेत असताना ती एकदा आजारी पडली. लागोपाठ दोनतीन दिवस न जेवल्यामुळे ती गळून गेली. सुशीलाबाई तिला म्हणाल्या, "तू काही खाल्लं नाहीस म्हणून तुला त्रास होतो आहे. उद्या सकाळीच तुला गरम-गरम भात जेवू घालीन!" दुसऱ्या दिवशी गुरुवार होता. गुरुवारी भात खायला रजनीची तयारी नव्हती. रात्री तिला स्वप्नात दृष्टान्त झाला. कुणीतरी सांगितलं, "गुरुवारचा उपवास मोडू नकोस. तुला आता फार दिवस उपवास करावे लागणार नाहीत." रजनीनं उपास मोडला नाही. लग्न होईपर्यंत तिनं असेच उपास केले. आता सासरी ती सुखात आहे. अजूनही ती एक वेळ जेवण करून गुरुवारचा उपास करते.

✷

सौ. सीता कुलकर्णी, ('अनंत' बंगला, १३५३ शुक्रवार पेठ, नातूबाग, पुणे - ४११ ००२).

लहानपणापासूनच यांना दृष्टान्त व्हायचे. विरक्त वृत्ती अंगी बाणलेली! दासगणू महाराजांचं दर्शन घेतल्यापासून त्यांना गजानन महाराजांविषयी एक प्रकारची ओढ निर्माण झाली होती. पुणे जिल्ह्यातील घोडेगावच्या जनता विद्यामंदिरात त्या शिक्षिका म्हणून काम करत असताना त्यांना अध्यात्मप्रेमी भक्तांचा सहवास लाभला. त्या

मंडळींना मनातली तळमळ सहज बोलून दाखवली. त्याच दिवशी त्यांना 'श्री गजानन विजय' ही पोथी मिळाली. त्या नियमित एक अध्याय वाचत असत. आठ दिवसांत दुसरी पोथी मिळाली. दोन्ही पोथ्यांची त्यांनी दोन-दोन पारायणं केली. त्यानंतर सीताबाईंना महाराजांचं साक्षात दर्शन झालं. प्रसन्न मुद्रा, हास्यवदन अशी महाराजांची मूर्ती त्यांना दिसली. त्यांच्या आणि महाराजांच्या मध्ये पाण्यानं भरलेलं एक पातेलं होतं. महाराज काहीतरी बोलले पण त्यांना ते बोलणं स्मरत नाही. ही घटना १९६७ सालच्या श्रावण महिन्यातली आहे.

नंतर १९७३ सालच्या फेब्रुवारीला घोडेगाव सोडून त्या पुण्याला आल्या. त्यांची तळमळ वाढतच होती. वाड्यातल्या एका बाईच्या सांगण्यावरून गुरुपुष्याच्या दिवशी एक संपूर्ण पारायण, दशमी-एकादशी-द्वादशीला अशी तीन दिवसांची अनेक पारायणं त्यांनी केली. त्या वेळी त्यांच्या मनात आलं की, पोथी आपल्या मालकीची असावी. त्यांना पोथीही योगायोगानं मिळाली. नाझरे या नावाच्या एका श्रीमान् बाईंकडे 'श्री गजानन विजय' हा ग्रंथ होता. परंतु त्यांना ती पोथी धार्जिणी नाही असं त्यांच्या मनानं घेतलं. नाझरेबाई ती पोथी टाकून देणार होत्या. त्या वेळी सीताबाई सहज म्हणून बोलून गेल्या, "मला गजानन महाराजांची पोथी हवी आहे. विकत घेण्याचा विचार आहे." लगेच नाझरेबाईंनी तो ग्रंथ सीताबाईंकडे पाठवून दिला. त्यानंतर आठच दिवसांनी सीताबाईंची एक मैत्रीण त्यांच्याकडे आली आणि म्हणाली, "एक यात्रा ठरविली आहे. त्या यात्रेत शेगाव आहे. येणार का?" सीताबाई त्या यात्रेत सामील झाल्या.

शेगावला दर्शनाला गेल्या असताना त्या एका कोपऱ्यात बसल्या. महाराजांची मूर्ती तिथून सहज दिसत होती. सीताबाईंचं लक्ष महाराजांच्या पदकमलावर खिळून राहिलं होतं. त्या चरणकमलातून प्रकाशकिरण अतिवेगानं बाहेर पडताना दिसत होते. मंदिरात भक्तवृंद नामसंकीर्तनात तल्लीन झाला होता. सीताबाई ते नामसंकीर्तन ऐकण्याचा प्रयत्न करू लागल्या. तिथे सर्वत्र प्रकाशाच्छादित महाराजांची मूर्ती सगळीकडे दिसू लागली. पुन्हा स्वतंत्र प्रकाशपुंज दिसला. त्यात एक कमळ निर्माण झालं; आणि त्या कमळात महाराज बसलेले दिसू लागले. त्या दृश्यात क्रमाक्रमानं बदल होत गेला. धनुर्धारी प्रभुरामचंद्र सीतेसह शिलातलावर बसले आहेत असं दिसलं. मग साक्षात लक्ष्मी श्री विष्णूंचं पदकमल सेवीत आहे, असं दिसायला लागलं. त्यानंतर त्या ठिकाणी त्यांना वडील-मातोश्री दिसायला लागले. सगळीकडे क्षणात अपार सागर पसरलेला दिसला. पाण्यावर भगवान-शेष डोलू लागला. मग त्या शेषाच्या ठिकाणीच मंचकावर श्री गजानन महाराज बकुलपुष्पांचा हार गळ्यात घालून विराजमान झाल्यासारखे स्पष्ट दिसले. पुन्हा ते दृश्य बदललं. तेजोगोल निळसर दिसला. त्यात एका वृक्षावर श्रीकृष्ण बासरी वाजवताना दिसला. त्याच

वेळी आकाशात पौर्णिमेचा चंद्रगोल आनंदात प्रकाशकिरण फेकत आहे, तर खाली जलसंभारानं परिपूर्ण अशा यमुनेत एका होडीत बसून आपण जलविहार करत आहोत, असं त्यांना वाटलं.

शेगावहून परत येताना सीताबाईंना अतिशय बेचैन वाटू लागलं. बसमध्येच त्यांनी गजानन स्तोत्र येईल तसं लिहिलं. त्या अवस्थेत लिहिलेल्या त्या स्तोत्राच्या काही ओळी अशा होत्या – 'त्या प्रकाशपुंजाभितरी। मूर्ती दिसली साजिरी। कमलासनी खरोखरी। पाहिलें मी गजानन ।।... पुनरपि तेजोगोल विकसला । नील नीलिमा प्राप्त झाला । क्षणी ऐकिलें मी बासरीला । उंच वृक्षी कृष्ण कान्हा ।। प्रसन्न दिसे यमुनातीर। शान्त वाहे सुनील नीर । शान्तचित्ते नौकाविहार । करीत मोदे गजानन ।। विश्व अवघे एकतान । पाहता श्रीगजानन । गानवादनी ते तल्लीन । पुण्यसमया भासले ते ।।'... अशा तऱ्हेचं हे स्तोत्र त्यांना स्फुरलं. सीताबाईंनी अनेक स्तोत्रं करून ती प्रसिद्ध केली आहेत... अशा अवस्थेतच त्यांना ही स्तोत्रं स्फुरलेली आहेत. गजाननचरणी त्यांचा सात्त्विक भाव लीन झालेला आहे.

✷

श्रीराम चिंतामण खेर, (ब्रँच मॅनेजर, स्टेट बँक ऑफ इंडिया, हिंगणघाट, जि. वर्धा- विदर्भ).

श्रीराम खेर यांचे आईवडील शेगावला राहत होते. आता दोघेही हयात नाहीत. शेगावला ते राहत असताना १९०६-०७ साली रोज मठात जाऊन ते महाराजांचं दर्शन घेत असत. एके दिवशी त्यांच्या वडिलांनी मोगऱ्याच्या फुलांचा हार तयार करून तो महाराजांच्या गळ्यात घातला. महाराजांनी तो हार परत त्यांच्या अंगावर फेकला आणि म्हणाले, "खामगावी जा." त्याप्रमाणे श्रीराम खेर यांचे वडील खामगावी नोकरीसाठी गेले. ते मेकॅनिकल इंजिनिअर होते. त्यांना खामगावी नोकरी तर मिळालीच, पण महाराजांच्या आशीर्वादानं खामगावला त्यांनी स्वत:ची जिनिंग फॅक्टरी सुरू केली.

स्वत: श्रीराम खेर हे १९६१ साली खामगावला स्टेट बँकेत हेडक्लार्क होते. खामगाव ते शेगाव हे अंतर फक्त दहा मैलांचं आहे. श्रीराम खेर हे दर गुरुवारी शेगावची पायी वारी करत असत. अशा पाच गुरुवारी त्यांनी वाऱ्या केल्या. त्यानंतर वरच्या जागेसाठी त्यांना मुंबईला मुलाखतीसाठी बोलावणं आलं. मुंबईला जाण्यापूर्वी ते शेगावला दर्शनाला गेले. ज्या ठिकाणी शेगावच्या मठाचं ऑफिस आहे तिथे त्यांना एक साधुमहाराज भेटले. म्हणाले, "चार आणे दे." चार आणे देऊन खाली वाकून नमस्कार केल्यावर ते साधुमहाराज म्हणाले, "या वेळेला तुझं काम होईल." त्याच्या आधी दोनतीन वेळा मुलाखतीला जाऊनही त्यांना वरची जागा मिळाली

नव्हती... त्यानंतर ते साधुमहाराज महाद्वाराकडे गेले. श्रीराम खेर हेही त्यांच्या पाठोपाठ महाद्वाराकडे परंतु त्या वेळी ते साधुमहाराज अदृश्य झाले होते. गजानन महाराजांनी स्वत: येऊन आपल्याला आशीर्वाद दिला असं श्रीराम खेरांना वाटलं. त्या वेळी मुंबईला ते मुलाखतीसाठी गेले. त्यांना त्या वेळी बढती मिळाली. ही गोष्ट १९६१ साली फेब्रुवारी महिन्यात घडली.

१४ जानेवारी, १९७२ साली श्रीराम खेर हे मूर्तिजापूरला स्टेट बँकेत ब्रँच-मॅनेजर होते. काही कौटुंबिक त्रासामुळे ते अतिशय उदास झाले होते. १४ जानेवारीला ते रस्त्यानं बँकेत जात असताना एक गृहस्थ एका बाजूनं आले. त्यांच्या अंगावर खाकी कपडे होते. श्रीराम खेरांना ते म्हणाले, ''नमस्कार साहेब. तुमचं फार मोठं भलं होणार आहे.'' एवढंच बोलून ते बघता बघता दिसेनास झाले... लवकरच खेरांचा कौटुंबिक त्रास पूर्णपणानं निवळला. त्यांची महाराजांवर अधिकच भक्ती बसली. त्यांनी पोथीची अनेक पारायणं घरी आणि शेगावी केलेली आहेत. खेरांना अनेक वेळा महाराजांनी स्वप्नात येऊन दर्शन दिलेलं आहे. मार्गदर्शन केलेलं आहे.

१९६३ साली श्रीराम खेर हे अमरावतीला होते. तिथे बडनेरा रोडवर ते दंड यांच्या वाड्यात राहत असत. त्यांचा थोरला मुलगा अनिल हा त्या वेळी तेरा वर्षांचा होता. सातव्या इयत्तेत शिकत होता. एके दिवशी सकाळी दहा वाजण्याच्या सुमारास एक तरुण साधू त्यांच्या घरी आला. त्या साधूला अनिलनं चार आणे दिले. नमस्कार केला. त्या वेळी साधूनं मुलाला आशीर्वाद दिला, ''तू पुष्कळ शिक्षण घेशील!'' त्याप्रमाणे अनिल मॅट्रिकला पहिल्या वर्गात उत्तीर्ण झाला. त्यानंतर इंटर सायन्स, बी.ई. (मेकॅनिकल) आणि एम.टेक. या परीक्षांनाही तो पहिल्या वर्गात उत्तीर्ण झाला. इन्स्टिट्यूटतर्फे पीएच.डी.साठी त्याला अमेरिकेला पाठविण्याची शिफारस झाली. त्याला आजवरच्या आयुष्यात कधी अपयश आलं नाही. ही महाराजांची कृपा आहे असं तो मानतो.

श्रीराम खेर यांची धाकटी बहीण लग्नाची होती. वडील नसल्यामुळे बहिणीच्या लग्नाचा भार त्यांच्यावर होता. त्यांच्या बहिणीनं शेगावी जाऊन, घरी पोथीची अनेक पारायणं केली. एक वर्षाच्या कालावधीत तिचं लग्न झालं. यजमान मुंबईला स्टेट बँकेत ऑफिसर आहेत. मुंबईला त्यांचा स्वत:चा फ्लॅट आहे. मुलं चांगल्या प्रकारे शिक्षण घेत आहेत. बहिणीचं कुटुंब आज सुस्थितीत आहे. गजानन महाराजांवरील त्यांची भक्ती कमी झालेली नाही.

श्रीराम खेर हे स्वत:च्या संसारात अत्यंत संतुष्ट आहेत. ''महाराजांनी मला काहीही उणं ठेवलेलं नाही,'' असं ते म्हणतात. त्यांच्या ध्यानीमनी नसताना त्यांच्या दारी उत्तम फियाट गाडी आली. हे सारं गजानन महाराजांनी केलं असं ते मानतात.

शंकरराव दामोदर घोटेकर, (२०६, तानाजी चौक, भसे वाडा, सिन्नर- ४२२१०३, जि. नाशिक).

शंकररावांचा सर्वांत वडील मुलगा सव्वासात वर्षांचा आहे. त्याच्या जन्मापूर्वीच त्यांनी गजानन महाराजांना नवस केला. नवस करताना ते म्हणाले होते, "मला मुलगा होऊ दे. मी त्याला घेऊन दर्शनाला येईन..." परंतु काही अडचणींमुळे त्यांना दर्शनाला काही जाता आलं नाही. वयाच्या एक वर्षापासूनच त्यांच्या मुलाला ताप येऊ लागला. ताप जास्त झाला की, त्याला फीट यायची. त्याची स्थिती फार वाईट झाली. बरेच डॉक्टरी इलाज झाले. तात्पुरतं बरं वाटायचं, पण पुन्हा ताप यायचा. मुलाला जेव्हा नेहमी त्रास होऊ लागला तेव्हा शंकररावांना नवसाची आठवण झाली. मग ते मुलामाणसांना घेऊन शेगावला दर्शनाला गेले. त्यानंतर मुलाचे सर्व आजार नाहीसे झाले. आजवर त्याला कुठलाही त्रास झालेला नाही. त्यांची महाराजांवर भक्ती बसली. तेव्हापासून दर महिन्याला ते सव्वा रुपयाची मनीऑर्डर शेगावला पाठवू लागले. पैसे पाठविण्यात खंड पडला की, घरात पुन्हा आजारपण सुरू होतं. मध्यंतरी त्यांच्या वडील मुलाचा ओठ तुटला होता... तेव्हापासून ते स्मरणपूर्वक पैसे पाठवतात. गजानन महाराजांचा प्रसाद पोस्टानं येतो; आणि घरात अतिशय आनंदी वातावरण निर्माण होतं. घरात कुणालाही आजारपण येत नाही.

❋

वैद्य कृष्णा व्यंकटराव डेहनकर, (मु. पो. बडनेरा रेल्वे, जि. अमरावती-विदर्भ).

ही घटना ९ जुलै १९६४ रोजी घडलेली आहे. डेहनकर हे निंबोली प्राथमिक आरोग्य केंद्रात आरोग्य निरीक्षक म्हणून काम करत होते. त्यांचे आईवडील बडनेरा रेल्वे येथे वास्तव्य करून त्यांच्या शेतीवर देखरेख करायचे. त्यांचं शेत हे रेल्वेलाइनच्या लगत असल्यामुळे रेल्वेरुळांच्या बाजूनं शेतात जावं-यावं लागे. जुलै म्हणजे पावसाळ्याचे दिवस. ९ जुलैला सोसाट्याचा वारा सुटला होता. त्यातच पावसाच्या सरीवर सरी येत होत्या. कृष्णरावांची आई सौ. अलोकाबाई या शेतावरून रेल्वेलाइनच्या बाजूनं घरी परत येत होत्या. पाठीमागून केव्हा मालगाडी आली हे वाऱ्याच्या गोंगाटात त्यांना कळलं नाही. त्या मालगाडीचा धक्का अलोकाबाईंना बसला; आणि उजव्या हाताचं 'कम्पाउंड फ्रॅक्चर' झालं. हाताचा स्नायुयुक्त भाग पूर्ण गळून पडल्यासारखा झाला. लगेच त्यांना अमरावतीच्या जिल्हा रुग्णालयात नेण्यात आलं. मेडिकल ऑफिसर डॉ. आर. डी. देशमुख, डॉ. शास्त्री आणि सर्जन डॉ. श्यामसुंदर यांनी ऑपरेशन केलं आणि सर्व स्नायू ठाकठीक बसवले. अंगातलं रक्त गेलं असल्यामुळे दोन बाटल्या रक्त दिलं. प्रकृती चांगली व्हायला लागली. परंतु चौथ्या दिवशी हाताच्या बोटांची हालचाल बंद पडली. त्यामुळे सर्व डॉक्टरांनी

पाचव्या दिवशी सकाळी ९ वाजता बाहूपासून हात तोडण्याचा निर्णय घेतला. हा निर्णय ऐकून कृष्णरावांच्या समोर अनेक प्रश्न उभे राहिले. आपल्या आईचं आता काय होणार? तिला कपडे करता येतील का? स्नान कसं करता येईल? आई आता परावलंबी होणार? तिला आता किती क्लेश होतील?... या प्रश्नांनी कृष्णरावांना भंडावून सोडलं.

ते रात्री ९ वाजता बडनेराला घरी येऊन पोचले. घरी आल्यावर हातपाय धुवून ते गजानन महाराजांच्या फोटोसमोर बसले. महाराजांची प्रार्थना केली. मनसोक्त रडले. दीड तास अशा तऱ्हेनं प्रार्थनेत गेला. त्यांच्या पत्नी लीलाताई यांनी रात्री साडेदहाच्या सुमारास त्यांना जेवायला उठवलं. जेवणानंतर कृष्णराव झोपी गेले. पहाटेच्या सुमारास महाराज त्यांच्या स्वप्नात आले. कृष्णरावांच्या आईला ज्या वॉर्डात ठेवलं होतं त्या वॉर्डात महाराज गेले. आईच्या उशाशी बसले. आईचा जो हात कापला जाणार होता त्या हातावरून स्वत:चा हात फिरवला. हात चांगला होईल असं सांगितलं. मग क्षणार्धात अंतर्धान पावले... कृष्णराव सकाळी सहाला उठले. आठ वाजता दवाखान्यात गेले. मनात काहूर माजलं होतं. सकाळी डॉक्टरांनी पूर्ण तपासणी केली. पुन्हा हाताची बोटं हलवायला सांगितलं. त्यांच्या आईनं चांगल्याप्रकारे बोटं हलवली. बोटात जिवंतपणा आल्यासारखं झालं. डॉ. देशमुख म्हणाले, "बोटं चांगली हलताहेत. तर एक चान्स घेऊ. एक-दोन महिने यांना ड्रेसिंगचा त्रास होईल." यावर सर्जन म्हणाले, "हात राहिला तर त्या त्रासाचं काहीच नाही!"... हात कापण्याचं स्थगित झालं. दीड महिन्याच्या कालावधीत त्यांच्या आईचा हात पूर्ण बरा झाला. महाराजांनीच ही सारी किमया केली असं कृष्णराव सर्वांना आवर्जून सांगतात. अन्यथा त्यांची पंचावन्न वर्षांची आई बरी होणं दुरापास्त होतं.

*

त्रिं. ल. देवधर, (सरस्वती निवास, देशमुख विभाग, टिळकनगर, खामगाव-४४४ ३०३).

देवधरांचं कुटुंब अवघ्या तिघांचं! ते स्वत:, पत्नी आणि मुलगा. तीस वर्षं या तिघांची महाराजांवर परमभक्ती जडलेली आहे. महाराज या तिघांच्याही स्वप्नात येतात, 'सुखी रहा' असा प्रेमानं आशीर्वाद देतात. एकदा त्यांच्या पत्नीच्या स्वप्नात बालरूपानं आले. दीड वर्षाच्या त्या बालकाला त्यांच्या पत्नीनं विचारलं, "बाळ तुझं नाव काय?" त्या बालकानं लडिवाळपणानं सांगितलं, "माझं नाव गजानन..." देवधरांचा एकवीस वर्षांचा मुलगा दोन वेळा अपघातातून वाचला. एकदा सायकलचा अपघात झाला. दुसऱ्यांदा तो जिन्यावरून पडला. या दोन्ही अपघातांतून तो वाचला

ते महाराजांच्या कृपेनंच! देवधर मंडळी वर्षातून दोनदा शेगावच्या वाऱ्या करतात. त्यांचा मुलगा परीक्षेला निघताना किंवा स्वत: देवधर कोणत्याही कामाला जाताना महाराजांचं स्मरण करतात. त्यांचा फोटो आणि अंगारा जवळ बाळगतात. त्यांचं काम हमखास फत्ते होतं अशी त्यांची अनुभवाधिष्ठित श्रद्धा आहे. खामगावला गजानन महाराजांचं मंदिर आहे. तिथे ही मंडळी दर्शनाला जातात.

✵

ह. वि. दातार, (सबरजिस्ट्रार, अचलपूरसिटी, जि. अमरावती).

तीस वर्षांपूर्वी दातारांनी शेगावला जाऊन प्रथमच गजानन महाराजांच्या समाधीचं दर्शन घेतलं. त्या वेळी शेगावचा परिसर फारच शांत होता. आज तिथली भक्तांची वर्दळ फार वाढलेली आहे. दातारांचा संतवाङ्मयाचा लहानपणापासूनच अभ्यास होता. त्यामुळे त्यांचं मन नेहमी शांत असे. पण महाराजांच्या समाधीच्या दर्शनानं त्यांच्या मनाला अधिकच शांती लाभली. पुढे नोकरीच्या निमित्तानं १९६८ ते १९७१ या तीन वर्षांत त्यांचं शेगावला वास्तव्य झालं. एकदा ते महाराजांच्या दर्शनाला गेले होते. तिथले व्यवस्थापक पुरुषोत्तम हरी पाटील यांनी 'श्री गजानन विजय' ही पोथी भेट म्हणून दिली. शेगावला असताना ते दररोज संध्याकाळी दर्शनाला जात असत. पोथीची तीनचार पारायणंही त्यांनी केली होती. दातारांनी महाराजांचं एक सुटसुटीत चरित्र लिहिण्याचा संकल्प सोडला. ते चरित्रलेखन चाललं असताना कुणी एक अदृश्य शक्ती त्यांच्या लेखणीला आपोआप आकार देत आहे, मार्गदर्शन करत आहे असा भास त्यांना व्हायचा. त्यांनी लिहिलेलं हे रसिकमान्य चरित्र 'महाराष्ट्र' मासिकाच्या खास गजानन-विशेषांकात प्रसिद्ध झालेलं आहे.

दातार यांचा दुसरा अनुभवही बोलका आहे. शेगावच्या मुक्कामात त्यांनी आपल्या मुलाकरिता तिथे एक प्लॉट खरेदी केला. सेवानिवृत्त झाल्यावर तिथे येऊन वास्तव्य करायचं असं त्यांनी ठरवलं. अकोटजवळ दातारांची जन्मभूमी आहे. अकोटलाही त्यांनी एक प्लॉट खरेदी करून ठेवला. त्यानंतर शेगावचा प्लॉट विकण्याचं त्यांनी ठरवलं. शेगावच्या मित्रांशी तसा पत्रव्यवहारही केला. पण एकदा रात्रीच्या वेळी त्यांना स्वप्न पडलं. एक अतिवृद्ध माणूस त्यांना आग्रहानं सांगत होता की, "शेगावची जागा विकू नकोस. तिथे घर नाहीतर झोपडी बांध. म्हणजे वर्षातून काही दिवस तू तिथे राहू शकशील..." त्या वेळी सर्वांची खात्री पटली की, हा संदेश गजानन महाराजांचाच असला पाहिजे. दातारांनी शेगावचा प्लॉट विकायचा नाही असं ठरवलं... केव्हाही इच्छा झाली की, ते शेगावला दर्शनाला जातात. त्यांना तिथून शक्ती प्राप्त होते, असा त्यांचा अनुभव आहे.

✵

वा. शि. शिंत्रे, (गोविंदधाम, रघुवीरनगर, श्रीखंडेवाडीजवळ, डोंबिवली-पूर्व, जि. ठाणे)

शिंत्रे यांचा लहानपणापासून अध्यात्म आणि गूढविद्या यांच्याकडे ओढा! त्यांचे वडील शिवरामशास्त्री यांनी त्यांना गीताभाष्य शिकवलं. नंतरच्या काळात गजानन जोगळेकर आणि मुंडगावचे पुंडलिकबुवा भोकरे हे साधुपुरुष भेटले. या दोघांनी शिंत्र्यांना श्री गजानन महाराजांच्या अलौकिक कर्तृत्वाची ओळख करून दिली. त्यांच्या प्रेरणेनं शिंत्रे हे एकदा भाद्रपद शुद्ध तृतीयेला श्रद्धायुक्त अंत:करणानं शेगावला गेले. चतुर्थीच्या दिवशी शेगावला यात्रा होती. असंख्य भक्तांचा समुदाय मंदिरात दर्शनार्थ लोटला होता. गजानन महाराजांनी साधुवेषात अनेक भक्तांना दर्शन दिल्याच्या कथा शिंत्रे यांना माहीत होत्या. त्यांनाही दर्शनाची आस लागलेली होती. तेवढ्यात मंदिरात धुनी असलेल्या कोपऱ्यात त्यांना पुंडलिकबाबा दिसले. शिंत्रे त्यांच्या पाया पडले. त्यांनी आस्थेनं चौकशी केली. स्नान-भोजनाची व्यवस्था करविली. शिंत्रे समाधीच्या दर्शनाला चालले असताना पुंडलिकबाबांनी त्यांना कोपरखळी मारली. त्याचा अर्थ शिंत्र्यांना समजला नाही. वेळ मध्यान्हीची होती. पुंडलिकबाबा समाधीजवळच्या प्रांगणात उभे होते. शिंत्र्यांनी त्यांच्या पायावर डोकं ठेवलं व एकदम वर बघितलं. त्यांना तिथे साक्षात गजानन महाराज दिसले. नंतर नागझरीला जाऊन त्यांनी गोमाजीबुवांचं दर्शन घेतलं... एकदा पहाटेच्या वेळी शिंत्र्यांना एका दिव्य पुरुषाचं दर्शन घडलं. ही घटना घडण्यापूर्वी एक दिवस स्टेशनवर एक साधुपुरुष त्यांना भेटला होता. थोडंफार बोलणं होतं न होतं तोच तो कुठेतरी गुप्त झाला. गजानन महाराजांच्या कृपेनं अनेक संकटातून निभावून गेल्याचा अनुभव शिंत्र्यांना आलेला आहे.

✷

मदन पां. कुलकर्णी, (४, प्रशांतनगर, वर्धामार्ग, अजनी चौक, नागपूर-१५).

नोकरीनिमित्त १९६२ साली कुलकर्णी चंद्रपूरला आपल्या मावशीकडे राहत असत. त्या वर्षी ते बी.ए.च्या परीक्षेलाही बसले होते. मदन हा आपल्या वडिलांचा थोरला मुलगा. त्यांचे वडील भिवापूरला शिक्षक होते. मदनला पाच भाऊ आणि आई असा मोठा संसार आणि वडिलांना अवघा ६८ रुपये पगार. ओढगस्तीची परिस्थिती असल्यामुळे मदन कुलकर्णी यांच्या मनाचा पुरता कोंडमारा झालेला असे. त्यांना कुणीतरी पोथी वाचायला सांगितली. ते वाचू लागले. १९६२ साली मार्चमध्ये त्यांनी एक दिवसाचं पारायण करायचं ठरवलं. पहाटे पाच वाजता पारायणाला बसायचं ठरलं. पहाटे चारचा गजर लावला. पण गजर केव्हा झाला हे कुणालाच कळलं नाही. त्यामुळे कुणीच उठलं नाही. त्याच वेळी मदन कुलकर्णी

यांना स्वप्न पडत होतं. पांढरीशुभ्र कफनी, हातात काठी व कमंडलू, चेहरा वृद्धत्वाकडे झुकलेला, थोडी पांढरी दाढी अशी एक व्यक्ती त्यांच्या स्वप्नात आली आणि त्यांना हलवून म्हणाली, "अरे, तुला पोथी वाचायची आहे ना? पाच वाजलेत!" मदन कुलकर्णी यांनी ताड्कन उठून बघितलं. बाहेरचं दार बंदच होतं. सगळी मंडळी पहाटेच्या झोपेत मश्गुल होती. कुलकर्णी यांनी पारायण सुरू केलं. मावशींना स्वप्नाची गोष्ट कळल्यावर त्या म्हणाल्या, "तुला गजानन महाराजांनीच उठवलं."

मदन कुलकर्णी बी.ए. झाले आणि त्यांनी वडिलांच्या शाळेत नोकरी धरली. १९६५ पर्यंत ते त्या शाळेतच शिक्षक होते. त्याच कालावधीत ते एम.ए.ही झाले. ६५ सालातली दिवाळीची सुटी लागली. चंद्रशेखर बोराडे, भाऊराव ठाकरे आणि खेडकर या सर्व मित्रांनी शेगावला जायचं ठरवलं. शेगावला गेल्यावर तिथलं वातावरण बघून चौघेही मित्र भारावून गेले. गजानन महाराजांचं रूप नेत्री साठवून सर्व जण रात्री नऊच्या सुमारास स्टेशनकडे जायला निघाले. स्टेशनजवळ त्यांना एक भिकारी भेटला. तांबूस रंगाचा चौकोनी बनियन, धोतर, हातात काठी, गोरटा चेहरा, पांढरी दाढी, तुळतुळीत डोकं अशा रूपातला तो माणूस भिकारी वाटत नव्हता. तो म्हणत होता, "मला भूक लागली आहे." मदन कुलकर्णी त्याच्या हातावर चार आणे ठेवायला लागले. तेव्हा तो म्हणाला, "मला पैसे नकोत. मला हॉटेलमध्ये नेऊन थोडं खायला घाला." गाडीची वेळ झाली होती. त्यामुळे मंडळी न थांबता स्टेशनकडे जायला लागली. त्या भिकाऱ्यानं पैसे काही घेतले नाही. सगळ्यांना हळहळ वाटली. प्रत्येकाला वाटलं, गजानन महाराजांना आपण खायला घातलं नाही.

नामदेव शिंपी समाजातले प्रा. बेलगे या महान दत्तभक्तांचा अनुभव मदन कुलकर्णी यांनी कथन केला आहे. ते भगवद्भक्त आहेत. डॉ. बेलगे यांनी पानपट्टीच्या दुकानातून पानपट्टी मागवून घेतली. त्या दिवशी त्यांच्या मनात सारखा विचार येत होता, 'शेगावच्या गजानन महाराजांचं रूप कोणतं?' पान खाल्ल्यावर केवळ चाळा म्हणून डॉ. बेलगे यांनी पानपट्टी गुंडाळून आणलेला कागद चोळामोळा करून टाकला होता. त्या कागदाला ओला कात लागला होता. त्यांना काहीतरी सूचना मिळाली असावी. त्यांनी चोळामोळा केलेला कागद उलगडून सरळ केला. त्या कागदावर ओल्या कातानं एक चित्र रेखाटलं होतं. मयूरवाहन असलेल्या गणेशाचा आकार त्या कागदावर उमटला होता. तो कागद त्यांनी फ्रेम करून ठेवला आहे. गजानन महाराजांचं रूप त्या कागदावर उमटलेलं आहे.

सूर्यकांत सुराणा, (६०३, गुरुवार पेठ, पोलीस चौकीजवळ, पुणे ४११००२).

पुण्याचे अतींद्रिय योगी बापूसाहेब मिटकर यांनी सुराणा यांना गजानन महाराजांची भक्ती करायला सांगितली. त्यांचं 'लीला-चरित्र'ही वाचायला दिलं. हळूहळू सुराणा यांची पारमार्थिक ओढ वाढत चालली. आध्यात्मिक जिज्ञासा असलेले मित्र त्यांच्या भोवती जमू लागले. नित्य पाठांतरासाठी सुराणा यांना 'ज्ञानेश्वरी' हवी होती. त्यांचे राऊत या नावाचे एक अध्यात्मप्रेमी मित्र आहेत. परंतु आपल्याला 'ज्ञानेश्वरी' हवी आहे असं सुराणा हे त्यांना बोलले नव्हते. एके दिवशी सुराणा हे आपल्या गांधी या नावाच्या अध्यात्मप्रेमी गृहस्थांना भेटायला गेले. गांधींनी त्यांना विचारलं, "राऊतांनी तुम्हाला ज्ञानेश्वरी दिली की नाही?" सुराणांनी सांगितलं, "मला काही त्यांनी ज्ञानेश्वरी दिली नाही?" यावर गांधी पुन्हा म्हणाले, "राऊतांनी तुमच्यासाठी साखरे महाराजांच्या ज्ञानेश्वरीची तेरावी आवृत्ती घेतलेली आहे. ती प्रत राऊत तुम्हाला देणार आहेत." आणि खरोखरच राऊतांनी सुराणा यांना ज्ञानेश्वरीची प्रत दिली. त्याची किंमतही घ्यायला ते तयार नव्हते. एकदा सुराणा आपल्या लहान भावंडांना घेऊन संभाजी पार्कमध्ये उद्यानोपाहार करायला गेले. दुपारी त्यांनी तिथे जेवण केलं. सर्व कार्यक्रम आनंदात पार पडला. मग घरी जाण्यासाठी सर्व जण निघाले. सर्व सामान बरोबर घेतलं. बसस्टॉपवर गेल्यावर सूर्यकांत सुराणा यांच्या लक्षात आलं की, स्टीलचा मोठा तांब्या बागेतच विसरलेला आहे. सर्वांना परत बागेत जायला सांगितलं. ते म्हणाले, "आपण जिथे बसलो होतो तिथेच तो तांब्या बघून ये पाहू!" बागेतून ही मंडळी परत आली त्याला एक तास होऊन गेला होता. परंतु तरीही धाकट्या भावाला तांब्याच्या शोधार्थ त्यांनी पाठवलं होतं. त्यांचा भाऊ बागेत गेला आणि एवढंसं तोंड करून परत आला. खूप शोध करूनही तांब्या तिथे सापडला नव्हता. सूर्यकांत हे सर्वांत थोरले भाऊ म्हणून त्यांच्यावर जबाबदारी होती... त्यांनी गजानन महाराजांची मनोमन प्रार्थना केली; आणि ते परत बागेत गेले. ज्या ठिकाणी ही मंडळी जेवायला बसली होती त्या ठिकाणी तो तांब्या जसाच्या तसा सुरक्षित होता... त्यांनी महाराजांना मनातून शतशः धन्यवाद दिले.

✵

डॉ. सुदाम रामप्रसाद भावसार, (मु.पो. धडगाव, जि. धुळे).

भावसार हे सध्या धडगावला पशुचिकित्सक अधिकारी म्हणून काम करतात. गजानन महाराजांवर त्यांची अपार श्रद्धा आहे. १९६७ साली नागपूरला पशुवैद्यकीच्या पदवीपरीक्षेचा ते अभ्यास करत होते. त्या साली ते तिसऱ्या वर्षाला होते. त्या वर्षी ते परीक्षेला बसले. परंतु त्यांनी जो अभ्यास केला होता तो सोडून दुसरेच प्रश्न परीक्षेत विचारले गेले. त्या प्रश्नांची उत्तरं अर्थात ते लिहू शकले नाहीत. परीक्षेत

नापास होण्याची भीती निर्माण झाली. त्यांनी त्या वेळी गजानन महाराजांची मनोमन प्रार्थना केली. त्यानंतर त्यांच्या बुद्धीला अशी काही चालना मिळाली की, सर्वच प्रश्नांची उत्तरं त्यांना आपोआप प्रतीत झाली. ती लिहून त्या परीक्षेत ते उत्तीर्ण झाले.

त्यांच्या वडील बहिणीचं लग्न होऊन आठ-नऊ वर्षं झाली, पण तिला मूलबाळ नव्हतं. सुदाम भावसार यांचा लहान भाऊ अरुण याचीही महाराजांवर फार श्रद्धा आहे. तो शेगावला महाराजांचं दर्शन घ्यायला गेला. त्या वेळी त्यानं प्रार्थना केली की, "माझ्या बहिणीला मुलगा होऊ दे. मुलगा झाला, तर मी त्याचं नाव गजानन ठेवीन..." अरुण शेगावाहून अमळनेरला आला. त्यानंतर दोनतीन महिन्यांतच बहिणीला दिवस गेल्याचं कळलं. बहिणीला मुलगा झाला. त्याचं नाव 'गजानन' असं ठेवण्यात आलं.

✵

सुरेश गोपाळराव बांधेकर, (गोळीबार चौक, रावसाहेबाच्या आखाड्याजवळ, नागपूर-२) सुरेश बांधेकर यांची विद्यार्थिदशा चालू असून ते वाणिज्य शाखेत कॉलेजमध्ये शिकत आहेत. गेली आठ वर्षं ते गजानन महाराजांची पूजा करतात. रोज सकाळी 'श्रीगजानन विजय' या पोथीचा एक अध्याय वाचतात. सर्व कुटुंबीय मंडळी गजानन महाराजांचे भक्त आहेत. आठ वर्षांपूर्वी त्यांना एकवेळ जेवायची पंचाईत होती. आता सुखानं त्यांच्या कुटुंबीयांना दोन घास मिळतात. सुरेश बांधेकर यांना अनेक वेळा स्वप्नदृष्टान्त झालेले आहेत. चार वर्षांपूवीचा एक प्रसंग त्यांना नेहमी आठवतो. संक्रांतीचे दिवस होते. एके दिवशी सुरेश बांधेकर पूजापाठ आटोपून घराजवळच्या माडीवर पतंग उडवायला गेले. मागच्या बाजूनं काटलेला एक पतंग येत होता. त्यांनी तो पतंग धरला आणि धागा धरण्यासाठी माडीजवळच्या विजेच्या खांबावर ते चढले. तिथे त्यांचा हात चिकटला. त्यांनी खूप आरडाओरडा केला. बराच वेळ ते त्याच स्थितीत होते. लगेच त्यांनी महाराजांचा धावा केला आणि त्यांचा हात सुटला. काहीही इजा न होता त्यांनी खाली उडी मारली. महाराजांच्या कृपेमुळे ते या प्राणसंकटातून निभावले.

✵

कृष्णा दामोदर देशपांडे, (अकाउन्ट्स ऑफिसर, टेलिकॉम डिपार्टमेन्ट, प्लॉट नं. ४०, भरतनगर, नागपूर ४४००१०).

गोष्ट १९५६ सालची. देशपांड्यांच्या पत्नीची प्रकृती बरी नव्हती. ते आपल्या पत्नीची प्रकृती बघायला खांडव्याला जायला निघाले. त्या वेळी ते नागपूरला राहत होते. त्यांनी असा विचार केला की, खांडव्याला जाताना मध्ये शेगावला उतरावं,

समाधीचं दर्शन घ्यावं आणि दुसऱ्या गाडीनं भुसावळला जावं. गाडी साडेचार वाजता नागपूरहून सुटणार होती. रिक्षा लवकर मिळेना. एक रिक्षा मिळाली, पण चालवणारा चांगला नव्हता. मे महिन्याचा उन्हाळा. कसंतरी रिक्षावाल्यानं सव्वाचार वाजता त्यांना स्टेशनवर पोचवलं. देशपांडे तिकीट घ्यायला गेले तेव्हा त्यांना आश्चर्याचा धक्काच बसला. तिकीट मास्तरानं त्यांचं परतीचं तिकीट तयार करून ठेवलं होतं. देशपांडे खिडकीपाशी गेल्यावर तो म्हणाला, "लवकर पैसे द्या आणि गाडीत बसा. फक्त दोन मिनिटं उरलीत!" देशपांड्यांनी पैसे दिले. तिकीट घेतलं. कुतूहलानं विचारलं, "तुम्ही खांडव्याचं रिटर्न तिकीट कसं काय तयार करून ठेवलंत?" तिकीट मास्तर म्हणाला, "तुमचा चपराशी आला होता; त्यानं मला हे तिकीट तयार करायला लावलं. आत्ताच तर तो तुमच्या समोरून निघून गेला." देशपांड्यांना कमालीचं आश्चर्य वाटलं. ते घाईनं गाडीत बसले. त्यांनी चपराशी मुळीच पाठविला नव्हता. कारण तेच त्या वेळी साधे कारकून होते. मग त्यांना चपराशी कुठला? शेगावला गेल्यावर तिथल्या व्यवस्थापकांना त्यांनी ही सारी हकिगत सांगितली. ते म्हणाले, "भाग्यवान आहात. चपराशी कसला! महाराजच तुमच्या मदतीला धावले! नाहीतर पैसे न देता तिकीट कोण तयार करून ठेवणार?"

✻

कु. हर्षा विश्वासराव हरणे, (मु. पो. पथ्रोट, ता. अचलपूर, जि. अमरावती)

हर्षा हरणे या शिकून नोकरीला लागल्या ही गजानन महाराजांचीच कृपा आहे असं त्या मानतात. आत्मघाताला प्रवृत्त झालेल्या त्यांच्या मनाला महाराजांनी शांती दिली, समाधान दिलं. त्यांनीच अडचणीतून, संकटातून मार्ग दाखवला. त्यांचं सारं जीवनच महाराजांच्या कृपाछत्राखाली आहे... त्यांच्या बहिणीला नेहमी बस लागायची. एकदा त्यांची सहल औरंगाबाद, अजिंठा, वेरूळ या भागात जायची होती. बहिणीला न्यावं किंवा नाही, असा प्रश्न पडला. कारण तिला बस फार लागायची. उलट्या व्हायच्या. तेव्हा घरी तिला गजानन महाराजांच्या नावानं कापूर दिला. बस लागू नये अशी प्रार्थना केली. त्या ट्रिपमध्ये त्यांच्या बहिणीला एकदाही उलटी झाली नाही.

हर्षा हरणे या अमरावतीला शिकत होत्या तेव्हाची गोष्ट. त्या एकदा सिटी बसमधून खोलीवर परत येत असताना त्यांच्या शेजारी एक काळाकभिन्न माणूस येऊन बसला. त्याच्या अंगाचा उग्र दर्प येत होता. हर्षा हरणे यांना असह्य होऊन त्यांना काही सुचेनासं झालं. स्टॉप आला तरी उतरायचं भान राहिलं नाही. पुढील स्टॉपवर त्या कशाबशा खाली उतरल्या, पण खोलीवर जायच्याऐवजी बस ज्या दिशेनं गेली होती त्या दिशेकडे त्या जाऊ लागल्या. त्यांना केवळ बस दिसत होती. आजूबाजूचं अस्पष्ट दिसत होतं. चालत चालत त्या बडनेरा शेठच्या लोखंडी

पुलापर्यंत गेल्या. त्या पुलापर्यंत गेल्याबरोबर त्यांच्या तोंडातून एकदम गजानन महाराजांचं नाव यायला लागलं. मग त्यांना स्पष्ट दिसायला लागलं. जवळच उभी असलेली रिक्षा त्यांनी केली आणि त्या खोलीवर परतल्या. तेव्हा संध्याकाळचे सहा वाजले होते. गजानन महाराजांनी त्यांची संकटातून सुटका केली होती.

हर्षा हरणे यांच्या आईला समजलेली एक आख्यायिका 'महा-राष्ट्र' मासिकात त्यांनी दिलेली आहे. गजानन महाराज असतानाचा हा प्रसंग आहे. त्या दिवशी महाराजांना खूप भूक लागली होती. काही खायला मिळेल म्हणून ते एका गरीब कुटुंबाच्या घरात गेले. त्या कुटुंबातली स्त्री नुकतीच प्रसूत झालेली होती. महाराज त्या बाईजवळ जाऊन म्हणाले, "मला भूक लागली आहे. काही खायला दे." ती बाई आनंदून म्हणाली, "बाबा, भाकरी शिल्लक असेल तर पाहा!" महाराजांनी स्वयंपाकघरात जाऊन बघितलं. भाकरीच्या टोपलीत एकच भाकर शिल्लक होती. महाराजांनी ती खाल्ली आणि तृप्त होऊन ते निघून गेले. संध्याकाळी त्या बाईचा नवरा शेतावरून परत आला. त्यानं भाकरीची टोपली उघडून बघितली. त्यात दोन गरम भाकऱ्या दिसल्या. त्यानं बायकोला विचारलं, "या भाकऱ्या कुणी करून ठेवल्या?" बायकोनं आश्चर्यानं विचारलं, "भाकऱ्या!" नवरा म्हणाला, "होय. टोपलीत दोन ताज्या भाकऱ्या आहेत." बायकोच्या सारं ध्यानात आलं. ती नवऱ्याला म्हणाली, "नुकतेच बाबा जेवून गेले. त्यांचाच हा चमत्कार...!" त्या भाकऱ्या पुढे प्रसाद म्हणून दूरवर फिरल्या. कितीही मोठा आजार असला तरी तो बरा व्हायचा... जेव्हा त्या भाकरी कुणी घेऊन जायचं तेव्हा त्या ठिकाणी दुसऱ्या भाकऱ्या ठेवायला लागायच्या. या भाकऱ्या घेऊन जाण्यासाठी दोन पुरुषांना यावं लागे. शुचिर्भूत अवस्थेत त्या भाकऱ्या न्याव्या लागत. पुढे त्याचं पावित्र्य कुणीतरी मोडलं, त्यामुळे त्या भाकऱ्यांचा गुण येईनासा झाला.

✺

मधुकर गोविंद जऊळकर, (अयोध्यानगर, 'पांडुरंग कृपा' भवन, अयोध्यानगर बसस्टॉपजवळ, नागपूर)

मधुकर जऊळकर हे १९४७ सालापासून एस.टी.मध्ये नोकरी करतात. सध्या ते व्हेईकल एक्झामिनर आहेत. १९६० साली त्यांची यवतमाळला बदली झाली. तिथे बदली झाल्यावर दोन-चार दिवसांतच दि. २१ जून १९६० रोजी त्यांच्या हातून अपघात घडला. अपघात झालेल्या गाडीचा नंबर बी.वाय.वाय. २१४० हा होता. तिथले ज्युडिशिअल मॅजिस्ट्रेट रणदिवे यांच्या समोर जऊळकरांचा खटला सुरू होणार होता... त्याच वेळी त्यांच्या बहिणीचा मुलगा वारला. त्यामुळे ते अकोल्याला गेले. त्यानंतर ते शेगावला दर्शनाला गेले. रात्री बाराच्या सुमारास तिथे

पोचले. झोप न घेता जऊळकर प्रदक्षिणेच्या वाटेवर टेकून बसले. एवढ्यात दिवे गेले. त्याच वेळी गजानन महाराजांनी त्यांना नारळाचा डौल दिला. त्यांनी तो मांड्यात दाबून धरला. तितक्यात पुन्हा दिवे आले. महाराजांनी त्यांना दर्शन दिलं तो गुरुवारचा दिवस होता... पुढे जऊळकर यवतमाळला गेले. पुराव्याच्या अभावी त्यांच्यावरचा खटला काढून घेण्यात आला. मॅजिस्ट्रेट रणदिवे यांनी सांगितलं, "सरकारजवळ या केसमध्ये पुरेसा पुरावा नाही. मी आपणांस निर्दोष म्हणून सोडून देत आहे." जऊळकरांना असे अनेक अनुभव आलेले आहेत.

*

सौ. शशिकला सुधाकर चिकटे, (आनंदीबाजार, पाठकवाडा, म्युनिसिपल शाळा नं. ११, अहमदनगर)

१९७० सालापासून शशिकला चिकटे 'गजानन विजय' ही पोथी वाचतात. पोथी वाचल्यानंतर त्यांच्या मनाला अपरंपार आनंद मिळतो. १९७३ साली त्यांचे यजमान आजारी होते. शशिकलाताईंनी नवस बोलून दशमी, एकादशी व द्वादशी अशी तीन दिवस पोथी वाचली. पहिल्या दिवशी पोथी वाचल्यावर त्यांना खूप प्रसन्नता वाटू लागली. दुसऱ्या दिवशी पोथी वाचायला त्यांचं मन अतिशय आतुर झालं. त्या रात्री त्यांना शांत झोप लागली. त्यांना एक स्वप्न पडलं. ज्या भिंतीजवळ त्या पोथी वाचत होत्या ती भिंत दुभंगली. त्या दुभंगलेल्या भिंतीतून गजानन महाराजांची चिलीम घेतलेली मूर्ती बाहेर आली आणि शशिकलाताईंच्या मस्तकावर महाराजांनी हात ठेवला. त्यांनी महाराजांना नमस्कार केला... शशिकलाताईंच्या यजमानांना बरं वाटायला लागलं... त्याच वर्षी त्यांनी ऋषिपंचमीला एक दिवसाचं पारायण केलं. रात्री त्यांना शांत झोप लागली. पहाटे त्यांना स्वप्न पडलं. समोरून महाराजांची पालखी मिरवत आली आणि महाराजांनी शशिकलाताईंना कुंकू लावलं. तेव्हापासून त्यांच्या यजमानांचा आजार पार पळून गेला... १९७४ साली चिकटे मंडळींनी शेगावला जाऊन महाराजांचं दर्शन घेतलं.

*

गोविंद सुकदेवराव कलोरे, (फुलेनगर, वॉर्ड नं. २०, शेगाव ४४४२०३)

कलोरे यांच्या बैलाच्या पोटाला जखम (सडवा) झाली होती. गुरांच्या दवाखान्यात त्या बैलाला नेऊन खूप उपचार केले. परंतु गुण आला नाही. उलट ती जखम चिघळतच चालली. शेवटी गोविंदरावांच्या मातोश्री कौसल्याबाई यांनी गजानन महाराजांचा अंगारा त्या बैलाच्या जखमेला लावला. बैलाची जखम कोरडी पडली.

**

सौ. व्हायोलिना उमराणीकर, (शिदोरे बंगला, टिळकनगर, डोंबिवली पूर्व, जि. ठाणे)

व्हायोलिना ही माझी भाची. माझ्या वडिलांनी लिहिलेलं श्रीगजानन महाराजांचं छोटं चरित्र तिनं वाचलेलं होतं, पण तरी महाराजांकडे तिचं फारसं लक्ष गेलेलं नव्हतं. डोंबिवलीला एका दुकानात तिनं महाराजांची मूर्ती बघितला. तेव्हापासून तिला वाटायचं की, आपल्या घरी ही मूर्ती असावी! पण मूर्ती घरी येण्याचा योग आला नाही... ४ जुलै १९७६ या दिवशी व्हायोलिनाला डोकेदुखीचा जबरदस्त झटका आला आणि तो मेंदूचा असाध्य विकार ठरला. २० जुलै १९७६ रोजी तिच्या मेंदूवर यशस्वी शस्त्रक्रिया झाली; आणि विश्रांतीसाठी तिला पुण्याला आणलं. तिची प्रकृती सुधारत असताना अचानक पुन्हा डोकं दुखायला लागलं. त्या दिवशी तर तिनं आपलं मरण स्वत:च्या डोळ्यांनी बघितलं. त्या वेळी मी माझ्या बहिणीच्या घरी गेलो आणि व्हायोलिनाला म्हणालो, ''विश्वास असला तर श्री गजानन महाराजांची पोथी वाच. तुला काहीही होणार नाही. प्रकृती उत्तम होईल.'' तिनं होकार दिल्यावर मीच तिला माझी पोथी दिली. तिनं पोथीवाचनाला प्रारंभ केला. तिला बरं वाटायला लागलं. ती अगदी अंथरुणावर पडून होती. उठण्याची शक्ती नव्हती. आपल्याला निदान स्वप्नात तरी महाराजांचं दर्शन व्हावं असं तिला वाटत होतं... आठदहा दिवस गेले आणि तिला समजलं की, महाराजांची पालखी पुण्यात येणार आहे. तत्पूर्वी पालखी गांधीवाड्यात यायची. तिथे जाऊन दर्शन घेणं व्हायोलिनाला शक्य नव्हतं, पण लगेच तिला समजलं की, पालखी आता रमणबागेत येणार आहे... माझी बहीण सौ. नलिनी बिनीवाले यांचं बिऱ्हाड अगदी रमणबागेला टेकून होतं. त्यामुळे सहजगत्या तिथे जाऊन व्हायोलिनानं पालखीचं दर्शन घेतलं. आता ती नित्यनियमानं पोथी वाचते. घरातली सर्व कामं करते. तिच्या आईनंही कुटुंबस्वास्थ्यासाठी पोथीची असंख्य पारायणं केलेली आहेत... १९७६ साली मी जपानला गेलो असताना व्हायोलिनाच्या मेंदूवरील ऑपरेशनसाठी डॉक्टरांनी मला एक पिन आणायला सांगितली होती. त्या एका पिनसाठी सारं टोकिओ शहर मी पालथं घातलं, पण ती विलक्षण पिन मला कुठेही मिळाली नाही. जपानहून परत आल्यावर मी व्हायोलिनाला सांगितलं, ''आता त्या पिनची गरजच उरलेली नाही. तुझ्या आजारावर तुला पोथीचा महामंत्र मिळालेला आहे. तुला काहीही होणार नाही...'' आपली आई बरी झाली आहे हे पाहून व्हायोलिनाची दोन्ही छोटी मुलं निषाद आणि निनाद हेदेखील महाराजांच्या भजनी लागलेले आहेत.

❋

सौ. प्रतिभा मुकुंद देशपांडे, (मु. पो. पुसद, जि. यवतमाळ)

या कुटुंबाची गजानन महाराजांवर अपार श्रद्धा आहे. प्रतिभाताईंचे पती मुकुंदराव हे गुरुवारचा उपास करतात. त्यांच्या आयुष्यात जो गंभीर प्रसंग घडला तो गुरुवारीच! काही कामानिमित्त मुकुंदराव गाडी घेऊन विश्रामगृहाकडे चालले होते. संध्याकाळी दिवेलागणीची वेळ होती. त्यांच्या घरापासून तिकडे जाताना एक वळण लागतं. ते वळण असं आहे की, समोरून येणारी व्यक्ती दिसत नाही. त्याच वळणाच्या ठिकाणी त्यांच्या गाडीखाली तीन वर्षांचं एक मूल आलं. गाडीला ब्रेक लावण्याचे खूप प्रयत्न केले, पण ब्रेक लागले नाहीत. मूल गाडीखाली गेलं. काय झालं ते क्षणभर कळलंच नाही. मूल जिवंत राहणं शक्यच नव्हतं. अपघात झाला त्या ठिकाणच्या समोरूनच पुष्पावती नदी वाहते. नदीच्या पात्रात उभे असलेले लोकही हतबुद्ध होऊन पाहत होते; आणि 'मुलगा मेला' असं ओरडून म्हणत होते. भलताच चित्तथरारक आणि हृदयभेदक प्रसंग होता. जीपगाडीतून उडी टाकून मुकुंदरावांनी बघितलं. सारे लोक गाडीभोवती गोळा झाले. गाडीच्या दोन्ही चाकांच्या पोकळीत मूल खुशाल झोपलेलं होतं. त्याला खरचटलंदेखील नव्हतं. त्याला बाहेर काढलं. आईच्या कडेवर बसून मुलगा हसत होता... महाराजांच्या या करणीनं देशपांडे पतिपत्नी हरखून गेले. हा प्रसंग कित्येक दिवस त्यांच्या स्मृतीत ताजा होता. त्या प्रसंगाची आठवण झाली तरी त्यांचं मन अत्यंत अस्वस्थ व्हायचं, पण महाराजांची कृपा आपल्यामागे आहे या श्रद्धेमुळे ते शांत व्हायचं... पोथीचं पारायण कधीही चुकत नाही.

❋

डॉ. सारंग वि. जोशी, (६४९, नारायण पेठ, पुणे ४११०३०)

सारंग जोशी हे १९७० साली मेडिकल कॉलेजमध्ये दुसऱ्या वर्षात शिकत होते. पहिल्यापासून त्यांना अध्यात्माची ओढ असल्यामुळे 'श्री गजानन विजय' ही पोथी ते वाचत असत. पोथी वाचल्यानंतर एकदा त्यांना शेगावला जायची तीव्र इच्छा झाली. १९७० साली त्यांच्या घरात नवीन स्कूटर आली होती. स्कूटरवरून शेगावला जायचं त्यांनी ठरवलं. डॉ. अशोक नागपुरे हा त्यांचा मित्र नाशिकला होता. त्यांच्याकडे जाऊन येतो, अशी घरात थाप मारून ते दोघे मित्र स्कूटरवरून शेगावला जायला निघाले. नाशिक, धुळे, जळगाव या मार्गानं ते शेगावला जाऊन पोचले. परंतु त्या दिवशी होता मंगळवार! त्यांना गुरुवारी पालखीचं दर्शन घ्यायचं होतं, दिंडी बघायची होती, दिंडीत ताल धरून घोडा कसा नृत्य करतो, हे बघायचं होतं. त्यामुळे नवीनच लग्न झालेल्या त्यांच्या मित्राच्या बहिणीकडे नागपूरला गेले. बुधवारी रात्रीच्या आत शेगावला परत यायचं

त्यांनी ठरवलं होतं. म्हणून नागपूरहून हे बुधवारी सकाळीच शेगावला परत यायला निघाले. शेगावपासून सुमारे पन्नास मैलांच्या अंतरावर ते आले असतील. त्यापुढे दोनतीन तासांचं अंतर काटायला हवं होतं. शेगावला जायची घाई असल्यामुळे त्यांनी लोकांना जवळचा रस्ता विचारला. लोकांनी कसं जायचं ते सांगितलं. रस्ता कच्चा आहे हेही सांगितलं... परंतु त्यांचा रस्ता चुकला. भलत्याच रस्त्यानं ते जायला लागले. रस्ता निर्जन होता. कुठेही वस्ती दिसत नव्हती, उजाड रान होतं. तो खडीचा रस्ता संपता संपत नव्हता. रात्री नऊचा सुमार झालेला होता. दोघां मित्रांना कडाडून भूक लागली होती. भीतीमुळे स्कूटर भरधाव काढली होती... सारंग जोशी यांचे डोळे आपोआप मिटले गेले. त्यांना ग्लानी आल्यासारखं झालं; आणि क्षणार्धात एका वळणावर त्यांची स्कूटर घसरली. एखाद्या फुलांच्या ढिगाऱ्यात उडी मारावी तसे ते घसरले होते. थोडा धक्का लागल्यामुळे सारंग जोशी यांच्या चष्म्याची डावी काच फुटली होती. चक्काचूर झाला होता... त्याचवेळी कुण्या एका अज्ञात माणसानं चट्कन पुढे होऊन त्या दोघांना अलगद उचललं. सारंग जोशी यांनी स्कूटर सुरू करण्याचा प्रयत्न केला. हेतू एवढाच की, विखुरलेलं सामान सापडावं आणि दिव्याच्या प्रकाशात घडलेला नेमका प्रकार कळावा. त्या वेळी चांदण्याचा धूसर प्रकाशही होता. स्कूटरचा दिवाही लागलेला होता. शेतकऱ्याच्या वेषातला सहा फूट उंचीचा एक माणूस त्यांना सावरत असलेला दिसला. सामान शोधण्यासही तो मदत करत होता. त्या दिव्य पुरुषाचं स्वरूप स्कूटरच्या प्रकाशात स्वच्छ दिसत होतं... सारंग जोशी यांनी त्या माणसाला विचारलं, ''आपण इथे एकदम कसे काय आलात? इथे तर कुणीच नव्हतं. कुठे राहता आपण? या भागात कुठेच वस्ती दिसत नाही. घरंही दिसत नाहीत...'' त्या दिव्य पुरुषानं स्मित करून सांगितलं, ''मी इथेच राहतो.'' एवढं सांगून तो एकदम दिसेनासा झाला. स्कूटरच्या झोतात त्या दोघांनी आजूबाजूला बघितलं, पण तो दिव्य पुरुष त्यांना कुठेही दिसला नाही... दोघा मित्रांचा प्रवास पुढे सुरू झाला. परंतु वाटेतल्या एका गावच्या लोकांनी त्या दोघांना मुक्कामाला ठेवून घेतलं... गुरुवारी सकाळी लवकरच उठून ते अर्ध्या तासात शेगावला जाऊन पोचले. स्नान उरकून दर्शनाला गेले... दुपारी भजन-दिंडीत ते देखणं अश्वनृत्य बघितलं. देवळात वावरताना आपण जणू हवेत तरंगत आहोत, असा भास त्यांना होत होता. तिथल्या ओळखीच्या माणसाला त्यांनी रात्री घडलेला प्रकार सांगितला. त्यावर तो गृहस्थ म्हणाला, ''श्री गजानन महाराजांच्या बाबतीत आधी प्रचिती आणि नंतर दर्शन,'' असाच प्रघात आहे. रात्री साक्षात महाराजांनी आपल्याला प्रचिती दिली याबद्दल त्या दोघांची खात्री पटली. श्रद्धा दुणावली... या प्रसंगाला सात वर्षं होऊन गेली

तरी त्या दोघांच्या डोळ्यांसमोर हा प्रसंग साकार होतो... सर्वांगाला सुखद संवेदना होते... साऱ्या जगाची विस्मृती पडते.

❋

नारायणराव तोतिरामजी ढेंगेकर, (वारजे माळवाडी, पुणे ४११०२९)

ढेंगेकर हे मूळचे वऱ्हाडातले. अकोट तालुक्यातलं अकोली जहागीर हे त्याचं गाव. गरिबीतून एस.एस.सी.पर्यंत शिक्षण घेतलं. यांना कुणाचाही आधार नव्हता. कुठे नोकरीधंदा मिळत नव्हता. मनाला विवंचना लागली होती. एके दिवशी रात्री झोपताना गजानन महाराज स्वप्नात आले आणि म्हणाले, "अरे ऊठ. हिंमत सोडू नकोस. प्रयत्न कर. सर्व काही चांगलं होईल..." हे स्वप्न त्यांनी घरच्या मंडळींना सांगितलं. दुसऱ्या दिवशी घराशेजारचा गुणवंतराव ठाकरे या नावाचा एक प्रतिष्ठित माणूस भेटला. म्हणाला, "काय नारायणराव कुठे काही प्रयत्न करता की नाही?" नारायणराव म्हणाले, "पैसा कुठे आहे प्रयत्न करायला?" ठाकरे हे चांगले गृहस्थ होते. ते म्हणाले, "तुला काय लागेल तो पैसा मी देतो." त्यांनी लगेच काही पैसे दिले. भारावलेल्या मन:स्थितीत नारायणराव घरी आले. गजानन महाराजांचं दर्शन घेतलं. अकोला-अमरावती येथील आय.टी.आय.मध्ये अर्ज केले. थोड्याच दिवसांत अमरावतीला बोलावणं आलं. मुलाखतीसाठी अनेक विद्यार्थी आले होते. नारायणरावांना मोटर मेकॅनिक ट्रेड हवा होता. साठ जागांसाठी पाचशे अर्ज आले होते. नारायणराव गजानन महाराजांचा धावा करत होते. तिथल्या साहेबानं विचारलं, "तुला कोणता ट्रेड हवाय?" नारायणरावांनी सांगितलं, "मोटर मेकॅनिक!" अमरावतीच्या मुलाखतीत पास झाल्यावर नारायणराव अकोल्याला गेले, तिथेही ते पास झाले. त्यांच्या बरोबर मुलाखतीसाठी अनेक कॉलेज विद्यार्थी आलेले होते. परंतु त्यांची वर्णी लागली नाही. नारायणरावांच्या मागे गजानन महाराजांचा आशीर्वाद होता म्हणून ते उत्तीर्ण झाले... अमरावतीला मोटर मेकॅनिकचा कोर्स संपल्यानंतर त्यांनी पुण्याला किर्लोस्कर कमिन्स या कंपनीत अर्ज केला. थोड्याच दिवसांत त्यांना तिथे बोलावणं आलं. मुलाखत पार पडली आणि तिसऱ्याच दिवशी ते नोकरीवर रुजू झाले. एक वर्षाचं शिक्षण झाल्यावर लगेच त्यांना बढती मिळाली आणि ते कायम झाले. आज त्यांना सातशे रुपये पगार मिळतो आहे. या नोकरीच्या पैशावर त्यांनी प्लॉटही घेतला आहे. कोणतंही काम करताना गजानन महाराजांचं नामस्मरण केलं की, ते काम यशस्वी होतं, अशी त्यांची नितांत श्रद्धा आहे. महाराजांची ते नित्यपूजाही करतात.

❋

प्रल्हादराव रुंजाजी राहाटे, (शिक्षक, विठ्ठल मंदिराजवळ, मु. पो. दर्यापूर, जि. अमरावती)

गजानन महाराजांचं नामस्मरण केलं की कार्यसिद्धी होते, असा प्रल्हादरावांचाही विश्वास आहे. २६ मे १९६९ या दिवसाची दुपार. प्रल्हादराव आपल्या नववधूला घेऊन मूर्तिजापुराहून दर्यापूरला जात होते. एका छोट्या टुरिंगकारमधून त्यांचा हा सुखद प्रवास चालला होता. टाकळीजवळची पूर्णा नदी उन्हाळ्यात कोरडी पडली होती. त्या नदीतून गाडी जात असताना एकदम थाड्‌कन आवाज झाला. सारी मंडळी घाबरून गेली. प्रल्हादरावांचं नामस्मरण चालूच होतं. गाडीत गजानन महाराजांचा फोटो होताच. गाडीला एखादा दगड लागला असेल अशी सगळ्यांची समजूत झाली. मंडळी दर्यापूरला उतरली. नूतन दांपत्य खाली उतरल्यावर ड्रायव्हरनं गाडी खोलून बघितली. गाडीचा अ‍ॅक्सल तुटून पडला होता आणि त्याचाच आवाज झाला होता. ड्रायव्हर आश्चर्यानं म्हणाला, "हा अ‍ॅक्सल तुटल्यानंतर गाडी इथपर्यंत आलीच कशी?" प्रल्हादरावांनी उत्तर दिलं, "जोपर्यंत फोटोच्या रूपात गजानन महाराज माझ्याजवळ होते तोपर्यंत सगळं व्यवस्थित होतं. मी फोटो घेऊन खाली उतरलो तेव्हा हा प्रकार तुमच्या ध्यानात आला." ड्रायव्हरनं फोटोला नमस्कार केला.

✵

वासुदेव पंढरीनाथ भोसेकर, (मु. पो. सांगोला, जि. सोलापूर)

येथील स्टेट बँकेचे माजी मॅनेजर शा. कृ. आराध्ये हे भोसेकरांचे स्नेही. आराध्ये हे गजानन महाराजांची मनापासून आराधना करतात. त्यांनी भोसेकरांना पोथी दिली आणि महाराजांचे फोटोही दिले. पोथीची त्यांनी दोन पारायणंही केली. महाराजांचा त्यांना भारी आधार वाटतो. दोन वर्षांपूर्वी भोसेकरांच्या घरावर स्लॅब टाकायची होती. श्रावण महिन्याचे सरते दिवस होते. परंतु त्या वर्षी या दुष्काळी भागात अभूतपूर्व पर्जन्यवृष्टी झाली. रोज दुपारी आकाश भरून यायचं आणि तुफान पर्जन्यवृष्टी व्हायची. अशा परिस्थितीत काँक्रीटचं काम कसं होणार, याची चिंता भोसेकरांना लागली. पाऊस उघडेपर्यंत थांबावं असा सल्ला साऱ्यांनी त्यांना दिला, पण थांबायची त्यांची तयारी नव्हती. एके दिवशी त्यांनी घरावर स्लॅब टाकायचा घाट घातलाच. दुपारी तीन वाजेपर्यंत तीनचतुर्थांश भागावर काँक्रीट पसरायचं काम पार पडलं. तोपर्यंत आकाशही स्वच्छ होतं. भोसेकर एकसारखे आकाशाकडे बघत होते. उर्वरित भागावर आता सहज काँक्रीट टाकता येईल याबद्दल ते नि:शंक होते. एवढ्यात त्यांचं लक्ष पश्चिमेकडे गेलं. त्यांच्या छातीत धस्स झालं. आकाश काळ्याकुट्ट मेघांनी कोंदून गेलं होतं. काय करावं, हे त्यांना सुचेना. एवढ्यात

फर्लांगभर अंतरावर तुफान सरी कोसळू लागल्या. भोसेकरांच्या तोंडचं पाणी पळालं. ते खाली येऊन हताशपणानं बसले. झ्यामसिंगाच्या भंडाऱ्याच्या वेळी गजानन महाराजांनी पावसाचं निवारण केलं होतं, हा चमत्कार त्यांना नेमका आठवला. त्यांनीही महाराजांची करुणा भाकली. त्यांचं नामस्मरण केलं. पंधरा-वीस मिनिटांनी पाऊस कुठल्या कुठे निघून गेला. फटीतून उन्हाची तिरीप डोकावू लागली. फर्लांगभर अंतरावर पाऊस कोसळत होता, पण तो तिकडेच निघून गेला. गावच्या परिसरात पाऊस कोसळत असल्यामुळे जिकडेतिकडे पाणीच पाणी झालं. ओढ्याला पूर आला, पण गाव कोरडं राहिलं. एवढ्यात कामगारप्रमुख हसत हसत आला आणि म्हणाला, ''काय अण्णा, पावसाला भिऊन खाली लपून बसलात होय? कुठे आहे पाऊस? तो तर निघून गेला.'' महाराजांच्या या कृपेमुळे भोसेकरांचं मन काठोकाठ भरून गेलं... काँक्रीटचं काम पार पडलं. त्यानंतर बऱ्याच वेळानं पाऊस सुरू झाला, पण तो त्या काँक्रीटला हवाच होता.

❋

श्याम भगवान उगले, (डॉ. व्ही. एस. मेडिकल कॉलेज, सोलापूर- ३)

१९६९ मधील ऑगस्ट महिना होता. श्याम उगले यांना अद्याप नोकरी लागलेली नव्हती. खूप ठिकाणी अर्ज केले होते, पण यश आलं नव्हतं. धाकट्या बहिणीला नोकरी लागली होती. त्यामुळे आपल्या बेकारीचं शल्य त्यांना अधिकच टोचत होतं... नोकरीच्या शोधार्थ म्हणून ते सोलापूरला त्यांच्या आत्याकडे गेले. त्यांची आत्या त्यांना सहज म्हणाली, ''श्याम, अरे दिवसभर इकडेतिकडे हिंडतोस. तू 'गजानन विजय' या पोथीचं पारायण तरी करून बघ.'' त्या वेळी श्याम उगले यांना गजानन महाराजांची काहीच माहिती नव्हती. केवळ आत्या सांगते म्हणून त्यांनी पोथीचं पारायण सुरू केलं. दशमी, एकादशी आणि द्वादशी या तीन दिवशी पारायण करावं असं पोथीत सांगितलं आहे. काहीही कल्पना नसताना श्याम उगले यांनी नेमक्या त्याच तीन दिवशी पारायण केलं. याहीपेक्षा आश्चर्याची गोष्ट घडली. काशिनाथ गर्दे हा गजानन महाराजांच्या दर्शनाला गेला असताना महाराजांनी त्याला कोपरखळी मारली आणि म्हटलं, ''जा तुझा हेत पुरला, वाट पाहे तारवाला.'' त्याप्रमाणे श्याम उगले हे नेमका हाच एकोणिसावा अध्याय वाचत असताना दारात तार घेऊन पोस्टमन उभा होता. पोथी वाचून झाल्यावर त्यांनी तारेतला मजकूर पाहिला. श्याम उगले यांना पुण्याच्या एका कंपनीत नोकरी मिळाल्याची ती तार होती. खरोखरच गजानन महाराजांची ती पोथी डोक्यावर घेऊन नाचावं असं त्यांना वाटलं.

त्यांना पुण्याला नोकरी मिळाली, पण राहायचं कुठे, हा प्रश्न होता. खडकवासल्याला

त्यांची आतेबहीण होती. तिच्याकडे ते राहत असत, पण त्यांना संकोच वाटायचा. गजानन महाराजांना ते रोज प्रार्थना करायचे, 'माझ्या माढा या गावापासून जवळच, सोलापूरच्या मेडिकल कॉलेजात मला नोकरी मिळावी.' आणि खरोखरच एक महिन्यानंतर त्यांची सोलापूरला बदली झाली... कुठल्याही बिकट प्रसंगी गजानन महाराजांचा धावा केला तर त्या कठीण परिस्थितीतून मार्ग निघतो, ती अडचण दूर होते, अशी त्यांची आणि त्यांच्या पत्नीची श्रद्धा आहे.

✻

गंगाबाई ओक, (द्वारा : यशवंत भास्कर भट, ३३/३, मनोळीकर बंगला, १० वी गल्ली, कर्वे रोड, एरंडवणे, पुणे ४)

गेली पंचवीस वर्षं महाराजांची पोथी गंगाबाई वाचत आहेत. प्रथम विनायकी आणि संकष्टी याप्रमाणे त्यांनी एकवीस पारायणं केली. मग त्यांनी शेगावला जाऊन समाधीचं दर्शन घेतलं आणि तेव्हापासून त्यांना काव्यस्फूर्ती झाली. दरवर्षी एकवीस पारायणं याप्रमाणे गेल्या सहा वर्षांत त्यांनी एकशेएकवीस पारायणं केली. पारायण सुरू असताना एकोणिसाव्या अध्यायाच्या वेळी कुणीतरी अतिथी त्यांच्या दारी येऊन उभा राहत असे; आणि भाकरी मागत असे. पोथी वाचताना प्रथम त्या उठत नसत, पण घरात दुसरं कुणी नसलं की त्यांना उठणंच भाग असे. एकदा पारायण चालू असतांना असाच अतिथी आला. गंगाबाईंनी त्याला आंबा दिला, पण त्यानं भाकरीच मागितली. घरात भाकरी असून त्यांनी त्या अतिथीला त्या दिवशी भाकरी घातली नाही. या गोष्टीचं त्यांना फार वाईट वाटलं. तेव्हापासून उठून त्या भाकरी घालू लागल्या.

एकदा गंगाबाई तापानं आजारी होत्या. घरात त्यांचे यजमान होते. गंगाबाईंच्या अंगात खूप ताप भरला तेव्हा त्या स्वतःच उठल्या आणि त्यांनी महाराजांचा अंगारा लावला. अंगाऱ्याची एक पुडी उशाला ठेवली... मध्यरात्रीची वेळ असेल. लाल डोळ्यांचा एक काळाकभिन्न पुरुष हातात दंडा घेऊन दारात उभा होता. त्याच्याबरोबर चार माणसं होती. गंगाबाईंनी यजमानांना हाक मारून म्हटलं, "त्या माणसाला घालवून द्या!" त्याच वेळी आपल्या घरात कुणीतरी शिरलं आहे असं स्वप्न यजमानांना पडलं. शेजारच्या भय्याला ते म्हणाले, "त्या माणसाला घालवून दे." प्रत्यक्ष काळ आला होता, पण गजानन महाराजांनी आपलं संरक्षण केलं, असाच गंगाबाईंनी त्या स्वप्नाचा अर्थ घेतला... आता वृद्धत्वामुळे गंगाबाईंना शेगावची वारी करता येत नाही. पाय अधू झाल्यामुळे खाली बसता येत नाही. तरीदेखील खुर्चीवर बसून त्या आजही पारायण करतात. महाराजांवरची त्यांची श्रद्धा दिवसेंदिवस वृद्धिंगत होत आहे.

✻

भा. द. ठाकरे, (द्वारा : ॲडव्होकेट काळभोर, भगतसिंग रोड, शिवाजी पुतळ्याजवळ, दापोडी, पुणे १२).

कॉलेजात असल्यापासूनच ठाकरे यांना गजानन महाराजांची भक्ती जडलेली आहे. बी.एस्सी. झाल्यानंतर १९६८ साली त्यांना ताबडतोब स्टेट वेअरहाउसिंग कार्पोरेशनमध्ये नोकरी मिळाली. त्यांनी लगेच एम.एस्सी.साठी नाव रजिस्टर केले. त्यासाठी पाच वर्षांच्या आत प्रबंध सादर करायचा होता. परंतु नोकरीच्या व्यापामुळे त्यांना वेळ मिळायचा नाही. शेवटी चार वर्षांनंतर तीन महिन्यांची रजा घेऊन ते इस्लामपूरला आपल्या मार्गदर्शकाकडे प्रबंध लिहिण्यासाठी आले. परंतु त्यांची प्रगती समाधानकारक नसल्यामुळे त्यांचे गाइड डॉ. बी. के. पाटील त्यांच्यावर खूप रागावले. ठाकऱ्यांची हिंमत खचली. प्रबंधाचा नाद सोडून जळगावला नोकरीवर रुजू होण्याचा निर्णय ठाकरे यांनी केला. त्यांना या निर्णयाबद्दल मनस्वी वाईट वाटलं. गजानन महाराजांचा धावा चालूच होता... इस्लामपूरहून परत येण्याच्या आदल्या दिवशी गुरुवारी पहाटे गजानन महाराज त्यांच्या स्वप्नात आले. मंदिरात महाराज डोळे मिटून पडले होते. महाराजांनी आपल्याकडे डोळे उघडून बघावं अशी इच्छा मनात निर्माण होताच महाराजांनी डोळे उघडून ठाकऱ्यांकडे बघितलं. तिथल्या एका लहान मुलाला त्यांना तीर्थ द्यायला सांगितलं. ठाकऱ्यांनी तीर्थ घेतलं. महाराजांना नमस्कार केला. शिल्लक असलेले चोपन्न पैसे मंदिराच्या दरवाजात असणाऱ्या पुजाऱ्याजवळ दक्षिणा म्हणून दिले... हे स्वप्न पडल्यावर त्यांना जाग आली. स्वप्नातल्या सर्व गोष्टी आठवल्या. आपला प्रबंध आता पुरा होणार, असा विश्वास त्यांना वाटायला लागला. ते प्रबंधाच्या मागे लागले आणि तीन महिन्यांच्या अवधीत त्यांनी प्रबंध पुरा केला. एम.एस्सी. झाल्यानंतर त्यांना टेक्निकल ऑफिसरच्या जागेवर बढती मिळाली. स्टेट वेअरहाउसिंगमध्ये असताना साडेपाच वर्षांपासून त्यांच्या थकबाकीचा वाद चालला होता. त्यांना दरमहा दीडशे रुपये जादा मिळायला हवे होते. परंतु ते मंजूर होत नव्हते. शेवटी तो निर्णय लागून त्यांना बारा हजार रुपये थकबाकी मिळाली. त्यांना सुविद्य पत्नी मिळाली. ही सारी महाराजांची कृपा आहे, असं ठाकरे मानतात. ते तृप्त आहेत. कोणत्याही संकटात महाराजांचा आठव केला की संकटनिरसन होतं अशी त्यांची दृढ श्रद्धा आहे.

❋

श्रीराम कान्हाजी लांजेवार, (मु. विहीरगाव, पो. सरांडीतिरोडा, ता. गोंदिया, जि. भंडारा)

लांजेवार हे प्राथमिक शाळेत शिक्षक आहेत. गजानन महाराजांच्या नावानं हे कीर्तन करतात. १९६५ साली त्यांचं लग्न झालं. १९६६ साली नोकरी लागली.

६८ साली त्यांना मुलगी झाली. पत्नीला प्रसूती अवघड गेली; चार दिवसांनी मुलगी दवाखान्यातच वारली. नंतर त्यांना मूल झालं नाही. सारे उपाय केले, पण ते व्यर्थ ठरले. पुढे त्यांची बदली भंडारा जिल्ह्यातील गोंडउमरी येथे झाली. तिकडे जाताना त्यांना गाडीत एक पिशवी मिळाली. त्या पिशवीत 'श्री गजानन विजय' ही पोथी होती. अंगाऱ्याची पुडी होती. तेव्हापासून महाराजांची पूजाअर्चा सुरू झाली. दोन महिन्यांतच पत्नीला दिवस राहिले आणि त्यांना मुलगा झाला... मुलगा झाला तर महाराजांच्या दर्शनाला जाण्याचा त्यांचा नवस होता. परंतु तो त्यांना फेडता येत नव्हता. कारण दुसरं अपत्य झाल्याखेरीज नवस फेडता येत नाही असा समज होता. त्यांनी मनोमन प्रार्थना केली आणि त्यांना दुसरा मुलगा झाला. दुसरा मुलगा चार महिन्यांचा झाल्यावर सारं कुटुंब शेगावला दर्शनाला गेलं. आधी आजारी पडणारी मुलं पुढे आजारी पडली नाहीत.

लांजेवार यांच्या घराण्यात भूतबाधा होती. त्यांच्या पणजोबांनी गोंड जातीचा एक मुलगा ठेवला होता. तो मरण पावला आणि त्यांना त्रास द्यायला प्रारंभ केला. हे कुटुंब शेगावला गेलं. त्यांची भूतबाधा नाहीशी झाली. त्या पिशाचानं सांगितलं की, मला एका साधूनं अटकाव केला आहे. त्यानं केलेल्या वर्णनाप्रमाणे ते साधू म्हणजे गजानन महाराज होते, हे लांजेकर यांनी ओळखलं... त्यांची भक्ती अधिकच वाढली.

✻

स. अ. कुलकर्णी, (६४०, नारायण पेठ, पुणे ४११०३०)

कुलकर्णी हे १९७५ साली पुण्याच्या डिफेन्स अकाउन्ट्स या खात्यात अकाउन्टंट म्हणून काम करत होते. कन्ट्रोलरचं त्यांच्याविषयी चांगलं मत होतं. १९७५ च्या प्रारंभी त्यांना अकाउन्ट्स ऑफिसर म्हणून बढती मिळणार होती. परंतु त्यांच्या दोन मुली लग्नाच्या असल्यामुळे त्यांना पुण्याचं बिऱ्हाड मोडणं शक्य नव्हतं आणि दोन बिऱ्हाडांचा खर्चही झेपणं शक्य नव्हतं. त्यांनी कन्ट्रोलरसाहेबांनी सांगितलं, "माझी पुण्याबाहेर बदली झाली तर माझं दहा हजार रुपयांचं नुकसान होईल. प्रमोशनमुळे पेन्शनमधली वाढ फारतर दहा-बारा रुपयांनी होईल, पण दोन बिऱ्हाडांचा खर्च दहा हजारांच्या घरात जाईल. ती नुकसानी पेन्शनमुळे भरून निघणार नाही. तेव्हा पुण्यातच प्रमोशन मिळावं. नाहीतर खालच्या जागेवर सेवानिवृत्त व्हायला मी तयार आहे.' कन्ट्रोलरसाहेबांनी कुलकर्णी यांची बदली होऊ नये, अशी खटपट करण्याचं आश्वासन दिलं... जानेवारीच्या शेवटच्या आठवड्यात दिल्लीहून हुकूम आला. अकौंट्स ऑफिसर म्हणून बेळगावला रुजू व्हावं असं त्या हुकमात म्हटलं होतं. बेळगावचं ऑफिस हे मद्रासच्या अमलाखाली येतं. तेव्हा तिथल्या कन्ट्रोलरला अर्ज करून पुण्यालाच

ठेवण्याची विनंती करावी, असा सल्ला पुण्याच्या कन्ट्रोलरसाहेबांनी कुलकर्णींना दिला. पुण्यातली जागा रिकामी आहे असंही अर्जात नमूद करावं आणि एक महिना रजा मागावी, असंही त्या अर्जात नमूद करायला सांगितलं. त्याप्रमाणे मद्रासहून कुलकर्णींची रजा मंजूर झाली, पण त्या रजेनंतर त्यांनी बेळगावला जावं असं त्यांना सांगण्यात आलं. हा हुकूम हाती पडल्यानंतर कुलकर्णी यांनी रजा रद्द करून बेळगावला जायचं ठरवलं. मग बढती तरी का सोडा, असा त्यांनी विचार केला. पत्नीनंही सबुरीचा सल्ला दिला. परंतु कुलकर्णी यांनी बेळगावला जायचं प्रस्थान ठेवलं. तिथली सारी व्यवस्था केली. रेल्वे-रिझर्वेशनही केलं. १ मार्चला बेळगावला जाऊन बढतीच्या जागेवर रुजू व्हायचंही ठरलं. दरम्यान १८ फेब्रुवारीला परिचयातल्या एका बाईनं कुलकर्णींच्या सौभाग्यवतींना 'श्री गजानन विजय' ही पोथी आणून दिली आणि १९ फेब्रुवारीपासून तीन दिवसांची तीन पारायणं करण्याबद्दल सांगितलं. त्या बाई म्हणाल्या, "आपली बदली रद्द करा, अशी महाराजांना प्रथमच विनंती करून पारायणाला प्रारंभ करा. श्रद्धा ठेवा. काम होईल." १९ फेब्रुवारीपासून कुलकर्णींच्या पत्नीनं पारायणाला प्रारंभ केला. २७ फेब्रुवारी १९७५ रोजी गुरुवार होता. त्या दिवशी तिसरं पारायण संपलं. त्याच दिवशी दुपारी त्यांच्या पत्नी झोपल्या असताना विसाव्या अध्यायातल्या चित्रासारखा पुरुष त्यांच्या स्वप्नात आला व त्यानं सांगितलं, "काळजी करू नकोस. बदली होणार नाही." पत्नीनं हे स्वप्न आपल्या पतिराजांना सांगितलं. कुलकर्णी म्हणाले, "आपलं दोघांचं येत्या शनिवारचं रिझर्वेशन केलं आहे. त्याप्रमाणे आपल्याला जावं लागेल." १ तारखेला सायंकाळी ५ च्या सुमारास सामानाची बांधाबांध करून ठेवली. फराळाचा डबाही तयार करून ठेवला. रात्री निघायचं असल्यामुळे मुलगी आणि जावई भेटायला आले... एवढ्यात त्यांच्या दारात एक रिक्षा आली. त्या रिक्षातून कुलकर्णी यांच्या हाताखाली काम करणारा पार्थसारथी घरात धावत आला आणि ओरडून म्हणाला, "सर, बेळगावला जायचं कारण नाही. तुमची बदली रद्द झाली आहे. पुण्याच्या ऑफिसातच तुम्ही रुजू व्हा!" कुलकर्णींनी विचारलं, "अरे, पण ऑर्डर कुठे आहे?" पार्थसारथी म्हणाला, "आत्ताच मद्रासहून आपल्या कन्ट्रोलरला फोन आलाय. तुम्ही रात्री बेळगावला जाणार म्हणून त्यांनी मला ताबडतोब तुम्हाला ही बातमी कळवायला सांगितली. म्हणून रिक्षा करून मी आलो." तरीही कुलकर्णी यांनी पुण्याच्या कन्ट्रोलरसाहेबांना फोन करून विचारलं, "मी कोणत्या आधारावर पुण्याच्या ऑफिसात जाऊ?" त्यांनी सांगितलं, "तू हजर हो. तिथल्या मुख्याधिकाऱ्याला मला फोन करायला सांग. मी त्याला सारं काही सांगेन." त्याप्रमाणे सोमवार, दि. २ मार्च १९७५ ला नगररोडवरील रामवाडीच्या ऑफिसात कुलकर्णी ऑफिसर म्हणून हजर

झाले... नंतर त्यांना कळलं की, पुण्याच्या कन्ट्रोलरसाहेबांनी मद्रासच्या अधिकाऱ्याचं मन वळवून त्यांची बेळगावची बदली रद्द करून घेतली होती... त्याच कालावधीत कुलकर्णी यांच्या पत्नीची 'श्री गजानन-विजय' या ग्रंथाची पारायणं सुरू होती; आणि बदली रद्द झाल्यानंतर गजानन महाराजांनी त्यांना स्वप्नदृष्टान्त दिलेला होता.

हा पडताळा आल्यामुळे कुलकर्णी यांचं सारंच कुटुंब गजानन महाराजांचं झालं. सर्व मंडळी पोथीची पारायणं करू लागली... १९७५ सालच्या जुलै महिन्यात त्यांच्याच खात्यात नवीन नेमणुका करायच्या होत्या. त्यासाठी त्यांच्या मुलीनं अर्ज केला होता. २६ जून १९७५ रोजी कुलकर्णी यांच्या पत्नीनं सांगितलं, "आपल्या मुलीचं एक पारायण झालंय. तिला जुलै महिन्यात तुमच्याच ऑफिसात नोकरी लागेल, असं माझी मनोदेवता सांगते." २१ जुलैला मुलीची लेखी परीक्षा झाली. त्यात ती पास झाल्यामुळे २८ जुलै रोजी तिची टायपिंगची परीक्षा झाली. तिचा इंटरव्ह्यू झाला. सप्टेंबरपासून नेमणुका सुरू झाल्या. २२ डिसेंबरपर्यंत त्यांच्या कन्येची नेमणूक न झाल्यामुळे कुलकर्णी काहीसे अस्वस्थ झाले. त्यावर त्यांची पत्नी म्हणाली, "श्री गजानन महाराजांची प्रेरणा खोटी होणार नाही. मुलीला नोकरी लागणारच!" त्यावर कुलकर्णी आपल्या कन्येला म्हणाले, "माझ्याच खात्यात नोकरी पाहिजे असा तुझा हट्ट का? जाहिराती पाहून दुसरीकडे अर्ज टाक." मुलीनं निर्धारानं वडिलांना सांगितलं, "मला तुमच्या ऑफिसातच नोकरी लागणार आहे. मात्र अजून एकवीस पारायणं व्हायला हवीत." त्यांच्या मुलीनं एकवीस दिवसांत एकवीस पारायणं केली. एकविसावं पारायण पूर्ण झाल्यावर १९७६ च्या जानेवारीत तिला एका पहाटे महाराजांनी स्वप्नदृष्टान्त दिला. सांगितलं, "२२ फेब्रुवारीला ऑर्डर येईल." त्याप्रमाणे खरोखरच २२ तारखेला ऑर्डर आली... कुलकर्णी यांनी ही उपासना अनेकांना सांगितली. त्या सर्वांना अनुभवही आले आहेत.

✹

त्र्यं. ब. मंगलमूर्ती, (उमरेड रोड, विद्यानगरी, नागपूर)

मंगलमूर्ती यांना भरदिवसा हा साक्षात्कार घडला. १९५६ किंवा ५७ सालातली एप्रिल महिन्यातली एक दुपार. दोनतीन दिवसांपूर्वीच अक्षय्यतृतीया झाली होती. साधारणत: एक-दीडच्या रखरखत्या उन्हात एक अर्धनग्न, मध्यम वयाचा, सरळ नासिकेचा, पाणीदार डोळ्यांचा, सावळ्या रंगाचा भिक्षेकरी दाराशी आला. त्याच्या हातात एक गाडगं होतं. अंगावर कुठे कुठे माती चिकटली होती. आवारात येताच तो मंगलमूर्तींना म्हणाला, "बच्चा, बदन की बहोत अंगार हो रही है, जरा दो चार बकेट ठंडा पानी अंगपर डाल दे." त्यांच्या अंगणात विहीर होती. त्यांनी त्या

विहिरीचं पाणी काढलं आणि चारपाच बादल्या त्या भिकाऱ्याच्या अंगावर ओतल्या. अंगावर थंड पाणी पडताच तो भिकारी प्रसन्न होऊन म्हणाला, ''अब शांत हो गया हूँ बच्चे!'' लहान मुलं आणि शेजारीपाजारी हे सारं कौतुक बघत होते. मंगलमूर्तींच्या वहिनींनी त्या भिकाऱ्याला विचारलं, ''भोजन करेगा?'' त्या भिकाऱ्यानं होकारार्थी मान हलवली. वहिनी आत गेल्या आणि त्यांनी एका पत्रावळीवर वरण, भात, भाजी, पोळी हे सर्व अन्न वाढून आणलं. त्यानं ते सर्व एकत्र केलं आणि हिंदी, उर्दू तर कधी संस्कृतमध्ये असंदिग्धपणे पुटपुटत ते अन्न खाल्लं. गाडग्यातलं पाणी प्यायला. त्याचं खाणं झाल्यावर त्याला दक्षिणा देण्यासाठी म्हणून मंगलमूर्ती आत गेले. बाहेर येऊन पाहिलं तेव्हा त्यांना तो भिकारी दिसला नाही. मग गच्चीवर जाऊन त्यांनी बघितलं. पण तो कुठे दिसला नाही. मंगलमूर्ती वहिनींना म्हणाले, ''तुम्ही काही म्हणा... गजानन महाराजांची काही लक्षणं मला या भिकाऱ्यात आढळली. गच्चीवरून तो आपल्याला दिसायला हवा होता.'' मंगलमूर्तींनी चारच महिन्यांपूर्वी शेगावहून 'श्री गजानन विजय' हा ग्रंथ आणला होता. काही पारायणंही केली होती. त्यांच्या वहिनीही पोथी वाचत होत्या... ते गजानन महाराजच असले पाहिजेत याबद्दल कुणालाच शंका वाटत नव्हती.

❋

श्रीराम श्री. कुरुंदवाडकर, (४५३ शिवाजीनगर, पुणे -४११००५)

दीड-दोन वर्षांपूर्वी कुरुंदवाडकरांनी गजानन महाराजांचं नावही ऐकलं नव्हतं. त्यानंतर दीड वर्षांपूर्वी त्यांना एक स्वप्न पडलं. स्वप्नात उकिडवी बसलेली चमत्कारिक दिसणारी एक व्यक्ती त्यांना दिसली. पण ते स्वप्न विसरून गेले. मात्र त्या व्यक्तीची त्यांना वारंवार आठवण व्हायची. पुण्यातील 'ॐ स्वरूपा' या संस्थेचे संचालक बाळाजी तांबे यांना कुरुंदवाडकरांनी हे स्वप्न सांगितलं. तेव्हा ते म्हणाले, ''स्वप्नातली व्यक्ती म्हणजे शेगावचे गजानन महाराजच!'' त्यांनी त्यांचा चिलीमधारी फोटोही दाखवला. साधर्म्य पटलं. तांब्यांनी महाराजांच्या इतरही गोष्टी सांगितल्या. मग कुरुंदवाडकरांनी शेगावला जायचं ठरवलं. कामाच्या निमित्तानं ते नागपूरमार्गे कलकत्त्याला अनेक वेळा गेले होते. पण शेगावकडे त्यांचं लक्ष गेलं नव्हतं. शेवटी २६ जून १९७६ रोजी ते शेगावला आवर्जून उतरले.

समाधीचं दर्शन घ्यायला जाताना त्यांना एकसारखं वाटत होतं की आपण इथे यापूर्वी कधीतरी आलेलो आहोत. मंदिरातली प्रत्येक गोष्ट आपण कधीतरी पूर्वी पाहिली आहे, असं त्यांना वाटत होतं. मंदिरातल्या साऱ्या गोष्टी त्यांनी बघितल्या. तिथलं वाङ्मय घेऊन ते वाचून काढलं. भजनकीर्तनाचा आस्वाद घेतला. पूजा-आरती बघितली. तिथला प्रसादही ग्रहण केला आणि काहीशा भारावलेल्या अवस्थेत

स्टेशनचा रस्ता धरला... रात्री नऊ वाजता ते वर्ध्याकडे जाणाऱ्या पॅसेंजरमध्ये पहिल्या वर्गाच्या डब्यात जाऊन बसले. आतून दरवाजा बंद करून झोपी गेले.

त्यांना वर्ध्याला उतरायचं होतं. वर्धा स्टेशन पहाटे येतं. तेव्हा पहाटे लवकर उठायचं असं मनाशी ठरवून ते झोपी गेले. त्यांना लवकर झोप लागली. पहाटे त्यांना जाग आली. त्यांनी घड्याळात बघितलं. साडेतीनचा सुमार होता. वर्धा यायला अजून अवकाश होता. म्हणून त्यांनी परत डोळे मिटून घेतले. त्यांना झोप लागली; पण थोड्याच वेळात भयंकर अनुभव आला. खूप भीती वाटली. आपण अगदी जोरात खूप खूप खोल जात आहोत, असं वाटायला लागलं. बाजूनं जोरानं काहीतरी भिरभिरत जात होतं. दूरवर कुठेतरी लख्ख प्रकाश दिसत होता. थोड्याच वेळात त्यांना बर्थवरून उठून शेजारच्या टेबलावर टुणदिशी उडी मारल्यासारखं वाटलं. त्यांनी सहज वळून शेजारच्या बर्थकडे बघितलं. त्यांना आपण तिथंच झोपलो आहोत असं दिसत होतं. एका छोट्या जिवानं आपलंच मोठं स्वरूप बघितलं. बाहेर पाऊस पडत असल्यामुळे त्यांनी खिडकी बंद करून घेतली होती... थोड्याच वेळात ते त्या खिडकीवर उंदरासारखे चढले आणि गजावरून कोलांटी उडी मारून काचेतून आरपार गाडीबाहेर आले. खूप खूप वर जात राहिले. ते गोल गोल हिंडत होते. खाली गाडी धावताना त्यांना दिसत होती. डोंगरदऱ्या, घरं, झाडी असंही दृश्य दिसत होतं. आपण कुठे हिंडतोय, हे त्यांना कळत नव्हतं, पण आपण खाली काहीतरी शोधतो आहोत हे कळत होतं. खाली एक झोपडीवजा घर दिसलं. मुसंडी मारून ते त्या घरात शिरले. त्या घरात श्री गजानन महाराज आहेत असं त्यांना जाणवलं; आपण त्यांनाच तर शोधत नव्हतो ना, असं त्यांना वाटलं. तिथून ते परत कधी निघाले ते त्यांना आठवत नाही. पण गेलेल्या मार्गानंच ते परत गाडीत आले एवढं मात्र त्यांना आठवतं. परत उडी मारून ते टेबलावर आले आणि त्यांना जाग आली. त्यांनी घाबरून घड्याळात बघितलं. साडेतीन वाजून जेमतेम दोनतीन मिनिटंच झाली होती. म्हणजे अल्पावधीतच त्यांना हे स्वप्न पडलं होतं... या अनुभवाचा अर्थ त्यांना अजूनही कळला नाही. मात्र आपला हा अनुभव गजानन महाराजांशी संबंधित आहे याबद्दल त्यांची खात्री पटलेली आहे. त्यांचा लिंगदेह बाहेर भटकून आला होता... अर्थात हा आध्यात्मिक प्रगतिपथावरील अनुभव आहे, हे त्यांना माहीत नव्हतं.

❋

बाळासाहेब तुकाराम चव्हाण, (मु. पारडी बंगला, पो. तरोडा, ता. पुसद, जि. यवतमाळ).

कळमनुरी तालुक्यात चव्हाण हे ग्रुप सेक्रेटरीची नोकरी करत असताना काही

स्वार्थसाधू लोकांनी त्यांना निलंबित केलं. मग ते मुळावा इथल्या श्री जीवनयोगी सुपरवायझर यांच्या आश्रयाला येऊन राहिले. ते गजानन महाराजांचे भक्त होते. त्यांनी चव्हाण यांना गजानन महाराजांची भक्ती करायला सांगितली. दर महिन्याला शेगावला सव्वा रुपया पाठवून प्रसाद मागवून घ्यायला सांगितला. चव्हाणांची नोकरी पुढे सुरू झाली. एकदा चव्हाणांचं आपल्या पत्नीशी काही कारणावरून भांडण झालं. त्यांनी पत्नीला बेदम मारलं आणि ते नोकरीच्या गावी निघून गेले. पत्नीच्या मनात आत्महत्येचे विचार घोळू लागले. त्याच दिवशी रात्री गजानन महाराजांनी तिच्या स्वप्नात येऊन तिला त्या विचारांपासून परावृत्त केलं. महाराजांच्या कृपेनं चव्हाणांचा सुखी संसार सुरू झाला.

✷

त्र्यं. रा. माकोडे, (स्टेट बँक ऑफ इंडिया, मु. पो. शेगाव, जि. बुलढाणा)

दिनांक १९ मार्च १९७६ रोजी पहाटे माकोडे हे शेगावच्या स्टॅन्डवर उतरले. वाशीम इथल्या स्टेट बँकेत त्यांना नोकरी मिळाली नव्हती. घरी परतण्याच्या विचारात असतानाच त्यांना एक ग्रामसेवक भेटला. तो म्हणाला, “मी गजानन महाराजांच्या दर्शनाला जातो आहे. तुम्हीही माझ्याबरोबर चला!” माकोडे यांना दर्शनाची इच्छा नव्हती. परंतु दर्शनाचं नाव काढलं म्हणून ते गेले. दर्शन घेतलं. तिथल्या स्टेट बँकेत नोकरी मिळावी म्हणून महाराजांना मनोमन सांगितलं. दर्शन घेऊन माकोडे दहा वाजता बँकेत गेले. त्या बँकेचे ब्रँच मॅनेजर देशपांडे यांनी त्यांना लगेच कामावर रुजू करून घेतलं. त्या दिवसापासून माकोडे यांचा गजानन महाराजांच्या दर्शनाशिवाय दिवस जात नाही.

✷

डों. दु. कागपते, (मु.पो. उमरी लिवारी, ता. साबोनी, जि. भंडारा)

कागपते नऊ वर्षांचे असताना त्यांना गावच्या एका माणसाकडून महाराजांची पोथी मिळाली. त्यांना तेव्हापासून पोथी वाचण्याचा नाद लागला. एकदोन महिन्यांनंतर त्यांच्या स्वप्नात गजानन महाराज आले आणि त्यांना पारायण करायला सांगितलं. कागपते यांचे आई-वडील आणि बहीण ही मंडळी त्यांच्या लहानपणीच वारली. त्यांना फक्त एक भाऊ आहे. त्यामुळे त्यांना कुणाचं फारसं मार्गदर्शन नव्हतं; परंतु महाराजांचा हा आदेश आल्यावर त्यांनी शेगावहून पोथी मागवून घेतली आणि निराहार करून तीन दिवसांचं पारायण केलं. कागपते यांना काही शारीरिक व्याधी जडल्या होत्या. खूप दैवी उपाय केले होते. पण त्या दूर झाल्या नव्हत्या. परंतु पोथीचं पारायण केल्यानंतर त्यांच्या साऱ्या व्याधी दूर झाल्या. ते पूर्ण बरे झाले.

त्यांचं लग्न झाल्यावर चारपाच वर्षं त्यांना मूलबाळ झालं नाही. त्यांनी त्यासाठी पारायण केलं. त्यांना दोन मुलगे आणि एक मुलगी अशी तीन अपत्यं झाली. प्रतिवर्षी ते पोथीचं पारायण करतात. पारायण केल्यावर त्यांचे मनोरथ पूर्ण होतात अशी त्यांची श्रद्धा आहे. महाराजांच्या कृपेने त्यांना काव्यस्फूर्तीही झालेली आहे. त्यांनी अभंग-भजन अशी बरीच काव्यरचना केली आहे.

✻

गिरीश स. चुंगडे, (दत्तात्रय काटवातळ यांच्या घरी, समाधीगड, चंद्रपूर)

चुंगडे यांची अत्यंत गरिबी, पण आशावाद मात्र दांडगा. गजानन महाराजांची आपल्यावर एक ना एक दिवस कृपा होईल आणि आपल्या जीवनाला चांगली दिशा लाभेल असा त्यांचा आशावाद आहे. अद्याप त्यांना विलक्षण असे अनुभव आलेले नाहीत, पण एक अगदी मामुली अनुभव त्यांनी नमूद केला आहे. एकदा त्यांना ऑफिसच्या कामासाठी तातडीनं सायकलवरून पाचसहा मैल जावं लागलं. एकदोन फर्लांग अंतर काटून गेल्यानंतर सायकलच्या पुढच्या चाकातली हवा गेली. हवा भरण्यासाठी खिशात दहा पैसेदेखील नव्हते. त्यांनी गजानन महाराजांचा धावा केला. त्याच क्षणी त्यांना रस्त्यावर दहा पैसे सापडले. हवा भरून ते पुढे गेले. त्यांचं काम झालं. वस्तुत: हा अनुभव अगदी मामुली आहे. पण 'प्रसादचिन्हानि' या न्यायानं त्यांना तो मोलाचा वाटतो. याहीपेक्षा भरघोस अनुभवांची ते श्रद्धायुक्त अंत:करणानं वाट बघत आहेत.

✻

सुधाकर पुरुषोत्तमराव चौधरी, (मु. पो. माणिकवाडा, ता. दारव्हा, जि. यवतमाळ) हे महाराजांचे निस्सीम भक्त आहेत. प्रतिवर्षी श्रावण महिन्यातल्या शेवटच्या गुरुवारी ते शेगावची वारी करतात. गुरुपुष्यामृत योगावर ते पोथीचं पारायण करतात. गुरुवारचा उपवासही महाराजांच्या नावानं करतात. शिक्षणाच्या निमित्तानं ते बहिणीकडे अमरावतीला राहतात. १९७५ च्या मार्च महिन्यात एम.कॉम.च्या पहिल्या परीक्षेला बसले. परीक्षेला थोडे दिवस राहिले होते. त्यांचा कान एके दिवशी रात्री भयंकर ठणकायला लागला. पूर्वी त्यांचा कान फुटला होता. पण औषधानं तो बरा झाला होता. यापुढे कानाला त्रास होणार नाही असं डॉक्टरांनी सांगितलं होतं. परंतु आठ-नऊ महिन्यांनी पुन्हा ही व्याधी बळावली. रात्रीची वेळ असल्यामुळे डॉक्टरांकडे जाणं शक्य नव्हतं. घरगुती उपाय केले, पण त्रास काही केल्या थांबेना. ते रडकुंडीला आले. त्यांच्या डोक्याच्या वरच्या बाजूला महाराजांचा फोटो होता. त्यांनी महाराजांचं स्मरण केलं. त्या दिवशी गुरुवार होता. त्यांचं अखंड नामस्मरण चाललंच होतं.

शेवटी त्यांच्या कानाचं ठणकणं केव्हा थांबलं आणि त्यांना झोप केव्हा लागली, हे कळलंही नाही. ठणका थांबला, पण त्यांना ऐकू येत नव्हतं. सकाळी ते डॉक्टरांकडे गेले. काहीही झालं नसल्याचं त्यांनी सांगितलं. दोनतीन दिवस खोबरेल घालायला सांगितलं. एक दिवसानंतर त्यांना ऐकायला यायला लागलं. त्यानंतर त्यांना तसला त्रास कधीही झाला नाही. त्यांची महाराजांची भक्ती वाढली. त्यांच्या कृपाप्रसादानं सुधाकर चौधरी यांना काव्यस्फूर्ती झाली. ते एम.कॉम. झाले. आता एम.ए.चा अभ्यास करताहेत. परीक्षेच्या वेळी ते महाराजांचं स्मरण करतात आणि परीक्षेत त्यांना यश मिळतं, असा त्यांचा अनुभव आहे.

❋

अविनाश प्रभाकर गाडगीळ, ('गोविंद' बंगला, ३८/६ आदर्शनगर, सातारा रस्ता, पुणे-४११००९)

हे गृहस्थ आस्तिक आहेत. कुठली तरी अज्ञात शक्ती या विश्वाची सूत्रं हलवते ही गोष्ट त्यांना मान्य आहे. गणपती-अथर्वशीर्ष, रामरक्षा म्हणण्याचा त्यांचा परिपाठ आहे. असं असलं तरी व्यक्तिपूजा त्यांना मान्य नव्हती. दोन वर्षांपूर्वी ते एका काळजीनं अतिशय ग्रस्त झाले. सहा महिने सतत काळजी केल्यामुळे त्यांना आतड्याचा व्रण 'क्रॉनिक अल्सर' झाला. पुढे डॉक्टरांच्या औषधोपचारांनी त्यांचं दुखणं पूर्णपणानं बरं झालं. पण पथ्य मोडलं की पोटदुखी सुरू व्हायची. त्याच वेळी एका सिद्ध पुरुषाची गठ पडली. त्या सिद्ध पुरुषानं गाडगीळांना सांगितलं, 'तुमच्यावर करणी झाली असल्यामुळे हे दुखणं उद्भवलं आहे. तुम्ही 'श्री गजानन विजय' ही पोथी वाचत जा. गाडगीळांनी दहा वर्षांपूर्वी ही पोथी त्याच्या काकांकडे चाळली होती. पण कुत्सितपणानं त्यांनी ती बाजूला सारली होती. त्यांना महाराजांचं गांजा पिणं आणि नागवेपण या दोन गोष्टी मुळीच मान्य नव्हत्या. पण आता त्यांचीच पोथी वाचण्याचा प्रसंग त्यांच्यावर आलेला होता. नाइलाजानं त्यांनी पोथी वाचायला प्रारंभ केला. त्या वेळी श्रद्धा मुळीच नव्हती. परंतु जेव्हा पोथीचं एक पारायण पूर्ण झालं, तेव्हापासून पोटदुखी पार नाहीशी झाली. पथ्य मोडलं तरी पोट दुखेनासं झालं. हा ग्रंथ संस्कृतमध्ये नाही तरीसुद्धा हा परिणाम दिसून आल्यामुळे त्यांना आश्चर्य वाटलं. तेव्हापासून महाराजांवर त्यांची अपार भक्ती जडली.

❋

कृ. रा. पटवर्धन, (१३९६, शुक्रवार पेठ, पुणे ४११००२)

कृष्णराव पटवर्धन हे १९७३च्या मार्च महिन्यात 'स्पायनल कॉर्ड'च्या विकारानं आजारी होते. सहा महिने अंथरुणावर पडून होते. त्यांना धड उभंही राहता येत

नव्हतं. सर्व प्रकारच्या शारीरिक तपासण्या झाल्या. औषधापायीदेखील दोनतीन हजार रुपये खर्च झाला. पण गुण येईना. जीव अगदी नकोसा झाला. सारे मानवी उपाय थकल्यावर महाराजांची पोथी त्यांच्या हाती आली. पडल्या पडल्या अंथरुणावरूनच त्यांनी पारायणं केली. त्यानंतर त्यांना कुणीतरी आंतरिक आदेश दिला. 'ऊठ, उभा राहा आणि चार पावलं तरी टाक.' त्यांनी खरोखरच निष्ठेनं प्रयत्न करून बघितला. पहिल्याच दिवशी ते चार पावलं चालले. उमेद आली. कुणीतरी आपल्या पाठीशी आहे, असं त्यांचं मन सांगायला लागलं. मग त्यांची खात्री पटली की, ही सारी गजानन महाराजांचीच कृपा आहे. त्यानंतर सहकुटुंब शेगावला जाऊन त्यांनी दर्शन घेतलं. आता रोज स्नान झाल्यानंतर ते एक अध्याय वाचतात. गजानन महाराज आपल्या पाठीशी आहेत, अशी त्यांची दृढ श्रद्धा आहे.

✻

दिना गिंधुजी राऊत, (पशुप्रथमोपचार केंद्र, मु. पो. राजोली, जि. चंद्रपूर, विदर्भ)

हे राजोलीला गुरांचे डॉक्टर म्हणून काम करतात. १९७३ सालपर्यंत यांना तीन मुली होत्या. मुलगा नव्हता. त्या वेळी त्यांच्या स्वप्नात एक साधू आला आणि त्यांच्या पत्नीला त्या साधूनं सांगितलं, "तुमच्या पोटी गजानन महाराजांच्या कृपेनं पुत्रसंतान जन्माला येणार आहे. त्या मुलाचं नाव गजानन ठेवावं. गजाननच तुमच्या पोटी जन्माला येणार आहे." त्या साधूनं अंगारा-तीर्थ दिलं. राऊत पतिपत्नीनं त्याचा स्वीकार केला. नंतर त्यांच्या पत्नीला दिवस गेले आणि दि. २ जुलै १९७५ ला मध्यरात्री त्यांना मुलगा झाला. त्या मुलाचं नाव 'गजानन' ठेवलं. मुलाचं नाव ठेवण्यापूर्वी त्याची प्रकृती फार बिघडली. राऊत यांनी गजाननाचा धावा केला. त्यांच्या 'चोरटी' या जन्मगावी महाराजांचं मंदिर बांधण्याचा नवस केला. मुलाची प्रकृती चांगली झाली. आता मुलाची प्रकृती केव्हाही बिघडली म्हणजे ते गजानन महाराजांचा धावा करतात. मुलाच्या जन्मापूर्वी एकदा आणि नंतर एकदा त्यांनी शेगावला जाऊन दर्शन घेतलेलं आहे. ते पोथी वाचतात. पूजापाठ करतात. त्यांच्या ध्यानीमनी गजानन महाराज आहेत. महाराजांचं दैवत जागृत आहे अशी त्यांची श्रद्धा आहे. ते आता लवकरच महाराजांचं मंदिर बांधणार आहेत. मुलाच्या नावानं श्री गजाननाची म्हणजे गणपतीची मूर्ती मांडून ते दरवर्षी उत्सव साजरा करतात.

✻

वसंत गजानन क्षीरे, (स्टाफ ऑफिसर, ग्रेड ए, रिझर्व्ह बँक स्टाफ क्वार्टर्स, नं. सी. १५, सिव्हिल लाइन्स, नागपूर)

बारा वर्षांपूर्वीची ही गोष्ट आहे. वसंतराव अकोल्याहून शेगावला कुटुंबीय मंडळींसह दर्शनासाठी गेले. ते नेहमी अभिषेकासाठी सव्वा रुपया देत असत. त्या दिवशी त्यांच्या मनात काय आलं कुणास ठाऊक! त्यांनी तिथे फक्त चार आणे टाकले. रात्री दहा वाजता ते अकोल्याला परत आले; आणि ते झोपायला निघाले. त्यांनी अंथरुणावर पाय ठेवला आणि ते एकदम किंचाळले. त्यांना भलामोठा विंचू चावला होता. सारी मंडळी तिथेच झोपली होती, पण नेमका त्यांनाच विंचू चावला होता. शेगावला चार आणे टाकताना त्यांनी मनातून अश्रद्धा दर्शविली होती. म्हणून महाराजांनी आपल्याला ही शिक्षा केली अशी त्यांची खात्री पटली.

त्यांचा दुसरा मुलगा सतीश. त्याच्या कॉलेजातल्या मित्रांनी गणेशोत्सवात एक नाटक बसवलं. नाटक चांगलं बसवलं म्हणून त्या सर्वांना दुसऱ्या एका मंडळानं चहापार्टी दिली. तिथे दिलेल्या चहाचा रंग वेगळाच वाटला, म्हणून काही मंडळींनी कप दूर सारले. पण वसंतरावांचा मुलगा सतीश हा जरा बाजूला बसला होता. गप्पागोष्टींच्या नादात त्याच्या लक्षात ही गोष्ट आली नाही. एवढ्यात त्याच्या मित्रांनी जवळ जाऊन त्याचा हात धरला आणि 'चहा पिऊ नकोस' म्हणून सांगितलं. मग त्याला चहाच्या रंगाचा बोध झाला. त्या चहात पाल पडली होती, ही गोष्ट नंतर समजली. या प्रसंगातून आपला मुलगा वाचला म्हणून गजानन महाराजांच्या नावानं पावशेर पेढे वाटायचे असं वसंतरावांनी ठरवलं. पण प्रत्यक्षात एक रुपयाचेच पेढे वाटले... दुसरे दिवशी सकाळी दहा वाजता ते ऑफिसात जायला निघाले. त्यांच्या कॉलनीसमोर रहदारीचा चौक आहे. ऑफिसमध्ये जायला तोच रस्ता आहे. सकाळी चांगलीच रहदारी होती. वसंतराव त्या चौकातून जात असताना त्यांच्या मागून एक खेडुत आला. अंगात पांढरा सदरा, धोतर, पांढरी टोपी आणि चपला असा त्याचा वेष होता. तो माणूस मागून येत आहे, हे वसंतरावांना माहीत नव्हतं. त्या माणसानं वसंतरावांच्या पाठीवर झाडाच्या फांदीचे दोन फोक मारले. या अनपेक्षित मारानं ते जोरात ओरडले. काय झालं, ते त्यांना कळलंही नाही. वसंतराव उलट त्याला मारणार होते. परंतु त्या माणसानं माराचं कारण सांगितल्यावर त्यांचं अवसानच गळालं. तो माणूस म्हणाला, "मला भूक लागली आहे. तू जेवायला देतो म्हणालास, पण दिलं नाहीस." एवढं बोलून तो निघून गेला. नंतर वसंतरावांच्या लक्षात आलं की, त्यांनी नवसाप्रमाणे पेढे वाटले नव्हते. मुलगा संकटातून वाचला म्हणून पावशेर पेढे वाटण्याचा नवस केला, पण प्रत्यक्षात मात्र रुपयाचेच पेढे वाटले होते. म्हणून त्या माणसानं भूक लागली आहे असं सांगितलं होतं; आणि ही शिक्षा दिली होती.

त्या वेळी वसंतराव डिस्पॅच सेक्शनमध्ये स्टाफ ऑफिसर म्हणून काम करत होते. एका शनिवारी पोस्टमन पंधरा-वीस रजिस्टरपत्रं घेऊन आला. वेळ झालेला

असल्यामुळे ती पत्रं सोमवारी घेऊन येण्याबद्दल त्यांनी पोस्टमनला सांगितलं.

पोस्टमन निघून गेल्यानंतर काही वेळानं मॅनेजरचा स्टेनो आला आणि म्हणाला, "केंद्र कार्यालयातून सोमवारच्या परीक्षेबद्दल काही महत्त्वाचं पत्र येणार आहे. ते रजिस्टरपत्र आलं का?" वसंतरावांना धक्काच बसला. कारण त्यांनी पोस्टमनला पत्रं परत घेऊन जायला सांगितलं होतं. "पोस्टात चौकशी करतो," असं त्यांनी स्टेनोला म्हटलं. स्टेनो निघून गेल्यावर त्यांनी आपल्या शिपायाला पोस्टात पाठवलं. पण पोस्टात पोस्टमन भेटला नाही. मग त्यांनी गजानन महाराजांचा धावा सुरू केला. दुपारी बरोबर चार वाजता पोस्टमन आला. वसंतरावांनी त्याच्याकडून हवं ते पत्र मागून घेतलं. "या वेळेला तू कसा आलास?" असं विचारलं तेव्हा पोस्टमन म्हणाला, "मी आता घरीच जात होतो. पण माझ्या मित्राला भेटायला म्हणून सहज इथे आलो. सुदैवानं पत्रं बरोबर ठेवली होती म्हणून बरं झालं!" वसंतरावांनी सारीच पत्रं ताब्यात घेतली. त्यांचा जीव भांड्यात पडला. त्यांनी हवं असलेलं पत्र मॅनेजरला नेऊन दिलं. त्यांचीही काळजी दूर झाली. तेव्हापासून वसंतराव नेहमी महाराजांचा फोटो जवळ बाळगतात आणि त्यांचं नामस्मरण करतात. त्यांची श्रद्धा शतगुणित झाली आहे.

✺

डॉ. डी. एन. ठवळी, (गाडगेनगर, अमरावती) नागपूरला हे बी.ए.एम.एस.च्या शेवटच्या परीक्षेचा अभ्यास करत होते. त्या वेळी रामनवमीच्या उत्सवाला शेगावला जाण्याची त्यांना इच्छा झाली. पण तिथे जाण्याजोगी आर्थिक परिस्थिती नव्हती. त्या वेळी ते अभ्यासाबरोबरच होमिओपॅथीची प्रॅक्टिस करत असत. एके दिवशी सकाळी बॅग घेऊन ते बाहेर पडले. एवढ्यात गणेश नारायणराव मोहोरे यांनी त्यांना वाटेतच शंभर रुपये दिले. आणखीही दोन ठिकाणांहून त्यांना दोनशे दहा रुपये मिळाले. शेगावला जाण्याचा मनोमन विचार करूनच ते त्या रात्री झोपी गेले. दुसऱ्या दिवशी दुपारी २ ते ५ त्यांचा फायनलचा पेपर होता. सकाळी उठून त्यांनी पूजापाठ केला; आणि गांधीनगरातल्या गणपतीच्या देवळात ते दर्शनासाठी गेले. डोळे मिटून त्यांनी प्रार्थना केली- 'प्रारंभी विनती करू गणपती विद्यादयासागरा ।... हेरंबा गणनायका गजमुखा भक्तां बहू तोषवी ॥...' प्रार्थना झाल्यावर डोळे उघडले. त्यांना गणपतीच्या ठिकाणी गजानन महाराजांची मूर्ती दिसली.

१९६० सालच्या दिवाळीपासून त्यांनी दवाखाना सुरू केला. ते गजानन महाराजांचं नाव घेऊनच औषधोपचार करतात. कॉलरा, नळसंग्रहणी वगैरे विकार ग्लुकोज, सलाईन देऊन बरे केले, पण महाराजांचं नामस्मरण करूनच! माहुली जहागीर येथे त्यांच्या दवाखान्याची शाखा होती. तिथे अठरा वर्षांचा एक मुलगा

विषमज्वरानं आजारी पडला. त्याची आई लहानपणीच वारली होती. बाप सकाळी भाकरी करून शेतावर जायचा. डॉ. ठवळी सकाळी त्याला औषध देऊन जायचे. पण गुण येईना. आजार विकोपाला जायला लागला. मग समजलं की, हा मुलगा वडिलांनी करून ठेवलेली भाकरी खायचा आणि कुत्र्यानं भाकरी नेली म्हणून सांगायचा. मग डॉक्टरांनी त्याला घरी नेऊन पथ्यपाणी केलं. शेवटी त्याला वात झाला. त्या भरात डॉक्टरांच्या पत्नीला तो मुलगा शिव्या द्यायला लागला. नंतर त्याला हॉस्पिटलमध्ये हलवलं. तिथल्या डॉक्टरानं जगण्याची आशा नाही म्हणून त्याच्या तोंडावर पांघरूण घालून ठेवलं. डॉ. ठवळी यांनी त्या मुलाच्या बापाला घरी जेवायला पाठवून दिलं आणि ते स्वत: महाराजांचं स्तोत्र म्हणत मुलाच्या उशागती बसले. काही वेळानं रामदास सकसुळे यांनी आजारी मुलाच्या तोंडावरचं पांघरूण काढलं. मुलानं डोळे उघडले होते. तो बरा झाला होता.

डॉ. ठवळी यांच्या दवाखान्याचं नाव आहे, 'श्री गजानन क्लिनिक.' दवाखाना गुरुवारी बंद असतो. पण काहीं मित्रांच्या सांगण्यावरून त्यांनी तो दिवस बदलून रविवारी दवाखाना बंद ठेवायची प्रथा सुरू केली. पुढल्या गुरुवारी ते बाहेर पडून गाडीत बसायला जाणार एवढ्यात जुलाब-उलट्या सुरू झाल्या. लगेच त्यांनी आपल्या पत्नीला पारायणाला बसवलं. पाचसहा अध्याय झाले तोपर्यंत हातापायात गोळे यायला लागले. मित्रांच्या आग्रहाखातर दवाखान्यात नेलं. आराम पडेना. शेवटी दवाखान्यातल्या मागच्या दारानं पाय काढला आणि डॉक्टर आपल्या पत्नीसह शेगावला गेले. लगेच त्यांना आराम पडला.

१९६३ च्या ऋषिपंचमीला ते शेगावला पुन्हा गेले. देवळाच्या नंदीच्या बाजूला पोथीचं पारायण करायला बसले. डाव्या मांडीनंच त्यांना पारायण पुरं करायचं होतं. पण डोक्यावर भला मोठा ढग आला; आणि आश्चर्य असं की, एक फूट अंतरावर पाऊस पडून गेला. एका मांडीवर त्यांचं पारायण पुरं झालं. ते उठायला लागले. पण पायाला मुंग्या आल्यामुळे उठता येईना. त्याच वेळी एक वृद्ध गृहस्थ आला आणि त्यांच्या पायाचे त्यानं पटापट मुके घेतले. एकदम त्यांनी उठून आरती म्हणायला प्रारंभ केला. आरती झाल्यावर त्यांनी बघितलं. तो वृद्ध गृहस्थ त्यांना दिसला नाही.

१९६४ साली रामनवमीच्या वेळी शेगावच्या यात्रेला खूप गर्दी होती. डॉक्टरांनी दरवाजाजवळ उभं राहून स्तोत्र म्हटलं. तिथे महाराजांनी त्यांना दर्शन दिलं.

❋

श्रीमती रमाबाई गोळे, (द्वारा: सौ. शोभा रिसबूड, प्लॉट नं. २०, 'समाधान,' फ्रेंड्स कॉलनी, राणा प्रतापनगर, नागपूर ४४००१०)

रमाबाईंचे यजमान जनार्दन पुरुषोत्तम गोळे हे वर्ध्याला डॉक्टर होते. त्यांना तीन

मुली व दोन मुलगे. त्यांचे यजमान ५ जानेवारी १९५३ रोजी वारले. त्यांचा मोठा मुलगा बी. कॉम. झाला. त्याला १९५५च्या जानेवारीत नागपूरला ए. जी. ऑफिसमध्ये नोकरी लागली. रमाबाईंजवळ प्रथम महाराजांची पोथी नव्हती अगर फोटोही नव्हता. नागपूरला आल्यावर त्यांनी पोथी-फोटो मागविला. मुलाला नोकरी लागल्यावर रमाबाईंनी त्याला कपडे करण्याकरिता पंचाहत्तर रुपये दिले. त्यानं ओळखीच्या शिंप्याकडे कपडे शिवायला टाकले. पण दोन महिने झाले तरी तो कपडे देईना. मुलाला तर कपडे तातडीनं हवे होते. एका गुरुवारी रमाबाईंनी देवाची पूजा केली. त्या वेळी त्यांना अतिशय वाईट वाटलं. ओढगस्त परिस्थितीत मुलाचे कपडे हातात मिळत नव्हते. त्यांनी देवाला प्रार्थना केली की, 'कपडे अगर कापड शिंप्याकडून परत मिळालं तर मी पोथीचं पारायण करीन.' आश्चर्य असं की, त्याच शुक्रवारी त्यांना कपडे शिवून मिळाले. त्यांनी पारायण केलं.

त्यांची थोरली मुलगी सिंधू. तिला नोकरी मिळत नव्हती. त्यांनी पारायण केलं. समाप्तीच्या दिवशी नोकरीचं बोलावणं आलं... तिचे दिवस भरले होते. रमाबाईंना काळजी वाटू लागली. मुलीचे यजमान पारायण बोलले. सुलभ प्रसूती होऊन मुलीला मुलगा झाला. बाळंतपणानंतर दुधाची गाठ झाली. पण पारायण केल्यावर गाठ फुटली आणि सारं व्यवस्थित झालं. तिचा मुलगा प्रसाद. त्याला १९५७ सालच्या मे महिन्यात भयंकर ताप आला. त्या वेळी घरातल्या प्रत्येकानं पारायण केलं. मुलगा तापातून बरा झाला.

त्यांची हीच मुलगी सिंधू रिसबूड हिनं प्लॉट घेण्याचा विचार केला. त्यात मध्यस्थानं सहाशे रुपये आगाऊ मागितले. पण ते पैसे त्यानं बुडवले. प्लॉट न मिळता पैसे बुडाले म्हणून रमाबाईंना फार वाईट वाटलं. त्याच दिवशी रात्री त्यांना स्वप्न पडलं. एका मोठ्या वाड्याच्या दिंडीजवळ त्या उभ्या होत्या. दाराच्या फटीतून त्यांनी बाहेर बघितलं. त्यांना दोन सत्पुरुष दिसले. एक दिगंबर आणि दुसरा शुभ्र वस्त्र परिधान केलेला! त्यांच्या मागच्या बाजूला लखलखीत प्रकाश होता. रमाबाईंनी नमस्कार केला. दिगंबर सत्पुरुष घरात आला. म्हणाला, "मी पाठीशी होतो म्हणून तुम्ही थोडक्यात बचावलात." रमाबाई त्या पुरुषाला म्हणाल्या, "मुलांना वडील नाहीत. तेव्हा आपण असेच पाठीशी राहा." रमाबाईंनी हात पुढे केला. त्यांनी तीर्थ दिलं. त्यांच्या मनात आलं, 'महाराजांनी तीर्थ दिलं, पण प्रसाद नाही दिला!' सहज म्हणून त्यांनी मागे वळून बघितलं. त्यांना देव्हाऱ्यात नर्मदा गणपतीजवळच तांबडा त्रिकोनी दगड ठेवलेला दिसला. त्यांनी महाराजांना नमस्कार करायला मुलीला सांगितलं. ती आली. महाराज लगेच उठले. त्यांच्याजवळ महाराजांचा चिलीमवाला फोटो होता. रमाबाई म्हणाल्या, "अगबाई, यांच्याजवळ गजानन महाराजांचा फोटो आहे." लगेच ते उठले आणि निघून गेले. जाताना म्हणाले, "जे काही कराल ते

मला आधी सांगत जा.'' ते गर्दीत दिसेनासे झाले. रमाबाईंजवळ गजानन महाराज आणि साईबाबा या दोन्ही सत्पुरुषांचे फोटो आहेत.

✳

यशवंत गजाननराव करंदीकर, (द्वारा- ह. चिं. नागेश्वर, पोस्टमन, भालदारपुरा, पो. कॉटन मार्केट, नागपूर)

करंदीकर हे मूळचे वर्धा जिल्ह्यातल्या देवळी या गावचे. इंटर नापास झाल्यानंतर ते नोकरीच्या निमित्तानं १९७२ सालच्या ऑगस्टमध्ये नागपूरला आले. डिसेंबरपर्यंत त्यांचं वास्तव्य त्यांच्या मावशीकडे होतं, नोकरीचा प्रयत्न चाललाच होता. मावशीच्या घरची परिस्थिति एवढी बरी नसल्यामुळे त्यांच्या आईनं त्यांना खाद्यपदार्थांचा धंदा करायला सांगितला. त्यांच्या हातावर चार रुपये ठेवून आई गावी निघून गेली. चार रुपयांच्या भांडवलावर करंदीकर ब्रेड-बिस्किटं विकण्याचा धंदा करायला लागले. त्यांचं सदैव नामस्मरण चालायचं. एके दिवशी त्यांच्या घराजवळच्या बाईनं सांगितलं, ''गुरुवार करत जा. गुरुवारी 'श्री गजानन विजय' ही पोथी वाचत जा.'' हळूहळू करंदीकरांजवळ दीडशे रुपये जमले. मग त्यांनी भारतमाता चौकात शनिमंदिराच्या पायरीपाशी छोटं दुकान सुरू केलं. रोज आठ-दहा रुपये प्राप्ती व्हायला लागली. १९७४ साली जुलै महिन्यात त्यांच्या दुकानात खरेदी करण्यासाठी वानखेडे या नावाचे एक महाराज आले. एका पायानं ते लंगडे होते. सामान घेऊन त्यांनी पैसे दिले. गडबडीत त्यांनी पाच पैसे जास्त दिले. चारपाच दिवसांनंतर जागोबाजवळील गणपती मंदिरात वानखेडे महाराज भेटले. तेव्हा पाच पैसे जास्त आल्याचं करंदीकरांनी त्यांना सांगितलं. तेव्हा ते म्हणाले, ''मी घेतलेले पैसे मोजत नाही. सरळ खिशात टाकतो.'' त्या महाराजांनी ते पैसे परत घेतले नाहीत. म्हणाले, ''रोज आपल्या दुकानात पाच-पाच पैसे बाजूला टाकत जा. महिन्याच्या शेवटी गजानन महाराजांकडे जमलेले पैसे मनीऑर्डरीनं पाठवत जा.''

तेव्हापासून दर महिन्याला जमलेल्या पैशांची ते शेगावला मनीऑर्डर करू लागले. हळूहळू दुकान चांगलं चालायला लागलं. १९७५ सालच्या सप्टेंबर महिन्यात त्यांनी २० रुपये भाड्याची खोली घेतली. पहिल्याच दिवशी त्यांनी खोलीत प्रवेश केला तेव्हा लाल रंगाच्या कापडात काही पुस्तकं बांधलेली त्यांना दिसली. उघडून पाहिलं तेव्हा आत 'श्री गजानन विजय', 'शिवलीलामृत' आणि 'भजन-आरती' ही पुस्तकं दिसली. पोथीवाचन सुरू झालं. करंदीकरांचा आवाज चांगला असल्यामुळे भजन-गायनही सुरू झालं. त्यानंतर प्रतिवर्षी श्रावणाच्या महिन्यात पोथीचं पारायण आणि यथाशक्य अन्नसंतर्पणही सुरू झालं. दर महिन्याला शेगावला मनीऑर्डर जातच होती. त्यानंतर अगदी त्यांच्या ध्यानीमनी नसताना त्यांना

अगदी थोड्या द्रव्यखर्चात शेगाव, पंढरपूर ही यात्रा घडली.

ही यात्रा करून परतल्यानंतर दोन महिन्यांतच करंदीकरांनी किराणा मालाचं आणि स्टेशनरीचं दुकान घातलं. अवघ्या चाळीस रुपये भाड्यात त्यांना दुकानाची जागा मिळाली. १९७६ सालच्या रामनवमीच्या दिवशी गुरुपुष्य नक्षत्रावर त्यांनी हे दुकान सुरू केलं. एक महिन्याच्या अवधीत त्यांनी आपल्या धाकट्या भावाला नागपूरला बोलावून घेतलं. धाकटा भाऊ त्यांना चांगलीच मदत करतो. दुकानात प्रगती होत चालली. त्याच वर्षीच्या श्रावण महिन्यात करंदीकरांनी पोथीचं पारायण सुरू केलं. रोज एक अध्याय ते वाचत असत. समाप्तीच्या दिवशी त्यांनी आईला बोलावून घेतलं. सत्यनारायणाची पूजा केली. हवन केलं. चाळीस-पन्नास लोकांना महाप्रसाद दिला. दुकानाची मिळकत प्रतिदिवशी वाढत होती. चार रुपयांच्या भांडवलावर सुरू केलेला त्यांचा व्यवसाय चांगलाच ऊर्जितावस्थेला आलेला आहे. ही सारी महाराजांची कृपा आहे, अशी करंदीकरांची पक्की धारणा आहे. महाराजांचं ते अहर्निश चिंतन करतात.

✵

मनोहर नारायण सबनीस, (संगीत भजन मंदिर, ७२ क, नारायण पेठ, पुणे ४११०३०)

मनोहरपंतांचं संगीत भजन मंदिर हे उभ्या महाराष्ट्रात प्रसिद्ध आहे. मनोहरपंत हे भारी भाविक गृहस्थ! राष्ट्रसेविका समितीच्या संस्थापिका श्रीमती मावशी केळकर यांनी मनोहरपंतांना नागपूरला संगीत भजनाचा वर्ग घ्यायला पाचारण केलं. शेतकी खात्याच्या नोकरीतून ते १९५७ सालच्या मे महिन्यात स्वेच्छेनं मुदतीपूर्वीच सेवानिवृत्त झाले आणि त्या वर्षीच्या भाऊबीजेला ते नागपूरला गेले. शेगावावरून जाताना तिथे त्यांना एक ओंगळवाणं दृश्य दिसलं. शेगावला एका शेतात काही पोरांनी एक डुक्कर कापलं होतं आणि ते डुक्कर सोलण्याचं काम चाललं होतं. गाडीतून जाताना त्यांना देवळाच्या कमानी दिसल्या. त्यांनी नमस्कार केला खरा, पण हे दृश्य काही मनावरून पुसून टाकता येईना.

नागपूरला गेल्यानंतर त्यांनी तिथे एक दृश्य पाहिलं. कित्येक घरांतून त्यांना पोथीवाचन चाललेलं दिसलं. तोपर्यंत त्यांनी 'श्री गजानन विजय' ही पोथी बघितलीदेखील नव्हती... १९६५ सालापर्यंत त्यांना शेगावला जाण्याचा योग आला नाही. जाता-येता ते देवळाकडे बघून फक्त नमस्कार करत असत. त्याच वर्षी त्यांनी पोथीचं पहिलं सात दिवसांचं पारायण केलं; आणि त्याच वर्षी त्यांना हृदयविकाराचा पहिला झटका आला... आपल्याला ही पोथी धार्जिणी नाही, असा स्वाभाविकच त्यांचा समज झाला.

थोडं बरं वाटल्यावर ते १९७४ साली नागपुराहून रिद्धपूरमार्गे शेगावला गेले. रिद्धपूरला भाऊसाहेब देशपांडे यांच्या घरी एक औदुंबर आहे. त्या औदुंबराखाली पारायणाला किंवा पोथीवाचनाला बसलं की, वृक्षाच्या पानांतून प्रसादाचा पाऊस पडतो. तोही अनुभव त्यांनी घेतला. तिथून आपल्या कुटुंबीय मंडळींसह ते पाचोऱ्याला गेले. तिथल्या स्टेशनमास्तरांकडे भजनाचा वर्ग घेतला. रात्री १० वाजता मनोहरपंतांच्या पोटात डचमळायला लागलं. जुलाब सुरू झाले ते पहाटे तीनपर्यंत बंद झाले नव्हते. त्यांच्या मुलीच्या आणि तीन वर्षांच्या नातवाच्या अंगात सणसणून ताप भरला. पाचपर्यंत ताप चढला. दुसऱ्या दिवशी डॉ. म्हसकरांना बोलावलं. त्यांनी सांगितलं, ''सनस्ट्रोक झाला आहे, कठीण आहे.'' मनोहरपंतांना चाळीसगावला जायचं होतं. डॉक्टर म्हणाले, ''एक तासभर तरी ताप नॉर्मलवर आल्याशिवाय मी जाऊ देणार नाही. बर्फाच्या पट्ट्या ठेवा.''

मनोहरपंतांच्या मनात विचार चालले होते, 'हार्ट अ‍ॅटॅक आल्यावर आपण महाराजांची पोथी गुंडाळून ठेवली. त्याचं हे प्रायश्चित्त असेल का? महाराज, एवढी शिक्षा पुरे झाली नाही का?... कृपा करा आणि या संकटातून बाहेर काढा! घरी गेल्यावर मी नित्य पारायण करीन. जावयांनाही सांगेन पारायण करायला! त्यांना दर्शनाला पाठवीन.'

ही प्रार्थना करून मनोहरपंतांनी मुलीला आणि नातवाला रामरक्षेचा अंगारा लावला... पाच मिनिटांत दरदरून घाम आला. डॉक्टरांना बोलावणं पाठवलं. दोघांचा ताप पुरता उतरला होता. चाळीसगावला गेल्यावर डॉ. कुलकर्णी यांना दाखवलं. मुलगी आणि नातू खडखडीत बरे झाले होते... पुण्याला परत आल्यावर जावयांना पोथी वाचायला सांगितली... पुढील वर्षी त्यांच्या पत्नीच्या पोटाचं ऑपरेशन झालं. मनोहरपंतांना दुसरा हार्टअ‍ॅटॅक आला. परंतु या आपत्तीतून ते महाराजांच्या कृपेनं बरे झाले.

१९७५ साली आपल्या मंडळींना घेऊन मनोहरपंत शेगावला दर्शनाला गेले. त्या वेळी त्यांनी आपल्या दोन ट्रंका आणि होल्डॉल हे सामान स्टेशनवर लॉक-अपमध्ये ठेवलं. गाडी यायची वेळ झाली. त्यांना हमाल मिळण्याची पंचाईत होती. एवढ्यात सूटबूट घातलेली एक व्यक्ती त्यांच्या जवळ आली आणि त्या व्यक्तीनं ते त्यांचं सामान लॉक-अपपासून उचलून प्लॅटफॉर्मवर मध्यभागी आणून ठेवलं. त्या माणसाला मनोहरपंत म्हणाले, ''आपण आम्हाला एवढी मदत केलीत... आम्ही काय करणार?'' तो माणूस म्हणाला, ''माझ्या अंगात ताकद आहे म्हणून हे केलं! उद्या माझ्यावरही असा प्रसंग येणार नाही कशावरून?'' असं म्हणून तो निघून गेला आणि बघता बघता दिसेनासा झाला... त्यानंतर एका हमालानं अचानक येऊन त्यांचं सामान एका डब्यात ठेवलं. वास्तविक ही गाडी अत्यंत गर्दीची. उभं राहायलाही

जागा मिळत नाही. पण मनोहरपंतांना, त्यांच्या मंडळींना त्या डब्यातल्या माणसांनी झोपायला जागा करून दिली... ही सारी महाराजांची कृपा असं जर मनोहरपंतांना वाटलं तर त्यात नवल नाही.

या वर्षी शेगावला मनोहरपंतांना रामासमोरच्या सभामंडपात भजन करायचा योग आला आणि गेल्या वर्षी पुण्याला पालखीच्या वेळी सकाळी ७ ते ९ या दोन तासात त्यांना तिथे भजन करायला मिळालं. हा महाराजांचाच कृपाप्रसाद आहे, असं ते मानतात... भजनाच्या वेळी मनोहरपंतांनी आयत्या वेळी पुढील भजन रचलं आणि ते म्हटलं हाही एक कृपाप्रसादच!... 'श्रीगजानन जय गजानन । वास श्रीशेगाव ग्रामी। करूनि वसति सौख्यधामी । तेचि श्रीपद मन्मनी मी । पुजुनि नमितो - जय गजानन ।' हे स्वरचित भजन म्हणताना मनोहरपंतांच्या मनोवृत्ती महाराजांच्या ठायी लीन होऊन गेल्या होत्या.

✸

सौ. मालिनी मधुकरराव करकरे, (राममंदिर लेन, चंद्रनिवास, टिळक रोड, नागपूर)

सौ. मालिनी करकरे यांना १९५५ साली प्ल्यूरसी झाली. तीन महिने त्यांना मेडिकल कॉलेजमध्ये ठेवण्यात आलं. बरं वाटल्यानंतर घरी पाठवण्यात आलं. एक वर्षानंतर पुन्हा त्यांच्या बरगडीत दुखायला लागलं. त्यांचे कुटुंबीय डॉक्टर सालपेकर यांनी त्यांना अठरा इंजेक्शन्सचा कोर्स दिल्यावर त्यांना बरं वाटलं. पुन:पुन्हा हा विकार उद्‌भवायचा! तेव्हा डॉक्टरांनी सांगितलं की, बरगडी सडली आहे, ऑपरेशन करावं लागेल. मालिनीबाई अतिशय घाबरल्या. मनात म्हणाल्या, 'आता वैद्य-डॉक्टर सारे गजाननच!' त्यांच्या घरी महाराजांचा फोटो होता. पोथी होती. वेळ मिळेल तेव्हा पतिपत्नी पारायण करतच होते. मालिनीबाईंची प्रकृती खराब होत चालली. थोडा वेळ बसून पोथी वाचण्याचीही शक्ती अंगात उरली नाही. एके दिवशी त्यांनी महाराजांच्या फोटोला नमस्कार केला. करुणा भाकून म्हणाल्या, "मी तुमच्या पोथीत वाचलं आहे की, तुम्ही गंगाभारतीचा असाध्य रोग बरा केलात. पुंडलिक भोकरेला झालेला प्लेग बरा केलात. मी त्यांच्या योग्यतेची नाही, पण माझी तुमच्यावर श्रद्धा आहे. मी आपल्या पोथीचं तीन दिवसांचं पारायण करणार आहे. तिथे ठेवलेलं तीर्थ आपलं औषध म्हणून घेणार आहे; आणि अंगारा बरगडीला लावणार आहे... तुम्हाला वाटल्यास तुम्ही जगवा. नाहीतर मारा. मी आता कोणत्याही डॉक्टरकडे जाणार नाही." मग त्यांनी महाराजांचा फोटो समोर ठेवला. फोटोसमोर निरांजन लावलं. उदबत्ती लावली. एका भांड्यात थोडं पाणी ठेवून पोथी वाचायला प्रारंभ केला... एकाच बैठकीत सात अध्याय पूर्ण केले. मन प्रसन्न झालं. भांड्यातलं

तीर्थ घेतलं. छातीला-बरगडीला अंगारा लावला. तीन दिवसांचं पारायण पूर्ण केलं... त्याच दिवशी मालिनीबाई आरामखुर्चीवर डोळे मिटून बसल्या होत्या. मन बेचैन होतं. एवढ्यात बरगडीत गदगदल्यासारखं झालं. बेंड फुटल्यावर जसा पू वाहावा तसं आतल्या आत पू वाहिल्यासारखा वाटला. त्या घाबरून गेल्या. पण बोलल्या नाहीत. छोट्या मुलाचं कसं होईल, ही काळजी त्यांच्या मनाला लागून राहिली होती. पण दुसऱ्या दिवशी त्या उठल्या तेव्हा त्यांना बरं वाटायला लागलं. पुढे दिवसेंदिवस बरंच वाटत गेलं. त्यांना आनंदानं वेड लागण्याची पाळी आली. यजमानांनी पेढे वाटले. सर्वांना प्रसाद दिला. नंतर शेगावला जाऊन महाराजांचं दर्शन घेतलं. तेव्हापासून त्यांचं दुखण पळालं. आता त्या गोष्टीला सतरा वर्षं होऊन गेली. तेव्हापासून महाराजांच्या चरणी त्यांची दृढ श्रद्धा जडलेली आहे. वर्षातून एकदा ही मंडळी शेगावची वारी करतात.

✵

मधुकर दत्तात्रय करकरे, (राममंदिर लेन, चंद्रनिवास, टिळक रोड, नागपूर).

१९४४ साली मधुकरराव नागपूर विद्यापीठात टंकलेखक म्हणून नोकरीला लागले. पुढे त्यांची बदली 'गोपनीय' विभागात झाली. १९६२ साली मार्चमध्ये होणाऱ्या परीक्षेतील उत्तरपत्रिकेत काही लोकांनी मार्क वाढविले आणि हा गुन्हा मधुकररावांवर लादण्यात आला. त्यानंतर जस्टिस देव यांच्या अध्यक्षतेखाली चौकशी समिती नेमण्यात आली. मधुकररावांची त्या समितीसमोर कैफियत झाली. त्या वेळी त्यांनी पोथीची एकवीस पारायणं केली. शेवटचं एकविसावं पारायण शेगावी जाऊन एका बैठकीत संपवलं. शेवटी वरील प्रकरणाचा निर्णय त्यांच्या बाजूनं लागला. अन्य लोकांना नोकरीवरून दूर करण्यात आलं... मधुकररावांना दोन वेळा हृदयविकाराचा झटका आला, पण त्यातून ते निभावले. त्यांचं अपेंडिक्सचं ऑपरेशन महाराजांच्या कृपेनंच व्यवस्थित पार पडलं. गजानन महाराजांची सेवा केल्यास निश्चित मेवा मिळतो, असं ते नेहमी आत्मविश्वासानं सांगतात.

✵

चंद्रकांत मंगरुळकर, (चंद्रनिवास, महाल, नागपूर-२)

हे एलएल. बी. झालेले गृहस्थ जुन्या मध्य प्रदेशात मोठ्या हुद्द्यावर नोकरी करत होते. १९४२ ते १९६४ पर्यंत त्यांनी नोकरी केली. १९५० साली त्यांना मद्यपानाचं व्यसन लागलं; त्यांनी हजारो रुपये उडवले. घरचे धनकनक संपन्न! दारूच्या पायी त्यांनी छोट्या छोट्या चोऱ्याही केल्या. घरचे काही जिन्नस गहाणही

टाकले. परंतु शिरडीचे साईबाबा आणि शेगावचे गजानन महाराज यांच्यावर त्यांची अपार श्रद्धा! एकदा १९७१ साली त्यांच्या काही मित्रांबरोबर नागपुरातल्या एका क्लबात त्यांनी मद्यपान केलं. पहाटे तीनला घरी आले. बेशुद्ध पडले. खूप रक्त पडलं. बेशुद्धावस्थेत त्यांना जे प्रतीत झालं ते असं!... एका म्हाताऱ्या माणसानं त्यांचा हात धरून त्यांना घरी आणलं. त्यांच्या खिशात तेज:पुंज हिऱ्याचं कंकण ठेवलं आणि 'ते जपून ठेव' असं सांगितलं. आठ दिवसांत त्यांना बरं वाटलं. छातीत फोड झाले होते. शरीरप्रकृती खालावली होती... पण महाराजांच्या कृपेनं सारं काही ठीक झालं... आज त्यांची प्रकृती उत्तम आहे. साठी झाली असली तरी ते कामधंदा करतात. घरात चांगल्यापैकी धनधान्य नांदतं आहे. त्यांच्या पत्नी सौ. सुनंदा. त्यांच्या अंगात देवी येते. नवरात्राचा उत्सव घरात होतो. ही मंडळी दत्तभक्त आहेत. घरी औदुंबराचं झाड आहे. प्रसाद येतो. पारायणं चालतात. सारं कुटुंब अत्यंत आतिथ्यशील आहे... महाराजांच्या कृपेनं सारं काही चांगलं चाललेलं आहे ही सर्वांचीच धारणा आहे.

✷

मुरलीधर रामकृष्ण मार्के, (पांडुरंग सदन, आनंदनगर, सिंहगड रस्ता, पुणे-४११०५१)

मुरलीधर मार्के यांच्या पत्नी सौ. सरोजताई या दि. २५ सप्टेंबर १९७७ रोजी प्रसूत होऊन त्यांना मुलगा झाला. मुलाचं वजन आठ पौंड होतं. परंतु मुलाच्या आईच्या अंगावर दूध नसल्यामुळे मुलगा प्यायचा नाही. त्याची प्रकृती खालावत चालली. ५ ऑक्टोबरला मुरलीधरपंतांची आई सुनेच्या बाळंतपणासाठी पुण्याला आली. सौ. कौसल्याबाईंना सारी हकिगत समजली. लगेच दोन दिवसांनी त्यांनी सगुण बघितला. शेगावच्या गजानन महाराजांचं नाव निघालं. लगेच कौसल्याबाईंनी त्यांच्या फोटोसमोर हात जोडून सांगितलं, ''बाळाच्या आईला अंगावर दूध आलं आणि मुलगा प्यायला लागला तर शेगावला येऊन तुझ्यासमोर दुधाचे पाच हंडे आणून देईन. मुलाचं जावळही देईन. सगुण बघायच्या वेळेला नारळ फोडून पेढे वाटीन.'' सौ. सरोजताईंनी गुरुवारचा उपवास आणि पोथीचं पारायण करायचं कबूल केलं.

परंतु सगुण पाहिल्यानंतर चार-पाच दिवस असेच निघून गेले. शेवटी सरोजताई कंटाळल्या. महाराजांच्या फोटोसमोर उभं राहून त्यांनी सांगितलं, ''मी गुरुवारचा उपवास करते आहे. तो आता सोडून देते...'' लगेच कोजागिरी पौर्णिमेपासून त्यांच्या अंगावर दूध यायला लागलं. मूल पिऊ लागलं. त्याची प्रकृती सुधारू लागली.

मुरलीधरपंतांचे सासरे देविदास धिवे. मोटर मेकॅनिक म्हणून मुंडगावी नोकरीला

होते. त्या वेळी मुरलीधरपंतांच्या सासूबाईंची आणि पुंडलिक भोकरे यांची भेट झाली. त्यांनी सासूबाईंना गजानन महाराजांची पोथी दिली आणि रोज एक अध्याय वाचायला सांगितला. मुरलीधरपंतांचं लग्न झाल्यावर ती पोथी सौ. सरोजताईंकडे आली... आता मार्केमंडळी ती पोथी वाचतात. त्यांना अनुभवही खूप येतात... मुंडगावला भंडारा होता. त्या वेळी पुंडलिक भोकरे महाराज आजारी पडले. त्यांच्या घरी श्री गजानन महाराजांचा फोटो होता. भोकरे महाराज आजारी पडले त्या वेळी गजानन महाराजांच्या फोटोला घाम फुटला होता. हे दृश्य स्वत: मुरलीधरपंतांच्या सासूबाईंनी बघितलेलं होतं. मुरलीधरपंतांची मेव्हणी सौ. नलिनी सोमवंशी ही मुंडगावला असताना आजारी पडली होती. तिची प्रकृती गंभीर झाली. तिला दमणीतून अकोटला नेण्यात आलं. वाटेत एका माणसानं बैलांचे कासरे धरून गाडी थांबवली. त्यांना तिथे श्री गजानन महाराजांचा भास झाला. अकोटला गेल्यावर महाराजांच्या कृपेनं तिची प्रकृती बरी झाली.

❋

श्रीकृष्ण लक्ष्मण गोखले, (राधा निवास, निमकर बंगला, टिळक रोड, डोंबिवली, जि. ठाणे)

बाबूराव गोखले हे विख्यात आर्किटेक्ट. भाविक गृहस्थ. विशेषत: गजानन महाराजांवर त्यांची श्रद्धा बसली ती एका विशिष्ट प्रसंगामुळे!... १९६८ सालची गोष्ट. बाबूराव गोखले आणि त्यांची धाकटी बहीण सौ. उषा साठे हे मोटारीनं पुण्याला येत होते. बाबूरावांची मोटारगाडी थोडी खराब झाली असल्यामुळे पुण्याला पोचताच त्यांनी गाडी सर्व्हिसिंगला टाकली. दुसऱ्या दिवशी गाडीची दुरुस्ती झाल्यानंतर ते डोंबिवलीला परत जायला निघाले. गाडीची आता काहीच तक्रार नव्हती. परंतु देहूरोड आणि तळेगाव यांच्या दरम्यान गाडी अचानक चालेनाशी झाली. बाबूरावांना आश्चर्य वाटलं. आदल्याच दिवशी गाडी दुरुस्त करून घेतली होती. पण त्या रस्त्यावर ती बंद पडली. कुठेही गॅरेज नव्हतं. काय करावं ते कळेना. काही जवानांनी गाडी ढकलून बघण्याचा प्रयत्न केला, पण गाडी जागची हलायला तयार होईना. त्या वेळी त्यांच्या भगिनी सौ. उषा साठे म्हणाल्या, ''मी आता गजानन महाराजांचा धावा करते.'' वर्ध्याला असल्यापासून उषाताईंना महाराजांची अनेक प्रसंगांत प्रचिती आली होती. यजमानांची बदली असो किंवा मुलांचा आजारपणाचा प्रसंग असो, उषाताईंनी शेगावच्या महाराजांना कौल लावायचा आणि मनात आणलं ते घडायचं, असं झालेलं होतं. त्यामुळे गाडी बंद पडली म्हणून उषाताई महाराजांचा धावा करणार होत्या, परंतु ही गोष्ट बाबूरावांना फारशी मान्य होण्यासारखी नव्हती. त्यांचा विश्वास नव्हता. परंतु आता अन्य काही इलाजच नव्हता.

उषाताईंनी धावा केला आणि पाच मिनिटांच्या आतच एक माणूस सायकलवरून आला. त्याच्या जवळ वाहनदुरुस्तीची साधनं होती. तो माणूस आपणहून मोटारीजवळ आला आणि आस्थेवाईकपणानं चौकशी केली. गाडी चालत नाही हे त्याला समजल्यावर त्या माणसानं गाडीचं फक्त बॉनेट उघडलं आणि बंद केलं. गाडी सुरू झाली. काहीही न घेता तो सायकलस्वार निघून गेला. बाबूरावांना वाटलं, ही व्यक्ती म्हणजे महाराजच असले पाहिजेत. वाटेत तो माणूस कुठेही दिसला नाही. मग तर बाबूरावांची पक्कीच खात्री पटली.

या प्रसंगापासून त्यांची महाराजांवर श्रद्धा जडली. त्यानंतर बाबूराव शेगावला जायला लागले. दांडेकर, भगत, आर. जे. पाटील, विष्णुपंत कुलकर्णी, अण्णा सुळे, नाना देसाई अशी मित्रमंडळी त्यांच्याबरोबर असत. एका वर्षीची गोष्ट. त्या सर्वांनी शेगावला जाण्याचा चंग बांधला. त्यांना रिझर्वेशन मिळालं नाही. बाबूरावांना स्वप्नदृष्टान्त झाला, 'येऊ नका. मीच तिकडे येत आहे.' बाबूरावांनी नाना देसाई यांना सांगितलं. त्याच्या दुसऱ्याच दिवशी 'लोकसत्ते'त बातमी आली की, शेगावची पालखी समुद्रस्नानासाठी मुंबईला चौपाटीवर येत आहे. नाना देसाई लगेच मुंबईला गेले आणि परतीच्या मार्गावर डोंबिवलीतून पालखी न्यावी, अशी त्यांनी व्यवस्थापकांना विनंती केली. परंतु पालखीच्या कार्यक्रमात ते बसत नसल्यामुळे व्यवस्थापकांनी नकार दिला. निराश होऊन नाना देसाई परतले. बाबूरावांनी छातीठोककपणानं सांगितलं की, पालखी येणारच! नाना देसाई मग अष्टेकर महाराजांकडे गेले. अष्टेकर महाराज उठले आणि पुन्हा व्यवस्थापकांकडे गेले. व्यवस्थापकांनी पालखी घेऊन येण्याचं मान्य केलं. डोंबिवलीला पालखीचा अपूर्व सोहळा झाला. कुठे काहीही कमी पडलं नाही. बाबूरावांच्या स्वप्नदृष्टान्ताप्रमाणे महाराज खरोखरच आले होते.

बाबूरावांचे धाकटे बंधू वसंत लक्ष्मण गोखले. पुण्यात महाराजांची पालखी आली तेव्हा ते पुण्याला होते. पालखी आल्याची बातमी त्यांना स्वामी श्री समर्थ अक्कलकोटकर यांच्या मठात समजली. ते लगेच रमणबागेत गेले. परंतु तिथे तोपर्यंत पालखी आलेली नव्हती. वसंतरावांना दुपारी डोंबिवलीला जायचं होतं. ते जायला निघाले. स्टेशनकडे जाताना लक्ष्मी रोडवर श्रींच्या पादुकांचं त्यांना सहजरीत्या दर्शन घडलं. रिक्षा थांबली. त्यांनी दर्शन घेतलं. मग ते निघून गेले. अशा तऱ्हेनं त्यांची दर्शनाची उत्कट इच्छा सफल झाली.

✵

महाराजांवरील श्रद्धेच्या बळावर अनेक भक्तांची अनेक कामं झालेली आहेत. एस. के. बोरकर हे इंदूरीचे. (पो. तळेगाव दाभाडे, जि. पुणे). त्यांची गेलेली वडिलोपार्जित छप्पन एकरांची जमीन त्यांना महाराजांच्या कृपेनं परत मिळाली.

बोरकर नित्यनियमानं श्रद्धायुक्त अंत:करणानं पोथी वाचतात.

✳

पुसदला आरवडा वॉर्डमध्ये राहणाऱ्या ना. ब. बहादुरे यांचा अनुभवही श्रद्धेवर आधारलेलाच आहे. बहादुरे रोज महाराजांचं स्तोत्र वाचतात. त्यांचा नातू मोठा झाला तरी बोलत नव्हता. त्याच्या आजीनं गजाननबाबांना नवस केला. नातू बोलायला लागला. 'मूकं करोति वाचालम्' हा अनुभव बहादुरे यांना आलेला आहे.

✳

श्रीकृष्ण व्यास, (द्वारा : सेठ जानकीदास मोहता जिनिंग फॅक्टरी, हिंगणघाट, जि. वर्धा)

१९६८ सालच्या मे महिन्याच्या प्रारंभी श्रीकृष्ण व्यास हे महाराजांच्या दर्शनासाठी शेगावला गेले. उतरल्यावर त्यांनी स्नान केलं. स्नानाला जाताना बनियनच्या खिशात त्यांनी चारशे रुपये, दोन अंगठ्या, गळ्यातला गोफ, घड्याळ, चष्मा, चिल्लर आणि किल्ल्यांचा जुडगा हे जोखमीचं सामान ठेवून दिलं. वर टॉवेल आणि कपडे ठेवले होते. जवळच नळावर ते स्नानाला बसले. गर्दी खूप होती. स्नान केल्यावर ते टॉवेल घ्यायला आले. बघतात तर सारं सामान गायब झालं होतं. ओलेत्यानं ते अन्डरपॅन्ट घालून उभे होते. त्यांनी खूप आरडाओरडा केला. काही लोक हसायला लागले. काहींनी सहानुभूती दाखवली. पण काहीच उपयोग नव्हता. एवढ्यात एक रिक्षावाला आला आणि म्हणाला, "तुम्ही घाबरू नका. एवढ्यातच तीन माणसांनी एका रिक्षावाल्याला जास्त पैसे दिले आणि ती माणसं गडबडीनं निघून गेली. तुम्ही ताबडतोब चला. मी त्यांना पकडून देतो." श्रीकृष्ण व्यास त्या रिक्षावाल्याला म्हणाले, "अरे तू मला रिक्षात घेऊन जाशील. पण पैसे कुठले देऊ?" रिक्षावाल्यानं तसंच नेण्याचं आश्वासन दिलं. देवळाच्या मार्गावर एक विहीर आहे. त्या विहिरीजवळ ती तीन माणसं बसली होती. रिक्षावाल्यानं ओळखलं. सारा माल सापडला. पोलीस बरोबर होताच. पोलिसानं त्या तीन माणसांना ताब्यात घेतलं. महाराजांच्या कृपेनं हा सारा माल सापडला म्हणून व्यासांनी महाराजांना शतश: धन्यवाद दिले.

✳

रमेश जयंत मुखडेकर, (२, नारायण पेठ, पुणे -४११०३०).

रमेशनं त्याच्या दिवंगत मामांचा अनुभव लिहिलेला आहे. त्याचे मामा दत्तात्रय रघुनाथ शिवरकर हे १९७३ साली शेगावला गेले होते. तिथून परत येताना पहाटे

चार वाजता मोटार-ड्रायव्हरला क्षणभर झोप लागली. जाग येताच त्याचा धीर गेला. कारण पुढे दरी होती. परंतु गाडी पुढे न जाता आपोआप मधे दगड येऊन चाक गरगर फिरायला लागलं; आणि साऱ्यांच्या जिवावरचा प्रसंग टळला. घरी आल्याबरोबर दत्तोबांनी महाराजांच्या फोटोची आणि पोथीची पूजा केली. पुरणाचा नैवेद्य दाखवला. त्या वेळी त्यांच्या मनात विचार आला, 'महाराजांनी वानररूपानं येऊन आपला आजचा नैवेद्य खावा.' वानरं खरोखरच आली. परंतु त्या वानरांनी इतरांच्या पोळ्या घेतल्या नाहीत. दत्तोबांनी दिलेल्या पोळ्या लगेच घेतल्या.

रमेश मुखेडकरांच्या मामेबहिणीचा पाय अधू होता. त्यामुळे सर्वांना तिच्या लग्नाची काळजी होती. ती नेहमी पारायण करत असे. तिचं लग्न झालं. वऱ्हाडातच अमरावतीला तिला चांगलं स्थळ मिळालं. ती मजेत आहे.

✵

सौ. ताराबाई देशपांडे, (५६, बुधवार पठ, लक्ष्मी रोड, गणपती चौक, पुणे-४११००१)

सौ. ताराबाई देशपांडे या प्रख्यात प्रवचनकर्त्या आहेत. १५ मे १९७७ रोजी बाळापूर अकोल्याला त्या प्रवचनाला गेल्या. डॉ. काकासाहेब चौधरी यांनी त्यांना 'ज्ञानेश्वर मंदिरात' प्रवचन करण्यासाठी पाचारण केलं होतं. तिकडे गेल्यावर शेगाव, कारंजा, माहूरगड या ठिकाणी जाऊन यायचं ठरलं. दि. १६ मे ते २२ मे अशी त्यांची प्रवचनं होती. त्यात एक दिवस काढून त्या शेगावला निघाल्या. दिवस सुटीचे असल्यामुळे गाड्यांना अतोनात गर्दी होती. त्यातच शेगावला जाणारी गाडी वाटेतच पंक्चर झाली. पुढे जाणं कठीण झालं. संध्याकाळच्या प्रवचनासाठी त्यांना अकोल्याला परत येणं भागच होतं. त्या मनात म्हणाल्या, "महाराज, आम्ही काही तुमची सेवा केली नाही. तेव्हा वाटलं तर दर्शनाला न्या, नाहीतर इथूनच परत जाणं बरं!" एस.टी.मधल्या लोकांनी दिसतील त्या गाड्या थांबवायला सुरुवात केली. एवढ्यात दोन ॲम्बेसेडर गाड्या भरधाव त्या मार्गावरून निघून गेल्या. पण त्यातली एक गाडी पुन्हा परत आली. सर्व मंडळी त्या गाडीकडे धावून गेली. परंतु मोटार-मालकानं सांगितलं, "आम्ही फक्त या बाईंना घेऊ. बाकीच्यांना घेणार नाही." बाचाबाची सुरू झाली. लोक म्हणायला लागले, "आम्ही एकट्या बाईला घेऊ देणार नाही." मोटार निघाली. मोटार थोडी पुढे गेल्यावर थांबली. झट्कन त्या लोकांनी ताराबाईंना आणि त्यांचा बारा वर्षांचा नातू अभिजित या दोघांनाच मोटारीत घेतलं. मोटारीत अमरावतीचे कस्टमचे असिस्टंट कलेक्टर श्री. मेहता आणि अन्य बडी मंडळी होती. त्या सर्वांनी ताराबाईंची विचारपूस केली. त्यांनी शेगावला ह.भ.प. पुरुषोत्तम पाटलांची गाठ घालून

दिली. डॉ. चौधरी यांनी पाटलांना पत्र दिलेलंच होतं. पाटलांनी ताराबाईंना तिथे प्रवचन करायला सांगितलं. ही दुर्लभ कृपा त्यांना लाभली. प्रभु रामचंद्राचा नैवेद्य त्यांना मिळाला. शेजारतीनंतरचा विड्याचा प्रसादही मिळाला.

१९७७ सालच्या ऑगस्टमध्ये ताराबाई साकोरीला जाऊन आल्या. तिथे त्यांना चांगला एकांत लाभला. त्या ठिकाणी त्यांनी 'श्री गजानन विजय' ही पोथी वाचली. तीन दिवसांनंतर पोथीत फुलाच्या पाकळ्या निघाल्या. उपासनीबाबांच्या आश्रमातसुद्धा बऱ्याच कन्यका ही पोथी वाचतात. त्या कन्यकांनी ताराबाईंना आपले अनुभव सांगितले.

त्याच मुक्कामात ३१ ऑगस्ट १९७७ रोजी ताराबाई शिर्डीला प्रवचनाला गेल्या. तिथे दर्शनासाठी त्या श्री साईबाबांसमोर उभ्या राहिल्या. त्या ठिकाणी त्यांना श्री गजानन महाराजांचं दर्शन झालं. आपल्यावर महाराजांची कृपा आहे, असं त्यांनी मनोमन जाणलं.

✳

योगायोग :

मोरेश्वर दत्तात्रय खेर, (मधुबन अपार्टमेंट्स, अ-६, फर्ग्युसन कॉलेज रोड, १२२३ शिवाजीनगर, पुणे ४११००४.)

१९६६ साली माझी आर्थिक स्थिती फारच वाईट होती. मला एका सद्‌गृहस्थाने श्री गजानन महाराज यांची विजयग्रंथाची पोथी वाचण्यास सांगितले. परंतु ती पोथी विकत घेण्याचीही माझी परिस्थिती नव्हती. १९४४ साली सदर विजयग्रंथ ही पोथी चुलत घराण्यात घेतलेली माझे आठवणीत होते. म्हणून मी माझे चुलत बहिणीस सदर पोथी आहे का, म्हणून विचारले. परंतु ती पोथी माझा चुलत पुतण्या चि. नीळकंठ खेर कडे असण्याची शक्यता आहे; असे तिने मला सांगितले. त्यावरून मी त्याच्याकडे चौकशी केली असता त्याने मला सांगितले की सदरची पोथी आजच वरच्या फळीवरून खाली पडली आहे. ती तू घेऊन जा. मी ती पोथी घरी आणली आणि पारायण करण्यास सुरुवात केली. आजपर्यंत त्या पोथीवर माझी ५००च्या वर पारायणे झाली असून मी आज चांगल्या सुस्थितीत आहे. पारायणे चालूच आहेत. कायमस्वरूपी वाचन चालूच असते.

✳

सौ. संजीवनी खेर, (आनंदनगर, सिंहगड रोड, पुणे ५१. फोन ४३५८२५८)

माझ्या सासूबाई आनंदीकाकू यांच्या कृपाप्रसादामुळे शेगावाचे महासंत श्री गजानन महाराज यांचं आमच्याशी नातं जडलं, ते कायमस्वरूपी झालं. सासूबाईंना आम्ही रोज 'श्री गजानन विजय' ही महाराजांची पोथी वाचून दाखवीत असू.

त्यांच्यामुळेच आमच्या घरी रोज संध्याकाळी महाराजांची आरती सुरू झाली. ती आजही अव्याहतपणे सुरू आहे. १९७८ साली ऑगस्ट महिन्यात सासूबाईंचं निधन झालं. त्या वेळेपर्यंत त्यांच्या समोरच्या भिंतीवर महाराजांचा फोटो उंचीवर टांगलेला होता. सासूबाईंना सतत दर्शन व्हावं म्हणून! फोटो उंचावर लावलेला असल्यामुळे मला त्या फोटोची पूजाअर्चा करता येत नसे. सासूबाई गेल्यानंतर तो फोटो देवघरात ठेवून त्याची पूजा करण्याची मला उत्कट इच्छा झाली.

एके दिवशी दुपारी आम्ही हॉलमध्ये महाराजांच्या गप्पागोष्टी करीत बसलो होतो. वारा पुरता पडला होता. त्यामुळे उकाडा वाढला होता. एवढ्यात आतल्या बाजूला मोठा आवाज झाला. महाराजांचा फोटो वरून खाली पडला होता हे आम्ही ओळखलं. फोटोची काच फुटली असणार हे न सांगताही समजण्यासारखं होतं.

फोटोच्या फुटलेल्या काचा गोळा करण्यासाठी मी आत गेले. फोटो पालथा पडला होता. काचा इतस्तत: पसरू नयेत म्हणून मी फोटो अलगद उचलला. तो काय आश्चर्य! आठ फुटांवरून पडलेल्या फोटोची काच जशीच्या तशी होती. तो प्रकार पाहून आम्ही सर्व जण आश्चर्यचकित झालो. रोज महाराजांची पूजाअर्चा करण्यासाठी तो फोटो देवघरात ठेवण्याची माझी उत्कट इच्छा महाराजांनी अशा तऱ्हेने पूर्ण केली.

सासूबाईंच्या इच्छेनुसार आम्ही आमच्या घराच्या बाहेरच्या ओट्यावर महाराजांचं एक छोटंसं टुमदार देऊळ बांधलं आहे. महाराजांसमोर कुणीही पैसा ठेवायचा नाही तर फक्त भाव ठेवायचा, असा आमचा दंडक आहे. मात्र काही लोक श्रद्धापूर्वक आपल्या काही कामना महाराजांसमोर बोलतात. त्यांची ती कामना पूर्ण झाली म्हणजे आम्ही महाराजांसमोर नारळ फोडतो; आणि त्या व्यक्तीला प्रसाद देतो. असे अनेकदा अनुभव आलेले आहेत. आमचे भक्तवत्सल श्री गजानन महाराज लोकांचे मनोगत पूर्ण करतात एवढाच आमच्या लेखी परमानंद!

✻

श्री. वसंत दामोदर गायधनी, (सी– २६/५, केतन हाइट्स, कोथरूड, पुणे- २९. फोन नं. ५४५०५७८.)

मी एक सर्वसामान्य-मध्यमवर्गीय ब्राह्मण कुटुंबातील गृहस्थ आहे. माझी पत्नी श्री गजानन महाराजांची पोथी नियमितपणे पठण करीत होती. तिच्यामुळेच मला श्री गजानन महाराजांची आवड व भक्ती निर्माण झाली आणि त्याच जोरावर मला निरनिराळे चमत्कार अनुभवास आले.

मी, विवाह जमविणे, पुस्तक विक्री असे व्यवसाय करीत होतो. पुस्तक विकण्यासाठी मला अधूनमधून मुंबईला ये-जा करावी लागे. माझे हातावरच पोट

होते. एका वेळेस महिना अखेरीस घरातील सर्वच धान्य संपले होते. खिशात पैसे नव्हते. काय करावे, असा विचार चालू होता. तेवढ्यात दार वाजले. एक अपरिचित व्यक्ती समोर उभी होती, म्हणाली, "माझ्या मुलीचा विवाह करावयाचा आहे, तर आपण स्थळे देणार का? आपली फी किती? मी सांगितलं फक्त १५ रुपये." ती व्यक्ती माझ्या हातावर २५ रुपये ठेवून निघून गेली व माझ्या डोळ्यांत पाणी उभे राहिले. शेवटी सर्वांच्या पोटाचा प्रश्न होता ना तो!

असाच एक अनुभव. नेहमीच्या किराणामालवाल्या मारवाड्याकडे महिन्याचे सामान आणण्यास मुले गेली होती. त्याने निरोप दिला, 'मागील थकबाकी दिल्याशिवाय पुढील सामान देणार नाही' आता प्रश्न पडला कसं होणार? असाच एक महिन्यांनी त्याच्या दुकानात बसलो होतो. सध्या व्यवस्थित धंदा होत नाही, असे तो म्हणाला. श्री गजानन महाराजांचा फोटो लावून एक लिंबू, गल्ल्यात ठेवायला दिले.

श्री महाराजांच्या कृपेने त्याचे दुकान तर व्यवस्थित सुरू झालेच, पण माझाही किराणा मालाचा प्रश्न कायमचा सुटला होता. दुकानदाराने पण पैसे पाहिजे असा तगादा लावला नाही. अजूनही तो दुकानदार व त्याची मुले माझ्याकडे येत असतात.

व्यवसायामुळे मला नेहमी घराबाहेर राहावे लागे. अचानक माझे कसबा पेठेतील घर पडले त्या वेळेस मुले घरातच होती; परंतु कोणालाही दुखापत झाली नाही. चौकशीला आलेला इन्स्पेक्टर माझा जुना मित्रच निघाला. सर्व मौल्यवान सामान रात्रीच माझ्या पत्नीच्या ताब्यात देण्यात आले. या मागेसुद्धा श्री महाराजांची कृपा होती.

एकदा रेल्वेतून प्रवास करीत असताना समोर दोन महिला प्रवासी होत्या. त्यांच्यामध्ये श्रीक्षेत्र शेगाव येथे जाण्यासंबंधी चर्चा सुरू होती. शेगाव येथे महाराजांच्या दर्शनाला जाणे आपल्याला परवडण्यासारखे नाही. म्हणून खिशातील रु.५/- दानपेटीत टाकण्यासाठी त्यांच्या जवळ दिले. मनात इच्छा निर्माण झाली. शेगाव येथे जाण्याची, पण गृहस्थाश्रमामुळे ते अशक्य वाटत होते.

माझे वडील नाशिक येथे प्रसिद्ध ज्योतिषी होते व वडीलबंधूही त्याच व्यवसायात होते. मला व माझ्या धाकट्या बंधूला ज्योतिषाबद्दल विशेष आवड व शिक्षण नव्हते, पण आनुवंशिकता व थोडेफार पुस्तकी वाचन व व्यवसायाची गरज यामुळे मी कधी थोडेफार ज्योतिष सांगायचो. माझ्या मित्रांमध्ये बाबाला थोडेफार ज्योतिष कळते, असा समज होता. माझ्या एका मित्राचे मिठाईचे दुकान होते. माझे अधूनमधून दुकानात जाणे-येणे होते. दुकानात आतपर्यंत जाण्याची मला परवानगी होती. एकदा सहज म्हैसूरवडी जास्त लाल झालेली दिसली. त्याला विचारले असता, तो गंभीर झाला मला म्हणाला, "बाबा, बरेच वर्ष हा मिठाईचा धंदा सुरू आहे; परंतु सध्या योग्य कारागीर मिळत नाही, हा धंदा सोडून कुठला धंदा करू हे सुचव." मी विचार

करून सांगितलं, “होलसेल शुगर अॅन्ड ऑईलचा धंदा सुरू कर, पण एक अट आहे. धंदा व्यवस्थित सुरू झाल्यावर शेगाव येथे जाऊन श्री गजानन महाराजांचे दर्शन मात्र घेऊन ये.”

साधारणत: एक महिन्याने सहज मित्राच्या दुकानात गेलो असता ऑईल अॅन्ड शुगर डेपोचा धंदा त्याने सुरू केल्याचे दिसले व श्री गजानन महाराजांच्या कृपेने धंद्यात फायदा होत होता. त्यानंतर आठ दिवसांत श्री क्षेत्र शेगाव येथे मला घेऊन जाण्याचा बेत त्याने तयार केला. श्री गजानन महाराजांचे दर्शन घेण्याची इच्छा तर पूर्ण झालीच, पण दर्शनाने शरीर रोमांचित झाले.

माझ्या पत्नीची शेगाव येथे जाण्याची इच्छा होती, पण परिस्थितीमुळे अशक्य वाटत होते. एकदा आम्ही दोघंही शेगाव येथे गेलो. माझी ज्योतिषामुळे जि. अकोला येथील सद्‌गृहस्थांशी ओळख झाली होती. महाराजांचे दर्शन घेऊन येताना त्यांच्या घरी गेलो. पुण्यात एक-दोन वेळाच भेटल्याने सदर सद्‌गृहस्थ कसा प्रतिसाद देतील यांचा अंदाज नव्हता, पण त्यांची बदली अकोला येथून दुसरीकडे करण्याचे आदेश त्यांना मिळाले होते. सोबतचा श्री शेगावचा प्रसाद त्यांना दिला व बदलीचे आदेश रद्द झाल्याचे पत्र त्यांना मिळाले त्यामुळे अकोला येथील मुक्काम वाढला. तेथील आठ-दहा लोकांना श्री महाराजांच्या आशीर्वादाने गंडेदोरे, नारळ असा प्रसाद दिला आणि त्यांची दु:खे दूर होण्यास मदत झाली. श्री महाराजांच्या कृपेने त्या सद्‌गृहस्थाने मला पुणे येथे जाण्या-येण्याचा खर्च दिलाच व पत्नीला साडी व मानधन दिले. श्रीमहाराजांच्या कृपेने मला मिळालेला अनपेक्षित लाभच म्हणावा लागेल.

पुस्तक विक्रेत्याच्या व्यवसायाने मला मुंबई येथे जा-ये करावी लागत होती. यामुळे शारीरिक दगदग होत होती. एकदा सकाळी पिंपरी रेल्वे स्टेशनवरून मुंबई येथे जाण्यासाठी निघालो होतो. तिकीटघराच्या जवळच अचानक डोळ्यांसमोर अंधारी येऊन खालीच बसलो. ‘मुंबई येथे पोहोचू शकू की नाही?’ असा विचार करून घरी परतलो. मनात एकच विचार– आता आपल्या कुटुंबाचे कसे होणार हा गहन प्रश्न समोर होता. कारण शरीर थकल्यासारखं वाटत होतं. घरी आल्यावर केव्हा झोप लागली, ते समजले नाही. सर्व शरीर घामाने ओले चिंब झाले होते. मनाचा हिय्या करून दुसऱ्या दिवशी मुंबई येथे जाण्यासाठी निघालो. परत कालचीच घटना घरी घडली. श्री गजानन महाराजांच्या फोटोसमोर उदबत्ती लावून त्यांना मनाची स्थिती सांगितली आणि मार्ग दाखवा अशी विनवणी केली आणि आठच दिवसांत श्री गजानन महाराजांच्या कृपेने लोक भविष्य विचारण्यासाठी येऊ लागले. लोकांना दिलेले तोडगे यशस्वी ठरू लागले.

त्या वेळेपासून आजपर्यंत ज्योतिषशास्त्रात कोणत्याही प्रकारची पदवी न घेता सुद्धा श्री महाराजांच्या कृपेने ज्योतिषशास्त्राच्या साहाय्याने स्वार्थाबरोबर परमार्थ

साधला जातोय. प्रवासात, घरी असताना कोणतीही अडचण उत्पन्न झाल्यावर श्री गजानन महाराजांच्या नुसत्या स्मरणानेसुद्धा आजवर अडचणींतून मार्ग निघत आला आहे.

❋

सौ. मनीषा घोरपडे, (आनंदनगर, पुणे - ५१) दि. १६/१/२००३.

श्री गजानन महाराजांचे चरणी सादर वंदन. १९८७ साली माझी पारायणे पूर्ण झाली की, मी पिठले-भाकरीचा नैवेद्य करीत असे. घरी कोणी आले की त्यांना प्रसाद देई. माझा एक मावसभाऊ श्री. प्रमोद, त्याची पत्नी सौ. अनुराधा व मुलगा आदित्य हे आमच्याकडे वरचेवर येत असत. नेमके त्या वेळी माझे पारायण झालेले अन् पिठले-भाकरीचा प्रसाद तयार. त्या दिवशी असेच हे उभयतां आले तर तिला म्हटले, "वा, तुम्ही आलात अन् माझे पारायण झाले. तुम्हाला पिठले-भाकरीचा प्रसाद देते," तर तिची थोडी नाराजी दिसली. म्हटले, "काय झाले?" ती म्हणाली, "आज तुमचे राहू द्या. आपण सर्व जण बाहेर जेवायला जाऊ." मी तिला समजावून सांगितले, "तू पिठले-भाकरीचा घास घे. गुलाबजाम केले आहेत ते खा. आपण संध्याकाळी बाहेर जेवायला जाऊ." प्रमोद म्हणाला, "आम्ही जेवतो, पण तिचा वाढदिवस असल्याने तुम्हाला घेऊन बाहेर जेवायला जायचे असे आमचा बेत होता." आम्ही सर्वांनी जेवण केले व थोडी विश्रांती घेऊन बाहेर पडलो. कोथरूडच्या रस्त्याने सिंहगड रस्त्याला लागलो. थोडासा कच्चा रस्ता व चढ असलेल्या रस्त्यावरून आम्ही पुढे आलो व आमच्या मागोमाग मोटरसायकलवरून ते तिघे येत असता मोटरसायकलवरून पडले. पट्कन उठून पाहिले तर आदित्यला मुका मार लागल्याचे आमच्या लक्षात आले. तेथून आम्ही प्रमोदच्या घरी गेलो, तर आदित्यला उलटी झाली. आम्ही जवळच्या डॉक्टरांकडे गेलो, तर त्यांनी ताबडतोब के.ई.एम. किंवा रुबी हॉस्पिटलमध्ये ॲडमिट करायला सांगितले. आम्ही रुबी हॉस्पिटलमध्ये गेलो. त्यांनी त्याला आयसीयूत दाखल केले. सौ. अनुराधा व आम्ही महाराजांची क्षमा मागितली. दुसऱ्या दिवशी आदित्य खडखडीत होऊन घरी आला.

प्रसादाचा इन्कार याचा हा अनुभव

(२) अशी पारायणे चालू असताना ज्या दिवशी पारायण पूर्ण होई, त्या दिवशी कोणी अचानक आले तर त्यांना सव्वा रुपया व नारळ देत असे. एके दिवशी माझे पारायण पूर्ण झाले. वेळ सकाळी ८.३० ते ९. मी तुळशीला पाणी घालून घरात येत होते. अजून मी दारातच होते तो बेल वाजली. मी मागे वळून पाहिले तर एक गोरेपान, शर्ट-पायजमा घातलेले हसतमुख गृहस्थ दारात उभे होते. मी म्हटले, "आपण कोण?" उत्तर- देव. "आपण कोठून आलात?"

उत्तर- नागपूरकडून. मी चकित झाले. मी त्यांना सांगितले की, ''माझे पारायण पूर्ण झाले की मी सव्वा रुपया-नारळ देते. तो आपल्याला घ्यायचा आहे.'' उत्तर- त्याचसाठी आलो. मी त्यांना घरात येऊन बसायला सांगितले व सव्वा रुपया-नारळ देऊन नमस्कार केला.

(३) दिवसभर सर्व्हिस. घरात तीन मुले, आम्ही उभयतां, सासूबाई आणि येणारे-जाणारे असे असताना पहाटे तीन-साडेतीनला उठून वाचन करायचे. स्वयंपाकपाणी करून ऑफिसला जायचे, पण शीण वाटायचा नाही. एकदा असेच वाचन करत असताना गरगरल्यासारखे होऊ लागले आणि गरम व्हायला लागले. त्या वेळी आमच्या किचनमध्ये फॅन नव्हता. म्हणून बेडरूममध्ये फॅनखाली बसून वाचायला सुरुवात केली. तेवढ्यात माझे मोठे दीर श्री. सुरेशभावजी यांचा फोन आला की, 'आम्हाला नात झाली आहे.' म्हणजे नात झाल्याने वृद्धी होती. म्हणून महाराजांनी वाचनात अडथळा केला होता.

(४) माझी मुलगी कु. गौरी हिचे लग्न ८/१२/९७ ला करण्याचे नक्की झाले, पण तेवढा पैसा हातात नव्हता. आम्ही आमची मॅटेडोअर विकायचे ठरवले, पण ती तेवढ्या काळात जाणे कठीण होते. एकदा मी ऑफिसमधून येताना म्हसोबा गेटच्या स्टॉपवर उभी होते- बसची वाट पाहत आणि मला श्री गजानन महाराजांची आठवण झाली. मी म्हणत होते, 'स्वामी हो स्वामी, कुठे आहात तुम्ही? पडलीय बघा मला पैशाची कमी.' बरेच वेळ हे आळवणे चालू होते. दुसऱ्या दिवशी सकाळी सकाळीच फोन. घोरपडे साहेब कुठे आहेत? त्यांची गाडी मला घ्यायची आहे. माझ्याजवळ कॅश आहे. व्यवहार करण्यासाठी केव्हा येऊ असे कोणतीही जाहिरात नसताना, किंवा गाडी पाहणे वगैरे कोणत्याही व्यवहारांशिवाय काम झाले.

✺

सौ. आशा सुरपूर, (आनंदनगर, पुणे- ५१. फोन नं. २४३५६०६७.)

दि. २५-३-२००३.

(१) सन १९७१ साली आम्ही पंढरपूर येथे होतो. तेथे माझ्या ओळखीची कु. उषा हरिदास प.पू. गजानन महाराजांची पोथी नित्य वाचत असे. त्यातच तिला महाराजांचा 'संचार' होण्यास सुरुवात झाली. मला तिच्या घरी दर्शनास जाण्याचा योग आला. त्यापुढे 'संचार' झाल्यावर ती मला बोलवून दर्शन देत असे. हळूहळू प.पू. महाराजांचा तिच्यामार्फत सहवास वाढत गेला. त्या वेळी अचानक माझ्या पतिराजांना कावीळ झाली व दुखणे वाढत गेले. डॉक्टरांनीही आशा सोडली. त्याचवेळी 'संचारात' कु. उषा ही तडक आमच्या घरी हातात अंगारा आणि एका

वाटीत तीर्थ घेऊन आली आणि तिने मला खूप जोरात विचारले, ''रुक्मिणीची ओटी भरशील का?'' मी तर रडतच होते. 'ह्यांना' अंगारा लावून तीर्थ दिले आणि मी म्हणाले, ''माझी ओटी 'ती' नीट ठेवू दे. मी तिची ओटी नक्की भरीन.'' आणि काय आश्चर्य प.पू. महाराजांच्या कृपेने हळूहळू 'ह्यांच्या' प्रकृतीत सुधारणा झाली व प्रमोशनदेखील मिळाले. नंतर मात्र आम्ही पांडुरंग-रुक्मिणीची महापूजा सर्व नातेवाइकांसमवेत करून महाराजांच्या सांगण्याप्रमाणे ओटी भरली. या घटनेनंतर मी महाराजांच्या पोथीचे अखंड पारायण करू लागले.

(२) माझ्या पतीची पाटबंधारे खात्यात नोकरी असल्यामुळे सतत बदली होत असे. नवीन गावी गेल्यावर सर्व स्थिरस्थावर होऊन ओळखी वाढेपर्यंत प.पू. गजानन महाराजांची पारायणे चालू होती. भक्ती आणि श्रद्धा दिवसेंदिवस वाढतच होती. कधी सुवासाच्या माध्यमातून, कधी स्वप्नात येऊन, कधी अनपेक्षित घटना घडून आमचे प.पू. महाराजांशी नाते दृढ होत गेले. नंतरच्या काळात महाराजांचे अनेक भक्त भेटले व त्यांचे आशीर्वाद मिळाले. १९७९ साली आम्ही डिंभे गावी बदलून गेलो. तेथील वसाहतीमधील महिला मंडळात भजन, पारायण व महाराजांच्या अनुभवाद्वारे त्या महिलांची भक्तीसुद्धा वाढत होती. एक दिवस महिला मंडळाची अचानक शेगावची ट्रिप ठरली. त्यात आम्ही काही महिला व लहान मुलेच होतो. ट्रिप खूपच छान झाली व तिथे महाराजांनी एका भिकाऱ्याच्या वेषात आम्हाला दर्शन दिले. वेष भिकाऱ्याचा होता, पण चेहरा साक्षात महाराजांचा होता. आम्हा सर्वांना त्यांनी 'आल्या वाटेने परत जा!' असा सल्ला दिला. ट्रिपमधील बायकांचे म्हणणे होते की शेगावहून मराठवाड्यातील औंढ्या नागनाथ, परळी वैजनाथ करून जाऊ, पण महाराजांनी सांगितल्यामुळे मी या गोष्टीला स्पष्ट नकार दिला आणि शिर्डीमार्गे 'जाऊ या का?' असे विचारले. सर्व बायकांनी आनंदाने होकार दिला. शिर्डीला साईबाबांचे व्यवस्थित दर्शन घेऊन आम्ही परतीच्या मार्गाने निघालो व मंचरला आलो तिथे अचानक 'रास्ता रोको' आंदोलन सुरू झाले होते. आम्ही सर्व जणी त्या दिवशी रात्री सुखरूप घरी पोहोचलो. नंतर दहा दिवस बस व रेल्वेगाड्या बंद होत्या. डोळ्यांत पाणी आणून मी महाराजांना नमस्कार केला व आभार मानले. त्या दिवशी महाराज योग्य वेळी धावून आले नसते तर?

(३) मी १९८० ते ८१ च्या दरम्यान मुलांच्या शिक्षणासाठी पुणे येथे आमच्या स्वत:च्या घरी राहायला आले. प.पू. गजानन महाराजांची पारायणे चालूच होती. अचानक प.पू. महाराजांनी जागेपणीच '१२१ पारायणे कर!' म्हणून आग्रह केला. माझी तब्येत तेव्हा बरी नव्हती. म्हणून मी स्पष्ट नकार दिला. मला परत महाराजांचा आवाज ऐकू आला, 'मी सांगतो ते खरंच कर आणि बघ.' मी त्यांना म्हणाले, 'हे तुम्ही करवून घेतले, तर शक्य आहे अन्यथा नाही.' त्यांनी होकार दिला. महाराजांनी

शब्द दिला आणि जादू घडावी याप्रमाणे सर्व सणवार, पाहुणे-रावळे, अनंत अडचणी पार करून सव्वा वर्षांत '१२१ पारायणे' पार पडली. शेवटची ११ पारायणे राहिली होती. तेव्हा माझे श्रद्धास्थान कु. उषा हरिदास येथे पुण्यात आली. माझ्या प्रत्येक पारायणाच्या वेळी ती 'संचारात' माझ्यासमोर पाटावर बसत असे. शेवटच्या पारायणानंतर तिने मला कडकडून मिठी मारली आणि विचारले, 'काय करून घेतली ना पारायणे?'

अनेक चढउतार आयुष्यात आले तरीही प.पू. महाराज माझ्या पाठीशी आहेत हा माझा दृढ विश्वास आहे. पुण्यात आनंदनगरमध्ये भा. द. खेर यांच्याजवळ राहिल्याने त्यांच्या पितृप्रेमाबरोबरच वेळोवेळी त्यांचे मार्गदर्शनही मला लाभले. शेवटी इच्छा एकच, महाराजांच्या चिंतनात शेवट गोड व्हावा. म्हणतात ना, 'सद्‌गुरुसारिखा असता पाठीराखा । इतरांचा लेखा कोण करी?'

✵

संदीप गोविंद गायधनी, (वृंदावन हौ. सो. कोथरूड, पुणे.)

सातवीत असताना मी माझ्या आईबरोबर प्रथम गजानन महाराजांच्या मठात गेलो होतो. तिथे महाराजांचं दर्शन घेतल्यावर माझ्या मनाला खूपच प्रसन्न वाटलं. एका आगळ्याच शांततेचा आणि पावित्र्याचा अनुभव मला आला. आजही मला तीच अनुभूती येते. त्या दिवसापासून मी दर गुरुवारी मठात जायला प्रारंभ केला. आजतागायत त्यात खंड पडलेला नाही.

महाराजांच्या कृपेनं माझं लग्न झालं. लग्नानंतर आम्ही घर घेण्याचं ठरवलं. मनाशी घराची योजना आखली. घरासाठी अर्थातच कर्ज काढावं लागणार होतं. कर्ज मिळवण्यासाठी आमची खटपट सुरू झाली. अनेक कंपन्यांना अर्ज केले; पण मनासारखं आवश्यक तेवढं कर्ज मिळवण्यात यश येत नव्हतं.

त्याच दरम्यान, आम्ही शेगावला महाराजांच्या दर्शनाला गेलो. दरवर्षी न चुकता आम्ही शेगावला जात असतो. त्याप्रमाणे त्या वर्षीही आम्ही शेगावला गेलो होतो. महाराजांचं दर्शन शांतपणानं झालं. मोठ्या समाधानानं आम्ही पुण्याला परतलो. पुण्याला आम्ही पोहोचलो. घरी पाऊल टाकलं आणि फोन वाजला. फोन फायनान्स कंपनीचा होता. आम्हाला आवश्यक ते कर्ज त्यांनी मंजूर केलं होतं. आम्हाला खूपच आश्चर्य वाटलं. महाराजांच्या कृपाप्रसादामुळेच हे साध्य झालं होतं. महाराजांचे आशीर्वाद लाभल्यामुळेच आम्ही आयुष्यात आज स्थिरावलो आहोत.

एकदा मी, माझी पत्नी, मेहुणा आणि अन्य काही स्नेही शेगावला गेलो होतो. आम्ही दरवेळेस मंदिरातच प्रसाद सेवन करतो. परंतु त्या वेळेस स्नेह्यांच्या आग्रहाखातर

त्यांना दुखवायला नको, म्हणून हॉटेलमध्ये जायचं ठरवलं. मनातून आम्हाला ते पटत नव्हतं. परंतु ॲडजेस्टमेंट म्हणून गेलो. चार-पाच हॉटेलं आम्ही पालथी घातली, पण स्नेह्यांना एकही हॉटेल पसंत पडेना. बरीच पायपीट झाली. शेवटी आम्ही त्यांना म्हटलं, "आम्ही आता मंदिरातच प्रसाद घ्यायला जातो. तुम्ही हवं तर बाहेर जेवा."

खरंतर प्रसादाची वेळ संपली होती. त्यामुळे बहुतेक आपल्याला आता उपवास घडणार असंच वाटलं, पण आमच्यासाठीच जणू मंदिरात प्रसाद शिल्लक होता. आम्ही मोठ्या आनंदानं प्रसाद सेवन केला. आमचं जेवण झालं तरी बरोबरची स्नेहीमंडळी अजूनही चांगल्या जेवणाच्या शोधातच होती.

अशा तऱ्हेनं महाराजांचाच प्रसाद सेवन करण्याची आमची मनोकामना महाराजांच्याच कृपाप्रसादाने पूर्ण झाली.

त्यानंतर आजतागायत प्रसाद डावलण्याची गोष्ट आम्ही मनातही आणलेली नाही.

❋

सौ. वंदना गोविंद गायधनी, (राहुल पार्क, वडगाव बु., पुणे- ४१.)

मी गेली १५/१६ वर्षं नियमितपणानं गजानन महाराजांची पोथी वाचत आहे. पोथी वाचल्याशिवाय जेवायचं नाही हा मी नियमच केलेला आहे. कितीही उशीर झाला तरी मी पोथीवाचनात आजवर खंड पडू दिलेला नाही. मध्यंतरी माझी प्रकृती बिघडली होती. बरेच दिवस अशक्तपणा टिकून होता. त्या दरम्यान अनेक जणांनी 'तुझं कर्मकांड आता पुरे झालं! आता वेळच्या वेळी जेवून घेत जा. मग सावकाश पोथी वाचत जा,' असा सल्ला दिला होता, पण त्या सल्ल्याकडे दुर्लक्ष करून मी माझा नेम चालूच ठेवला. एखादा दिवस जरी काही कारणामुळे पोथी वाचायची राहिली तर मला चुकल्यासारखं होतं. पोथीच्या रूपात जणू मला महाराजांचं दर्शनच होत असतं. त्यामुळे पोथी वाचली नाही, तर महाराजांची भेट चुकल्यासारखं वाटतं. म्हणून मी कधीच कुणाचंही न ऐकता पोथीवाचन चालू ठेवलं आहे. 'ऐकावे जनाचे करावे मनाचे' हे सूत्र या बाबतीत तरी मी पाळले आहे.

माझ्या या पोथीवाचनाचे फळ मला निश्चितच मिळालेले आहे. फळाच्या अपेक्षेने मी पोथी वाचली नसली तरीही! मन:शांतीसाठी मी पोथीवाचनाला प्रारंभ केला होता. पोथीवाचनामुळे माझं आत्मिक बळ वाढलं. शारीरिक बळही वाढलं. त्या बळावरच मी विपरीत परिस्थितीतसुद्धा संसार पार पाडू शकले. माझ्या पतींना नोकरीतून स्वेच्छानिवृत्ती घ्यावी लागली. तेव्हा मुलांची शिक्षणंही व्हायची होती. घरखर्चाचाही प्रश्न होताच. त्याच सुमारास मी घरगुती जेवणाचे डबे द्यायला सुरुवात

केली. हळूहळू माझा हा व्यवसाय वाढत गेला. रोज सुमारे ३० विद्यार्थी जेवून जात, तर काही जण डबे घेऊन जात. माझी प्रकृती पाहता रोज साधारणपणे १५०/२०० पोळ्या करण्याचे कष्ट मला झेपले नसते. परंतु महाराजांवरील श्रद्धेच्या फलस्वरूपात मला ही शक्ती प्राप्त झाली, असा माझा दृढ विश्वास आहे.

आज आता माझा संसार मार्गी लागला आहे. दोन्ही मुलं कर्तीसवरती झाली आहेत. मुलीचाही संसार मार्गी लागला आहे, तोदेखील महाराजांच्याच कृपेमुळे! मुलीच्या सासरकडचे लोकदेखील योगायोगानं गजानन महाराजांचे भक्तच निघाले, या गोष्टीचं मला फार अप्रूप वाटतं.

एका प्रसंगातून मात्र महाराजांनी मला चांगलीच अद्दल घडवली. तेव्हा आमची आर्थिक परिस्थिती बेताचीच होती. महाराजांची पालखी तेव्हा पुण्यात आली होती. पालखीचं दर्शन घ्यावं आणि आवश्यक ती खरेदी करावी म्हणून मी गावात आले. बरोबर १००/१२५ रुपये होते. महाराजांच्या पालखीचं दर्शन घेताना वस्तू घ्यायच्या असल्यामुळे मी पालखीसमोर दक्षिणा न ठेवताच परत फिरले. मुलाच्या गाडीवरून मागे बसून मी निघाले. खांद्यावर पर्स होती. थोडं पुढे गेल्यावर काय झालं कळलं नाही. अचानक वादळ सुटलं. रस्त्यानं लोकांची धावपळ सुरू झाली. माझ्या खांद्यावरची पर्स वाऱ्यानं उडाली आणि लांब जाऊन पडली. रस्त्यावर प्रचंड गोंधळ होता. त्यामुळे माझी पर्स काही मिळाली नाही. शंभर-सव्वाशे रुपये होते ते गेले.

महाराजांना अव्हेरून मी खरेदी करणार होते. या गोष्टीचा योग्य धडा मला मिळाला होता, हेच या घटनेवरून प्रत्ययास येते.

✺

प्रा. डॉ. बाळासाहेब नामदेव इंगवले, (प्रा. डॉ. शोभा बाळासाहेब इंगवले ११, जवाहरनगर, विद्यापीठ रोड, पुणे १६. एम.ए. एम.फिल., पीएच. डी.)

मला भावलेले गजानन महाराज

नोव्हेंबर १९९४ मधील रविवारचा दिवस. सकाळी ८.३० वाजता आमच्या घरी कोल्हापूरचे सुप्रसिद्ध इतिहास लेखक डॉ. जयसिंगराव पवार व त्यांच्या सुविद्य पत्नी सौ. वसुंधरा पवार शेगावचे गजानन महाराजांचा महाप्रसाद घेऊन आले होते. त्यांचे दर्शन आम्ही उभयतांनी घेतल्यानंतर त्यांनी शेगाववरून आणलेला महाप्रसाद आम्हा उभयतांच्या हातावर देऊन सांगितले, "हा गजानन महाराजांनी पाठविलेला प्रसाद आहे. आजपासून तुमच्या उत्कर्षाची सुरुवात होणार आहे. महाराजांना विसरू नका." तेव्हापासून आम्ही पूर्ण श्रद्धेने महाराजांवर निष्ठा ठेवली. तेव्हापासून पोथी वाचणे-स्मरण करणे सुरू झाले.

आम्ही ज्या वेळी संकटात असलो की, महाराजांचे स्मरण करतो. तसेच

महाराजांची २१ अध्यायांची पोथी वाचतो. आमची संकटातून मुक्तता होते. महाराजच आम्हाला संकटावर मात करण्याची शक्ती देतात. तसेच महाराजांवर पूर्ण निष्ठा असल्यामुळे महाराज दृष्टान्त देतात किंवा प्रत्यक्ष भेटीस कोणत्या ना कोणत्या रूपाने येतात. सन १९९७ सालची गोष्ट. रविवारचा दिवस होता. आम्हाला सुटी होती. त्यामुळे आम्ही उभयतां घरीच होतो. साधारण सकाळी ११ च्या सुमारास अंगावर मळके कपडे, चेहऱ्यावर भोळसटपणाचे भाव, एक अजानुबाहू असलेली व्यक्ती अचानक आमच्या घरात आली आणि म्हणाली, ''मला भूक लागली आहे. वरण-भात हवा.'' माझ्या पत्नीने त्यांना भात व शेवग्याच्या शेंगांची आमटी वाढली. त्यांनी ती पोटभर खाल्ली. ढेकर दिला, ''तुमचे कल्याण होईल,'' असा आशीर्वाद देऊन दहा रुपये मागून घेतले. आम्ही उभयतांनी त्यांना नमस्कार केला आणि ते निघून गेले. आम्ही लगेचच बाहेर जाऊन पाहिले. खूप शोधले, परंतु ते दिसले नाहीत. मग आमची खात्री झाली की ते दुसरे तिसरे कोणी नसून ते शेगावचे गजानन महाराजच आहेत. प्रगतीची खरी सुरुवात तेथूनच झाली. माझ्या पत्नीची 'महाराजांनी कोणत्याही रूपात येऊन दर्शन देण्याची' तीव्र इच्छा महाराजांनीच पूर्ण केली. आम्ही कृतार्थ झालो. जीवनाचे साफल्य झाल्याचा अनुभव आला.

आम्ही संकटात असलो आणि महाराजांचे स्मरण केले तर त्यातून कसा मार्ग निघतो, याचा अनुभव आम्हाला शेगावहून पुण्याला येताना आला. आम्ही सहकुटुंब शेगावला गेलो होतो. जातानाचे रेल्वेचे रिझर्व्हेशन मिळाले होते; परंतु परतीचे रिझर्व्हेशन मिळाले नव्हते. त्या वेळी मुलगा चार वर्षांचा होता. म्हणून पत्नी 'येताना फारच हाल होतील' असे म्हणाली. तेव्हा 'सर्व काही महाराजांवर सोपवून निश्चिंत व्हायचे' असे मी तिला सुचविले. जाताना रिझर्व्हेशन असल्याने प्रवास सुखकर झाला. महाराजांचे दर्शनही चांगले झाले. पुण्यास परत येताना रिझर्व्हेशन नसतानाही रिझर्व्हेशनच्या डब्यात शिरलो. महाराजांचा धावा केला. त्या वेळी सर्व डब्यांत कुठे जागा मोकळी आहे का? हे पाहत असताना एका गृहस्थाने बोलावले व 'येथे बसा येथून तुम्हाला कोणी उठवणार नाही' असे सांगितले. त्याप्रमाणे आम्ही सर्व कुटुंबासमवेत त्या जागेवर बसलो. झोपायलाही जागा मिळाली, पण मनात धास्ती होती की या जागेवर कोणीतरी येईल, किंवा टी. सी. आपणाला उठवतील, पण पुणे येईपर्यंत तसे काहीच घडले नाही. अगदी आम्ही सर्व जण झोपून पुण्यापर्यंत आलो. असे कितीतरी प्रसंग आहेत की, गजानन महाराजांचे स्मरण करताच अडचणी दूर झाल्या आहेत.

आज आम्ही प्रगतीच्या पथावर आहोत ते केवळ महाराजांच्या कृपेमुळेच. त्यामुळे माझी व माझ्या पत्नी डॉ. शोभा इंगवले यांच्या दिनक्रमाला सुरुवात होते ती महाराजांच्या दर्शनानेच. आम्ही दोघेही रयत शिक्षण संस्थेच्या सीनिअर कॉलेजमध्ये

प्राध्यापक आहोत. महाराजांवर निष्ठा ठेवल्यामुळेच आमच्या जीवनात प्रचंड प्रगती झाली आहे. मी आज 'वर्ग एक' गव्हर्नमेंट कॉन्ट्रॅक्टर म्हणूनही काम करीत आहे. आमचे इंगवले पाटील कंपनीची वर्षाला तीन ते चार कोटींची उलाढाल आहे. आम्ही वर्षातून दोन वेळा तरी महाराजांच्या दर्शनासाठी शेगावला जात असतो. ३१ ऑक्टोबरला कंपनीचे इन्कमटॅक्स रिटर्न दाखल केले. त्या नंतर जो कंपनीला नफा होईल त्याच्या एक प्रतिशत रक्कम शेगाव संस्थानाला अन्नदान विभागाकडे 'एक भक्त' म्हणून सुपूर्त करतो. शेगाव संस्थानचे मुख्य व्यवस्थापक मा. भाऊसाहेब पाटील हे संस्थानच्या व्यवस्थापनाचा कारभार फार चांगल्याप्रकारे पाहत आहेत. तिथे भ्रष्टाचाराचा लवलेशही दिसत नाही. प्रत्येक जण सेवाभावी वृत्तीने मनापासून पूर्ण निष्ठेने काम करत असल्याचे पाहून समाधान वाटते. संस्थानाने लोकांच्या राहण्याची जी व्यवस्था केली आहे ती सेवाभावी वृत्तीने व कमी शुल्क आकारून व उत्तमप्रकारे केली आहे. शेगाव, पंढरपूर व आळंदी येथील संस्थानच्या व्यवस्थापनात सुसूत्रता, नीटनेटकेपणा, प्रामाणिकपणा, आपलेपणाची वागणूक व महाराजांच्या विषयीचा आदरभाव व पूर्ण निष्ठा पाहावयास मिळते. मा. भाऊसाहेब पाटील व त्यांचे पूर्वज यांनी मोठ्या निष्ठेने, प्रामाणिकपणे व सेवाभावी वृत्तीने केलेल्या कार्यामुळे संस्थान महाराष्ट्रामध्ये आदर्शवत् असल्याचे पाहावयास मिळते. याच्या पाठीमागे मूळ प्रेरणा गजानन महाराजांचीच आहे.

आज आम्ही जे यश मिळविले आहे. त्यामागे महाराजांचीच कृपा आहे. गजानन महाराजांची कृपा झाली, तर काही कमी पडत नाही... फक्त महाराजांनी दिलेले सांभाळता आले पाहिजे. महाराजांवर निष्ठा असली पाहिजे. त्यागाची व दुसऱ्याला मदत करण्याची भावना असली पाहिजे. महाराजांचा आशीर्वाद आहे, म्हणून फक्त चालणार नाही, तर आपले परिश्रम, कष्ट, त्याग, सचोटी, चांगली नीतिमत्ता व चारित्र्य असले पाहिजे तरच जे मिळाले आहे. ते टिकून राहते. परमेश्वर तुम्हाला देऊन पाहत असतो, ते टिकविणे व वाढविणे आपल्याच हाती आहे.

✷

सौ. सुप्रिया श. मराठे, (सी-११ गजान्त सोसायटी, कोसाम्गोनगर, एस.व्ही. रोड, बोरिवली (प.) मुंबई- ४०००९२. फोन २८६४५२१२)

मानवी जीवन म्हटले म्हणजे त्याच्या संपूर्ण आयुष्यामध्ये सुखदुःखांचे फेरे हे आलेच. पण माणसाला सुखामध्ये आणि दुःखामध्येही मनाला जपणारं असं एक अस्तित्व असावं लागतं आणि ते आपल्याला संतांच्या संगतीने मग ते कोणीही असू दे, त्यांच्यावर ठेवलेल्या प्रबळ निष्ठेने आपण जीवनामध्ये यशस्वी होतो. मलाही आज माझे गुरू श्री गजानन महाराज यांचे काही आलेले अनुभव लोकांपर्यंत

पोचविण्याची संधी मिळाली. मी गेली २०-२२ वर्षे श्री गजानन महाराजांना माझे सर्वस्व मानले आहे. संसार करून जेवढी म्हणून त्यांची सेवा करता येईल तेवढी मी आजपर्यंत करीत आले. दरवर्षी एकदातरी शेगाव येथे जाऊन त्यांचे दर्शन घेऊन येते. प्रत्येक वेळी मी मुंबई-शेगाव हा प्रवास जरी अडचणी आल्या, तरी निभावून नेऊन आनंदाने पार पाडला. त्यांच्या कृपेबद्दल सांगावे तेवढे थोडेच आहे. मला माझ्या प्रत्येक अडचणीला अगदी लहानात लहान अडचण असो किंवा मोठ्यात मोठी असो त्यांनी मला तारूनच नेले आहे.

(१) आता दोन-तीन वर्षांपूर्वीची गोष्ट आहे. मी, माझी मावशी (वय वर्षे ६२) श्री. मराठे असे शेगावला गेलो होतो. जाताना सर्व प्रवास सुखाचा झाला. पण परतीचे तिकीट कन्फर्म नव्हते. ते गाडीत बसल्यावर कळणार होते. त्याप्रमाणे गाडी आली. आम्ही गाडीत बसलो. टी.सी.ने आमचे तिकीट पुढच्या डब्यात आहे असे सांगितले. पण आम्ही चढलेल्या डब्याच्या आणि तिकीट असलेल्या डब्यामध्ये ए.सी.चा डबा आल्यामुळे पुढील स्टेशनवर उतरूनच आम्हाला आमचा डबा गाठायचा होता. गाडी दोन-तीन मिनिटेच थांबते. त्यामुळे भराभर धावू लागलो. पण मावशी म्हातारी असल्यामुळे तिला पिशवी घेऊन धावता येत नव्हते. तेवढ्यात एक माणूस आला आणि मावशीला सांगून तिची पिशवी त्यांनी घेतली आणि तिच्याबरोबर भराभर चालू लागला. आम्ही तिघेही डब्यात चढलो. बरोबर आलेल्या माणसाने पिशवी गाडीत ठेवली आणि लगेच गाडी सुटली. खरंतर त्याचे आभार मानायला तो दिसलाच नाही. कारण गाडी पुढे चालू झाली. पण मनोमन मी त्यांना नमस्कार केला कारण त्याच्या रूपाने मला श्री गजानन महाराजच भेटले.

(२) दुसरी शेगाव वारी केली. त्याचा अनुभव तर फारच विलक्षण आहे. सहा-सात वर्षे झाली असतील. मी आणि माझी मैत्रीण, तिची दोन मुले व माझी मुलगी आणि दुसऱ्या एका मैत्रिणीची आई अशी सहा-सात जण शेगावला जायला निघालो. नेहमीप्रमाणे बोरिवली-चर्चगेट गाडी पकडली. कारण चर्चगेटहून टॅक्सीनं, व्ही.टी. स्टेशनला जायचे हे ठरलेले होते. पण त्या दिवशी ट्रेनचा काय गोंधळ होता हे आम्ही बोरिवलीला चढलो तेव्हा कळले नाही. त्यामुळे चर्चगेटला ट्रेन पोचल्याबरोबर ऑफिस सुटण्याची वेळ असल्यामुळे पुन्हा चढणाऱ्यांची एवढी गर्दी झाली की आमच्यापैकी मी, माझी मुलगी व मैत्रिणीचा मुलगा असे परत गाडीतच अडकलो. बाकी सर्व मंडळी उतरली आणि गाडी परत बोरिवलीला यायला सुटली. आता सर्व तिकिटे, पैसे माझ्याजवळच होते. मी गाडीतल्या लोकांना (कारण आम्ही पुरुषांच्या डब्यात चढलो होतो.) सांगून विनंती केली की, व्ही.टी.ला नागपूर गाडी पकडायची आहे, कसंही करून पुढील स्टेशनवर

आम्हाला उतरू द्या आणि तिथपासूनच श्री गजानन महाराज माझे बरोबर आहेत असे मी मनाशी जाणून गेले. आम्हाला मरिनलाइन्स स्टेशनला लोकांची प्रचंड गर्दी असतानासुद्धा उतरू दिले आणि आम्ही परत चर्चगेटकडे जाणाऱ्या गाडीची वाट पाहत उभे राहिलो. पण गाड्यांचा गोंधळ असल्यामुळे गाडी आलीच नाही. तोपर्यंत सात वाजून गेले होते. शेवटी प्लॅटफॉर्मवर उभी राहिलेली एक बाई मला म्हणाली, की माझ्याबरोबर टॅक्सीने तुम्ही येता का? मी चर्चगेटलाच राहते. तुम्हाला मी स्टेशनला सोडीन. मी मनाशी परत श्री गजानन महाराज सोबत आहेत असे समजून त्यांचेबरोबर टॅक्सीने चर्चगेट स्टेशनला आले. तिथे उतरून माझ्या बाकीच्या माणसांना शोधले. पण ते काही सापडले नाहीत. म्हणून दोन मुले आणि मी परत टॅक्सी पकडून व्ही.टी. स्टेशनला आलो. तोपर्यंत ७.२५ वाजले होते. बाहेर वाट बघत श्री. मराठे थांबले होतेच. भराभर आम्ही स्टेशनमध्ये येऊन आमच्या गाडीच्या डब्यात चढलो. आणि अगदी पाचच मिनिटांत गाडी सुटली. पण एवढे सर्व करताना कोणीतरी माझ्याबरोबर पाठीराखा आहे याची जाणीव सतत होती. गाडी सुटल्याबरोबर नकळत दोन्ही हात जोडून श्री गजानन महाराजांना नमस्कार केला आणि तीही माझी शेगाववारी आनंदात पार पडली.

(३) आणि आताचा अनुभव म्हणजे माझी मुलगी बाळंतपणाकरिता माझ्याकडे आली होती तेव्हाचा. सहाव्या महिन्यापासूनच ती माझ्याकडे आली होती. डॉक्टरांच्या मते, तिची कमी असलेली उंची आणि काही गर्भाशयातील त्रुटी यांमुळे तिचे सिझर करावे लागेल आणि कदाचित बाळ प्रिमॅच्युअर जन्माला येईल असे डॉक्टरांनी सांगितले. पण मी रोजच तिलाही काही देवाचं नामस्मरण करायला सांगत होते. मीही दररोज श्री गजानन महाराजांना साकडं घालत होते की, माझ्या मुलीची सुखरूप सुटका होऊ दे. २९ डिसेंबर हा दिवस तिला अतिशय चांगला होता. २८ डिसेंबर तारीख दिली होती. पण २९ तारीख सर्व दृष्टीने चांगली होती. म्हणून मी सारखी आठवडाभर याच दिवशी बाळंत होऊ दे म्हणून प्रार्थना करत होते. त्याप्रमाणे २९ तारखेला सकाळीच तिचे पोट दुखायला लागले. सर्व तपासणी करून डॉक्टरांनी संध्याकाळपर्यंत सुटका होईल असे सांगितले. दवाखान्यात सारखं नामस्मरण सुरू होतंच. आणि संध्याकाळी ७ वाजून ५५ मिनिटांनी ती बाळंत होऊन मुलगी झाली. कोणताही त्रास न होता सर्व व्यवस्थित पार पडले ही सर्व त्यांचीच कृपा. त्यानंतर बाराव्याच दिवशी बारसं करायचं असे मनाशी ठरवले. पण हॉल मिळेल की नाही अशी शंका होती. बारसं करायचं निश्चित झाल्यावर जो हॉल आम्ही आधी पाहून ठेवला होता तो ठरविण्याकरिता म्हणून आम्ही जाऊन पाहतो तर काय बाराव्या दिवसाची म्हणजे बारशाची ९ जानेवारीची तारीख फक्त रिकामी होती. बाकी पुरा महिना आधीच बुक झालेला होता. लगेच हॉलची रक्कम भरून टाकली आणि

बारशाचा दिवस नक्की केला आणि परत श्री गजानन महाराज माझ्या पाठीशी उभे राहिले म्हणून मनोमनी परत हात जोडले गेले. बारशाचा सोहळाही आनंदाने पार पडला.

(४) त्यानंतरचा अनुभव श्री गजानन महाराजांची कृपादृष्टी माझ्यावर सदैव आहे याची जाणीव करून देणारा आहे. प्रसिद्ध लेखक श्री. भा. द. खेर यांनी श्री गजानन महाराजांचे चरित्रात्मक पुस्तक लिहिले होते. आमचा प्रकाशनाचा व्यवसाय असल्यामुळे त्यांनी ते आम्हाला पुनर्मुद्रित करण्याकरिता म्हणून दिले. बरेच दिवस मधे गेले. पण मी त्याचा विचार केला नव्हता. त्यांचा जेव्हा फोन आला तेव्हा मी मनाशी म्हटले की महाराजांचे पुस्तक काढायचे. त्याच्यावर पैसा कमवायचा हे काही मनाला पटले नाही. पुस्तक छापून असेच ते सर्वांना विनामूल्य, सेवाभक्ती म्हणून वाटायचे असे ठरवले. पण माझे हे बोलणे थोडे लांबणीवर पडले आणि तेवढ्या काळामध्ये दुसरेच प्रकाशक येऊन ते पुस्तक श्री. खेर यांना आगाऊ पैसे देऊन घेऊन गेले. माझ्या मनातली इच्छा तशीच राहिली. परंतु परवाच दोन-चार दिवसांपूर्वी आम्ही उभयतां श्री. खेर यांच्याकडे गेलो, त्या वेळी त्यांना मी माझा त्यांच्या पुस्तकाबद्दलचा मनोदय सांगितला. त्यांनाही झाल्या गोष्टीची हळहळ वाटली. प्रत्यक्ष श्री गजानन महाराजांचा सहवास लाभलेले, श्री. खेर यांच्या वडिलांनी महाराजांच्या जीवनावर लिहिलेले छोटेसे पुस्तक मला पुन्हा छापायला दिले. एकही पैसा मानधन न घेता लगेच छापा म्हणाले. मला अतिशय आनंद झाला की माझ्या हातून त्यांची पुस्तकरूपाने सेवा घडणार आहे. यावरून ते किती माझ्यावर कृपाछत्र धरून आहेत याचा अनुभव आला.

माझ्यावर आलेल्या प्रत्येक संकटातून पार पडायला त्यांचा आशीर्वाद माझ्या पाठीशी आहे. कोणतेही दुःख, भीती मनात आली तरी त्यांचे नामस्मरण करीत राहिले की सर्वांतून मुक्तता मिळते. अशीच त्यांची कृपादृष्टी माझ्यावर अखंड राहो आणि माझ्या हातून त्यांची सेवा घडत राहो, हीच इच्छा व्यक्त करून पुन्हा एकदा त्यांना वंदन करते.

माझ्यासारखेच इतर सर्व भक्तांवर त्यांनी आपले कृपाछत्र ठेवावे अशी मनोमन इच्छा करते. प्रत्येकाने जसे जमेल तसे त्यांचा 'गण गण गणात बोते' हा मंत्र मनात सारखा जपत राहावा.

✱

क्षमा अ. परांजपे, (२०१, अमोघसिद्ध, भुर्केवाडी, तुरेत पाखाडी रोड, मालाड (पश्चिम), मुंबई ४०००६४.)

आजच्या या युगात आपल्या अवतीभवती शक्य-अशक्य अशा अनेक गोष्टी

घडत असतात. कधीकधी या गोष्टींवर आपला सहजासहजी विश्वास बसत नाही. पण जेव्हा प्रत्यक्ष अनुभवच आपल्या प्रत्ययाला येतो तेव्हा मात्र आपला विश्वास अधिक गाढ होतो, आपली श्रद्धा अधिक दृढ होते.

असाच अनुभव मला श्री गजानन महाराजांच्या बाबतीत आला. जो मला विशेष करून नमूद करावासा वाटतो.

माझा बारावीचा रिझल्ट लागला व मी वास्तुविशारद (आर्किटेक्चर) पदविकेला (अभ्यासक्रमाला) जाऊ इच्छित होते. त्यासाठीच्या आधीच्या सर्व प्रक्रिया व परीक्षा पूर्ण झाल्या होत्या.

मग ॲडमिशनचा दिवस उजाडला. ॲडमिशन्स वेगवेगळ्या फेऱ्यांमध्ये पार पडणार होत्या. पहिल्या दोन फेऱ्यांमध्ये मला जागा भरलेल्या असल्यामुळे किंवा पेमेंट सीट्स मिळाल्यामुळे मी फार निराश झाले.

माझ्या कुवतीनुसार मला मेरिट सीटवर ॲडमिशन हवी होती. आम्ही सर्व जण अतिशय टेन्शनमध्ये होतो. पण त्याच वेळी माझ्या आईची मात्र श्री गजानन महाराजांवर पूर्ण श्रद्धा होती. आईने लगेच एका बैठकीत पूर्ण पोथीचे पारायण केले.

आणि दुसऱ्याच दिवशी सुखद अनुभव प्रत्ययाला आला. मला माझ्या मेरिट सीटवर जवळच्याच कॉलेजमध्ये मनाजोगती ॲडमिशन मिळाली आणि आश्चर्याची गोष्टी ही की, माझ्या नंबरपर्यंत फक्त एकच मेरिट सीट शिल्लक होती. जी मला मिळाली. हे सर्व शक्य झाले ते श्री गजानन महाराजांच्या कृपेने! नंतर माझाही त्यांच्यावरचा विश्वास व श्रद्धा दृढ झाली.

आणि मला त्यांच्या पोथीच्या वाचनाने तर उत्तरोत्तर अनेक चांगले अनुभव येत गेले. म्हणूनच या दिव्यत्वाच्या प्रचितीमुळे माझे हात आपोआप मनोमन जोडले गेले.

✺

श. कृ. मराठे

(१) मी बऱ्याच वेळेला पुण्यात गेल्यावर श्री. भा. द. खेर यांचेकडे जातो. त्यांच्या घरात प्रवेश केल्याबरोबर एक लहानसे श्री गजानन महाराजांचे देऊळ आहे. तेव्हा मी प्रथम श्री गजानन महाराजांचे दर्शन घेत असतो व नंतर इतर कार्यक्रमास सुरुवात करतो.

(२) महाराजांकडे जे मी साकडे घालतो ती माझी सर्व कामे आतापर्यंत पूर्ण झाली आहेत.

✺

प्रसाद

(१) दि. ३ जून १९९८ हा दिवस माझ्या आयुष्यात अगदी विस्मयकारक घटना घडविणारा उगवला. या दिवशी दुपारी जेवण झाल्यावर विश्रांती व वाचन करण्यासाठी सोफ्यावर पहुडले होते. दुपारी चार वाजण्याच्या सुमारास चहा करून घ्यावा म्हणून उठले व चादर पुन्हा झटकून सोफ्यावर घालावी म्हणून काढली, तर तिच्याखाली मुद्दाम ठेवल्यासारखी हातात गोळा करता येईल एवढी साखर दिसली. (जाड साखऱ्या). चादरीखाली ही साखर कशी आली असेल असा विचार करीत मी ती गोळा केली. घरात मुंग्या लागतील म्हणून मुंग्यांसाठी स्वयंपाकघराच्या गॅलरीच्या कठ्ठ्यावर टाकली. थोड्या वेळाने गॅलरीला लागून असलेल्या हॉलच्या दाराजवळच्या सोफ्यावर टी.व्ही. बघत बसावे म्हणून बसायला गेले, तर तेथेही तेवढीच साखर ठेवल्यासारखी दिसली. आश्चर्याने मी ती पाहत होते. तोवर कामवालीची मुलगी दीपा तिचे काम आटोपून जायला निघाली तेव्हा मी तिला बोलावून साखर दाखविली. ही साखर इथे कोठून आली असे तिला विचारले. मला काय माहीत, असे म्हणून ती निघून गेली. घरात आम्ही दोघेच. हे दुपारचे झोपले होते. लहान खोड्या करणारे मूल नाही, सकाळपासून कोणीही आलेले नाही. आमचा दोन-तीन वेळा चहा स्वंयपाकघरात होतो. मग ही साखर इथे कशी, असे मनाशी म्हणत म्हणत मी ती साखर गोळा करून तशीच कठ्ठ्यावर टाकली. मुंग्या होणे व त्या चावणे याचा अनुभव व त्यासाठी करायचा बंदोबस्त या बाबतीत मी इतकी दक्ष होते की ती घरात कुठे सांडायलासुद्धा नको म्हणून मी काळजी घेतली.

सायंकाळी ऑफिसमधून आपल्या घरी वरच्या मजल्यावर जाताना आमचे धार्मिक वृत्तीचे देवभक्त शेजारी आमच्याकडे थोडा वेळ डोकावून जात. त्यांना मी घरात बोलावून घेतले. तेवढ्यात त्यांच्या पत्नी विजयाताई खाली येताना दिसल्या. दोघेही घरात आल्यावर मी त्यांना स्वयंपाकघराच्या गॅलरीच्या कठ्ठ्यावर टाकलेली साखर दाखवीत दुपारी घडलेली हकिकत सांगितली. त्यांनीही आश्चर्य प्रकट केले व सायंकाळी श्री. बापट, भविष्य सांगणारे व त्यांना शिकवणारे गुरुजी यांच्यासह ते पुन्हा आले. हे उठल्यावर त्यांनाही मी साखर दाखविली होतीच. बापट गुरुजींनी ती पाहून आम्ही समोरच्या हॉलमध्ये आल्यावर यावर तुमचे काय मत आहे, दोन्ही ठिकाणी साखर कशी आली असेल, असे मी विचारले. त्यांनी मला तुम्ही देवाचे काय वाचन वगैरे करता का असे विचारल्यावर मी रोज देवपूजा करताना मारुतीस्तोत्र व रामरक्षा म्हणते. गुरुवारचा उपवास व जमल्यास श्री गजानन महाराजांच्या दर्शनाला देवळात जाते. चतुर्थीच्या दिवशी सायंकाळी श्री गजानन महाराज स्तोत्र वाचते. वर्षातून एकदा श्रावण महिन्यात एकवीस दिवस स्तोत्र वाचन, व गुढीपाडवा ते रामनवमी त्यांची पोथी नऊ दिवसांत किंवा एकवीस दिवसांत पूर्ण वाचून त्या

दिवशी पेढ्यांचा नैवेद्य दाखवून प्रसाद वाटते असे सांगितले. १ जानेवारी, १९९८ पासून दुपारी नामदेवगाथा वाचण्याचा संकल्प सोडला आहे व तो वर्षभरात पूर्ण करायचा आहे असे सांगितले. सायंकाळी दिवा लावणे, नमस्कार व देवाची प्रार्थना झोपण्यापूर्वी करते असे म्हटल्यावर थोडा विचार करून म्हणाले, की ही साखर हा तुम्हाला मिळालेला प्रसाद आहे असे सांगून ते गेले. दुसऱ्या दिवशी माझे आध्यात्मिक स्नेही, प्रसिद्ध लेखक श्री. भा. द. खेर यांना फोन करून मी ही घटना त्यांना सांगितली. त्यांनी ऐकून साश्चर्य आनंद व्यक्त केला व या प्रसादाचे तुम्ही काही कण तरी तोंडात टाकायला हवे होते असे म्हटले. फोन ठेवल्यावर मी गॅलरीत अजून तशाच असलेल्या साखरेची चिमूट प्रसाद म्हणून तोंडात टाकली व प्रसाद मिळूनही तो आपल्याला समजला नाही म्हणून उदास झाले. माझ्यासारख्या अतिसामान्य परंतु देवावर नितांत श्रद्धा असणाऱ्या स्त्रीला आलेला हा अनुभव लिहून ठेवावा म्हणून मी सविस्तर अगदी जसाच्या तसा लिहिला आहे.

सायंकाळी दिवा लावून, प्रसाद असून तो बाहेर ठेवल्याबद्दल देवाची क्षमा मागितली. दुसऱ्या दिवशी मुंग्या-पक्ष्यांनी साखर खाल्ल्यावर कामवालीने तो कठडा पाण्याने धुवून स्वच्छ केला.

देवावर श्रद्धा असणाऱ्यांनाच हा अनुभव मी वाचायला देते. पण अश्रद्ध, नास्तिक व (अंध) आणि देवच नाही असे म्हणणारे या माझ्या अनुभवावर त्यांच्या दृष्टिकोनातून काही उत्तर देतील काय? विज्ञानाच्या दृष्टिकोनातून हे कसे घडले हे कोणी सांगू शकतील का, असा प्रश्न मला पडतो. पण या तथाकथित मंडळींपर्यंत लेख पोचणारही नाही व माझा प्रश्न, जिज्ञासा तशीच राहील हे मला माहीत असल्याने पूर्णविराम!

(२) अनाकलनीय- पुणे

रामनवमीचा दिवस : बऱ्याच वर्षांपूर्वीपासून मी रामनवमीचा उत्सव भक्तिभावाने अतिशय मनापासून घरातल्या घरातच साजरा करते. स्नानानंतर देवाची व श्रीरामाच्या प्रतिमेची पूजा, भरपूर फुले, हार, कधी छोट्या दिव्यांची दीपमाळ व सजावटीला आंब्याच्या सुशोभित झाडांच्या फांद्या, देवघराच्या जवळ असल्यास फुलांची कुंडी व रंगीत कागदांच्या पताका लावून देवघर सुशोभित करते. पूजेनंतर बरोबर दुपारचे बारा वाजता गुलाबाचे सुंदर टपोरे फूल रामाच्या प्रतिमेवर ठेवून प्रथम गणपतीची व नंतर रामाची आरती म्हणून शेवटी कापूरारती व नंतर मंत्रपुष्पांजली! तत्पूर्वी पेढ्यांचा, दुधाचा, घरात तयार केलेल्या एखाद्या खाद्यपदार्थांचा नैवेद्य दाखवायचा. सर्वांना प्रसाद द्यायचा अशा पद्धतीने मी रामनवमी साजरी करते. अशी ही पूजा आटोपली की मग बाकीचे स्वयंपाकघरातील काम सुरू होते. अशाच एका रामनवमीच्या दिवशी घडलेल्या प्रसंगाची म्हणजे आठवणीत

राहील, अशा दिवसाचा हा अनुभव!

माझ्या घरी दरवर्षी या दिवशी माझा भाचा (मोठ्या भावाचा मुलगा) श्रीरंग याला तो सिंगापूरला जाईपर्यंत व घरातील सर्वांना माझ्या घरी प्रसादास बोलावीत असे. तसेच माझ्या मोठ्या मुलीची नणंद सौ. नवरे उभयतां व माझी जवळ राहणारी मैत्रीण, असे आवर्जून त्या दिवशी येत व प्रसाद घेऊन जात. संध्याकाळी ठरल्याप्रमाणे श्री. व सौ. नवरे आले. थोड्या गप्पा, दर्शन, चहापाणी आटोपल्यावर मी त्या दोघांना प्रसाद देण्यासाठी पेढ्यांचे देवासमोर झाकून (मुंग्यामुळे पाण्याच्या थाळीत) ठेवलेले वाडगे उचलले व त्यांच्या हातावर पेढा ठेवण्यापूर्वी मला आढळून आले की पेढा अगदी दुधात भिजल्यासारखा ओला होता. असे कसे झाले? सकाळी आणलेले ताजे, पिवळे, कोरडे पेढे असे ओले कसे काय झाले? आम्ही दोघीही आश्चर्याने बोलत होतो. दोघांना प्रसाद देऊन मी ते वाडगे वाकडे करून खालचे अर्धी वाटी दूध (घट्ट बासुंदीप्रमाणे) काढले व घेतले. माझ्या मनात या ओल्या पेढ्यांचे व खाली असलेल्या दुधाचे कुतूहल कायमच होते. सायंकाळी आलेल्या मैत्रिणीलाही मी प्रसाद देताना ही हकिगत सांगून पेढा दिला. सर्व आवरल्यावर मी मिठाईवाले चितळे (बंधू) यांना फोन लावला व दुपारची पेढा हकिगत सांगितली. ते म्हणाले, ''आजच्या दिवशी आम्ही १६०० किलो पेढ्यांची विक्री केली. पण अजूनपर्यंत कोणीही अशी तक्रार फोनवर किंवा प्रत्यक्ष केली नाही.'' मी म्हटले, ''ही तक्रार नाही. ही हकिगत आहे. केवळ तुमच्याच दुकानाचे उत्कृष्ट पेढे नेहमीप्रमाणे आणल्यावर असे कसे दुधाचे पेढे तयार झाले?'' ते म्हणाले, ''काही कल्पना नाही. तुम्ही दाखवायला घेऊन या.'' मी म्हटले, ''तेवढ्यासाठी मी इतक्या लांब येणार नाही, पण सहज सांगितले व मला तर 'गणपती दूध पितो' यासारखेच घडले की काय असे वाटते आहे.''

माझ्या या वाक्यावर तेही मनमोकळे हसले. मी मात्र विचार करताना मला जे आकलन झाले ते असे- 'या रामनवमीला आपण देवासमोर नैवेद्य म्हणून बासुंदी करू असे मी ठरवले होते व काही कारणाने सकाळच्या कामाच्या गडबडीत मला ते जमले नाही, हे लक्षात आले. पेढ्यांच्या खाली जे बासुंदीप्रमाणे दूध होते ते म्हणजे माझी बासुंदी नैवेद्य म्हणून ठेवण्याची पूर्ण झालेली इच्छा,' असा मी मनाशी त्याचा संदर्भ लावला.

मागील प्रसाद व ही रामनवमीची मला आलेली प्रचिती म्हणजे माझ्या मनापासून केलेल्या पूजेची भक्तिभावाने देवाचे जे मी करते व त्याचेपर्यंत पोहचले असे समजून मी कृतार्थ होते.

असे अनेक 'श्रद्धानुभव' मला आलेले मी लिहून ठेवले आहेत. पण ते प्रसिद्ध व्हावे, मासिकात पाठवावे असे मात्र मला वाटत नाही. कारण हे जे अनुभवसुख

आहे ते ज्याचे त्यालाच समजते व मन सुखावून जाते.

✺

श्रद्धानुभव :

सौ. आशाताई दीक्षित, (धरमपेठ, नागपूर)

ईश्वरभक्तीचे बाळकडू मला माझ्या आजीकडून (वडिलांची आई) मिळाले आहे. तिची मी सर्व भावंडांत लाडकी नात होते. घरीदारी, पूजेच्या वेळी, चहा पिताना, जेवताना, झोपताना मी तिच्याच सान्निध्यात असायची. तिची पूजा आटोपली की तिच्या मांडीवर तिच्या उबदार शालीत बसून मी तिने केलेल्या पूजेकडे बघायची. समई, निरांजन तेवत असे. सुंदर उमललेल्या विविधरंगी फुलांनी देव्हारा सजलेला व उदबत्तीचा सुगंध दरवळत असे. तिची आरती, देवाजवळ बसून चहा पिणे यातही माझा सहभाग असायचा. देवाला दोन्ही वेळा नमस्कार, श्लोक म्हणणे, रामरक्षा पाठ करणे हे सर्व संस्कार अल्पवयातच माझेवर झाले व माझ्या संवेदनशील मनात ईश्वरभक्तीची बीजे रोवली गेली. पुढे आजी गेल्यावर मी हौसेने देवपूजा करायची. समोरच्या बागेतली खूपशी परडीभर फुले तोडायची, त्याचे मोठे हार करायचे व ते घरच्या देवाला फुलांसह व शाळेत जातानाही वाटेत लागणाऱ्या दत्ताच्या देवळात जाऊन गुरुजींचे जवळ द्यायचे हा माझा आवडता छंद होता. पुढे शालेय शिक्षण-विवाह-संसार यात जमेल तशी देवपूजा, दर्शन, वाचन घडत गेले. असा काही योग आला की बदलीनिमित्त आम्ही जळगावला असताना एका मैत्रिणीच्या व तिच्या यजमानांच्या बोलण्यावरून शेगावचे श्री गजानन महाराज यांची महती व त्या स्थानाचे महत्त्व सर्व समजले. त्यांच्याच बरोबर जाऊन शेगावच्या श्री गजानन महाराजांचे दर्शन घेतले व स्तोत्र, पोथी वगैरे वाचायला सुरुवात केली. या स्तोत्र पठणाचे व पोथीवाचनाचे मी प्रत्यक्ष अनुभव घेतले आहेत. अत्यंत अडचणीच्या, संकटाच्या प्रसंगी श्रद्धापूर्वक वाचलेल्या हे स्तोत्र अथवा पोथीवाचनामुळे माझ्या अडचणी दूर झाल्या. संकटे निभावली व मनाला दिलासा मिळाला. त्यामुळे मी श्री गजानन महाराजांची भक्त बनले. माझ्या मनात त्यांच्याविषयी नितांत श्रद्धा उत्पन्न झाली व ती वृद्धिंगत होत गेली. ज्या ज्या वेळी प्रवासात संधी मिळेल तेव्हा मी शेगावला उतरून दर्शनार्थ जाऊ लागले. ते रमणीय, पवित्र स्थान, ती समाधी यांची माझ्या मनाला ओढ वाटू लागली.

जळगावला असतानाच माझ्या मोठ्या मुलीचा विवाह झाला. रूप, शिक्षण, सर्व असूनही तिचे लग्न लवकर जमत नव्हते. त्यामुळे मनाला वाटणारी काळजी दूर व्हावी, तिला चांगले स्थळ मिळावे म्हणून मैत्रिणीच्या यजमानांच्या सांगण्यावरून तिला स्तोत्र वाचायला सांगितले. मीही वाचायचे. तिने आणि मी संकष्टी

चतुर्थीचा उपवास करायला सुरुवात केली. तिचा विवाह अत्यंत उत्तम वराशी जमला. छान स्थळ मिळाले. मनाला समाधान मिळाले. तेथून आमची बदली नागपूरला झाली.

जळगावहून मुलीचे लग्न आटोपून आम्ही आमच्या बदलीच्या गावी म्हणजे नागपूरला आलो. तेथे मी वर्षातून एक वेळा पोथीवाचन, श्री गजानन महाराजांचे येथील धरमपेठेत असलेल्या देवळात जाऊन दर्शन घ्यायचे, शिधा, दक्षिणा द्यायची हा नियम तेथील दहा वर्षांच्या वास्तव्यात पाळला. माझी लग्न झालेली मोठी मुलगी नागपूरला बाळंतपणाला आली. ३ वर्षांनंतर मूल होणार म्हणून तिच्या सासरची मंडळी व आम्हीही नातवंडाची आतुरतेने वाट पाहत होतो व यथावकाश ती प्रसूत होऊन तिला मुलगी झाली; मात्र तिला पाहताच काळजाचा ठाव सुटला. तिचे वजन फक्त अडीच पौंड होते. ते पाखरू आम्ही मायलेकींनी जिवाच्या कराराने सांभाळले. पण एक दिवस ती इतकी सीरियस झाली की, आम्ही आशाच सोडली. तरी भगवंतावर भरवसा ठेवून डॉक्टरांचे व आमचे प्रयत्न चालू होते. तिला मांडीवर घेऊन बसलेली असताना माझे डोळे मिटत होते व अक्षरश: मला साक्षात मृत्यू दिसला. मी तिला खाली ठेवले व देवघरात जाऊन तिचे प्राण वाचावे म्हणून देवीसमोर पदर पसरला व देवीने माझे गाऱ्हाणे ऐकले, वरचेवर पोटातल्या कळांनी, प्राणांतिक वेदनांनी रडणारी मुलगी पहाटे शांत झोपली व ते चिमुकले बाळ आम्हाला लाभले. गजाननाची ही कृपा मी कधीच विसरू शकणार नाही. हीच माझी लाडकी नात आज बॅडमिंटन प्लेअर झाली आहे.

एके दिवशी रात्री स्वयंपाकघरात काम करीत असताना सांडलेल्या तेलावरून माझा पाय घसरला. मी सपशेल डोक्यावर आदळून पडले. टी.व्ही.चा आवाज बंद असल्याने ह्यांना माझ्या पडण्याचा व नंतर उठू शकत नव्हते म्हणून कण्हण्याचा आवाज आला. मी प्रयत्नपूर्वक उठून अंथरुणात जाऊन झोपले खरी तर डोक्याला मार लागावा अथवा हातपाय मोडावा इतक्या जोरात मी पडले होते. पण दुसरे दिवशी अगदी रोजच्या सारखीच मी सरळ उठून कामाला लागले. एवढ्यातेवढ्या श्रमाने, चालण्याने दुखणारे माझे पाय किंवा कंबर काही दुखले नाही की कुठे लागले, खरचटले नाही. माझ्या श्रद्धाळू मनाला तर पोथीमधील शेवटच्या अध्यायातील लोबो डॉक्टरिणीच्या हकिकतीची आठवण झाली व आपल्यावर महाराजांची पूर्ण कृपादृष्टी आहे हे पुन्हा एकवार जाणवले.

रायपूरच्या माझ्या मुलाची बदली त्याच्या मनाप्रमाणे नागपूरला होणे ही छोटीशी पण महत्त्वपूर्ण घटना थोडक्यात अशी- माझ्या मुलाची बदली नागपूरला व्हावी अशी त्याची मनापासून इच्छा व प्रयत्न चालू असताना मी त्याचेकडे सहज म्हणून रायपूरला राहायला गेले. तो महिना श्रावणाचा होता म्हणून मी माझे २१

दिवसांचे स्तोत्रवाचन सुरू केले व ते २१ दिवस संपण्यापूर्वीच त्याला नागपूरला बदली झाल्याची ऑर्डर मिळाली. मी अत्यंत निरपेक्ष बुद्धीने माझ्या दर वर्षीच्या नियमानुसार स्तोत्रपठण केले, पण त्याची अशी सुखद प्रचिती आली. तेव्हापासून त्याचीही श्रद्धा बसली व तो किंवा सून दरवर्षी स्तोत्र वाचल्यावर सत्यनारायण करतात. मी नागपूरला सुनेच्या बाळंतपणासाठी गेलेली असताना एकदम प्रेरणा मिळून मी नेहमीचे श्रावणातले स्तोत्रपठण त्या वर्षी अधिक महिना म्हणून एका गुरुवारी सुरू केले. त्याच दिवशी मुंबईला माझ्या मुलाला, सुनेला व नातवंडाला स्कूटरला रिक्षाने टक्कर दिल्याने अपघात झाला म्हणजे ते तिघेही स्कूटरवरून पडले. नातवाला अगदी मामुली खरचटले. मुलाला तळहाताला थोडे लागले व सुनेचा पाय दुखावला (पण हाड मोडणे, जखम असे काही न होता). तीन आठवडे तिला पूर्ण विश्रांती घ्यावी लागली. अपघात होणे व त्यातून काहीही गंभीर प्रकारची इजा, दुखापत न होणे; फुलासारखा माझा लाडका नाजूक नातू, मुलगा यातून बचावणे म्हणजे परमेश्वर पाठीशी आहे, याचे प्रत्यंतर होय. मी त्याच गुरुवारी गजानन स्तोत्रपठण सुरू केले होते.

पुण्याला असताना- एके दिवशी रात्री मुंबईहून सुनेचा फोन आला. प्रदीपची प्रकृती किडनी त्रासाने बरी नाही. हॉस्पिटलमध्ये ठेवले आहे. भेटायला यावे. त्याचप्रमाणे आम्ही दोघे गेलो तोवर तो घरी आलेला होता, पण त्याला ताप व त्यामुळे अशक्तपणा जाणवत होता. बाकी औषध, पथ्य, विश्रांती चालू होती. मी एका गुरुवारी ठरवले आपण पाच गुरुवार करावे. त्याप्रमाणे मी गुरुवार सुरू केले व त्याला बरे वाटल्यावर पुण्यास आले व दुसऱ्या महिन्यात त्याचेकडे गेले. त्याने सांगितले त्याचा युरीन स्टोन पडून गेला. मी सहज तारीख विचारली तो पाचवा गुरुवार होता, चतुर्थी होती असे मला आढळून आले. मी तेथून घरी आले तर मुलीचे पत्र आले होते. नको त्या जागी यजमानांची बदली व त्यामुळे झालेल्या गैरसोई वगैरे उद्विग्न मन:स्थितीत तिने पत्र लिहिले होते. तिला धीराचे पत्र लिहून मी तेच गुरुवार एकवीस करू या असे मनाशी योजून चालू ठेवले.

दर गुरुवारी श्री गजानन महाराजांचे दर्शनाला जायचे असे ठरवले. त्याप्रमाणे नियम चालू असताना मुलीचे आनंदाचे पत्र आले. यजमानांची बदली चांगल्या जागी झाली आहे व त्यांना मोठी बढती मिळाली आहे. त्यांनी ज्या दिवशी नवीन जागी सूत्रे हाती घेतली, त्या दिवशी त्यांचा आनंदाने खुशीचा फोन आला, तो माझा एकविसावा गुरुवार होता व तारीख १२ अशी अगदी लक्षात राहण्यासारखी होती. एकवीस गुरुवारची मला अशी प्रचिती आली...

एका सोमवारी मी श्री गजानन महाराजांच्या देवळात जाऊन मी एकवीस दिवस स्तोत्रपठण व रोज दर्शनाला येण्याचा संकल्प सोडला व गुरुवारपासून सुरुवात

केली. स्तोत्र व दर्शन नियमित सुरू केले. ९ जुलै या तारखेला सकाळी मला लाल जास्वंदीचे फूल मस्तकी धारण केलेली देवघरातली गजाननाची मूर्ती दिसली व मी या तारखेची मनाशी नोंद केली.

आम्ही मुंबईला होतो त्याच दिवशी भावाकडे असताना मुलाचा फोन आला की सुनेला सरकारी अधिकारपदाची नोकरी लागली व पवईलाच घरही मिळाले. एकवीस दिवसांचे नियमित स्तोत्रपठण, दर्शनाची ही सुखद प्रचिती! मला नातू झाला.

✵

उद्धव नामदेव महाजन, (मु. कापूसतळणी, ता. दर्यापूर, जि. अमरावती.)

उद्धवरावांचं वय ८८ वर्षांचं आहे. त्यांनी महाराजांना बघितलेलं आहे. महाराजांच्या खूप गोष्टी त्यांना माहीत आहेत. अकोल्याची शिवजयंतीची सभा त्यांनी अवलोकन केलेली आहे. त्या सभेच्या दिवशी उद्धवराव त्यांच्या सहकाऱ्यांसह जेव्हा अकोल्याला जाऊन पोचले तेव्हा तिथल्या प्रसिद्ध राममंदिरात लो. टिळक, दादासाहेब खापर्डे आणि गजानन महाराज हे तिघेजण गेले होते आणि त्यांनी रामदर्शन घेतलं होतं. त्यानंतर व्याख्यान झालं. व्याख्यानाला अलोट गर्दी लोटली होती. टिळकांचं व्याख्यान ऐकल्यानंतर महाराज पुटपुटले, 'हे बरे झाले नाही.' उद्धवरावांनी हे शब्द ऐकले. उद्धवरावांची महाराजांवर अपार श्रद्धा आहे.

✵

माझे वडील स्वर्गीय दत्तात्रेय महादेव खेर वकील यांनीही गजानन महाराजांचं प्रत्यक्ष दर्शन घेतलेलं होतं. १९१० साली चैत्र शुद्ध दशमीला माझे वडील शेगावला दर्शनाला गेले होते. त्या वेळी भल्या पहाटे मठात जोरात भजन चाललेलं होतं. महाराज वडिलांकडे पाठ करून आनंदानं डुलत बसले होते. उपासनामार्गात प्रगती व्हावी, यासाठी माझ्या वडिलांना महाराजांचं मार्गदर्शन हवं होतं. महाराज एकदोन मिनिटांतच उठले आणि माझ्या वडिलांच्या कानात त्यांनी काही शब्द उच्चारले. त्यापासून वडिलांनी हवा तो बोध घेतला. सकाळी अकरा वाजता प्रसाद घेऊन वडील स्टेशनवर आले. मुंबईकडे जाणाऱ्या मेलची तिकिटं बंद असल्याचं त्यांना समजलं. वडील काळजीत पडले. एवढ्यात इंदापूरचा रहिवासी गोविंदराव चव्हाण त्यांच्या जवळ आला. हा तिथे गुप्तचर विभागात पोलीस जमादार होता. त्यानं वडिलांना एक डझन नागपुरी संत्री आणून दिली. वडील त्याला म्हणाले, "गोविंदराव, तुम्ही संत्री आणून देऊन माझं आदरातिथ्य केलं हे ठीक झालं, पण मेलची तिकिटं बंद आहेत; तर आम्ही आता कसे जाणार?" लगेच लांब वळसा घेऊन तो स्टेशनमास्तरकडे गेला आणि वडिलांना तिकीट आणून दिलं. गाडी आली

तेव्हा वडिलांना त्यानं बर्फाच्या डब्यात बसवून दिलं. हे सारं गजानन महाराजांनीच केलं अशी माझ्या वडिलांची धारणा झाली.

सोलापूर जिल्ह्यात वैराग या नावाचं गाव आहे. तिथे लक्ष्मण महाराज भापकर या नावाचे एक सत्पुरुष राहत होते. लो. टिळकांचा आणि त्यांचा संबंध आलेला होता. माझे वडील कमीत कमी सतरा-अठरा वर्षं या भापकर महाराजांच्या सहवासात होते. एके दिवशी माझ्या वडिलांनी त्यांना गजानन महाराजांच्या दैवी सामर्थ्याबद्दल सांगितलं. त्यानंतर थोड्याच दिवसांनी भापकर महाराज गजानन महाराजांच्या दर्शनासाठी शेगावला गेले. दोन योगिपुरुषांची गाठ पडली. दोघांनाही फार आनंद झाला. गजानन महाराज नित्याप्रमाणे बडबडत होते. त्या बडबडीत भापकर महाराजांचं वर्णन चाललं होतं, 'माझ्या मागे एक खोल आड आहे. त्या आडाचं पाणी फार गोड आहे. खोल आहे पाणी!' त्यानंतर गजानन महाराजांनी भापकर महाराजांच्या वैराग इथल्या घराचं तपशीलवार वर्णन केलं. त्या वेळी भापकर महाराजांकडे पाठ करून गजानन महाराज बसले होते. त्यांचं दर्शन घ्यायची भापकर महाराजांच्या मनात इच्छा उत्पन्न झाली. एकदम गजानन महाराजांनी वळून त्यांच्यापुढे पाय केले. म्हणाले, ''काय हरकत आहे?'' भापकर महाराजांनी त्यांचं दर्शन घेतलं...

ही सारी कथा माझ्या वडिलांना कथन करून भापकर महाराज म्हणाले, ''फार महान योगिपुरुष आहेत गजानन महाराज!''... आजही महाराज अनेकांना या ना त्या रूपानं दर्शन देतात. भक्तांचे मनोरथ पुरवतात... नाहीतर या साऱ्या अनुभवांचा दुसरा अर्थ कोणता? मात्र आपले मनोरथ पुरवून घेण्यासाठी भक्तांनी त्यांच्यावर श्रद्धा ठेवायला हवी!... संत दासगणूंनी 'श्रीगजानन विजय' या पोथीत दुसरं काय सांगितलं आहे? त्याचसाठी पोथीच्या फलश्रुतीविषयी दोन शब्द सांगणार आहे.

✷

पोथीची फलश्रुती

प्रत्येक पोथीला फलश्रुती असते. त्याप्रमाणे 'श्री गजानन विजय' या पोथीचीही फलश्रुती सांगितलेली आहे. प्रस्तुत पोथीचे लेखक संत दासगणू महाराज यांनी आपल्या लीळाचरित्राची फलश्रुती सांगताना म्हटलं आहे, 'श्री गजाननपदी निष्ठा ठेवून सदासर्वकाळ सुखाचा अनुभव घ्यावा. सारा कुतर्क सोडून द्यावा.'

हे सांगताना त्यांनी फार नामी दृष्टान्त दिला आहे. खडकावर जर बी पेरलं तर ते कधी रुजत नाही. यास्तव श्रद्धा ठेवून या गजाननरूप सुपीक भूमीत जे जे पेराल ते ते तुम्हाला सव्याज परत मिळेल... दासगणूंनी धर्मश्रद्धेला वाघिणीची सार्थ उपमा

दिली आहे. ही वाघीण जर मनरूपी दरीतून निघून गेली तर त्या ठिकाणी दुर्वासनेचे कोल्हे ठाण मांडून बसतील... भक्ती ही शुचिर्भूत अंगना (स्त्री) आहे. अभक्ती ही वारांगना (वाईट चालीची स्त्री) आहे. या अभक्तिरूपी वारांगनेच्या नादी जर तुम्ही लागलात तर तुमची सर्वत्र विटंबना होईल. म्हणून माणसानं कधी सन्नीतीला सोडू नये. धर्मवासना टाकू नये. कुणाशी शत्रुत्व करू नये.

दासगणूंनी पुढे सांगितलं आहे, 'वर्षातून एकदा तरी या ग्रंथाचं पारायण करावं. जो भक्त नियमानं या ग्रंथाचं पठण करील त्याचे सारे मनोरथ पूर्ण हातील. हा ग्रंथ चिंतामणीसारखा असल्यामुळे इच्छिलेलं फळ तो हमखास देईल. अशा भक्ताच्या घरात धनधान्य नांदू लागेल. दरिद्री माणसाला धन मिळेल. रोग्याला आरोग्याची प्राप्ती होईल. साध्वी स्त्रीचं वांझपण नष्ट होईल. निपुत्रिकाला पुत्र होईल. ज्या ठिकाणी हा ग्रंथ असेल तिथे भूतबाधा होणार नाही... दशमी, एकादशी, द्वादशी या तीन दिवसांत जो या ग्रंथाचं पारायण करील त्याच्या दारी अनुपम भाग्य चालून येईल. गुरुपुष्याच्या योगावर जो या ग्रंथाचं एका बैठकीत पारायण करील त्याच्या साऱ्या मनोकामना पूर्ण होतील.

या फलश्रुती-कथनानंतर दासगणूंनी श्री ज्ञानेश्वरांप्रमाणे पसायदान मागितलेलं आहे- स्वत:साठी आणि सद्भक्तांसाठी! संत दासगणू मागणं मागतात, 'आता हीच विनंती। तुम्हां अवघ्यां भाविकांप्रती । अत्यंत असू द्यावी प्रीति । श्री गजाननांचे चरणी ।। म्हणजे तुमची येरझार । जन्ममृत्यूची साचार । होऊनिया व्हाल पार । दुस्तर भवामधूनी...'

पोथीची फलश्रुती सांगताना किंवा देवापाशी मागणं मागताना दासगणूंनी एक गोष्ट पुन:पुन्हा आवर्जून सांगितली आहे. या चरित्राच्या ठायी जो अविश्वास धरील त्याचा घात होईल... कुटिल दुष्टदुर्जनांना या चरित्रवाचनाचा अनुभव येणार नाही. याचा अर्थ एकच! गजाननपदी श्रद्धा हवी! श्रद्धावानांनाच ज्ञानप्राप्ती होते, असा निर्वाळा श्रीकृष्णांनीच देऊन ठेवलेला आहे. 'श्रद्धावान लभते ज्ञानं' हे सांगताना 'संशयात्मा विनश्यति' हे सांगायला भगवान श्रीकृष्ण विसरलेले नाहीत. श्री ज्ञानेश्वरांनी तर श्रद्धेचं महत्त्व कथन करताना सुरेख दृष्टान्त देऊन ठेवलेला आहे. अस्ताचलाच्या समीप सूर्य गेल्यानंतर सूर्यबिंबामागून जशी किरणं जातात अथवा ज्याप्रमाणे पावसाळ्यात नदीचं पाणी रोज वाढू लागतं त्याप्रमाणे माझं भजन करत असताना माझ्या भक्तांचं मजविषयीचं प्रेम नित्य नवं वाढणारं दिसतं. रामकृष्ण परमहंसांनी आपल्या शिष्यांना श्रद्धेचं महत्त्व पटवून देताना सांगितलं आहे, 'एकदा का तुला श्रद्धा लाभली म्हणजे तुझं सर्व काम झालं. श्रद्धेपेक्षा दुसरी कोणतीही श्रेष्ठ वस्तू नाही. बुद्धी पंगू आहे. श्रद्धा बलवती आहे. बुद्धीचं तट्टू फार लांब जात नाही. त्याला वाटेत कुठे तरी मुक्काम करावाच लागतो. श्रद्धा वाटेल ते करू शकेल. श्रद्धेनं मनुष्याला अगाध

सागर विनासायास तरून जाता येईल. पापी माणसानं जरी ईश्वराचं नाव श्रद्धेनं घेतलं तरी त्याला मोक्ष मिळेल.'

'जप, तप, मख, गुरुपूजा मुख्य श्रद्धाचि आयतन यांचे' असं समर्थ रामदास बजावतात. 'मोहरीएवढा विश्वास असला तरी इकडचा पर्वत तिकडे हलवू शकाल' असं ख्रिस्ताचं आपल्या शिष्यांना सांगणं असे. आंग्लकवी टेनिसन यानंही आपल्या विश्वविख्यात काव्यातून श्रद्धेचे गोडवे गायलेले आहेत. सर्वच माणसांना साक्षात परमेश्वरी दर्शनाचा लाभ घडत नसतो. त्यांची मती कुंठित होऊन जाते. शेवटी परमेश्वराच्या अगाध सामर्थ्यावर विश्वास ठेवून श्रद्धेनं आणि केवळ श्रद्धेनंच असा माणूस परमेश्वराच्या चरणकमलाला मिठी घालतो. पाश्चात्त्य तत्त्वज्ञ याच श्रद्धास्थानावर विसंबलेले आहेत. आपलीही पुराणं हेच सांगतात की, विश्वास किंवा श्रद्धा ही विश्वभांडार खोलण्याची किल्ली आहे... प्रत्येक धर्मातील सार हेच आहे. श्रद्धा हे परमपदाचं द्वार आहे. ही श्रद्धा जर निर्वाणीची असेल तर इष्टप्राप्ती झालीच पाहिजे. मग ती श्रद्धा खुळी असो की समंजस असो.

संत दासगणूंनी प्रस्तुत पोथीच्या फलश्रुतीबद्दल हेच सांगितलं आहे. या विराट विश्वात श्रद्धेशिवाय पानही हालत नाही. स्वत:ला बुद्धिवादी म्हणवणाऱ्या माणासाचीही कुठे ना कुठे श्रद्धा ही जडलेलीच असते.

श्रद्धा जडण्यासाठी कशाची गरज आहे? प्रचितीची! श्रद्धा आधी का प्रचिती आधी? या प्रश्नाचं उत्तर अगदी सोपं आहे. एखाद्या विद्यार्थ्यानं असं म्हटलं की, पास झाल्याशिवाय मी कधी परीक्षेला बसणार नाही. त्या विद्यार्थ्याला असं सांगणं भाग पडेल की, तू कधीही पास होणार नाहीस. कारण तू परीक्षेला न बसण्याचा निर्धार केलेला आहेस. पास अथवा नापास कोणता विद्यार्थी होऊ शकतो? जो परीक्षेला बसतो तोच! एखाद्या कार्यात यश अथवा अपयश केव्हा येतं? ते कार्य केलं तरच! सारांश, परीक्षेला बसणं किंवा कार्य करणं ही गोष्ट निश्चितपणानं अग्रक्रमाची मानावी लागेल. म्हणून प्रथम श्रद्धा असणं आवश्यक आहे.

ही श्रद्धा केव्हा बसते? का बसते? त्यासाठी काही पूर्व दाखले हवेत का?... होय. 'श्री गजानन विजय' या पोथीत पूर्वदाखले दिलेले आहेत. भाविक भक्तांचे अनुभव दिलेले आहेत. महाराजांच्या चरणी निरपवाद श्रद्धा रुजू केल्यानंतर श्रद्धाळू भक्तांना जे अनुभव आलेले आहेत तेच या पोथीत कथारूपानं सांगितलेले आहेत. शिवाय 'श्री गजानन दर्शन' या प्रस्तुतच्या चरित्रग्रंथात आजच्या अनेक भाविकांना आलेले अनुभवही कथन केलेले आहेत. हे सारे दाखले समोर असताना आणखी प्रचितीची गरज कुठे उरते?... आता भाविक भक्तांच्या हाती सरळ सोपा उपाय उरतो. 'बाबावाक्यं प्रमाणम्' मानून श्रद्धा ठेवायची, पोथी वाचायची आणि अनुभव घ्यायचा! पूर्वीच्या असंख्य भक्तांना हे अनुभव आलेले आहेत, ही गोष्ट मान्य

करायलाच हवी. वांझोट्या अश्रद्धेच्या मागे गेलात तर 'धड ना इकडे धड ना तिकडे' अशी शोचनीय अवस्था झाल्याविना राहणार नाही. त्यापेक्षा या पोथी-पारायणावर श्रद्धा ठेवा आणि रोकडी प्रचिती घ्या! कारण हा केवळ श्रद्धेचा प्रश्न नसून अनुभवाचा आहे. एका पाश्चात्त्य तत्त्वज्ञान्याला एक अश्रद्ध माणूस म्हणाला, 'मला आजवर काहीच अनुभव आलेला नाही.' त्या तत्त्वज्ञानी माणसानं ताड्कन उत्तर दिलं, 'माफ करा. तुम्हाला अनुभव आला नसेलही! ते तुमचं दुर्दैव! पण मला तो आध्यात्मिक अनुभव आलेला आहे.' ज्या असंख्य पाश्चात्त्य आणि पौर्वात्य शास्त्रज्ञांनी आपलं उभं आयुष्य अध्यात्मशास्त्राच्या संशोधनात घालवलं, त्यांच्या प्रामाणिकपणाबद्दल आणि सत्यनिष्ठेबद्दल संशय घेण्याचा वस्तुतः कुणालाही अधिकार नाही. ज्याला साधी श्रद्धा ठेवता येत नाही त्याची आपल्या अश्रद्धेवर तरी श्रद्धा बसणार आहे काय? पण अशा अश्रद्धांशी श्रद्धावान भक्तांनी आपलं कोणत्याही प्रकारचं नातं जोडू नये हेच उत्तम!

आता उरता उरला एक महत्त्वाचा प्रश्न! साऱ्या पोथ्यांमधून फलश्रुती सांगितलेली असताना 'श्री गजानन विजय' ही पोथीच का वाचावी? हा प्रश्न मी संत दासगणूंचे विवेचक अधिकारी शिष्य प्राचार्य अनंतराव आठवले यांना विचारला. ते हसत म्हणाले, "मग अगदीच सोपं काम झालं की! जगातल्या प्रत्येक माणसानं 'गजानन विजय' ही पोथी वाचली म्हणजे त्याचे सारे मनोरथ पूर्ण होणार!"

या उत्तरानं मी काहीसा बिचकून गेलो. काहीशा आशंकेनं विचारलं, "मग त्या पोथीतले अनुभव किंवा आज अनेकांना येत असलेले अनुभव खोटे मानायचे का?"

अनंतरावांनी ठामपणानं उत्तर दिलं, "मुळीच नाही! हे सारे अनुभव दोनशे टक्के खरे! पण हे अनुभव प्रत्येकालाच येतील का?"

"म्हणजे?"

"येणार नाहीत!"

"मग कुणाला येतील?"

अनंतराव सांगायला लागले, "हे पहा. आपण रेडिओवर काटा फिरवला. मॉस्को स्टेशन लागायचं तिथेच लागतं ना? ती विशिष्ट 'वेव्हलेंग्थ' जमायला नको का? ती जमली म्हणजे ते स्टेशन लागणार आणि तिथले कार्यक्रम आपल्याला ऐकू येणार!"

"थोडं समजलं. पण अधिक स्पष्टीकरण करता का?"

एखाद्या विद्यार्थ्याला समजावून सांगावं त्याप्रमाणे अनंतराव समजावून सांगायला लागले. म्हणाले, "अगदी साधा दाखल देतो. आमच्याच शास्त्रातला! तुम्हाला मलेरिया झाला. मी आयुर्वेदातलं औषध देईन. दुसरा कुणी ॲलोपॅथीतलं औषध देईल. तिसरा कुणी होमिओपॅथीच्या गोळ्या देईल. दुखणं तेच, पण त्यावरील

उपाययोजना वेगवेगळी!''

मला माझ्या प्रश्नाचं उत्तर मिळायला लागलं होतं. एवढ्यात अनंतराव पुढे सांगू लागले, ''आणि पुन्हा प्रत्येक रोग्याला कोणत्या 'पॅथी'चं औषध नेमकं लागू पडेल, हे सांगणं कठीणच! ज्याच्या त्याच्या प्रकृतीप्रमाणे त्या-त्या पॅथीची योजना लागू पडणार!.... तसंच आहे हे!''

''साऱ्यांना सरसहा तेच औषध लागू पडत नाही, त्याचप्रमाणे साऱ्या भक्तांना या पोथीची योजना करून चालणार नाही असंच ना?''

''हो...''

''पण मग हे ओळखायचं कसं?''

''अहो, अनुभव घ्यायचा आणि ठरवायचं. भक्ताला नाहीतरी भटकावं लागतंच. काही झालं तरी श्रद्धा हवीच हवी! एक लक्षात ठेवा. श्रद्धा ही पुत्रवती असते. बुद्धी ही वांझोटी असते... पण, हे औषध लागू पडलं म्हणजे मग मात्र शंभर टक्के काम!''

मी म्हणालो, ''ही पोथी तीन लाखांवर खपली आहे...''

''याचाच अर्थ हे औषध आता सर्वमान्य झालं आहे!''

स्वत:ला बुद्धिवान म्हणवणारे लोक जो प्रश्न नेहमी विचारतात तो मी अनंतरावांना विचारला. प्रश्न असा, ''ही आध्यात्मिक उपाययोजना केली नसती तरी परिणाम व्हायचा तोच झाला असता!''

यावर अनंतराव चट्कन म्हणाले, ''अशा लोकांना म्हणावं की, आजारीपणात तुम्ही औषध घेतलं नसतं तरी बरे झाला असता.''

अर्थात हे उत्तर बिनतोड होतं.

मी अनेक अधिकारी व्यक्तींना प्रस्तुत पोथीच्या फलश्रुतीविषयी प्रश्न विचारलेला आहे. पण अनंतरावांसारखं समर्पक आणि बुद्धिवादी उत्तर कुणीही दिलेलं नाही. श्रद्धा हीदेखील बुद्धीच्या निकषांवर तपासून घेतलेली बरी! त्याप्रमाणे अनंतरावांच्या प्रगाढ बुद्धीच्या निकषावर मी सर्वसामान्यांची श्रद्धा तपासून घेतली. अन्य अधिकारी व्यक्तींचे या बाबतीतले अभिप्राय इथे देण्याची गरज नाही.

तेव्हा सर्वमान्य झालेलं हे आध्यात्मिक औषध भाविक भक्तांनी अवश्य घ्यावं. श्री गजानन महाराज पूर्वी जसे होते तसे आजही आहेत. रामकृष्ण हे अवतारी पुरुष किंवा आजवर होऊन गेलेले असंख्य साधू-सत्पुरुष दृष्टिआड झाले म्हणून सृष्टिआड झाले असं मानू नका. 'मी गेलो ऐसे मानूं नका! भक्तीत अंतर करू नका।। कदा मजलागी विसरू नका। मी आहे येथेच!' असा निर्वाळा देऊनच श्री गजानन महाराजांनी आपला प्राण रोधलेला आहे.

एकदा एका शिष्यानं स्वामी विवेकानंदांना प्रश्न केला, ''महाराज, काहीतरी

दृश्य पदार्थ आधी असल्याशिवाय त्याला नाम उत्पन्न होत नाही. जेथे नामच नाही तिथे नाव तरी कसं ठेवणार? आणि नामस्मरण तरी कसं होणार?''

यावर स्वामी विवेकानंद म्हणाले, ''तुझा प्रश्न वरवर कठीण दिसतो खरा! पण थोडा विचार करून पाहा! हे समोरचं मडकं फुटून त्याचा चुरा झाला असं समज. अशा स्थितीत मडक्याच्या आकाराच्या नाशाबरोबर त्याची कल्पनाही नष्ट होते काय? नाही. विश्वातली सारी मडकी उद्या नष्ट झाली तरी 'मडकं' हा शब्द आणि त्यामागील कल्पना ही शिल्लक राहतीलच ना? कुंभाराच्या डोक्यात अमूर्त रूपानं असलेली कल्पना व्यक्तदशेला आली आणि मडकं दिसू लागलं. म्हणजे त्याच्या अस्तित्वाच्या आरंभी कल्पना अथवा शब्द हेच होतं. ज्या ज्या वस्तू आपण पाहू शकतो, ज्या वस्तूंविषयी ऐकतो अथवा ज्यांना स्पर्श करू शकतो त्या सर्व वस्तू अव्यक्त कल्पनेची व्यक्त रूपं होत. समजा, विश्वातल्या पदार्थमात्राचा उद्या नाश झाला, या साऱ्या आकारांचे निराकार बनले, अणुरेणू बनले तरी त्यांच्यामागील शब्द अथवा कल्पना यांचं अस्तित्व जाणिवेतून का जावं? आणि त्याच पूर्वीच्या नमुन्याबरहुकूम साऱ्या वस्तू पुन्हा आकारास का येऊ नयेत?''

स्वामी विवेकानंदांच्या या प्रतिपादनानुसार श्री गजानन महाराज आज व्यक्त रूपात दृग्गोचर होत नसले तरी ते अव्यक्त रूपात स्थित आहेतच आहेत. आकार बदलला म्हणून त्यांची कृपा साकार होणार नाही असं थोडंच आहे! प्रस्तुत चरित्रग्रंथांत दिलेले अनेक भाविक भक्तांचे अनुभव दुसरं काय सांगतात? अदृश्य विभूतीचं सृष्टिजात वस्तूवरील प्रचंड सामर्थ्य आजही प्रतीत होत आहे. त्यांच्या स्थूलदेहनिरपेक्ष आध्यात्मिक विलक्षण शक्ती आजही प्रभावी आहेत.

परंतु या बाबतीत मुख्य म्हणजे श्रद्धाभाव हवा. आपल्या ऐहिक आणि पारलौकिक मनोकामना पूर्ण करण्यासाठी 'श्री गजानन विजय' या पोथीचं अवश्य नित्य पारायण करा. त्याचा अनुभव आला नाही तर बोल लावा! पण अनुभवाच्या आधीच तर्कटी विचक्षणा करू नका. आपल्या तथाकथित बुद्धीचं आणि पांडित्यांचं श्रद्धासागरात विलीनीकरण करा. तरच अनुभवाचे धनी व्हाल! हॅमिल्टन नावाच्या एका स्कॉटिश तत्त्वज्ञानं म्हटलं आहे –'पढिक अज्ञान ही तत्त्वज्ञानाची इतिश्री असून धर्मश्रद्धेचा प्रारंभ होय...' म्हणूनच खरे भाविक भक्त आपल्या विश्वजननीची प्रार्थना करताना असं म्हणतात की, 'माते! तू मला आपल्या प्रेमानं वेडा कर. तुझ्या प्रेमापेक्षा ज्ञानविचारात मला मुळीच अर्थ वाटत नाही. तुझं हे प्रेममद्य प्राशन करून मला धुंद होऊ दे!'

'श्री गजानन विजय' ही पोथी वाचून प्रत्येक भक्तानं असंच धुंद व्हायला हवं. अशा धुंदीत त्यांच्या साऱ्या मनोकामना पूर्ण तरी होतील किंवा नष्ट तरी होऊन जातील. अशा भक्तांना आज वाटणारे चमत्कार उद्याचे साक्षात्कार ठरतील. साक्षात्कारी

जीवन हीच माणसाची इतिकर्तव्यता आहे ना? असंच जीवन नेहमी धन्य होतं. पोथीच्या पारायणानं प्रत्येकाच्या पदरी हीच धन्यता पडावी!... मात्र आधी पारायण केलेचि पाहिजे!

✿

श्री गजानन महाराजांचा नामजप

मला अनेक साधक-भक्तांनी विचारलं आहे की, नामजपाची साधना कशी करावी? त्यांचा सर्वसाधारण प्रश्न असा हे, 'आम्ही श्री गजानन विजय ही पोथी वाचतो. पण त्याच्या जोडीला आम्हाला महाराजांचा नामजप करायचा आहे. तो कसा करायचा? त्या नामजपाची फलश्रुती कोणती? नामजपाचं महत्त्व काय?'

मी स्वत: या क्षेत्रातला सुतराम अधिकारी नाही. मी आहे एक साधा साधक-पथिक! हे सारं सांगायला मला अधिकार काय? पण मी आजवरच्या आयुष्यात परमार्थ-क्षेत्रातलं बरंच ऐकलेलं आहे, थोडंफार वाचलेलं आहे आणि स्वानुभवलेलं नसलं तरी अल्पस्वल्प अनुभवलेलं आहे. त्या बळावर साधकांना यथाशक्य मार्गदर्शन करायला काय हरकत आहे?

नामस्मरण ही एक प्रकारची अव्यभिचारी भक्ती आहे. इथे तर्ककुतर्काला जागा नसते. 'तर्कवितर्कासी । वाव नलगे सायासी । तुका म्हणे भावेविण । अवघा बोलती तो सीण ।।' त्या तुकारामांच्या उक्तीप्रमाणेच वेस्ले या पाश्चात्त्य तत्त्वज्ञानं म्हटलं आहे, 'हे परमेश्वरा, वितंडवादास कंटाळून मी तुझ्या चरणांजवळ शरण आलो आहे. माझ्या अंत:करणात तुझ्या भक्तीची ज्वाला प्रदीप्त झाली आहे. तूच मला सत्य आणि सन्मार्ग दाखवशील. माझ्या जिवात जीव आहे तोपर्यंत मी तुझे पाय सोडणार नाही.'

सच्चिदानंद स्वामींनी नामस्मरणाचं प्रयोजन सांगताना म्हटलं आहे, 'हा जीव ज्या प्रकारच्या कल्पनेचा ध्यास धरून राहतो त्या आकाराचाच शेवटी हा बनतो. तेव्हा परमेश्वराच्या नामाचा जर या जीवानं ध्यास धरला तर हा जीव तशा ध्यासरूप प्रयत्नानं परमेश्वराकार का बनणार नाही?' नामस्मरणसाधनाची उपपत्ती सांगताना 'विष्णुसहस्त्रनामार्थभास्कर' या ग्रंथात असं सांगितलं आहे की, 'नामग्रहणाविषयीचा सर्व साधुसंतांचा आग्रह आहे... सिद्धान्त असा आहे की, सर्वच काही नामरूपात्मक आहे. नामापासून रूप प्रकट होतं. नामानं तदर्थाची स्फूर्ती, स्मृती किंवा भावना होत असते. मग परमेश्वराच्या नामाच्या अभ्यासानं किंवा निदिध्यासानं त्याचं स्वरूप का प्रकट होणार नाही? ज्याला जे पाहिजे असेल किंबहुना ज्याला जसं किंवा जे व्हावंसं

वाटेल, त्यानं त्या-त्या नामरूपाचा अंत:करणवृत्तीत ध्यास धरला तर त्याचा अनुभव त्याला मिळतो.

हा झाला परमेश्वरप्राप्तीचा मार्ग! श्रीरामकृष्ण परमहंसांनी परमेश्वरप्राप्तीसाठी तर नामसंकीर्तन करायला सांगितलं आहेच, पण त्याचबरोबर या कलियुगात एकाग्र होऊन हरिनाम घेतलं तर सर्व संसारव्याधींचा नाश होऊन जाईल अशीही ग्वाही दिलेली आहे. गोविंदसुतांनी 'परमार्थ विचारात' भगवन्नामाचा मोठा मननीय महिमा सांगितलेला आहे तो असा, 'सर्व साधनांचं मंथन करून कर्म, उपासना व ज्ञान यांचं संतांनी सार काढलेलं आहे. या नामात 'न मम' या रूपानं ज्ञान आहे. 'मनन' या रूपानं उपासना आहे. 'नमन' या रूपानं कर्म आहे. अशा रीतीनं सर्व साधनांचं साधन, सर्व मननाचं मनन, नमनाचं नमन, निर्ममत्वाचं 'न मम' या नामात भरलेलं आहे... नामात प्रबल मंत्रशक्ती आणि ओजस्विता आहे.'

नामजपाचा अधिकार कुणालाही आहे. चैतन्य भक्तमंडळीतला एक प्रमुख भक्त हरिदास हा जातीनं मुसलमान होता. आपल्या जातिधर्माची सर्व बंधनं सोडून हा रात्रंदिवस मोठ्यानं हरिनाम संकीर्तन करत असे. रोज एक लक्ष नामजप केल्याशिवाय हा भोजन करत नसे. हरिनाम श्रवणानं मनुष्यच काय पण पशुपक्षीही उद्धरतात असा त्याचा विश्वास होता.

नामजपाचं सामर्थ्य शब्दांपेक्षा श्रद्धेत आहे. जपाची अथवा मंत्राची भाषा कोणतीही असली तरी त्याचं फळ मिळतं. सर्पविष उतरविणारे मंत्र मराठी, हिंदी, उर्दू आणि इंग्रजी या भाषांतील आहेत असं पॉल ब्रन्टन यानं तपासांती नमूद करून ठेवलं आहे.

नामसंकीर्तन केव्हा करावं? 'काळ वेळ नसे नामकीर्तनी । उंच नीच योनी हेही नसे । ... नामा म्हणे फार सोपे हे साधन । वाचे नाम घेणे इतुकेची ।।' मन गुरुचरणी ठेवावं म्हणजे झालं!

नामस्मरण कसं करावं?... घड्याळाच्या काट्याप्रमाणे वैखरीनं अखंड नामस्मरण केलं तर एक वर्षात परमेश्वराची भेट होते असं तुकोबांनी सांगितलं आहे. 'नाम घेतले जयांनी अहो एका वर्षात तुका म्हणे भेटी देत.' वैखरीनं नामस्मरण करण्याची रीत सांगितली आहे. झोपेच्या प्रारंभी आणि झोप संपताच, बोलण्याच्या प्रारंभी आणि बोलणं संपताच किंवा जेवण्याच्या प्रारंभी आणि जेवण संपताच वैखरीनं जरी नामस्मरण केलं तरी ते झोपेत, बोलण्यात किंवा जेवण्यात चालू राहून अखंड स्मरण होत असतं.

अशा नामस्मरणाची फलश्रुती कोणती?... संत तुकारामांनी निर्वाळा दिला आहे, 'मुखीं नाम हातीं मोक्ष । ऐसी साक्ष बहुतांसी ।।' तेव्हा कैवल्यप्राप्तीसाठी नामासारखं अन्य सोपं साधन नाही, हे मान्य! पण ज्यांना आपला ऐहिक अभ्युदय करून घ्यायचा आहे, त्यांनाही नामस्मरणासारखं अन्य सोपं साधन नाही. जेव्हा

जेव्हा आर्थिक अभ्युदयाचा प्रश्न समोर यायचा तेव्हा स्वामी विवेकानंद आपल्या शिष्यांना एक सवाल हमखास विचारत असत, 'माणूस पैसा निर्माण करतो का पैसा माणूस निर्माण करतो?' स्वामीजींचा हा सवाल फार बोलका आहे. परंतु नामस्मरणात ऐहिक अभ्युदयाचीही योजना हमखास सापडते. 'स्वानंदसाम्राज्या'च्या उत्तर खंडात असं स्पष्ट सांगितलेलं आहे की, भाविक मुमुक्षूंस नामजपाची अनुभूती पटणं ही काही मोठी गोष्ट नाही, पण अभाविक, नास्तिक, पाखंडी आणि धर्मकर्मभ्रष्ट अशा अभक्तांनाही नामजपाची महती पटलीच पाहिजे आणि म्हणूनच सकाम नामस्मरणाचा प्रकार सांगून ठेवलेला आहे. नाममंत्राची जितकी अक्षरं असतील, तितके लक्ष जप स्नान करून शुचिर्भूत अवस्थेत करावा. जपसंख्या पुरी होईपर्यंत रोज जेवणापूर्वी होईल तितका जप करावा. जपसमाप्तीनंतर होम, तर्पण, मार्जन व ब्राह्मणभोजन दशांशाच्या उतरत्या प्रमाणानं करावं. म्हणजे मनोरथ-इष्टकामना पूर्ण होतात. निष्काम जप करताना मंत्राची जितकी अक्षरं असतील तितके कोटी जप करावा. म्हणजे मंत्र सिद्ध होऊन मंत्रदेवता प्रसन्न होते... सारांश, ऐहिक आणि पारलौकिक सौख्यासाठी नामजपाचं हे हमखास फलदायी साधन साऱ्या संत-महात्म्यांनी आवर्जून सांगून ठेवलं आहे.

आता श्री गजानन महाराजांच्या संदर्भात काही नामजप-मंत्र 'श्रद्धानुरूपेंचि' सांगतो :

(१) गण गण गणात बोते (२) श्रीगजानन जय गजानन (३) ॐ नमो गजाननाय (४) ॐ नमो गजाननसमर्थाय (५) ॐ श्री गजाननसमर्थ (६) ॐ नमो सद्‌गुरू श्रीगजानन बाबा...

एकदा पोथीचं अनुष्ठान चाललं असताना मला शेवटचा नामजपमंत्र प्रतीत झाला. तोच मी नित्यनियमानं करतो. पोथीही अर्थात नियमानं वाचतो. विलक्षण अनुभव येतात. तुम्हीही हे करा. तुम्हालाही अनुभव येतील. बोलूनचालून हे अनुभवाचं शास्त्र आहे. केवळ अंधश्रद्धेचं नव्हे तर डोळस श्रद्धेचंही शास्त्र आहे. तुमच्या समोर गुरूचा प्रश्न येण्याचं कारण नाही. संत तुकारामांना स्वप्नातच उपदेश झालेला आहे. श्रद्धा असेल तर तुम्हालाही गजानन महाराज स्वप्नात येऊन उपदेश करतील. मार्गदर्शन करतील. श्रद्धेनं वाट बघा म्हणजे झालं! अगणित भक्तांना श्री गजानन महाराजांनी स्वप्नदृष्टान्त दिलेला आहे; तसा तो आपल्यालाही देतील.

'ॐ नमो सद्‌गुरू श्रीगजानन बाबा' हा माझा नामजप मंत्र मला फार आवडतो. त्या नाममंत्रावर माझी भक्ती बसलेली आहे. त्या नाममंत्रात वेदांच्या प्रतिपादनाचा विषय असणारा परमात्मा ॐकार आहे. नवविधा भक्तींपैकी नमन

ही सद्‌गुरूंची वंदनभक्ती आहे; आणि दीनजनांचे उद्धरण करणारं गजानन हे पितृतुल्य दैवत आहे.

आपण सर्वांनी 'श्री गजानन विजय' ही पोथी नित्यनियमानं वाचावी. एखादी जपमंत्राचं नामस्मरण करावं. श्रद्धायुक्त अंतःकरणानं सत्यसंकल्प करावेत; आणि सुफलिताचा अनुभव घ्यावा.

श्रीमहाराजांच्या एकनिष्ठ भक्तांना त्यांच्या कृपाप्रसादाचा निरंतर लाभ घडो, हीच प्रार्थना!

प्रार्थना

ॐ सद्गुरु गजानन देवा ।
तूं अमुचा प्राणविसावा ।।
तुजसाठीं देह झिजावा ।
आवडी जिवाची पुरवा ।।
येउनी बैस तूं हृदयीं ।
दशदिशांत भरुनी राही ।
तुजवीण न ठाण रहावा ।।१।।
बोलणें होउदे स्तवन ।
जें करीन तें तें नमन ।
मीपणा मावळून जावा ।।२।।
'गिण गिण गणांत बोते' मंत्र।
वैखरी जपो दिनरात्र ।
मौनांत शब्द बुडवावा ।।३।।

मधुकर कुलकर्णी

✿

नमो गुरुभ्यो गुरु पादुकाभ्यो ।
नमो परेभ्य: पर पादुकाभ्य:
आचार्य सिद्धेश्वर पादुकाभ्यो ।
नमोस्तुलक्ष्मी पति पादुकाभ्य: ।।१।।
ॐ तत्सदिती श्रीं दत्ताऽवधूतो ।
श्रीपाद श्रीवल्लभो विजयते ।
सरस्वती नृसिंह वासुदेव ।
श्रीमद् गजानन गुरशरणं प्रपद्ये ।।२।।
ॐ दिगंबराय विद्महे । गण गण गणांत बोते धिमही ।
तन्नो सद्गुरु गजानन: प्रचोदयात ।।
इति वदती विश्वनाथस्य कृष्णशिवंभजंती
नारायणे दर्शनम् । नमो दिगंबराय
सदा गण गणे चरणम् पदा वंदिता ।।

✿

श्री गजानन महामाला मंत्र

ॐ इदं व्‍िष्णुर्व्‍िच क्रमे त्रेधा निदधे पदम् ।
समूढमस्य पाग्गुं सुरे स्वाहा ॥१॥
त्रीणि पदा व्‍िचक्रमे व्‍िष्णुर्गोपाऽअदाभ्य: ।
अतो धर्म्माणि धारयन् ॥२॥
तद्विष्णो: परमं पदग्गुं सदा पश्यन्ति सूरय:
दिवीव चक्षुराततम् ॥३॥
ॐ नमो भगवते गजाननाय
दर्शन मात्र दु:ख दहनाय
विदेह देह दिगम्बराय
आनंद कंद सच्चिदानंदाय
परमहंसाय अवधूताय
मनोवांच्छित फलप्रदाय
अयोनिसंभव महासिद्धाय
''गण गण गणांत बोते'' महामंत्राय
सर्व यंत्र मंत्र तंत्र स्वरुपाय
सर्व सम्पुट पल्लव स्वरुपाय
ॐ नमो महापुरुषाय... स्वाहा (नम:)

श्री सद्‌गुरू पादुका पूजनांत श्रीगुरूंचे आवाहन करावे.

***